अभिप्राय

महाभयानक विषाणूंची चित्त हादरवणारी कहाणी

मनात प्रचंड भीतीने माजवलेली खळबळजनक कहाणी रिचर्ड प्रेस्टन यांनी 'द हॉट झोन' पुस्तकात मांडली आहे.

या पुस्तकाची मांडणी एखाद्या भय चित्रपटाच्या पटकथेसारखी केली आहे. सुरुवातीची सात पाने म्हणजे जणू एखाद्या गंभीर धोक्याच्या जैविक संशोधन शाळेत प्रवेश करण्याची एकानंतर एक उघडणारी प्रवेशद्वारे असावीत, प्रत्येक प्रवेशद्वाराशी कसून सुरक्षा तपासणी करून मगच पुढे प्रवेश दिला जावा, याप्रमाणे प्रवेश करत आहोत, त्याप्रमाणे प्रवेशद्वारावरच्या वेगवेगळ्या सांकेतिक खुणा व सूचना वाचत आत निघालो आहोत, असा भास होतो.

एबोला विषाणूंच्या प्रतापाची ही कहाणी वाचल्यावर कोणीही वाचक हादरून जाईल यात शंका नाही. तरीही पुस्तकाच्या उत्तरार्धात अशा महाभयानक विषाणूंवरही दुर्दम्य इच्छाशक्ती आणि सामूहिक प्रयत्न यांनी विजय मिळवता येतो. हे वाचायला मिळाल्यावर दिलासा वाटतो.

– पुणे सकाळ १३.३.२००२

प्रकटन

ह्या पुस्तकात वर्णन केलेले प्रसंग १९६७ ते १९९३ दरम्यानचे आहेत.

पुस्तकात वर्णन केलेल्या विषाणूंच्या बाबतीत, रोगाचा संसर्ग व त्याची लक्षणे दिसणे ह्यांचा कालावधी २४ दिवसांपेक्षा कमी आहे. ह्या कालावधीच्या नंतर विषाणूंचा संसर्ग झालेल्या रोग्यांना अथवा त्या रोग्यांच्या संपर्कात आलेल्या इतर कोणालाही रोगाची लागण होत नाही, किंवा त्यांच्याद्वारा रोगाचा प्रसारदेखील होत नाही. खऱ्या नावाने अथवा टोपणनावाने संबोधलेल्या कोणालाही रोगाची बाधा झालेली नाही. विशेष काळजी घेतल्याशिवाय विषाणू स्वतंत्रपणे दहा दिवसांपेक्षा जास्त काळ टिकू शकत नाहीत. म्हणूनच पुस्तकामधे वर्णन केलेले रेस्टन गाव आणि वॉशिंग्टन शहरातील कोणतेही भाग संसर्गजन्य अथवा धोकादायक नाहीत.

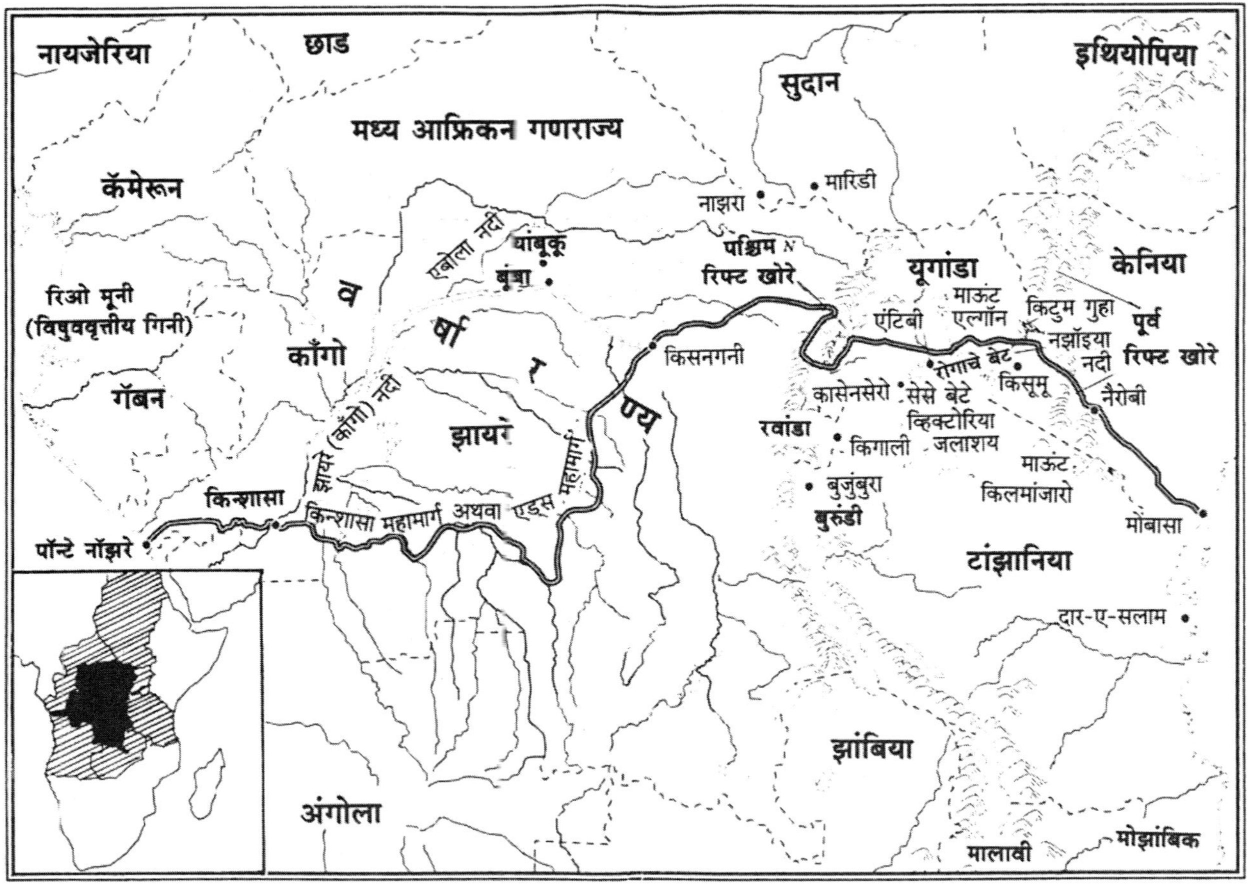

नायजेरिया
छाड
इथियोपिया
सुदान
मध्य आफ्रिकन गणराज्य
कॅमेरून
मारिडी
नाझरा
एबोला नदी
याबूकू
बुंबा
पश्चिम
रिफ्ट खोरे
यूगांडा
केनिया
रिओ मूनी
(विषुववृत्तीय गिनी)
व
र्षा
र
ण्य
माऊंट
एल्गॉन
किटुम गुहा
पूर्व
रिफ्ट खोरे
एंटिबी
नझॉइया
नदी
कॉंगो
किसनगनी
रोगाचे बेट
किसूमू
गॅबन
झायरे (कॉंगो) नदी
कासेनसेरो
सेसे बेटे
नैरोबी
झायरे
व्हिक्टोरिया
जलाशय
रवांडा
किगाली
महामार्ग
माऊंट
किलमांजारो
किन्शासा
बुजुंबुरा
बुरुंडी
किन्शासा महामार्ग अथवा एड्स
मोंबासा
पॉन्टे नॉइरे
टांझानिया
दार-ए-सलाम
झांबिया
अंगोला
मालावी
मोझांबिक

द हॉट झोन

लेखक

रिचर्ड प्रेस्टन

अनुवाद

डॉ. प्रमोद जोगळेकर

मेहता पब्लिशिंग हाऊस

✆ +91 020-24476924 / 24460313 / Mob. No. 9545000513
Email : production@mehtapublishinghouse.com
Website : www.mehtapublishinghouse.com

- *या पुस्तकातील लेखकाची मते, घटना, वर्णने ही त्या लेखकाची असून त्याच्याशी प्रकाशक सहमत असतीलच असे नाही.*

THE HOT ZONE by RICHARD PRESTON
Originally Published By : Janklow & Nesbit Associates, New York.

Translated into Marathi Language by Dr. Pramod Joglekar

द हॉट झोन / अनुवादित सत्यकथा

TBC

अनुवाद : डॉ. प्रमोद जोगळेकर

Email : author@mehtapublishinghouse.com

मराठी अनुवादाचे आणि प्रकाशनाचे हक्क मेहता पब्लिशिंग हाऊस, पुणे.

प्रकाशक : सुनील अनिल मेहता, मेहता पब्लिशिंग हाऊस,
१९४१ सदाशिव पेठ, माडीवाले कॉलनी, पुणे ४११०३०.

अक्षरजुळणी : इफेक्ट्स, २१/६ब, आयडिअल कॉलनी, कोथरूड, पुणे.

मुद्रक : पार्कसन्स ग्राफिक्स

मुखपृष्ठ : धनंजय सस्तकर

प्रकाशनकाल : ऑक्टोबर, १९९८ / पुनर्मुद्रण : डिसेंबर, २०१९

किंमत : ₹ ३००

P Book ISBN 9788171617883

प्रस्तावना

ह्या पुस्तकातील कहाणी कपोलकल्पित नसून, सत्य घटनांवर आधारित आहे. ह्यामधील व्यक्ती, प्रसंग आणि ठिकाणे सर्व खरीखुरी आहेत. मी फक्त काही व्यक्तींची नावे बदललेली आहेत. उदाहरणार्थ, चार्ल्स मोने आणि पीटर कार्डिनल ही टोपणनावे आहेत. मी जिथे खरे नाव दडवून, कल्पित नाव वापरले आहे, त्या त्या ठिकाणी मी पुस्तकात तसे नमूद केलेले आहे.

मी पुस्तकामधे अनेक ठिकाणी संवाद दिलेले आहेत. हे संवाद त्या लोकांच्या आठवणींवर आधारित आहेत.

मी घेतलेल्या मुलाखतींमधे लोकांनी आपले विचार आणि मते व्यक्त केलेली होती. मी काही वेळा मुद्दाम पुन्हा मुलाखती घेऊन सत्य प्रसंगांची खात्री करून घेतलेली आहे. जर तुम्ही त्यांच्यापैकी कोणाला असं विचारलंत, की 'अमुक प्रसंगी तुमच्या मनात काय विचार येत होते?'; तर कदाचित तुम्हांला मी सांगितलेल्यापेक्षा मानवी विचारधारेला अधिक जवळ असे उत्तर मिळण्याची शक्यता आहे.

मी माणसांच्या चेहऱ्यांमागे असणाऱ्या मनाचा ठाव घेण्याचा प्रयत्न करतो, आणि त्यांनी उच्चारलेल्या शब्दांमधून त्यांचं आयुष्य समजावण्याचा प्रयास करत असतो. हे करताना मी जे पाहतो, ते कल्पना करण्याच्या पलीकडचं असतं.

– रिचर्ड प्रेस्टन

'हॉट झोन' सत्यघटनांवर आधारित आहे. यात कल्पनाविलास किंचितसुद्धा नाही. 'हॉट झोन' मधला खलनायक आहे एक विषाणू. रोगांना कारण ठरणाऱ्या अनेक सूक्ष्मजंतूंपैकी एक अतिसूक्ष्मजंतू.

विषाणूंचे जीवसृष्टीतील स्थान फार गमतीशीर आहे. सजीवांच्या शरीरात असल्यास निर्जीव आणि सजीवांच्या शरीराबाहेर मात्र स्फटिकरूपात निर्जीव म्हणून राहणारे विषाणू हे सजीव-निर्जीवांच्या अदृश्य सीमारेषेवर घुटमळत असतात. आनुवंशिक गुणधर्म धारण करणारा RNA अथवा DNA रेणू आणि त्याच्याभोवती असणारे प्रथिनकवच एवढी साधीसुधी रचना असणारे हे विषाणूंचे 'कण' विलक्षण प्राणघातक ठरतात.

ह्या पुस्तकातील घटना आफ्रिकेच्या मध्यभागातल्या झायरे ह्या देशात घडलेल्या आहेत. बेल्जियमपासून स्वतंत्र होऊन मूळच्या काँगो देशाने झायरे हे नाव घेतले. त्यानंतर गेली तीस-पस्तीस वर्षे तेथे कल्पनातीत हिंसाचार आणि यादवी युद्ध सुरू आहे. अलीकडेच झायरे हे नाव टाकून, पुन्हा ह्या देशाने हे पुन्हा मूळचे काँगो हे नाव घेतले आहे.

मध्य आफ्रिकेतल्या घनदाट वर्षारण्यातून (Rain Forest) जगाला भयभीत करणारे अनेक विषाणू उदयास येत आहेत. १९६७ मधे मारबर्ग, १९६९ मधे लासा, १९७६ मधे एबोला आणि १९८१ मधे एड्स असे एकापाठोपाठ एक महाभयंकर विषाणू तेथून बाहेर पडून, मानवजातीचा संहार करण्यास सिद्ध झाले आहेत. असे का घडले असावे, ह्याबाबतीत अनेक मतप्रवाह आहेत. वर्षारण्यातील पर्यावरणाचा होणारा अमर्याद विनाश आणि माणसाच्या जीवनशैलीत होणारे बदल ह्यांमुळे असे विषाणू त्यांच्या मूळ वसतिस्थांनामधून बाहेर पडत असावेत.

मारबर्ग आणि एबोला ह्या रोगांची भयंकर लक्षणे, भयानक शब्दही मिळमिळीत वाटेल, असे मृत्यूचे थैमान हे सारे वाचून मी प्रचंड हादरून गेलो. असल्या सर्वसंहारक सूक्ष्मजंतूंपुढे आपण मानव अगदी अगतिक आहोत, की काय, असेही

वाटू लागले. परंतु इच्छाशक्ती असेल, तर सामूहिक प्रयत्नांनी एबोलासारख्या यांत्रिकपणाने खलास करणाऱ्या मारेकऱ्यांवरसुद्धा विजय मिळवता येतो, हे पुस्तकाच्या दुसऱ्या भागात वाचायला मिळाले. एबोला विषाणूंवर लिहिलेल्या ह्या अभ्यासपूर्ण पुस्तकाकडे मी जीवशास्त्राचा विद्यार्थी म्हणून आकर्षित झालो. पुस्तकात उल्लेख केलेल्या जॉन्सन, मर्फी, पीटर्स, कॉक्स, इत्यादी संशोधकांच्या मूळ शोधनिबंधांचे वाचन केले.

हे अप्रतिम पुस्तक मराठीत यावे, ह्या कल्पनेला मूर्त स्वरूप देणाऱ्या श्री. सुनील मेहता आणि श्री. अनिल किणीकर ह्या दोघांचे मी मन:पूर्वक आभार मानतो.

– डॉ. प्रमोद जोगळेकर

पात्रपरिचय

(कथानक सुरू झाले, त्या घटनाक्रमानुसार, तसेच रेस्टनमधल्या घटना घडतेवेळी, तेथे उपस्थित असणाऱ्या व्यक्तींची नावे व त्यांचा हुद्दा दर्शविलेला आहे.)

चार्ल्स मोने - जानेवारी,	पश्चिम केनियात पळून आलेला फ्रेंच माणूस. १९८० मधे विमानात प्रवास करताना त्याचा मारबर्ग विषाणूमुळे 'स्फोट' झाला.
लेफ्टनंट कर्नल नॅन्सी जॅक्स -	USAMRIID मधे काम करणारी व्हेटरनरी पॅथॉलॉजिस्ट. १९८३ मधे तिने एबोलावर काम करायला सुरुवात केली, तेव्हा तिच्या हातमोज्याला भोक पडण्याचा प्रसंग घडला. १९८९ मधे ती पॅथॉलॉजी विभागाची प्रमुख झाली. त्याच वर्षी तिने रेस्टनमधल्या जैवप्रतिबंधक मोहिमेत भाग घेतला.
कर्नल गेराल्ड (जेरी) जॅक्स -	नॅन्सी जॅक्सचा नवरा. USAMRIID मधे व्हेटरनरी विभागप्रमुख. त्याने पूर्वी कधीही अंतराळ-पोशाख वापरलेला नसताना, तो पोशाख घालून काम करणाऱ्या SWAT पथकाचा नेता निवडण्यात आला. रेस्टनमधल्या मोहिमेत नेतृत्व.
युजीन (जीन) जॉन्सन -	लष्करासाठी काम करणारा नागरी सेवेतील विषाणू- संशोधक. एबोलाचा तज्ज्ञ. १९८८ मधे पीटर कार्डिनलच्या मृत्यूनंतर त्याने किटुम गुहेत मोहीम काढून तिचे नेतृत्व केले होते. रेस्टन-मोहिमेत प्रत्यक्ष कामाची व सुरक्षिततेची सगळी जबाबदारी सांभाळली.

पीटर कार्डिनल -	१९८७ मधे हा डॅनिश मुलगा आईवडिलांना भेटायला केनियात आला. मारबर्ग विषाणूचा बळी. लष्कराच्या फ्रीजमधे कार्डिनलच्या रक्तातून मिळालेला प्रकार ठेवलेला आहे.
डन डलगार्ड -	रेस्टनमधील प्रायमेट क्वारंटाईन युनिट म्हणजेच मंकी हाऊसमधे व्हेटरनरी सर्जन.
पीटर यारलिंग	नागरी सेवेतला विषाणुशास्त्रज्ञ. रेस्टनमधे आढळलेल्या विषाणूचा शोध संयुक्तपणे लावला.
थॉमस डब्ल्यू गिजबर्ट -	USAMRIID मधे तंत्रज्ञ. १९८९ मधे प्रथम त्याने विषाणूचा शोध संयुक्तपणे लावला. इन्स्टिटयूटमधे इलेक्ट्रॉन मायक्रोस्कोपवर काम करत असे.
कर्नल क्लेरेन्स जेम्स (सी. जे.) पीटर्स, एम्.डी. -	USAMRIID मधे रोगनिदान-विभागाचा प्रमुख. रेस्टनच्या मोहिमेचा प्रमुख.
मेजर जनरल फिलिप के रसेल, एम्.डी. -	अमेरिकेच्या लष्कराच्या वैद्यकीय संशोधन विभागाचा प्रमुख. रेस्टनमधे जैवप्रतिबंधक मोहीम काढण्याचा आदेश ह्यानेच काढला होता.
डॉ. जोसेफ बी. मॅकॉर्मिक -	CDC मधे स्पेशल पॅथोजेन्स् विभागाचा प्रमुख. सुदानमधील झोपड्यांमधे एबोला रुग्णांवर प्रत्यक्ष उपचार केले होते. तिथेच त्याच्या अंगठ्यात दुषित सुई घुसली होती.
रॉबिन मॅकडोनाल्ड -	पूर्व आफ्रिकेतील व्यावसायिक शिकारी. १९९३ मधे त्याने लेखकाला किटुम गुहेत जाण्यासाठी मदत केली होती.

संसर्गजन्य क्षेत्र

परवानगीशिवाय प्रवेश बंद

हे दार उघडण्यासाठी ओळखपत्र संवेदकापुढे लावा.

संस्करण चालू आहे....

तुम्हाला प्रवेशाची अनुमती दिली आहे....

कक्ष क्रमांक AA-5

प्रमुख : कर्नल नॅन्सी जॅक्स

वापरात असणारे घटक : अज्ञात

पुढे चला...

जैविक सुरक्षा पातळी

0

सुरक्षा कप्पे असलेली खोली

व्यक्ती : स्त्री

शरीराला स्पर्श करणाऱ्या सर्व गोष्टी काढून ठेवा.
कपडे, अंगठ्या, कॉन्टॅक्ट लेन्सेस इत्यादी.
जंतुरहित केलेले कपडे घाला

तुम्हाला आत जाण्याची परवानगी आहे....

जैविक सुरक्षा पातळी

2

धोका : अतिनील किरण

जैविक सुरक्षा पातळी

3

प्रवेश करण्याचा विभाग

धोक्याच्या घंटा : चालू
अंतराळ पोशाख स्थिती : तयार

धोका

जैविक धोका

जैविक सुरक्षा पातळी

4

हवाबंद दरवाजे /जंतुघ्न करणारा फवारा

अंतराळ पोशाखाशिवाय प्रवेश करू नका

तुमचा ओळख संकेतांक?

तुम्हाला प्रवेश करण्याची परवानगी आहे....

भाग १

एल्गॉन पर्वताची कृष्णछाया

जंगलामधे काहीतरी

१९८० चा वर्षारंभदिन

पश्चिम केनियामधे नझॉइया नदीच्या काठावर पसरलेल्या नझॉइया साखर कारखान्याच्या खासगी जमिनीवरील एका लहानशा लाकडी बंगल्यात चार्लस मोने नावाचा एक फ्रेंच माणूस राहत असे. तो एकटाच राह्यचा. त्याला कोणताही कुटुंबपाश नव्हता. ह्या ठिकाणाहून १४००० फूट उंचीचा महाकाय माउंट एल्गॉन हा पर्वत अगदी जवळ वाटायचा. रिफ्ट दरीच्या एका बाजूला असणारा हा पर्वत पूर्वी कधीतरी ज्वालामुखीचे मुख होता. मोनेला आफ्रिकेत कोणी आणले हे नक्की सांगता येत नाही. आफ्रिकेत येणाऱ्या अनेक 'पळपुट्यांप्रमाणे' चार्लस मोनेचा भूतकाळही अंधुकच होता. कदाचित फ्रान्समध्ये तो काही अडचणीत आला असेल किंवा केनियाच्या निसर्गाने त्याला आकृष्ट केले असेल. तो एका अर्थाने हौशी निसर्गतज्ज्ञ होता. त्याला प्राणी व पक्षी आवडत असत, पण मानवजमातीवर मात्र त्याचे विशेष प्रेम नव्हते. छप्पन्न वर्षांचा, मध्यम उंचीचा चार्लस मध्यम बांध्याचा असून त्याचे केस सरळ आणि तपकिरी होते व एकंदरीत तो दिसायला चांगला होता. त्याचा मित्रपरिवार म्हणजे पर्वताजवळच्या गावात राहणाऱ्या काही स्त्रिया होत्या. परंतु त्याच्या मृत्यूनंतर त्याचे कारण शोधणाऱ्या डॉक्टरांना त्या बायकादेखील चार्लसबद्दल फारशी माहिती देऊ शकल्या नाहीत. मैलोगणती पसरलेल्या उसाला पाणी पुरवण्यासाठी नझॉइया नदीतून पाणी खेचणाऱ्या पंपाकडे लक्ष ठेवणे हे त्याचे काम होते. तो दिवसाचा सगळा वेळ पंपाच्या खोलीतच घालवत असे असे समजले. बहुदा त्याला तेथील यंत्रे काम करत असताना पाहणे आवडत असावे.

चार्लससारख्याच्या बाबतीत अनेकदा तपशील मिळणे जरा अवघडच असते. डॉक्टरांना त्याच्या रोगाची लक्षणे मात्र चांगली आठवतात. हे अर्थातच अपेक्षितच आहे, कारण जैविक सुरक्षा पातळी-४ वर असणारा एखादा रोगकारक घटक प्रत्यक्ष माणसावर करणारा परिणाम कोणीही माणूस विसरणे अशक्य आहे. ह्या घटकाचे

परिणाम एकावर एक चढत जाऊन शेवटी त्या माणसाला अगदी चिरडून टाकतात. चार्लस मोनेची केस अशी आहे की त्यामधे थंड वैद्यकीय माहितीच्या पार्श्वभूमीवर भीषण आकारांची नक्षी आहे. एकूण हा प्रकार एवढा भयाण आहे की आपण क्षणभर जागीच खिळून जातो. एखाद्या परग्रहावरच्या चमत्कारिक रंगाच्या माणसाकडे पाहत असावे तसे आपण दिग्मूढ होऊन जातो.

ह्या भागात राहण्यासाठी मोने १९७९ च्या उन्हाळ्यात आला. तेव्हा मानवातील प्रतिरक्षण यंत्रणेला निर्बल बनवणारा एच.आय.व्ही. विषाणू मध्य आफ्रिकेच्या जंगलातून निसटला होता. तेथून बाहेर पडून त्याने मानवजातीला स्वाहा करण्यास प्रारंभही केलेला होता. एड्सच्या विषाणूची काळी छाया मध्य आफ्रिकेतल्या लोकांवर केव्हाच पडली, परंतु त्या लोकांना मात्र त्याची काही कल्पना अद्याप आलेली नव्हती. किन्शासा महामार्गाच्या वाटेने एड्सचा विषाणू शांतपणे आपला कार्यभाग साधत चाललेला होता. आफ्रिकेच्या पूर्व किनाऱ्यावरून संपूर्ण खंड पार करून हा महामार्ग पश्चिमेकडे जातो. वाटेवरच असणाऱ्या व्हिक्टोरिया जलाशयाच्या काठावरून महामार्ग जातो. तेथूनच दृष्टीक्षेपातच एल्गॉन पर्वत आहे. एच.आय.व्ही. विषाणू हा घातक आहे, परंतु जैविक सुरक्षा पातळी-२ असणारा हा विषाणू फारसा संक्रमक मात्र नाही. हा विषाणू माणसांमधे सहजासहजी पसरत नाही. विशेषत: हवेतून त्याचा प्रसार होत नाही. ह्या विषाणूवर काम करण्यासाठी जैविक-अंतराळ पोशाख वापरण्याची जरुरी नसते.

आठवडाभर मोने पंपावर भरपूर काम करत असे. सुटीच्या दिवशी व आठवडाअखेर तो साखर कारखान्याजवळील जंगलात जात असे. तो स्वत:बरोबर जेवण मुद्दाम बांधून नेत असे. हे अन्न तो पसरून देई व ते खाण्यासाठी येणाऱ्या प्राणी व पक्ष्यांकडे बघत बसे. प्राण्यांचे निरीक्षण करण्यासाठी तो अगदी निश्चल बसून राहू शकत असे. त्याच्याबद्दल लोकांची आठवण अशी आहे की, त्याला रानटी माकडांबद्दल प्रेम वाटत होते. त्याची माकडांशी विशेष मैत्री होती. लोकांनी असे सांगितले की, तो हातात खाण्याचा पदार्थ घेऊन बसत असे व माकडे त्याच्याजवळ येऊन हातातून तो पदार्थ घेऊन जात असत.

संध्याकाळी तो घरीच राह्यचा. जॉनी नावाची एक स्त्री त्याच्या बंगल्यात साफ-सफाईचे काम करत असे. ती त्याचे जेवण तयार करायची. मोने आफ्रिकेतील निरनिराळे पक्षी ओळखण्याचा अभ्यास करत होता. त्याच्या घराजवळच एका झाडावर शिंपी पक्ष्यांची एक वसाहत होती. आपली पिशवीसारखी घरटी बांधण्याचे व त्याची डागडुजी करण्याच्या त्यांच्या कामाचे तो निरीक्षण करत बसत असे. काही लोकांनी सांगितले की ख्रिसमसच्या सुमारास एके दिवशी त्याने एक आजारी पक्षी घरात नेला आणि हा पक्षी नंतर मरण पावला. कदाचित त्याच्या हातात असतानाच

पक्षी मेला असावा. हा पक्षी शिंपी असावा. परंतु कोणाला खात्रीपूर्वक माहिती नव्हती. पक्षी कदाचित सुरक्षा पातळी ४वर असणाऱ्या एखाद्या विषाणूला बळी पडला असण्याची शक्यता होती. परंतु हे देखील कोणाला नक्की माहिती नव्हते. मोनेची एका कावळ्याशीदेखील मैत्री होती.

काळ्या-पांढऱ्या रंगाचे पट्टे असणारा हा कावळा कधीकधी आफ्रिकन लोक पाळतात. मोनेशी दोस्ती असणारा तो कावळा हुशार आणि अधिक माणसाळलेला होता. मोनेच्या बंगल्याच्या छपरावर बसून मोने येता-जाताना पाहणे हा त्याचा छंद होता. भूक लागली की हा कावळा व्हरांड्यात उतरायचा आणि सरळ घरात जायचा. मोने जेवताना त्याला टेबलावर उरलेसुरले टाकत असे.

कामाच्या ठिकाणी जाताना मोने उसाच्या शेतांतून दोन मैल चालत जात असे. त्या ख्रिसमसच्या सुमारास शेतमजुरांनी शेते भाजली होती. त्यामुळे शेतात सर्वत्र राख होती. काळ्या पडलेल्या शेतांच्या उत्तर टोकापलिकडे दूरवर, सुमारे पंचवीस मैलांवर असणाऱ्या एल्गॉन पर्वताची दोन शिखरे दिसत असत. पर्वताचे रंग सतत बदलत असत. हवा, ऊन, आणि पाऊस ह्यांच्यामुळे निर्माण होणारा आफ्रिकन प्रकाशाचा तो खेळ विलक्षण रंगसंगती दाखवत असे. उजाडायच्या वेळी करड्या रंगाची शिखरे वरील धुरकट रंगात मिसळून जात. मध्यभागी धूपलेल्या विशाल कोनाच्या मधील दोन शिखरांचा भाग ओठांसारखा दिसे. सूर्य वर आला की पर्वत चंदेरी हिरव्या रंगाने चमकू लागे. पर्वतावरील सदाहरित जंगलांची ती किमया होती. दिवस वाढत जाई तसतसे ढग जमा होऊन शिखरांना झाकून टाकत. सूर्य मावळताना आणि उतरत्या दुपारी ढगांची एकच दाटी होऊन त्यात चमकणाऱ्या विजांमुळे पर्वताला वादळमाथ्याचे स्वरूप येत असे. ढगांच्या खालचा रंग कोळशासारखा काळाकुट्ट दिसत असे, तर ढगांची वरची कडा मावळत्या उन्हाने नारिंगी रंगाने झळाळत असे. त्यावरचे आकाश गर्द निळे असून विषुववृत्तावर चमकणारे काही तारेही दिसत असत.

मोनेला अनेक मैत्रिणी होत्या. पर्वताच्या आग्नेयेकडे असणाऱ्या एलडोरेट ह्या गावात त्या राहत होत्या. ह्या गावातील लोक गरीब असून ते पत्रे आणि फळकुटांनी बनवलेल्या खोपट्यांमधे राहत. मोने मैत्रिणींना पैसे देई आणि मोबदल्यात त्या त्याला प्रेमाची ऊब देत. ख्रिसमसची सुटी जवळ आल्यावर मोनेने एका सहलीचा बेत आखला. एल्गॉन पर्वताजवळ एका ठिकाणी तंबू ठोकून मजेत राहण्याठी त्याने, एलडोरेटमधल्या त्याच्या एका मैत्रिणीला निमंत्रण दिले. परंतु कोणालाही आता त्या बाईचे नाव आठवत नाही.

लॅन्ड रोव्हर गाडीतून मोने आणि त्याची मैत्रीण 'एन्डलेस ब्लफ' नावाच्या कड्याकडे निघाले. ह्या कड्याकडे जाणारा लाल मातीचा हा कच्चा रस्ता सरळ

आणि लांबलचक होता. ज्वालामुखीच्या उजवीकडे असणाऱ्या ह्या भागात लाव्हाची धूळ भरपूर प्रमाणात होती. ह्या धुळीचा रंग वाळलेल्या रक्तासारखा गडद लाल होता. त्यांनी ज्वालामुखीची बाहेरची कडा पार केली. वाटेत त्यांना मक्याची शेते व कॉफीचे मळे लागले. आणखी वर गेल्यावर मोकळी कुरणे होती. नंतर झाडांच्या मागे जुन्या वसाहतवादी काळातील काही अर्धवट पडकी घरे त्यांना दिसली.

ते जसे वर जात होते, तसतशी हवा थंड होत जात होती. वर गेल्यावर त्यांना, सिडार झाडावरून झेपावणारे गरूड दिसू लागले. एल्गॉन पर्वतावर काही फार पर्यटक येतात असे नव्हे. त्यामुळे त्या दिवशीही त्या रस्त्यावर फक्त मोनेचेच वाहन जात असणे हेच संभवनीय होते. अर्थात रस्त्याने पायी जाणारे लोक मात्र भरपूर होते. पर्वताच्या उतरणीवर छोट्या शेताच्या तुकड्यावर गुजराण करणारे हे लोक होते.

मोने आणि त्याची मैत्रीण सदाहरित जंगलाच्या बाहेरच्या रेषेवर आले. वाटेत जंगलाचे लहान लहान तुकडे त्यांनी पार केल्यावर ते एका जुन्या इंग्लिश खानावळीजवळ आले. गेल्या शतकाअखेर बांधलेली ही खानावळ आता उद्ध्वस्त होण्याच्या मार्गावर होती. उन्हाने आणि पावसाने इमारतीला भेगा पडल्या होत्या आणि बांधकामाची मोठी ढेकळे पडू लागली होती.

युगांडा आणि केनियाच्या सीमारेषेवर पसरलेला एल्गॉन पर्वत सुदानपासून फारसा दूर नाही. जीवशास्त्राच्या दृष्टिकोनातून हा पर्वत म्हणजे मध्य आफ्रिकेत असणारे सदाहरित जंगलाचे एक बेटच म्हणावे लागेल. हा भाग उष्ण पठारांच्या खूप वर आहे. खाचखळगे असणारा आणि बांबू, अल्पाईन वृक्षांच्या आवरणात दडलेला हा भाग इतर प्रदेशापेक्षा एकदम एकाकी आहे. मध्य आफ्रिकेच्या पाठीवर एल्गॉन पर्वत एखाद्या गळवासारखा दिसतो. सुमारे सत्तर ते शंभर दशलक्ष वर्षांपूर्वी ज्वालामुखीचा उद्रेक झाला. त्यातून बाहेर पडलेल्या राखेमुळे उतरणीवरील जीवन अनेकदा नष्ट होऊन गेले. लाव्हाच्या उद्रेकाने हळूहळू पर्वताची उंची प्रचंड वाढत गेली. धूप होऊन उंची कमी होण्यापूर्वी एल्गॉन पर्वत आफ्रिकेतील सर्वांत उंच पर्वत असावा. सध्या असणाऱ्या किलीमांजारो ह्या पर्वतापेक्षाही त्याची उंची जास्त असण्याची शक्यता आहे. परंतु अद्यापही त्याची रुंदी मात्र भरपूर आहे. सूर्य उगवल्यावर त्याची सावली पश्चिमेकडे युगांडात पसरते. मावळताना ही सावली पूर्वेकडे केनियामधे पडते. ह्या सावलीमधे येणाऱ्या प्रदेशात एल्गॉन मसाई जमातीचे लोक राहतात. काही शतकांपूर्वी उत्तरेकडून आलेले हे पशुपालक लोक पर्वताच्या आसपास स्थिरावले. हे लोक गुरांचे प्रजनन करतात. पर्वताच्या खालच्या उतरणीवर हलका पाऊस पडतो. येथील हवा स्वच्छ आणि थंड राहते. लाव्हापासून बनलेल्या मातीत मक्याचे पीक चांगले येते. वसाहतींची रचना पर्वताभोवती एखाद्या कडीसारखी दिसते. ही कडी हळूहळू वाढत वाढत जंगलाच्या जवळ जाऊन पोहोचली आहे.

ह्यामुळे तेथील पर्यावरणालाच फास बसलेला आहे. झाडे तोडली जात आहेत आणि जंगले उजाड होत आहेत. सरपणासाठी अथवा गुरांना मोकळी जागा मिळावी म्हणून साफ होणाऱ्या जंगलातून हत्ती हळूहळू नामशेष होत चालले आहेत.

एल्गॉन पर्वताचा लहानसा भाग राष्ट्रीय उद्यान म्हणून जाहीर करण्यात आला आहे. उद्यानाच्या प्रवेशद्वारावर मोनेने थांबून प्रवेश फी भरली. नेमके काय ते कोणालाच माहिती नाही, परंतु प्रवेशद्वारापाशी एक माकड- कदाचित बबून जातीचे असावे. प्रवाशांकडून काही खायला मिळण्याच्या आशेने ते तेथे नेहमी रेंगाळत असे. मोनेने एका केळ्याचे आमिष दाखवून त्या माकडाला खांद्यावर बसायला प्रवृत्त केले. मोनेची मैत्रीण हसली. त्या प्राण्याने खाऊन केळे संपवेपर्यंत दोघे हालचाल न करता बसून राहिले. उद्यानात आणखी वर जाऊन त्यांनी एका झऱ्याच्या काठावर असणाऱ्या हिरव्यागार कुरणामधे तंबू ठोकला. खळाळत येणाऱ्या ह्या झऱ्याचे पाणी पर्वतातील लाव्हाच्या धुळीमुळे दुधासारख्या रंगाचे झाले होते. रानम्हशींच्या चरण्यामुळे गवत बरेच खुरटे झालेले होते. मधूनमधून काही ठिकाणी त्यांचे शेणदेखील पडलेले दिसत होते. त्यांच्या तंबूभोवती असणाऱ्या सदाहरित जंगलात वेली, शेवाळे आणि ऑलिव्ह झाडांचे एक दाट जाळे झालेले होते. हे ऑलिव्ह माणसांसाठी विषारी ठरते. त्यांना माकडांचा आवाज आणि किड्यांची गुणगुण ऐकू येत होती. ऑलिव्ह कबुतरांचे मोठाले थवे वेगात इकडून तिकडे उडत होते. प्रचंड वेगाने येऊन झडप घालणाऱ्या ससाण्यापासून बचाव करण्यासाठी ही कबुतरे अशी वेगाने उडत असतात. त्या जंगलात साग, कापूर, आफ्रिकन सिडार, लाल लाकडाची झाडे होती. ह्या झाडांच्यावर हिरव्यागार पानांचे एक छत एखाद्या छत्रीसारखे दिसत होते. त्या जंगलामधे सर्वांत वर पोडो ह्या झाडांचे शेंडे वर आलेले होते. आफ्रिकेतील ही सर्वांत उंच झाडे कॅलिफोर्नियातील सेक्युआ झाडांप्रमाणे असतात.

पर्वतावर हजारो हत्ती होते. झाडे मोडल्याचा, खोडे सोलल्याचा आणि फांद्या काडकाड मोडल्याचा त्यांचा आवाज ऐकू येत होता. तंबापासून दूर अंतरावर जंगलाच्या सीमेवर कोलोबस माकडे बसून किचिऽऽ किचीऽ! असा आवाज करत आपल्या बारीक, तीक्ष्ण/चाणाक्ष नजरेने त्यांना न्याहाळत होती.

एल्गॉन पर्वतावर दररोज दुपारी पाऊस पडतो. त्या दिवशीही तसा पाऊस आल्याने ते दोघे तंबूतच बसले असतील. कदाचित तंबूच्या कापडावर पडणाऱ्या पावसाचा आवाज ऐकत ते एकमेकांच्या जवळही आले असतील. पाऊस थांबला. आता अंधार झाला होता. त्यांनी सरपण पेटवून जेवण बनवले. ती जुन्या वर्षाची शेवटची संध्याकाळ होती. कदाचित त्यांनी ती शॅम्पानचे घुटके घेत साजरी केली असावी. काही तासांनंतर नेहमीप्रमाणे ढग पांगून गेल्याने आकाश स्वच्छ झाले असावे. त्या स्वच्छ हवेत आकाशगंगेच्या पार्श्वभूमीवर पाठीमागे एल्गॉनची प्रचंड

अंधारी छाया पडलेली असणार. बहुदा शॅम्पान पिऊन अडखळणाऱ्या पायावर तोल सावरत मोनेने आकाशातील तारे पाहण्याची मौज अनुभवली असावी.

नव्या वर्षाची सकाळ थंड होती. तापमान चाळीस फॅरनहीटच्या जवळपास होते. गवत ओले आणि थंडगार होते. नाश्ता उरकल्यावर मोने आणि त्याची मैत्रीण गाडीत बसून चिखल असलेल्या कच्च्या रस्त्याने आणखी वर गेले. किटुम गुहेच्या खाली एका निरुंद घळीमधे त्यांनी गाडी उभी केली.

ते गवतातून चालत किटुम गुहेकडे निघाले. हत्तींनी पाडलेल्या वाटेने ते जात होते. एका झऱ्याच्या बाजूने ही वाट कुरणांमधून, दाट वृक्षराजीतून वळसे घेतघेत वर जात होती. त्यांनी रानम्हशींच्या बाबतीत काळजी घेतलेली होती. त्या रानात ह्या प्राण्याशी सामना करणे फार धोकादायक ठरू शकते. गुहा घळीच्या अगदी वरच्या टोकाशी होती. घळीत येणारा झरा गुहेच्या वरून वळशावळशाने खाली येत होता. हत्तींची वाट सरळ गुहेच्या दाराशी पोहोचून आत शिरली होती. मोने आणि त्याची मैत्रीण दोघांनी सगळा दिवस तेथे घालवला. पाऊस सुरू झाल्याने त्यांनी गुहेच्या दाराशी आसरा घेतला असणार. गुहेच्या तोंडावर पाण्याचा पातळ पडदा निर्माण करणारा झरा आणि त्या पलिकडील दरीचा परिसर पाहत त्यांनी कित्येक तास मजेत काढले असणार. त्यांना रानम्हशी, हरणे आणि लहान आकाराचे केसाळ रॉक हायरॅक्स हे प्राणी पाहायला मिळाले. रॉक हायरॅक्स हे प्राणी गुहेच्या तोंडापाशी खडकांवर उड्या मारत होते.

त्यांनी हत्तींपासूनही सावधगिरी बाळगली. क्षार आणि मीठ खाण्यासाठी हत्तींचे कळप रात्री गुहेमधे शिरतात. मैदानी प्रदेशात हत्तींना क्षार मिळणे सोपे असते. साचलेले पाणी सुकून खाली उरलेला खार ते मिळवतात. परंतु विषुववृत्तीय दाट जंगलात मात्र मीठ ही फार मौल्यवान वस्तू आहे. एका वेळी सत्तर हत्ती मावू शकतील एवढी ही गुहा मोठी आहे.

आपल्या पायावर भार सांभाळत हत्ती येथेच डुलक्या घेतात, किंवा सुळ्यांनी भिंतीवरचे क्षार खरवडत हत्तींचा कळप रात्र घालवतो. ते सुळ्यांनी भिंतीचे टवके काढतात आणि दातांनी मोठाले ढलपे फोडून ते चघळतात. हत्तींच्या लीदीत खडकांचे मोठाले तुकडे सापडतात.

मोनेने प्रखर झोताचे फ्लॅशलाईट आणलेले होते. ते वापरून त्यांनी गुहा आत कोठवर पोहोचली आहे हे ते पाहण्याचा प्रयत्न केला. गुहेचे तोंड मोठे आहे. तोंडापाशी ही गुहा पन्नास यार्डांपेक्षा रुंद आहे. त्यांनी सुकलेल्या हत्तीच्या लीदीनं भरलेला एक सपाट भाग पार केला. त्यांच्या पायाने खालच्या धुळीचे लोट उठत होते. पुढे गेल्यावर प्रकाश कमी झाला. पुढे गुहा आतमधे उंच झालेली होती. त्यामधे फडताळासारखे कप्पे पडलेली रचना होती. तेथील भिंतीवर सर्वत्र हिरवट

बुरा होता. हा बुरा म्हणजे वटवाघळांची विष्ठा होती. छतावर राहणाऱ्या फ्रूटबॅट जातीच्या वटवाघळांच्या विष्ठेतील अर्धवट पचलेल्या वनस्पतींमुळे असा रंग आलेला होता.

त्यांच्या बिळांमधून वटवाघळे बाहेर पडून कर्कश्श आवाज करत फ्लॅशलाईट-भोवती घोंघावू लागली. लाईटमुळे वटवाघळे एकदम बिथरली होती. बघता-बघता आणखी वाघळे जागी होऊन एकदम उडायला लागली. गुहेच्या छतावरून बघणाऱ्या वाघळांचे माणकांसारखे लालभडक डोळे हजारोंच्या संख्येने चमकत होते. वाघळांच्या आवाजाचा प्रतिध्वनी येत होता. भिंतीवर आपटणाऱ्या ह्या कोरड्या आवाजामुळे तेल नसलेल्या बिजागरींची अनेक दारे उघडल्यासारखा भास होत होता. नंतर त्यांना किटुम गुहेमधील सर्वांत महान आश्चर्य दिसले. ही गुहा म्हणजे प्राचीन काळातील एक अश्मीभूत झालेले सदाहरित जंगलच होते. क्षारांनी भरून गेलेले ओंडके छतातून, भिंतीमधून आवडे-तिडवे बाहेर डोकावत होते. त्यामधे पोडो, साग आणि अनेक सदाहरित वृक्षांची प्रचंड खोडे आता दगडामधे रूपांतर झालेल्या अवस्थेत होती. सत्तर लाख वर्षांपूर्वी एल्गॉन ज्वालामुखीतून बाहेर पडलेल्या राखेखाली ते पुरातन जंगलच गाडले गेल्याने त्यातील वृक्षांचे आता ओपल (Opal) आणि गारगोट्यांमधे परिवर्तन होऊन बसलेले होते. ह्या ओंडक्यांवर क्षारांच्या स्फटिकांचा थर जमा झाला होता. एखाद्या अणुकुचीदार सुईसारखे हे स्फटिक अत्यंत तीक्ष्ण होते. त्वचेखाली इंजेक्शन देताना वापरल्या जाणाऱ्या सुयांप्रमाणेच ते अत्यंत पातळ व टोकदार स्फटिक, फ्लॅशलाईटच्या प्रकाशात चमचम करत होते.

मोने आणि त्याची मैत्रीण गुहेत इकडेतिकडे फिरले. त्यांनी भिंतीवर प्रकाश टाकून दगड स्वरूपातील पुरातन झाडे पाहिली. तसेच त्यांनी त्या अश्मीभूत खोडावर हात फिरवून पाहिला असेल का आणि बोटांमधे स्फटिकाच्या सुया टोचल्या गेल्या असतील का? भिंतीमधून आणि छतामधून बाहेर डोकावणारी हाडे त्यांना दिसली. फार प्राचीन काळातील हिप्पोपोटॅमस, सुसरी आणि हत्तींचे ते जीवाश्म होते. बाहेर डोकावणाऱ्या खोडांमधे मोठमोठी कोळ्यांची जाळी होती. त्यांत बसलेले कोळी पतंग आणि इतर कीटकांची शिकार करत बसले होते.

ते आता हलक्या चढापाशी आले होते. गुहा इथे जवळजवळ शंभर यार्ड रुंद झाली होती, म्हणजे एखाद्या फूटबॉलच्या मैदानापेक्षाही ही गुहा जास्त रुंद झालेली होती. त्यांना काही ठिकाणी मोठाल्या भेगा दिसल्या. त्यांनी एका भेगेमधे प्रकाशाचा झोत टाकला. खाली काहीतरी चमत्कारिक अशी करडी, तपकिरी वस्तू होती. ही वस्तू म्हणजे हत्तीच्या पिलांची ममी स्वरूपातील मृत शरीरे होती. जेव्हा रात्री हत्ती ह्या गुहेत वावरतात, तेव्हा ते आपल्या स्पर्शज्ञानाने मार्गक्रमण करतात. सोंडेने मोठे हत्ती पुढील मार्ग चाचपडत जातात, परंतु कधीकधी चुकून पिले मात्र अशा भेगांमधे

पडून मरतात.

मोने आणि त्याची मैत्रीण गुहेमधे आणखी आत जात राहिले. त्यांनी आता थोडीशी उतरण संपवून एका सपाट ठिकाणी प्रवेश केला. ह्या ठिकाणी एक अतिप्रचंड खांब होता. हा खांब छताला आधार देत असावा. ह्या खांबावर मोठमोठ्या खाचा होत्या. तेथील क्षाराचे ढलपे काढण्यासाठी हत्तींनी सुळ्यांनी तेथे खरवडल्याच्या अनेक खुणा होत्या. जर हत्तींनी त्या खांबाच्या तळाशी असे ढलपे पाडायचे चालू ठेवले तर एक दिवस खांब तुटून किटुम गुहेचे छप्पर खाली कोसळण्याची शक्यता आहे. गुहेच्या मागच्या भागात आणखी एक मोठा खांब होता. हा तुटक्या अवस्थेतच होता. त्यावर वटवाघळाचे वेलवेटसारखे दिसणारे आवरणच तयार झालेले होते. खांबावर सर्वत्र काळ्या रंगाची विष्ठा पसरलेली होती. बाहेरच्या बाजूला असणाऱ्या हिरवट विष्ठेपेक्षा ती खूपच वेगळी होती. येथे राहणारी वटवाघळे किडे खाणारी असल्याने त्यांच्या विष्ठेतून अर्धवट खाल्लेले कीटकांचे अवयव असल्याने तेथे काळ्या द्रव पदार्थाचा थर पसरलेला होता. मोनेने ह्या काळ्या द्रवावर हात फिरवला होता का? संशोधकांनी ही शक्यतादेखील पडताळून पाहण्याचा प्रयत्न केला की मोने आणि त्याच्या मैत्रिणीने तेथे कपडे काढून प्रेम केले होते काय? परंतु संशोधकांना ह्याबद्दल नक्की माहिती मिळवता आली नाही. जर त्याने गुहेमधे असताना कपडे काढले असतील तर त्याच्या त्वचेचा मोठाच पृष्ठभाग उघडा झाला असणार हे नक्की.

चार्लस मोनेबरोबरच्या त्या सहलीनंतर कित्येक वर्षे ती स्त्री नजरेस पडली नव्हती. अचानकपणे ती एका ठिकाणी काम करत असल्याचे लक्षात आले. मोंबासामधील एका बारमधे ती वेश्याव्यवसाय करत होती. ज्या केनियन डॉक्टरने मोनेच्या केसचा तपशीलवार अभ्यास केला होता, तो योगायोगाने एक दिवस ह्या बारमधे बियर पीत बसला होता. वेळ काढण्यासाठी इकडच्या तिकडच्या गप्पा मारता मारता त्याने सहज मोनेच्या नावाचा उल्लेख केला. ''मी त्याला ओळखते'' हे तिचे वाक्य ऐकून डॉक्टर चमकला. ''मी पश्चिम केनियातील आहे. मोनेबरोबर किटुम गुहेमधे मीच गेले होते.'' ती म्हणाली. परंतु डॉक्टरचा त्यावर विश्वास बसेना. नंतर त्या स्त्रीने सहलीचा संपूर्ण तपशील सांगितल्यावर ती खरे तेच सांगत असल्याची त्याची खात्री पटली. बारमधे भेटल्यावर ती जणू मोंबासात विरून गेली. कदाचित ती एव्हाना एड्‌समुळे मरूनही गेली असण्याची शक्यता आहे.

साखर कारखान्याच्या पंपावर चार्लस मोने सहलीनंतर रुजू झाला. तो नेहमीप्रमाणे पंपावर कामासाठी जाताना जळालेल्या शेतातून चालत जात असे. एल्गॉन पर्वतावरील ढगांची दाटी पाहताना त्याला नक्कीच त्या दृश्याचे कौतुक वाटत असणार. कदाचित एखाद्या अज्ञात ग्रहाच्या आकर्षणाप्रमाणे एल्गॉन पर्वताकडे त्याचे मन

वारंवार ओढले जात असावे. दरम्यान मोनेच्या शरीरात कोणतातरी जीव स्वत:च्या आणखी प्रतिकृती बनवत होता. त्या जीवाने मोनेच्या शरीरात बस्तान बसवले होते आणि आता त्याने स्वत:चे पुनरुत्पादन सुरू केले होते.

आठ जानेवारी १९८० ला म्हणजे किटुम गुहेच्या सहलीनंतर सात दिवसांनी मोनेला डोक्यामधे आत खोलवर आतून दाबल्यासारखी वेदना जाणवू लागली. कामावर जायचे नाही असे त्याने ठरवले. तो बंगल्यातच अंथरुणात पडून राहिला. परंतु डोकेदुखी आणखीनच वाढली. डोक्यामधे वेदना होतच होती. कानशिलात वेदनेचा बिंदू आता जणू काही फिरत असावा असे त्याला वाटू लागले. त्याने ॲस्पिरिन घेऊन पाहिले, परंतु वेदना थांबेना. उलट डोकेदुखी अत्यंत तीव्र झाली. त्याची नेहमीची मोलकरीण जॉनी अजून ख्रिसमसच्या सुटीवरून परतली नव्हती. म्हणून बदली मोलकरीण तेव्हा घरात काम करत होती. तिने त्याला मदत करण्याचा प्रयत्न करून पाहिला. पण नेमके काय करावे हे तिला कळेना. त्यानंतर डोकेदुखी सुरू झाल्यावर तिसऱ्या दिवशी त्याला अस्वस्थ वाटू लागले. जरासा तापदेखील आला आणि त्याला उलट्या होऊ लागल्या. उलट्या वाढल्या आणि अखेर त्याला कोरडे उमासे येत राहिले. प्रत्येक वेळी पोट जबरदस्त पिळवटून जात होते. त्याच वेळी त्याची एकूण हालचाल विचित्रपणे मंदावली. त्याच्या चेहऱ्यावरची जिवंतपणाची कळा नष्ट होत गेली. डोळे एका जागी पाहत असल्यासारखे स्थिर आणि निर्जीव झाले. जणू एखादा मुखवटा असावा असा त्याचा चेहरा दिसू लागला. त्याच्या पापण्या अर्धवट झुकलेल्या होत्या. डोळे जणू डोक्यातून बाहेर पडण्याच्या प्रयत्नात आहेत असे वाटू लागले होते. बाहुल्या जणू काही गोठल्या असाव्यात. डोळे आता लालभडक झाले होते. त्याच्या चेहऱ्याची त्वचा पिवळसर झाली. ती एखाद्या लिंबर्गर चीझसारखी दिसू लागली. त्वचेवर आता चांदण्यांसारख्या लालभडक फुल्या उमटल्या होत्या. तो आता झोंबीसारखा म्हणजे भुतानं धरलेल्या प्रेतासारखा वाटू लागला.

त्याची ती अवस्था पाहून तात्पुरती आलेली मोलकरीण भेदरून गेली. मोनेमधील हे सारे बदल तिच्या कुवतीबाहेर होते. त्याच्या व्यक्तिमत्वात बदल झाला होता. तो चिडखोर झाला आणि त्याची स्मृती हरवल्यासारखी भासू लागली. तो उत्तेजित मात्र झालेला नव्हता. तो प्रश्नांची उत्तरे देत होता खरा, पण आपण काय बोलतोय आणि कुठे आहोत ह्याचे भान मात्र त्याला राह्यले नाही. पक्षाघाताचा सौम्य झटका आल्याप्रमाणे त्याचे वागणे होते.

जेव्हा मोने कामावर गैरहजर राहिला, तेव्हा त्याच्या सहकाऱ्यांना त्याचे नवल वाटू लागले. तो ठीक आहे की नाही हे पाहण्यासाठी ते बंगल्यावर आले. ते आत जाताना छपरावर बसलेल्या कावळ्याने पाहिले. मोनेच्या सहकाऱ्यांनी त्याची अवस्था

पाहून त्याला हॉस्पिटलात हलवण्याचे ठरवले. तो स्वत: गाडी चालवण्याच्या परिस्थितीत नसल्याने त्यांच्यापैकी एकाने गाडीतून त्याला हॉस्पिटलात दाखल केले. व्हिक्टोरिया जलाशयाच्या काठावर बसलेल्या किसूमु शहरात हे हॉस्पिटल होते. तेथील डॉक्टरांनी मोनेला तपासले. परंतु त्याच्या चेहऱ्याची आणि डोळ्यांची जी अवस्था झाली होती, त्याचे काहीही कारण त्यांना समजू शकले नाही. त्याला जीवाणूंची बाधा झाली असावी असे वाटल्याने त्यांनी मोनेला अ‍ॅन्टीबायोटिक्स दिली. परंतु अ‍ॅन्टीबायोटिक्सचा काहीही उपयोग झाला नाही.

किसूमु हॉस्पिटलमधील डॉक्टरांनी त्याला नैरोबीला नेण्याचे ठरवले. पूर्व आफ्रिकेतील ते सर्वांत चांगले, खासगी हॉस्पिटल आहे. फोन नेहमीप्रमाणे चालत नव्हतेच. त्यामुळे तेथील डॉक्टरांना फोन करून मोने येत असल्याचे कळवणे हे शक्य नव्हते आणि त्याचा फारसा उपयोगही नव्हता. मोने अजून चालू शकत होता. त्यामुळे त्याने एकट्यानेच जावे असे त्याला वाटले. त्याच्याजवळ पैसे होते. नैरोबीला जायचे एवढेच त्याला करायचे होते. हॉस्पिटलातील लोकांनी त्याला विमानतळावर जाण्यासाठी टॅक्सीत बसवून दिले. तेथे त्याने केनिया एअरवेजचे विमान पकडले.

विषुववृत्तीय जंगलातून बाहेर पडणारा प्रत्येक 'तप्त' विषाणू चोवीस तासांच्या विमानप्रवासात जिवंत राहू शकतो. जगातल्या सर्व शहरांमधे विमानमार्गाचे एक जाळेच पसरलेले आहे. एकदा का एखाद्या विषाणूने ह्या जाळ्यात प्रवेश केला की तो अवघ्या एका दिवसात कुठेही आघात करू शकतो- पॅरिस, टोकियो, न्यूयॉर्क, लॉसएंजिल्स, जिथे जिथे विमाने जातात तिथे सर्व ठिकाणी. चार्लस मोने आणि त्याच्यामधील जीवाने आता ह्या जाळ्यात प्रवेश केला होता.

मोनेने जे विमान घेतले होते, ते फॉकर फ्रेंडशिप प्रकारचे पंख्याने उडणारे विमान होते. त्यात पस्तीस लोक बसू शकत होते. विमानाची इंजिने सुरू झाली. विमानाने व्हिक्टोरिया जलाशयाच्या निळ्याशार पाण्यावरून उड्डाण केले. खाली चमकणाऱ्या पाण्यात कोळ्यांच्या छोट्या छोट्या नौका ठिपक्यासारख्या दिसत होत्या. विमानाने पूर्वेकडे वळून हिरव्यागार चहाच्या मळ्यांवरून उडायला सुरुवात केली. आफ्रिकेतील प्रवासी विमाने नेहमीच गर्दीने भरलेली असतात. तसेच हे विमानही बहुदा पूर्ण भरलेले होते. विमान आता जंगलावरून उडत होते. खाली मधूनमधून पत्र्याच्या झोपड्या असणारी छोटी-छोटी खेडी होती. अचानक जमिनीचा रंग हिरव्याकडून पिवळसर तपकिरी असा बदलला. खालची जमीन आता खडबडीत आणि वेड्यावाकड्या घळींची झालेली दिसत होती. विमान आता इस्टर्न रिफ्ट व्हॅलीवरून प्रवास करत होते. लोकांनी खिडक्यांमधून खालच्या प्रदेशाकडे पाहिले. इथेच बहुदा मानवजातीचे उगमस्थान होते. तिथे घरांचे पुंजके, भोवतालची काटेरी

कुंपणे आणि गुरांच्या पायवाटांची वेडीवाकडी नक्षी दिसत होती. पंखे आता थकून धापा टाकल्यासारखा आवाज करत होते. विमानाने रिफ्ट व्हॅलीवरच्या ढगांच्या दाट पुंजक्यात प्रवेश केला होता. त्यामुळे विमान एकदम थडथडले आणि त्याला जोरदार धक्के बसले. त्यामुळे मोनेला उलटी झाली.

त्या विमानात बसण्याची व्यवस्था अत्यंत दाटीवाटीची असते. इतकेच नव्हे, तर केबिनमधे काय चालले आहे हे देखील सहज दिसते. विमान संपूर्ण बंद असल्याने तेथील हवा तिथल्या तिथेच फिरते. जरी एखादा साधा वास असला तरी तो विमानातल्या सर्वांना सहज जाणवतो. त्यामुळे एखाद्याला उलटी होत असेल तर त्याकडे तुम्ही दुर्लक्ष करू शकत नाही. ह्या माणसाला काहीतरी झाले आहे ते सर्वांच्या लक्षात आले, पण नेमके काय झाले ते कोणाला कळले नाही.

मोनेने तोंडापुढे प्लॅस्टिकची पिशवी धरली होती. त्याने जोरदार खाकरून बेडका पिशवीत टाकला. पिशवी भरून गेली. त्यानंतर त्याने आजूबाजूला पाहिले असावे. त्याच्या ओठावर चिकट लाल द्रव दिसतो. त्याच्यामधे काळसर ठिपके असतात. जणू काही मोने कॉफीच्या बिया चघळत असावा असे ते दृश्य होते. त्याचे डोळे माणकासारखे लाल झाले होते. चेहरा तडकलेल्या मुखवट्यासारखा भावविहीन होता. सुरुवातीला चेहऱ्यावर उमटलेल्या लाल फुल्या आता वाढून त्यांचे जांभळ्या पट्ट्यांमधे रूपांतर झालेले होते. त्याचे सगळे डोकेच काळे-निळे होत गेले. त्याच्या चेहऱ्याच्या स्नायूंचा ताण नष्ट झाला. चेहऱ्याचे सगळे मांस जणु खालच्या हाडापासून सुटल्यासारखे झाले. त्याचा सगळा चेहराच कवटीपासून सोलला जात असावा असे वाटत होते. त्याने पुन्हा तोंड उघडून प्लॅस्टिकच्या पिशवीत थुंकण्याचा प्रयत्न केला. आता उलटी झाली होती आणि ती थांबतच नव्हती. त्याचे पोट खरे तर रिकामेच होते, परंतु आतून सतत द्रव बाहेर पडत होता. प्लॅस्टिकची पिशवी काळ्या उलटीने भरून गेली होती. ह्या ओकारीचा रंग तसा पूर्ण काळा नव्हता. त्यामधे लाल आणि काळा असे दोन रंग होते. त्यामधे लालभडक रक्ताच्या गुठळ्या होत्या. शरीरातील रक्तस्रावाचा तो परिणाम होता. त्याला कत्तलखान्यात येणारा उग्र वास होता. ह्या काळ्या ओकारीत विषाणू प्रचंड प्रमाणात होते. त्याची संसर्गक्षमता आणि मारकशक्ती अतिभयानक होती. त्या काळ्या उलटीमुळे विमानात सर्वत्र चमत्कारिक वास सुटला. तो द्रवपदार्थ पाहून आपल्या कामात निष्णात असणाऱ्या व जैवसुरक्षेत वाकबगार असणाऱ्या एखाद्या तज्ज्ञाच्याही डोळ्यापुढे दिवसा काजवे चमकले असते. भरलेली पिशवी तोंड बंद करून त्याने अॅटेंडंटच्या हाती सोपवली.

जेव्हा एखादा तप्त विषाणू यजमानाच्या शरीरात वाढतो, तेव्हा तो त्याच्या मेंदूपासून त्वचेपर्यंत सर्व अवयवांमधे भरून जातो. ह्या अवस्थेला लष्करी तज्ज्ञ 'पूर्ण वृद्धिंगत अवस्था' (extreme amplification) असे म्हणतात. ह्या अवस्थेत

आणि नेहमीच्या सर्दीत फरक आहे. ह्या अवस्थेत असणाऱ्या माणसाच्या रक्ताच्या अवघ्या एका थेंबामधे कोट्यवधी विषाणू असू शकतात. ह्या प्रक्रियेत यजमानाचे सगळे शरीरच अर्धवट विषाणूच्या स्वरूपात रूपांतरित झालेले असते. निराळ्या शब्दात सांगायचे तर यजमानाच्या शरीरात वाढणारा जीव त्यालाच पूर्णत: स्वत:मधे बदलून घेतो. हे होताना शरीरातील पेशींची द्रवरूपातील अवस्था होऊन त्यामधे सर्व पेशींमधे फक्त विषाणू आणि विषाणूच भरून जातात. परंतु हा विषाणूच्या जीवचक्रामधील एक अपघात म्हणावा लागेल. मोनेच्या बाबतीत 'पूर्ण वृद्धिंगत अवस्थे'त विषाणू गेला होता आणि मोनेला झालेली काळी ओकारी हे त्याचेच लक्षण होते.

मोनेने ताठ बसायचा प्रयत्न केला. जणू आपण ताठ बसलो नाही, तर काहीतरी आतून बाहेर फुटून येईल असा त्याचा आविर्भाव होता. त्याच्या शरीरात आतमधे आता रक्त साकळू लागले होते. रक्ताच्या गुठळ्या वाहिन्यांमधून किडनी, लिव्हर, फुफ्फुसे अशा सर्व अवयवांत येऊन साचत होत्या. त्याच्या परिणाम म्हणून त्याचा सर्व शरीराला पक्षाघातासारखा झटका आला होता. आतड्याकडे जाणाऱ्या रक्तवाहिनीत गुठळी अडकल्याने आतड्याकडे जाणारा रक्तप्रवाह बंद पडला. तेथील स्नायू मरण पावल्याने आतडी शिथील झाली. आता त्याला वेदनाही फारशा जाणवत नव्हत्या, कारण मेंदूमधे पोहोचलेल्या गुठळ्यांमुळे वेदना समजणाऱ्या केंद्रांनाच धक्का बसला होता. मेंदूच्या मोडतोडीमुळे त्याचे व्यक्तित्व नष्ट होऊ लागले. माणसाचा जिवंतपणा आणि त्याचा स्वभाव नष्ट होण्याच्या अवस्थेला 'व्यक्तित्वलोप' असे म्हणतात. तो आता एक निव्वळ यंत्र बनून गेला होता. मेंदूमधील व्रण आता द्रवरूपात जाऊ लागले होते. त्यामुळे त्याच्या मेंदूमधे कार्य करणारे स्वत्वाचे भान नष्ट होऊ लागले. उच्च विचारशक्तीचा नाश झाल्याने आता फक्त एखाद्या क्षुद्र प्राण्यामधील मेंदूचे प्राथमिक कार्य तेवढे चालू राहिले होते. चार्लस मोनेच्या शरीरातील 'तो' हा केव्हाच मृत झाला होता, परंतु अद्याप त्याच्यातील फक्त 'शरीर' हा भाग कसाबसा जिवंत होता असे म्हणता येईल.

उलटीच्या झटक्यामुळे त्याच्या नाकामधील काही रक्तवाहिन्या फुटल्या असाव्यात. कारण आता त्याच्या नाकातून रक्ताच्या धारा सुरू झाल्या. गुठळ्या नसलेले चकाकणारे लालभडक रक्त त्याच्या दातावर आणि हनुवटीवर सांडू लागले. हे रक्त गोठण्याचे चिन्ह दिसेना. रक्ताचा तो प्रवाह पाहून अॅटेंडंटने त्याला कागदी रुमाल दिले. मोनेने ते नाकावर दाबून धरले. परंतु रक्त गोठत नसल्याने रुमाल भिजून त्यातून रक्त बाहेर ठिबकू लागले.

जेव्हा तुमच्या शेजारी बसलेला विमानप्रवासी मरू लागला आहे तेव्हा तुमची अवस्था चमत्कारिक होते. कारण तुम्ही त्याच्याकडे लक्ष वेधून गडबड निर्माण करू इच्छित नाही. तो माणूस त्याच्या आणि तुम्ही तुमच्या सीटमधे पट्टा बांधलेल्या

अवस्थेत असता आणि इकडे विमानाचे उड्डाण चालूच आहे. हा माणूस बरा होईल असे तुम्ही मनाशी म्हणता. कदाचित त्याला अशा विमानप्रवासाची सवय नसावी, त्यामुळे हे होत असावे अशी तुम्ही स्वत:ची समजूत घालता. बिचारा माणूस विमान लागल्याने आजारी पडला आहे. अनेकदा विमान प्रवासात नाकातून रक्तही येते. विमानातील हवा अत्यंत विरळ असल्याने असे होण्याची शक्यता असते.... तसेच तुम्ही मनाशी म्हणता की अशा स्थितीत आपण तरी काय करू शकतो. ते तुम्ही त्यालाही विचारता. पण तो माणूस उत्तर देत नाही किंवा तो काहीतरी पुटपुटतो, पण ते तुम्हाला ऐकू येत नाही. नंतर तुम्ही तिकडे दुर्लक्ष करता. पण विमान मात्र जणू अनंतकाळ प्रवास करतेच आहे. रिफ्ट व्हॅलीवरून विमान उडत ढगांमधून बाहेर पडते. मोनेची हालचाल आता थांबली आहे... देवा! हा माणूस मेला की काय?... नाही, नाही. त्याची हालचाल अजून होते आहे. त्याचे लालभडक डोळे अर्धवट उघडलेले असून त्यांची थोडीशी हालचाल होते आहे.

त्या कलत्या दुपारी सूर्य रिफ्ट व्हॅलीच्या पश्चिमेकडील टेकड्यांमागे अस्ताला निघाला आहे. त्यामुळे सर्व दिशांना प्रकाशाची धारदार पाती विखुरलेली आहेत. जणू सूर्य विषुववृत्तावर टेकून फुटून जाण्याच्या मार्गावर (असल्याचा भास होत) होता. विमानाने हलके वळण घेऊन रिफ्ट खोऱ्याचा उरलेला भाग पार केला. जमीन आता उंचावू लागली होती.

आता तपकिरी रंगाच्या जागी हिरवा रंग दिसू लागला होता. उजव्या पंखाखाली हिरव्यागार टेकड्यांची एक रांग निघून गेली. त्यानंतर काही मिनिटांत विमानाने खाली झेप घेतली आणि ते केनियाच्या जोमे केन्याटा आंतरराष्ट्रीय विमानतळावर उतरले. मोने हळूहळू उठला. तो अजूनही चालू शकत होता. तो उठून मोकळ्या मार्गातून विमानाच्या बाहेर पडला. त्याचा शर्ट रक्ताने पूर्ण माखला होता. त्याच्याजवळ काहीही सामान नव्हते. त्याचे एकमेव सामान म्हणजे त्याच्या शरीरातील विषाणू. मोने म्हणजे आता एक मानवी विषाणू बॉम्ब झाला होता. तो विमानतळावरून बाहेर पडून बाहेरच्या वक्राकार रस्त्यावर आला. तिथे टॅक्सी उभ्या होत्या. टॅक्सीवाल्यांनी त्याला गराडा घातला- 'टॅक्सी... टॅक्सी?'

'नैरोबी हॉस्पिटल', मोने कसाबसा पुटपुटला.

त्यांच्यापैकी एकाने त्याला टॅक्सीत बसायला मदत केली. नैरोबीच्या टॅक्सीवाल्यांना प्रवाशांची चौकशी करायला आवडते. ह्या टॅक्सीवाल्याने मोने आजारी आहे काय अशी पृच्छा केली. उत्तर अर्थातच नाही दिले तरी उघड होते. मोनेचे पोट आता जड झाल्याने त्याला जरा बरे वाटत असावे. पूर्वी रिकामे आणि आतून फाटल्यासारखे वाटण्यापेक्षा हे बरे वाटत होते. कारण त्याचे पोट आतून विषाणूच्या द्रवाने भरलेली फक्त एक मृत पिशवी होती.

टॅक्सी आता उहूरू महामार्गावर आली आणि नैरोबीच्या रस्त्याला लागली. रस्त्याच्या बाजूला गवताळ मैदाने आणि बाभळीची झाडे होती. नंतर एक मोठे वळण घेऊन रस्ता नैरोबीच्या गजबजलेल्या वस्तीत शिरतो. रस्त्याच्या कडेला धुळीतून लोक दाटीवाटीने चालताना दिसतात. रस्त्याच्या बाजूला चालणाऱ्या बायका, सायकली खेळणारी मुले, रिकामटेकडे, रेंगाळणारे पुरुष, एका बाजूला बसून बूट दुरुस्त करणारा, कोळशाचे ढीग उतरवणारा ट्रॅक्टर असे हे दृश्य असते. टॅक्सी आता डावीकडे नगाँग रस्त्यावर वळते. वाटेमधे एक उद्यान, एक टेकडी आणि उंच झाडांची एक रांग पार करून एका छोट्या अरुंद रस्त्यावरून टॅक्सी हॉस्पिटलच्या आवारात शिरते. टॅक्सी त्यांच्यासाठी ठेवलेल्या राखीव जागेवर थांबते. बाजूलाच गुलापाल्याचे दुकान आहे. काचेच्या दरवाज्यावर 'तातडीची सेवा' असे लिहिलेले आहे. मोनेने टॅक्सी ड्रायव्हरच्या हातात काही नोटा ठेवल्या आणि तो धडपडत स्वागतकक्षात शिरला. आपण खूप आजारी आहोत हे तो सांगायचा प्रयत्न करत आहे, पण त्याच्या तोंडातून शब्द कसेबसे बाहेर पडतात.

खूप रक्तस्राव होणाऱ्या माणसाला ते आता काही मिनिटांतच दाखल करून घेणार आहेत. पण डॉक्टर तेथे येईपर्यंत त्याला थांबणे भाग आहे. डॉक्टर येताच त्याला पाहतील असे त्याला सांगण्यात येते. त्याने काहीही काळजी करू नये. मोने प्रतीक्षालयात विसावतो.

प्रतीक्षालय म्हणजे भिंतीला, आवरणे चढवलेली बाकडे टेकवून ठेवलेली एक लहानशी खोली होती. खिडक्यांमधून पूर्व आफ्रिकेतील प्रखर, प्राचीन प्रकाश आत पडला आहे. मधल्या टेबलावर वाचून, हाताळून बोंदऱ्या झालेल्या कडांची काही जुनी पुस्तके पडलेली आहेत. त्या खोलीत धुराचा आणि घामाचा संमिश्र दर्प भरून राहिलेला आहे. खोलीमधे अनेकजण- युरोपियन आणि आफ्रिकन, एकमेकांना खेटून दाटीवाटीने बसले आहेत. ह्या ठिकाणी नेहमीच गर्दी असते. काहीतरी लागलेला एक माणूस तेथे टाके घालून जखम शिवण्याची वाट पाहत बसलेला आहे. डोक्याभोवती गुंडाळलेले बॅन्डेज, स्कार्फ, बोटावर लावलेली पट्टी धरून लोक चिकाटीने वाट पाहत बसलेले आहेत. काहीजणांच्या पट्टीवर रक्ताचा एखादा डागदेखील दिसतो. अशा ह्या 'तातडीच्या विभागात' मोनेदेखील बसला आहे. ह्या सगळ्या वातावरणात तो काही फार वेगळा वाटत नाही. फक्त वेड्यावाकड्या रेषा असणारा त्याचा चेहरा आणि लालभडक डोळे निराळे दिसतात. भिंतीवर एक सूचना लिहिलेली दिसते-

रुग्णांनी आपापली पाकिटे सांभाळावीत.

दुसऱ्या पाटीवर लिहिलेली सूचना अशी आहे :

कृपया संपूर्ण शांतता पाळा. तुमच्या सहकार्याचे स्वागत आहे.
टीप : हा तातडीचा विभाग आहे.
येथे आणीबाणीच्या केसला प्राधान्य देण्यात येईल.
त्यामुळे तुमच्याकडे लक्ष देण्याची पाळी येईपर्यंत तुम्हाला वाट पाहावी लागेल.

मोने शांतता पाळतो आहे. तो त्याच्याकडे लक्ष देण्याची प्रतीक्षा करत आहे. अचानक तो आजाराच्या अंतिम अवस्थेत पोहोचतो. मानवी विषाणू बॉम्बचा स्फोट होतो. त्या विषयावरील लष्करी तज्ज्ञांच्या भाषेत ह्याला 'रोगी चिरडला आणि रक्तस्त्रावाने मेला' (crashed and bled out) असे म्हणतात. किंवा थोडे अधिक सौम्यपणे सांगताना ते त्याला 'रोगी उताराला लागला' असे म्हणतात.

त्याला झापड येऊ लागली आणि कमालीचा अशक्तपणा वाटू लागला. त्याच्या कप्प्यामधील ताकदच नष्ट झाली आणि तो निर्जीव झाला. मोनेची तोल सांभाळण्याची क्षमताच नष्ट झाली. सगळी खोली त्याच्याभोवती गरागरा फिरू लागली. तो आता आघाताने एकदम चिरडून जाऊ लागला. तो आघात थांबवणे त्याच्या हातात नाही. त्याचे डोके गुडघ्यामधे लोंबकळू लागले. पोटातून जवळजवळ अशक्य वाटणारे रक्त एकदम फरशीवर उसळले. मोनेची शुद्ध हरपली आणि तो समोर जमिनीवर कोलमडला. अजूनही उलटी चालू आहे आणि त्यामुळे त्याचा श्वास कोंडल्याचा विचित्र आवाज फक्त ऐकू येतो आहे. आता एकदम चादर टराटरा फाटल्याचा आवाज आला. हा आवाज त्याच्या पोटातून आलेला होता. त्याच्या आतड्याची वेटोळी फाटल्याचा तो आवाज आल्यानंतर उलटीतून बाहेर पडणाऱ्या रक्तात आतड्याचा आतील पृष्ठभागच बाहेर पडला. मोने आता चिरडला जात होता आणि रक्तस्त्रावाने मरणाच्या दारात उभा होता.

खोलीमधले इतर रुग्ण उभे राहिले आणि त्याच्यापासून दूर सरकले. ते डॉक्टरांना जोराजोराने हाका मारू लागले. मोनेच्या भोवती रक्ताचे थारोळे वाढतच गेले. आपला पहिला यजमान बळी दिल्यावर, आता विषाणू नवीन यजमान शोधण्यासाठी मिळेल त्या मार्गाने मृत होणाऱ्या शरीरातून बाहेर पडत होता.

◆

विषाणूची उडी

१५ जानेवारी १९८०

नर्स आणि मदतनीस एक ट्रॉली ढकलत वेगाने धावत आले. त्यांनी चार्लस मोनेला त्यावर घालून वेगाने विशेष उपचार विभागात नेले. डॉक्टरांसाठी लाऊडस्पीकरवरून सूचना प्रसारित करण्यात आली: विशेष उपचार विभागात एक रुग्ण रक्तस्त्रावाने आजारी आहे. शेम मूसोके नावाचा तरुण डॉक्टर तिकडे धावत आला. डॉ. मूसोके हा चांगल्या डॉक्टरांपैकी एक असल्याची ख्याती होती. विनोदाची चांगली जाण असणारा हा तरुण, उत्साही डॉक्टर अनेकदा पुष्कळ तासांची ड्यूटी करत असे. आणीबाणीच्या केसेस हाताळण्यात तो विशेष कुशल होता. त्याने स्ट्रेचरवर पडलेल्या मोनेला पाहिले. ह्या माणसाला काय झाले आहे ह्याची डॉक्टर मूसोकेला काहीच कल्पना नव्हती. पण आता विचार करत बसायला वेळ नव्हता. रोगी आता धापा टाकू लागला होता. त्याला अत्यंत कष्टाने श्वास घेता येत होता. अचानक त्याचा श्वासोच्छ्वास बंद पडला. त्याच्या श्वासनलिकेत रक्त जाऊन श्वासमार्ग बंद झाला होता.

डॉ. मूसोकेने नाडी पाहण्याचा प्रयत्न केला. नाडी अत्यंत मंद लागत होती. श्वासमार्ग मोकळा करण्यासाठी वापरण्याची नळी- लॅरिंगोस्कोप आणण्यासाठी नर्स धावली. त्याच्या छातीची हालचाल पाहण्यासाठी डॉ. मूसोकेने त्याचा शर्ट टरकावला. मोनेचे डोळे पाहण्यासाठी तो ट्रॉलीवर पूर्णपणे वाकला होता.

मोनेची नजर स्थिरपणे डॉ. मूसोकेकडे पाहत होती. पण त्यामधे जिवंतपणा नव्हता. बाहुल्या आकुंचन पावलेल्या होत्या आणि हालचाल पूर्णपणे थांबलेली: मेंदूमधे बिघाड. मोनेचे नाक आणि तोंड रक्ताने भरून गेले होते. लॅरिंगोस्कोप आत घुसवण्यासाठी डॉक्टरने मोनेच्या घशात बोटे घालून जबडा फाकवण्याचा प्रयत्न केला.

गडबडीत आलेल्या डॉक्टरने रबरी हातमोजे चढवलेले नव्हते. त्याने तोंडातील

रक्ताची गुठळी दूर करायला जिभेखाली बोटे घातली. त्याची बोटे चिकट द्रवाने लडबडून गेली. रुग्णाला उलटी आणि रक्ताचा दर्प येत होता. पण डॉक्टरला ही गोष्ट तशी नेहमीचीच होती. डॉ. मूसोकेने आपल्या कामावर लक्ष केंद्रित केले. मोनेच्या घशात पाहण्यासाठी डॉ. मूसोकेने चेहरा त्याच्या तोंडाजवळ नेला. नंतर त्याने लॅरिंगोस्कोप जिभेवरून काढून घेतला आणि मधेमधे येणारी जीभ बाजूला सरकवली. त्यामुळे त्याला आता श्वासनलिकेमधे खोलवर पाहता येणार होते. श्वासनलिकेच्या अंधाऱ्या मार्गामधे त्याने लॅरिंगोस्कोपची नळी घुसवली. मोनेने एकदम जोरदार उसळी मारली.

मोनेला जबरदस्त उलटी झाली.

लॅरिंगोस्कोपच्या नळीच्या अवतीभवतीने काळी उलटी एकदम वेगाने बाहेर पडली. त्या चिकट काळ्या-लाल द्रवाचा फवारा हवेत उडाला आणि डॉ. मूसोकेच्या अंगावर पडला. तो द्रव त्याच्या पांढऱ्या कोटावर, छातीवर आणि तोंडावर उडाला. एवढेच नव्हे, तर तो चिकट द्रव त्याच्या डोळ्यांत आणि तोंडामधे उडाला.

डॉ. मूसोकेने रुग्णाचे डोके नीट स्थिर केले आणि त्याच्या बोटांनी तोंडामधे साचलेले रक्त बाहेर काढून टाकले. त्या रक्ताने डॉ. मूसोकेचा हात, पंजे आणि बोटे सारे काही लडबडून गेले होते. रक्त सगळीकडे पसरले होते. त्या ठिकाणी काम करणाऱ्या नर्सेसचा आपल्या डोळ्यावर विश्वास बसेना. त्या देखील दचकून मागे सरकल्या. त्यांना देखील नेमके काय करावे ते कळेना. डॉ. मूसोके श्वासनलिकेत लॅरिंगोस्कोप घालून ती नळी मोकळी करण्याचा आटोकाट प्रयत्न करत होता. त्याने नळी आणखी आत खुपसली. सगळी श्वासनलिकाच आतून रक्ताळल्याचे त्याला दिसले.

डॉक्टरच्या प्रयत्नाने थोडीशी हवा फुफ्फुसात शिरली. रुग्ण पुन्हा श्वसन घेऊ लागला होता. प्रचंड प्रमाणात रक्त गेल्याने बसलेल्या धक्क्याने रोगी त्या अवस्थेत आला असावा असे डॉ. मूसोकेला वाटले. एवढ्या प्रचंड रक्तस्रावाने रोग्याच्या शरीरातील पाणी कमी झाले आहे. आता शरीरात फिरण्याएवढे रक्तच शिल्लक नसल्यानेच हृदयाची हालचाल मंद झाली आहे आणि म्हणूनच रक्तदाबही शून्यावर आला आहे. हे सगळे पाहून डॉ. मूसोकेला वाटले की, मोनेला बाहेरून रक्त देणे आवश्यक आहे.

एका नर्सने जाऊन रक्ताची पिशवी आणली. ती हुकला टांगून डॉ. मूसोकेने सुई त्याच्या दंडात घुसवण्याचा प्रयत्न केला. मोनेच्या नसांमधे काहीतरी गडबड होती. कारण रक्त सुईभोवती बाहेर पडू लागले. म्हणून डॉक्टरने पुन्हा दुसरीकडे सुई खुपसून पाहिली. प्रत्येक ठिकाणी सुई खुपसली तरी परिणाम एकच म्हणजे रक्त बाहेर पडणे. त्याची त्वचा न शिजवलेल्या मॅकरोनीप्रमाणे लिबलिबित झाली होती.

सुई खुपसली की रक्त बाहेर पडत होते आणि अजिबात गोठत नव्हते. आपणच खुपसत असलेल्या सुईमुळे भोक पडून त्यातून रक्तस्रावाने मोने मरू नये म्हणून डॉक्टरने तो प्रयत्न सोडून दिला. दरम्यान मोनेच्या आतड्यातून रक्तस्राव चालूच होता. त्याचा रंग काळाकुट्ट होता.

मोने आता पूर्णपणे बेशुद्धावस्थेत गेला होता. त्यानंतर तो परत कधीच शुद्धीवर आला नाही. पहाटे विशेष उपचार विभागातच मोनेचा मृत्यू झाला. संपूर्ण वेळ डॉ. मूसोके त्याच्याजवळ राहून उपचार करण्याची शर्थ करत होता.

मोनेचा मृत्यू कशामुळे झाला ते समजले नाही. मरणाचे नेमके कारण कोणते त्याचे स्पष्टीकरण होऊ शकत नव्हते. हॉस्पिटलमधे त्याचे शवविच्छेदन करण्यात आले. त्याच्या दोन्ही किडनी आणि लिव्हर पूर्णपणे मृत झालेल्या आढळल्या. मरणापूर्वी कितीतरी दिवसांआधीच लिव्हरचे काम बंद पडलेले होते. त्याच्या लिव्हरची अवस्था तीन दिवसांच्या प्रेताच्या अवस्थेसारखी होती. लिव्हर पूर्णपणे छिन्नविच्छिन्न झालेली होती आणि काही भाग तर चक्क द्रवरूप अवस्थेत गेलेला होता. प्रत्यक्ष मरणापूर्वीच मोने हा प्रेत झालेला होता असे वाटत होते. आतड्याच्या आतील आवरणाचा नाश होणे आणि ते सुटून बाहेर येणे हे लक्षण देखील तीन दिवसांनी प्रेतांमधे आढळून येणारी गोष्ट आहे. मृत्यूचे नेमके काय कारण असावे ते सांगणे शक्य नव्हते, कारण संभाव्य कारणांची यादी बरीच मोठी होती. ह्या माणसाच्या आतमधे सर्वकाही चुकत गेले होते. सर्वकाही. त्यांपैकी कोणत्याही गोष्टीने त्याचा जीव घेतला असावा- रक्तातील गुठळ्या, प्रचंड रक्तस्राव, लिव्हरची अवस्था, आतड्यातील अंतर्गत रक्तस्राव. कोणत्याही प्रकारात बसवू न शकल्याने आणि नेमके शब्द सापडत नसल्याने अखेर त्याच्या मृत्यूचे कारण 'लिव्हरचा स्फोट' असे ठरवण्यात आले. त्याचे शरीर एका मोठ्या वॉटर-प्रूफ पिशवीत घालून त्याचे दफन करण्यात आले असे स्थानिक लोकांनी सांगितले. परंतु त्या घटनेनंतर एक वर्षाने मी नैरोबीला गेलो तेव्हा कोणालाही त्याच्या थडग्याची नेमकी जागा दाखवता आली नाही.

२४ जानेवारी १९८०

मोनेच्या उलटीचा फवारा डॉ. शेम मुसोकेच्या तोंडावर आणि डोळ्यांत उडाल्याची घटना घडल्यानंतर नऊ दिवसांनी त्याला पाठीत दुखू लागले. डॉ. मूसोकेला कधीही पाठदुखी होत नसे. त्याच्या आयुष्यात एकदाही खूप पाठ दुखल्याचे त्याला आठवत नव्हते. पण तो आता तिशीच्या जवळ आला होता. ह्याच वेळी काही लोकांना वाईट पाठदुखी जडते हे त्याला माहीत होते. सध्या तो कुठेही

धडाधडा गाडी चालवून जात असे आणि गेले काही दिवस हृदयविकाराच्या रुग्णांवर उपचार करताना रात्र-रात्र जागत होता. तसेच मोनेसारख्या केसमधेही, त्या कुठूनतरी आलेल्या, रक्तस्त्रावाने मेलेल्या फ्रेंच माणसावर तो रात्रभर उभा राहून उपचार करत होताच. ह्या सगळ्यामुळे गेले कित्येक दिवस रात्र तो न झोपता काम करत होता. डॉक्टरने स्वत: त्या उलटीच्या फवाऱ्याच्या घटनेचा विशेष विचार केलेला नव्हता. आताही पाठदुखी सगळ्या शरीरभर पसरू लागली तरी त्या घटनेची आठवण होण्याचे काहीही कारण नव्हते. पण एकदा आरशात पाहिल्यावर आपले डोळे लालभडक झाले आहेत असे त्याच्या लक्षात आले.

लाल डोळे- त्याने कारण शोधण्याचा प्रयत्न केला. मलेरिया? त्याला आता ताप आला होता म्हणजे कसलातरी संसर्ग नक्कीच झालेला होता. पाठदुखी आता एवढी पसरली होती की त्याच्या शरीरातले सगळे स्नायू वाईट प्रकारे दुखू लागलेले होते. त्याने मलेरियावरील गोळ्या घ्यायला सुरवात केली, पण त्यामुळे काहीही फायदा झाला नाही. मग त्याने एका नर्सला मलेरियावरचे एक इंजेक्शन द्यायला सांगितले.

नर्सने त्याला दंडामधे एक इंजेक्शन दिले. तेथील स्नायूमधे सुई खुपसताना एवढी तीव्र वेदना झाली होती की ती कायम आठवणीत राहील. इंजेक्शन घेताना त्याला कधीही एवढी वेदना झालेली नव्हती. त्यात काहीतरी अनैसर्गिक वाटत होते. एवढे साधे नेहमीचे इंजेक्शन एवढे का दुखावे हे त्याच्या लक्षात येईना. नंतर त्याच्या पोटात दुखू लागले. त्यामुळे आपल्याला टायफॉईड झाला असावा अशी त्याला शंका आली. म्हणून मग त्याने अँन्टीबायोटिकच्या गोळ्या घेतल्या. परंतु त्याचाही काही उपयोग झाला नाही. दरम्यान त्याच्या रुग्णांना त्याची गरज होतीच, म्हणून त्याने हॉस्पिटलमधे काम चालूच ठेवले होते. त्याच्या पोटातल्या आणि शरीरातल्या वेदनांची तीव्रता असह्य झाली. आता त्याला काविळीसारखी लक्षणे दिसू लागली.

स्वत:च्या रोगाचे निदान त्याला करता आले नाही. आता तीव्र वेदनेमुळे तो काम करू शकेना. अखेर त्याने हॉस्पिटलातील डॉक्टर अँन्टोनिया बागशावे ह्यांना दाखवले. डॉक्टर बाईंनी त्याची अवस्था पाहिली. त्याचा ताप, कावीळ, पोटातली वेदना आणि लाल डोळे पाहून त्यांच्या मनात लिव्हरमधील खड्यांची शंका आली. लिव्हरमधील खडा किंवा तेथील व्रणामुळे ताप येणे, कावीळसदृश लक्षणे दिसणे आणि पोटामधे वेदना हे सारे होऊ शकते. तथापि त्याच्या लाल डोळ्यांबद्दल त्यांना समाधानकारक उत्तर मिळेना. त्यांनी लिव्हरची अल्ट्रा-साऊंड परीक्षा करण्याचे ठरवले. त्या परीक्षेतून मिळालेल्या छायाचित्रांची पाहणी करताना लिव्हरची सूज त्यांच्या नजरेत भरली. परंतु त्याशिवाय लिव्हरमधे काहीही अनैसर्गिक मात्र आढळले

नाही. दरम्यान डॉ. शेम मूसोकेची प्रकृती आणखीन बिघडल्याने त्याला वेगळ्या खोलीत ठेवण्यात आले व चोवीस तास नर्सेस त्याची देखभाल करू लागल्या.

डॉ. मूसोकेचा चेहराही आता भावनाविहीन मुखवट्यासारखा दिसू लागला होता.

लिव्हरमधील खड्यांचा परिणाम म्हणून झालेला आजार प्राणघातकही ठरण्याची शक्यता होती. डॉ. मूसोकेवर रोगाचे कारण शोधण्यासाठी एक शस्त्रक्रिया करावी असे डॉ. बागशावे ह्यांनी ठरवले. नैरोबी हॉस्पिटलच्या मुख्य शस्त्रक्रिया खोलीत शल्यविशारदांच्या एका गटाने डॉ. मूसोकेवर शस्त्रक्रिया केली. त्या गटाचे नेतृत्व डॉ. इम्रे लॉफलर ह्यांनी केले होते. त्यांनी डॉ. मूसोकेच्या लिव्हरच्या वरच्या भागावर छोटासा छेद घेतला आणि पोटावरचे स्नायू मागे खेचून घेतले. पोटामधे जे काही आढळले ते चमत्कारिक आणि धक्कादायक होते. जे काही होते त्याचे काहीही स्पष्टीकरण देता येत नव्हते. त्याची लिव्हर सुजलेली होती आणि लाल दिसत होती. एकूण लिव्हर विकारग्रस्त वाटत होती. पण त्यामधे खडे मात्र त्यांना आढळले नाहीत. शस्त्रक्रियेमधे थोड्याफार प्रमाणात रक्तवाहिन्या तुटणे स्वाभाविकच आहे. परंतु चमत्कारिक भाग असा होता की डॉ. मूसोकेचे रक्त गोठतच नव्हते. नेहमी रक्त थोड्या वेळात आपोआप गोठते. परंतु तसे झाले नाही तर रक्तस्राव थांबवण्यासाठी शस्त्रक्रिया करताना त्यावर फोमजेल दाबतात. डॉ. मूसोकेचा रक्तस्राव थांबवण्यासाठी त्यांनी सगळ्या लिव्हरवर फोम पसरला. परंतु त्यातूनही रक्त बाहेर ठिबकू लागले. एखाद्या स्पंजामधून बाहेर पडल्याप्रमाणे त्याच्या लिव्हरमधून रक्त बाहेर पडत होते. त्यांनी मग पंप लावून रक्त खेचून बाहेर काढायला सुरुवात केली. रक्त खेचून बाहेर टाकले की त्या जागी पुन्हा नवीन साचत होते. पाण्याच्या पातळीखाली एखादी विहीर खोदण्याचा प्रकार असावा असे झाले होते: तुम्ही जेवढे खेचून काढाल तेवढे पुन्हा भरणार. शस्त्रक्रिया करणाऱ्या डॉक्टरांपैकी एकाने सांगितले की त्यांचे कोपरापर्यंत हात रक्ताने भरले होते. त्यांनी तपासणीसाठी लिव्हरचा एक अगदी लहानसा तुकडा (बायोप्सी) कापून काढला. ही तपासणी आणि विशेषण पूर्ण होताच त्यांनी डॉ. मूसोकेचे पोट शक्य तेवढे लवकर बंद करून टाकले.

शस्त्रक्रियेनंतर डॉ. मूसोकेची प्रकृती झपाट्याने खालावली. आता त्याच्या किडनीचे कार्य बंद पडू लागले. तो मरणार अशी चिन्हे दिसू लागली. दरम्यान काही कारणासाठी त्याच्यावर उपचार करणाऱ्या डॉ. ॲन्टोनिया बागशावे परदेशी गेल्या. त्या काळात डॉ. डेव्हिड सिल्व्हरस्टाईन त्याच्यावर उपचार करू लागले होते. किडनीचे कार्य बंद झाल्याने आणि त्याच्यावर डायलेसिसचा उपचार करण्याच्या शक्यतेमुळे हॉस्पिटलमधे एकदम आणीबाणीची परिस्थिती उद्भवली. सगळ्या हॉस्पिटलमधे डॉ. मूसोके लोकप्रिय होता. त्याच्या सहकाऱ्यांची त्याला गमावण्याची

तयारी नव्हती. डॉ. सिल्व्हरस्टाईनना आता त्याचा रोग एखाद्या अज्ञात विषाणूमुळे असावा असे वाटू लागले. त्यांनी त्याचे थोडेसे रक्त काढून त्यातून रक्तद्रव वेगळा केला. रक्तातील पेशी बाजूला काढल्यावर खाली उरणारा हा रक्तद्रव स्वच्छ सोनेरी रंगाचा असतो. त्यामधील काही रक्तद्रवाचा गोठवलेला नमुना डॉ. सिल्हरस्टाईन ह्यांनी तपासणीसाठी काही प्रयोगशाळांत पाठवला. सानड्रिंगहॅम, दक्षिण आफ्रिकेतील राष्ट्रीय विषाणू विज्ञान संस्था, अमेरिकेतील अटलांटा व जॉर्जिया येथील रोग प्रतिबंधक प्रयोगकेंद्रांना, नमुने पाठवल्यावर त्यांनी तपासणी अहवालाची वाट पाहायचे ठरवले.

◆

निदान

डॉ. डेव्हिड सिल्व्हरस्टाईन नैरोबीत राहतात. परंतु त्यांचे अमेरिकेच्या राजधानीत वॉशिंग्टनला घर आहे. अलिकडेच उन्हाळ्यात काही कामासाठी आलेले डॉ. सिल्व्हरस्टाईन मला भेटले. त्यांच्या घराजवळच असणाऱ्या एका शॉपिंग सेंटरमधे कॉफीगृहात आमची भेट झाली. आम्ही एका छोट्या टेबलावर बसलो. त्यांनी मला मोने आणि डॉ. मूसोकेची माहिती सांगितली. डॉ. सिल्व्हरस्टाईन हे सडपातळ बांध्याचे पन्नाशीच्या जवळ आलेले, सतत सावध दिसणारे गृहस्थ आहेत. ते अमेरिकन असले तरी त्यांच्या उच्चारात थोडीशी स्वाहिलीची छटा दिसते. मी भेटलो तेव्हा त्यांनी निळी जीनपॅन्ट आणि डेनिम जाकीट परिधान केले होते. त्यांचा वर्ण चांगलाच रापलेला दिसत होता. ते निवांत आणि तब्बेतीत दिसत होते. डॉ. सिल्व्हरस्टाईन स्वत:चे विमान स्वत: चालवत असत. ते पूर्व आफ्रिकेत खासगी प्रॅक्टिस करत असत. त्यांची प्रॅक्टिस चांगलीच होती आणि त्यामुळे ते नैरोबीतील एक प्रसिद्ध व्यक्ती होते. केनियाचे राष्ट्राध्यक्ष डॅनियल अरप मोई ह्यांचे ते वैयक्तिक चिकित्सा सल्लागार असल्याने नेहमी राष्ट्राध्यक्षांबरोबर बाहेर जात असत. पूर्व आफ्रिकेतील अनेक महत्त्वाच्या व्यक्ती त्यांचे उपचार घेतात- भ्रष्ट राजकारणी, सफारीमधे आजारी पडणारे, चित्रपट तारे-तारका आणि नष्ट होणाऱ्या ब्रिटिश-आफ्रिकन सरंजामशाहीचे वारसदार. उदाहरणार्थ लेडी डायना डेलामेरे वृद्ध झाल्यावर तिच्या रक्तदाबावर लक्ष ठेवण्यासाठी डॉ. सिलव्हरस्टाईन तिच्याशेजारी बसून प्रवास करत होते. हृदयविकार असूनही तिला केनियाच्या किनाऱ्यावर समुद्रात मासेमारी करण्याचा छंद पुरा करायची इच्छा होती! तसेच बेरिल मार्कहॅम ही लेखिका त्यांची पेशंट होती. पूर्व आफ्रिकेतील हवाई साहसांच्या स्मरणकथेवरील तिचे 'वेस्ट विथ द नाईट' हे पुस्तक प्रसिद्ध झाले होते.

ती नैरोबी एरोक्लबमधे नेहमी 'पडिक' असायची. दोन्ही हातांनी भरपूर पिणारी

अशी तिची ख्याती होती. मी तिला ओळखू लागलो तेव्हा ती चांगली म्हातारी बाई झालेली होती. डॉ. मूसोके ह्या डॉ. सिल्व्हरस्टाईनच्या पेशंटने रोगांच्या इतिहासात निराळेच स्थान मिळवले. ''त्याच्या बाबतीत मी एवढेच करू शकत होतो'' डॉ. सिल्व्हरस्टाईन म्हणाले, ''मी त्याला बाहेरून पोषक द्रव्ये देत होतो आणि जेव्हा ताप खूप वाढे तेव्हा मी तो कमी करण्यासाठी उपचार केले. हे खरे तर कोणत्याही विशिष्ट व्यूहरचनेशिवाय चालू होते.''

एका रात्री दोन वाजता नैरोबीतील घरात डॉ. सिल्व्हरस्टाईनचा फोन खणखणला. केनियातील एका केंद्रात काम करणारा एक अमेरिकन संशोधक माहिती देत होता. दक्षिण आफ्रिकेच्या प्रयोगशाळेत पाठवलेल्या डॉ. मूसोकेच्या रक्तनमुन्यात काहीतरी चमत्कारिक आढळले होते. ''डॉ. मूसोकेच्या शरीरात मारबर्ग (Marburg) विषाणू सापडला आहे. हे खरोखरच फार गंभीर आहे. आणि आपल्याला ह्या मारबर्ग विषाणूची फारशी माहिती नाही.''

डॉ. सिल्व्हरस्टाईनने कधीही मारबर्ग विषाणूचे नावही ऐकलेले नव्हते. ''हा फोन आल्यावर मला पुन्हा झोप आली नाही'' ते मला म्हणाले, ''मला जागेपणी स्वप्न पाहिल्यासारखा भास होत होता. मारबर्ग विषाणू काय असावा?'' डॉ. सिल्व्हरस्टाईन बिछान्यात पडून त्यांच्या एका सहकाऱ्याने भोगलेल्या यातनांबाबत विचार करत होते. तसेच एक महाभयानक विषाणू आपल्या हॉस्पिटलात मोकाट सुटला असण्याची शंका त्यांचा थरकाप उडवत होती. अनेकजण एकदम 'आम्हाला ह्या मारबर्गची माहिती नाही' असे म्हणाल्याचा भास त्यांना होऊ लागला. झोपू न शकल्याने अखेर त्यांनी कपडे केले आणि पहाटेच्या सुमारास ते हॉस्पिटलमधील त्यांच्या ऑफिसमधे आले. त्यांनी एक वैद्यकीय पुस्तक काढून मारबर्गबद्दलची माहिती शोधण्याचा प्रयत्न केला.

मारबर्गची माहिती अत्यंत त्रोटक होती. मारबर्ग हा एक आफ्रिकेतील विषाणू आहे, पण त्याचे नाव मात्र जर्मन वळणाचे आहे. ज्या ठिकाणी प्रथम विषाणू सापडेल तेथील नाव त्याला देण्याची प्रथा असते. उत्तर जर्मनीमधे मारबर्ग हे छोटेसे शहर आहे. ह्या जुन्या शहराभोवती जंगले, कुरणे आणि हिरव्यागार दऱ्यांमधे कारखाने आहेत. हा विषाणू १९६७ ला प्रथम येथे आढळला. बेहरिंग वर्कस ह्या लस बनवणाऱ्या कंपनीत हा विषाणू प्रथम सापडला. ही कंपनी आफ्रिकन ग्रीन मंकी ह्या माकडांच्या किडनीपेशी वापरून लसींचे उत्पादन करते. कंपनी युगांडामधून नेहमीच माकडांची आयात करत असे. कोणत्यातरी एका वेळी माकडांच्या बरोबरच हा विषाणू जर्मनीत आला. त्या वेळी साधारणत: पाचसहाशे माकडे आणलेली होती. त्यांपैकी दोन किंवा तीन माकडांच्यामधे हा विषाणू 'उबण्याची' क्रिया चालू होती. ही माकडे कदाचित बाहेरून आजारी देखील वाटत नसावीत. कसेही असो,

विषाणूंचा प्रसार बेहरिंग कंपनीतील माकडांमधे झाला खरा. त्यामुळे त्यांपैकी काही रक्तस्राव होऊन मेली. हा विषाणू जणू एखाद्या अदृश्य स्वरूपात आफ्रिकेतून जर्मनीत अवतरला. तेथे पोहोचल्यावर मात्र त्याने अचानक आपली यजमान प्रजाती बदलली. तेथे त्याने माकडांमधून मानवजातीत उडी घेतली. त्याचा माणसांमधे संसर्ग सुरू झाला. विषाणूवर्धनाचे हे एक उदाहरण आहे.

मारबर्ग विषाणूने संसर्गग्रस्त झालेल्या पहिल्या माणसाचे नाव क्लाऊस. एफ. हा माणूस बेहिरंग वर्क्स कंपनीत माकडांना खाऊ घालत असे आणि त्यांचे पिंजरे साफ करत असे. ८ ऑगस्ट १९६७ रोजी तो विषाणूने आजारी पडला आणि त्यानंतर दोन आठवड्यांनी मरण पावला. मारबर्ग विषाणूबद्दल एवढी कमी माहिती उपलब्ध आहे की त्यावर अवघे एक पुस्तक उपलब्ध आहे. मारबर्ग विद्यापीठात १९७० मधे मारबर्ग विषाणूवर एक विशेष चर्चासत्र आयोजित करण्यात आले होते. हे पुस्तक म्हणजे त्या चर्चासत्रात सादर झालेल्या संशोधन निबंधांचे संकलन आहे.

ह्या पुस्तकातून आपल्याला अशी माहिती मिळते :

> माकडांचे काम करणारा हाईनरिच पी. हा सुटीवरून १३ ऑगस्ट १९६७ रोजी परत आला. नंतर त्याने १४ ते २३ ऑगस्ट दरम्यान माकडांना मारण्याचे काम केले. रोगाची पहिली लक्षणे २१ ऑगस्टला दिसली.
>
> प्रयोगशाळा सहाय्यक रेनेट एल. ह्याने एक परीक्षानळी फोडली. ही परीक्षानळी जंतुरहित करायची होती. ती त्याच्या हातून फुटली. २८ ऑगस्टला हे घडल्यानंतर १९६७ च्या ४ सप्टेंबरला तो आजारी पडला.

संसर्गग्रस्त लोकांमधे साधारणत: सातव्या दिवशी डोकेदुखी सुरू झाली. त्यानंतर त्यांची प्रकृती पार ढासळू लागली. जोरदार ताप, रक्तातील गुठळ्या, रक्ताच्या उलट्या आणि अखेरचा झटका. काही दिवस मारबर्गमधील डॉक्टरांना जगाचा अंत जवळ आल्यासारखे वाटले. एकूण ३१ लोकांना ह्या विषाणूची बाधा झाली होती, त्यापैकी सातजण रक्ताच्या थारोळ्यात मरण पावले. म्हणजेच मारबर्ग विषाणूची प्राणघातकता बारामध्ये एक अशी होती. मारबर्ग अत्यंत धोकादायक मारेकरी होता. अगदी जगातल्या सर्वोत्तम हॉस्पिटलमधे, जेथे रोग्याला कृत्रिम जीवनयंत्रणेवर ठेवता येण्याची सोय असते, तेथेही मारबर्ग विषाणू १/४ लोकांचे बळी घेतोच. पीतज्वराला अत्यंत घातक मानतात परंतु हॉस्पिटलमधे पोहोचलेल्या २० रोग्यांपैकी अवघा एक मरतो.

मारबर्ग विषाणू हा विषाणूच्या फिलोव्हायरस कुलामधे मोडतो. फिलोव्हायरस

कुलामधील सापडलेला मारबर्ग हा पहिला सदस्य आहे. फिलोव्हायरस हा शब्द लॅटिन भाषेतून आला आहे. त्याचा अर्थ 'धाग्यासारखा विषाणू.' फिलोव्हायरस दिसण्यात अगदी सारखे असतात. ह्या कुलातील विषाणूंचे जगांतील इतर कोणत्याही विषाणूशी साम्य आढळत नाही. इतर विषाणू प्रामुख्याने गोलाकार चेंडूसारखे दिसतात. ह्याउलट फिलोव्हायरस मात्र पिळदार दोरीप्रमाणे भासतात. म्हणूनच त्यांचा आकार दर्शवण्यासाठी त्यांना केसाची, अळ्यांची अथवा सर्पांची उपमा वापरली जाते. जेव्हा ते प्रचंड संख्येने एकत्र आढळतात- उदाहरणार्थ, यजमानाचा बळी घेतल्यावर, तेव्हा ते स्पॅघेटीने गच्च भरलेले भांडे जमिनीवर सांडल्याप्रमाणे दिसतात. अनकेदा मारबर्ग विषाणूंचे आकडे तयार होतात. आकडे होणारा मारबर्ग हा एकमेव विषाणू आहे.

जर्मनीमधे आढळलेल्या रोग्यांमधील मेंदूवर झालेले ह्या विषाणूचे परिणाम फारच भयंकर होते. ह्या रोगाची मेंदूमधील लक्षणे काहीशी रेबीजप्रमाणे होती. मारबर्ग विषाणूने मध्यवर्ती चेतासंस्थेवर परिणाम केला होता आणि मेंदू पूर्णत: नष्ट केलेला आढळला. कण स्वरूपातील मारबर्ग विषाणूदेखील बाह्यत: रेबीजच्या विषाणूंसारखा वाटला. रेबीजचे विषाणू एखाद्या गोळीसारखे दिसतात. जर ही गोळी आपण ताणू लागलो, तर ती दोरीप्रमाणे वाटेल. जर दोरीला पिळा दिला तर पीळ पडून त्यातून कड्या तयार होतील. आणि हा विषाणू मारबर्गसारखा वाटू लागेल. मारबर्ग विषाणूचे रेबीजच्या विषाणूशी काहीतरी नाते असावे ह्या कल्पनेने त्याला 'रेबीजची ताणलेली आवृत्ती' असे म्हटले जाऊ लागले. परंतु नंतर हे खरे नाही व मारबर्ग हा सर्वस्वी निराळ्या कुलातील विषाणू असल्याचे सिद्ध झाले.

१९८० मधे जेव्हा चार्लस मोने मेला तोपर्यंत फिलोव्हायरस कुलात मारबर्ग-व्यतिरिक्त आणखी दोन विषाणू असल्याचे लक्षात आले होते. ह्या दोन विषाणूंना एबोला (Ebola) असे नाव देण्यात आले. एका प्रकाराला एबोला झायरे तर दुसऱ्याला एबोला सुदान असे म्हणतात. फिलोव्हायरस गटातील ह्या तीन विषाणूंपैकी मारबर्ग हा सर्वांत सौम्य प्रकार आहे. तर एबोला झायरे हा सर्वांत भयानक मानला जातो. ह्या विषाणूने ग्रस्त दहा लोकांपैकी ९ मरण पावतात. म्हणजेच संसर्ग झालेल्यांमधे ९०% लोकांचा एबोला झायरे हा विषाणू बळी घेतो. म्हणजेच हा विषाणू मानवाची पाटी पुसणारा आहे.

तीनांपैकी सर्वांत सौम्य विषाणू- मारबर्ग, त्याचा शरीरावर होणारा परिणाम काहीसा किरणोत्सारी द्रव्यांसारखा असतो. हा विषाणू शरीरातील जवळजवळ सर्व पेशींवर परिणाम करतो. परंतु त्यातदेखील तो अन्नमार्गातील पेशी, संयोजी उति, पोटातील अवयव आणि त्वचेवर जास्त प्रमाणात हल्ला चढवतो. मारबर्गमधे संसर्ग होऊनही जे लोक वाचले होते, ते संपूर्ण किंवा अर्धे केशविहीन झाले होते. त्यांचे

केस मुळापासूनच मेल्याने पुंजक्यापुंजक्याने झडून गेले होते. जणू काही त्यांना किरणोत्सर्गाचा मारा सहन करावा लागला आहे असे वाटत होते. शरीराच्या सर्व बाह्य रंध्रांतून रक्तस्राव होत होता. मरणापूर्वी काही तास आधी घेतलेला एक फोटो मी पाहिला आहे. मारबर्ग विषाणूचा तो बळी अंथरुणात पडलेला होता. कमरेवरचे त्याचे शरीर उघडे होते. चेहरा पूर्णपणे निर्विकार होता. छाती, हात आणि सर्वत्र जखमांप्रमाणे लाललाल डाग होते आणि स्तनाग्रातून रक्ताचे थेंब ठिबकत होते.

जे लोक वाचले त्यांच्यामधे आजारातून बरे होताना त्यांच्या चेहऱ्यावरील हात, पाय आणि गुप्तांगावरील सर्व त्वचा सोलून निघून गेली होती. काही लोकांमधे अंडाशये सूजलेली आणि खराब होऊन बसली होती. सर्वांत वाईट अवस्था मारबर्ग विषाणूने मेलेल्या लोकांची प्रेते हाताळणाऱ्या शवागारातील माणसाची होती. ह्या प्रेतांच्या डोळ्यांमधे विषाणू अद्यापही रेंगाळत होते. ह्या विषाणूला डोळे आणि अंडाशयाबद्दल विशेष आकर्षण का आहे ते सांगता येत नाही. एका माणसाने संभोगातून त्याच्या बायकोला रोगग्रस्त केले होते.

मारबर्गवर संशोधन करताना असे आढळले की, हा विषाणू मेंदूवर विशेष परिणाम करतो. बहुतेक रोग्यांमधे त्यांचे वर्तन मंद, कधीकधी जरासे आक्रमक, तर बहुतेक नकारात्मक झाल्याचे दिसले. वर्तनातील हा बदल चमत्कारिकच म्हणावा लागेल. पुस्तकात असे लिहिले आहे की 'दोन रोग्यांना आपण ब्रेडच्या मधल्या मऊ भागावर झोपलो आहोत असे वाटत होते.' एक रोगी मानसिक रुग्ण झाला. कारण अर्थातच मेंदूवर झालेला परिणाम हे होते. हान्स ओ. व्ही. नावाच्या एका रुग्णामधे मानसिक असंतुलनाची लक्षणे आढळली नाहीत. त्याचा ताप उतरला आणि तो बरा होतो आहे असे वाटू लागले. परंतु अचानक कसलीही पूर्वलक्षणे न दिसता त्याचा रक्तदाब झपाट्याने उतरला. त्याच्या बाहुल्या एवढ्या विस्फारल्या की अखेर तेथे फक्त एक गडद ठिपका शिल्लक राहिला. तो कोलमडून पडला आणि मेला. त्याचे शवविच्छेदन करण्यात आले. त्यांनी कवटी उघडली तेव्हा मेंदूमधे मध्यभागी प्रचंड रक्तस्राव झाल्याचे आढळले.

ह्या रोगी माकडांचा नेमका उगम शोधण्यासाठी जागतिक आरोग्य संघटना एकदम सतर्क झाली. कारण निसर्गात मारबर्ग विषाणू कोठे राहतो ते नेमके शोधणे अत्यावश्यक होते. हा विषाणू नैसर्गिकरीत्या माकडांमधे राहत नसावा हे मात्र स्पष्ट होते. कारण हा विषाणू त्यांना एवढ्या प्रचंड वेगाने मारून टाके, की, त्या विषाणूला तेथे स्वत:चे स्थान स्थिर करायला वाव मिळाला नाही हे उघड होते. म्हणजेच माकडे ही ह्या विषाणूचे नियमित यजमान नसावेत. अर्थातच मारबर्ग विषाणू दुसऱ्या कोणत्या तरी प्रजातीमधे राहत असणार- कीटक? उंदीर? कोळी? सरपटणारा प्राणी?... ती माकडे नेमकी कुठून पकडण्यात आली होती? त्या ठिकाणीच हा

विषाणू कोणत्यातरी प्रजातीत दडून बसलेला असणार. जर्मनीत मारबर्ग येथे ह्या विषाणूचा उद्रेक झाल्यावर लगेचच जागतिक आरोग्य संघटनेची एक तुकडी युगांडात गेली. त्यांनी स्थानिक लोकांमधील माकडे पकडणाऱ्यांच्या मुलाखती घेतल्या. माकडे पकडणाऱ्यांनी माकडे नेमकी कोठे पकडली ह्याची फारशी अचूक माहिती दिली नाही. ते ही माहिती द्यायला फारसे राजी नव्हते. तसेच त्यांनाही ही माकडे कुठे मिळाली त्या जागा पक्क्या आठवत नव्हत्या. त्यानंतर जागतिक आरोग्य संघटनेच्या त्या तुकडीने असा निष्कर्ष काढला की माकडे मध्य आफ्रिकेत कुठून तरी आलेली होती. हा भाग युगांडातील दाट जंगलांचा होता. परंतु ह्यापलीकडे त्यांना माकडांच्या मूळ जागेबद्दल आणखी काहीही कळू शकले नाही.

ह्या विषाणूबद्दलचे गूढ अनेक वर्षे तसेच उकलले नाही. १९८२ मधे एका इंग्लिश पशुवैद्यकीय शल्यविशारदाने एक नवीन कल्पना पुढे मांडली. ही कल्पना रंजक होती. मी त्याला श्री. जोन्स म्हणेन. कारण त्याला आपले खरे नाव कळू नये असे वाटते. १९६७ मधे जेव्हा विषाणूचा जर्मनीत उद्रेक झाला, तेव्हा श्री. जोन्स हा एका माकड तपासणी केंद्रावर तात्पुरत्या नोकरीस होता. एन्टेबीमधे माकडांची निर्यात करण्यापूर्वी त्यांची तपासणी करण्यासाठी हे केंद्र होते. इथूनच मारबर्ग विषाणूवाहक आजारी माकडे जर्मनीला पाठवण्यात आली होती. त्या केंद्रातील नेहमीचा पर्यवेक्षक रजेवर होता. तेथील माकडांचे केंद्र एक युरोपियन व्यापारी चालवत असे. श्री. जोन्सच्या मताप्रमाणे तो एक बऱ्यापैकी किंवा 'ठीक आहे' प्रकारचा गुंड होता. हा माणूस दरवर्षी १३००० माकडे युरोपला निर्यात करी. ही संख्या खूपच लक्षणीय होती आणि अर्थातच त्यात मिळणारे घबाड फार प्रचंड होते. १९६७ मधे ऑगस्ट महिन्यात कधीतरी लंडनला जाणाऱ्या विमानात 'ती' माकडे चढवण्यात आली. तेथून ती माकडे पुन्हा विमानानेच जर्मनीला रवाना झाली होती. जर्मनीतच ह्या माकडांमधल्या विषाणूने बाहेर पडून मानवात बस्तान बसवण्याचा प्रयोग केला होता.

अनेक ठिकाणी फोन केल्यानंतर अखेर मला इंग्लंडमधील एका लहानशा गावात श्री. जोन्सचा पत्ता लागला. तेथे हा गृहस्थ आता पशुवैद्यकीय सल्लागार म्हणून काम पाहतो. त्याने मला सांगितले की, ''माकडे विमानात चढण्यापूर्वी तपासणी म्हणून त्यांची फक्त एकदा 'पाहणी' करण्यात आली होती.''

''कोणी त्यांना पाहिले होते?''

''मीच'', श्री. जोन्स म्हणाला, ''मी त्यांची पाहणी एवढ्यासाठीच केली की ती नीट दिसताहेत की नाही. कधीकधी अशा वेळी एक-दोन माकडे जखमी किंवा एखाद्या चर्मरोगाने ग्रासलेली आढळू शकतात.'' साधारणतः आजारी वाटणारी माकडे श्री. जोन्स निवडून काढत असे. अशी माकडे कदाचित ठार केली जात होती.

त्यानंतर उरलेल्या निरोगी वाटणाऱ्या माकडांना विमानात चढवले जात असे. ''मी स्थानिक राजवटीच्या नियमांचे पालन करण्याचा प्रयत्न करत होतो'', श्री. जोन्स म्हणाला. नंतर जर्मनीत रोगाचा उद्रेक झाल्यावर श्री. जोन्स घाबरला. ''कारण मीच त्यांच्या निरोगी असण्याच्या प्रमाणपत्रावर सही केली होती, त्यामुळे मला भयंकर विषण्ण वाटू लागले. जर्मनीतील त्या मृत्यूंना मीच कारणीभूत आहे अशी अपराधी भावना मला टोचू लागली. मी त्या वेळी काहीतरी करण्याच्या मन:स्थितीत होतो खरा, पण मला देखील माकडे पाठवताना कशाही प्रकारे कल्पना येणे शक्यच नव्हते.'' श्री. जोन्सचे हे म्हणणे योग्यच आहे. कारण तो विषाणू विज्ञानाला तेव्हा माहीतच नव्हता आणि शिवाय बाह्यत: तरी निरोगी भासणाऱ्या अवघ्या दोन-तीन माकडांनी ह्या विषाणूची साथ सुरू केलेली होती. त्यामुळे त्या माणसाला दोष देण्याचे काहीच कारण नाही. एका अर्थाने तो फक्त घटनेचा साक्षीदार होता आणि नक्कीच साथीचे कारण ठरत नव्हता.

ही गोष्ट आणखी धक्कादायक वाटते. श्री. जोन्स म्हणाला, ''जी माकडे मी आजारी म्हणून बाहेर काढत असे, ती ठार केली जातात अशी माझी समजूत होती.'' पण नंतर त्याला कळले की ही माकडे तशी ठार केली जात नसत. त्या कंपनीचा युरोपियन मालक आजारी माकडांना पिंजऱ्यात घालून व्हिक्टोरिया जलाशयातील एका बेटावर सोडून देत असे. म्हणजेच ह्या बेटावर एवढी रोगी माकडे जमा होत होती की ते बेट एका अर्थाने 'तप्त' बनले होते. 'रोगाचे बेट' बनले होते. तेथे माकडांच्यातील विषाणूंचा मोठा साठाच उबवला जात होता. ''जर कधी काही माकडे कमी पडली तर कंपनीचा मालक त्या बेटावर जाऊन काही पकडून आणत असणे शक्य आहे. परंतु मला त्याची कल्पना नाही.'' श्री. जोन्स म्हणाला. त्याला असेही वाटते की, मारबर्ग विषाणू ह्याच बेटावरून बाहेर निसटला असावा. त्या बेटावरील माकडांमध्ये हा विषाणू फिरत असावा. तसेच जर्मनीत जी माकडे गेली त्यांतील काही तर चक्क त्या बेटावरची असतील असे जोन्सला वाटते. ''नंतर जेव्हा जागतिक आरोग्य संघटनेची तुकडी चौकशीला आली तेव्हा विचारल्याखेरीज तोंड उघडायचे नाही असे मला त्या माझ्या मालकाने बजावले.'' अखेर असे झाले की श्री. जोन्सला कुणी काही प्रश्न विचारलेच नाहीत. त्या तुकडीने आपल्याला म्हणजे माकडे तपासणाऱ्यालाच काही विचारले नाही त्यावर अत्यंत कडवटपणे जोन्स म्हणाला, ''तो एक भिकार स्वरूपाचा शास्त्रीय अभ्यास आणि उत्तम प्रकारच्या राजकारणाचा नमुना होता.'' जर अशा प्रकारच्या विषाणूंचे आगार असलेल्या बेटाची माहिती जागतिक आरोग्य संघटनेकडे गेली असती, तर अर्थातच कंपनी बंद करावी लागली असती. शिवाय युगांडा सरकारचे बहुमूल्य परकीय चलन बुडाले असते.

मारबर्ग विषाणूचा धुमाकूळ कानावर आल्यानंतर श्री. जोन्सला एक प्रसंग

आठवला. तो आता त्याला महत्त्वाचा वाटू लागला. १९६२-६५ दरम्यान तो पूर्व युगांडात नोकरीस होता. एल्गॉन पर्वताच्या उतरणीवरील गुरांची रोगांसाठी तपासणी करण्याचे काम तो करत असे. तेव्हा तेथील टोळीच्या प्रमुखाने सांगितल्याचे त्याला आठवते की पर्वताच्या उत्तरेकडे ग्रीक नदीच्या आसपास राहणाऱ्या लोकांमध्ये एक चमत्कारिक रोग होतो. अंगावर पुरळ उठतात आणि माणूस रक्तस्राव होऊन मरतो आणि त्या भागातील माकडेही तशाच प्रकारच्या रोगाने मरत होती. परंतु श्री. जोन्सनी ह्याकडे विशेष लक्ष दिले नाही. त्याला कधीही त्या रोगाचे नेमके वर्णन खात्रीपूर्वक सिद्ध करताही आले नाही. परंतु त्या माहितीवरून असे वाटते की, जर्मनीत मारबर्ग येथे उद्रेक होण्यापूर्वी एल्गॉन पर्वताजवळ पूर्वी त्या रोगाची साथ पसरली असावी.

श्री. जोन्सने सांगितलेल्या ह्या वैयक्तिक आठवणीने मला अंधारात एक प्रकाशकिरण पडल्यासारखे वाटले. त्यामुळे विषुववृत्तावरून बाहेर पडणाऱ्या विषाणूंची कार्यपद्धत कशी असावी ह्याबद्दल काही अंदाज बांधता येणे शक्य आहे. जोन्सने सांगितले की जागतिक आरोग्य संघटनेच्या अहवालात माकडे मध्य युगांडातून पकडली गेली होती असा उल्लेख आहे; पण तो खरा नाही.

व्हिक्टोरिया जलाशयातील सेसे नावाच्या बेटावरून ही माकडे पकडली जात. सेसे हे बेट जलाशयात उत्तरेस असून त्यावर घनदाट जंगल आहे. एन्टेबीहून तेथे बोटीने अगदी सहज जाता येते. विषाणूंचे आगर असणारे बेट इथेच किंवा जवळपास कुठेतरी असणे शक्य आहे; पण त्या बेटाचे नाव जोन्सला आता अजिबात आठवत नाही, ते बेट एन्टेबीच्या जवळ आहे, एवढेच तो सांगतो. तसेच, तो स्वत: त्या बेटावर कधी गेला होता की नाही, हे तो सांगू शकत नाही. प्रत्यक्षात गोष्ट अशी होती, की, युरोपियन मालक सेसे बेटावरील लोकांकडून माकडे विकत घेई; कारण ही माकडे त्यांना हानीकारक होती आणि अर्थातच त्यांची विल्हेवाट लावण्यात स्थानिक लोकांचा फायदाच होता. त्यातही त्या बदल्यात पैसे मिळत होते. कंपनीचा मालक सेसे बेटांवरून माकडे आणत असे आणि आजारी माकडांना तो जवळच्याच कुठल्यातरी बेटावर सोडून देत असे. अशा पद्धतीने त्यांपैकीच काही माकडे युरोपात पोहोचत असत.

व्हिक्टोरिया जलाशयाच्या पश्चिम किनाऱ्यावर एका बाजूला सेसे बेटांच्या समोर कासेनसेरो हे कोळ्यांचे गाव आहे. ह्या गावातून सेसे बेटे दिसतात. ह्या गावाचे वैशिष्ट्य असे आहे, की, एड्स विषाणूचा पहिला उद्भव ह्याच गावात झालेला होता. १९८२ मध्ये ह्या गावातल्या १७ जणांना एड्सची लागण झालेली होती. म्हणजेच ह्या ठिकाणी उद्रेकापूर्वी काही वर्षे आधी त्या विषाणूने ह्या गावात प्रवेश केला होता. प्रवेश केल्यानंतर रोग दिसू लागेपर्यंतच्या अवस्थेचा (incubation) काळ अनेक

वर्षे एवढा आहे.

कासेनसेरो गावात एड्स विषाणूने प्रवेश करणे, ही जागतिक महत्त्वाची घटना होती; परंतु अर्थातच तेव्हा ती कोणाच्याही लक्षात आलेली नव्हती. नंतरच्या काळात रोगविज्ञान शास्त्राच्या अभ्यासातून असे सिद्ध झाले, की, व्हिक्टोरिया जलाशयाचा वायव्य किनारा हा एड्सच्या पहिल्या साथीचा केंद्रबिंदू होता. एड्सचा विषाणू मानवसदृश प्रायमेट प्राण्यांकडून- माकडे आणि वानरे यांच्यातून माणसात संक्रमित झाला आहे, असे मानले जाते.

ह्या प्रजातीतून कोणत्यातरी प्रकाराने त्या विषाणूने मानवी प्रजातीत उडी घेतली. तसेच, ही उडी मारताना विषाणूमध्ये उत्परिवर्तनाची एक मालिका वेगाने घडल्याचे मानले जाते. त्यामुळेच हा विषाणू नव्या प्राण्यामध्ये- म्हणजे माणसात स्थिरावू शकला. एड्सचा उद्भव झाल्यानंतर कासेनसेरो हे गाव आता उजाड झाले आहे; कारण त्यातील बहुसंख्य लोकांचा एड्सनेच बळी घेतला आहे. तसेच, जवळपासचीही कित्येक गावे तर नकाशावरून कायमची पुसली गेली आहेत, असे म्हणतात.

कासेनसेरो गावातील कोळी लोक स्मगलर म्हणून प्रसिद्ध आहेत. त्यांच्या लाकडी नावांमधून आणि मोटारबोटींमधून ते जलाशयातून वस्तूंची चोरटी वाहतूक करतात. त्यासाठी ते सेसे बेटांचा मध्यवर्ती स्थानक म्हणून उपयोग करतात. म्हणजेच जर माकडे निर्यात करणाऱ्याला काही माकडे हवी असली, तर त्याने येथील लोकांकडून ते काम करवून घेणे अगदी सहज शक्य आहे. एड्सच्या उगमाविषयी एक सिद्धांत असा आहे, की, १९६० नंतर वैद्यकीय संशोधनासाठी युरोपला माकडे, वानरे पाठविणे, हा मोठाच घबाड मिळणारा नवीन धंदा उदयास आला होता. त्यांतील बरीच माकडे तर युगांडामधूनच येत असत. हा धंदा संपूर्ण मध्य आफ्रिकेत व्यवस्थित चालू झाल्यानंतर त्यामध्ये भाग घेणारे सर्वजण- म्हणजे माकड पकडणारे, सांभाळणारे, साफसफाई करणारे कामगार हे त्या माकडांच्या संपर्कात आले. त्यातील काही माकडांमध्ये आजपर्यंत मानवाला न ग्रासणारे अज्ञात विषाणू होते. ही माकडे एका ठिकाणी गर्दीने दाटून-कोंबून ठेवली जात असल्याने त्यांच्यामध्ये विषाणूंचा संचार मुक्तपणे चालत होता.

इतकेच नव्हे, तर पिंजऱ्यात अनेक प्रजातींचे प्राणी एकत्र ठेवले जात असत. एका प्रजातीतून दुसऱ्या प्रजातीमध्ये उडी घेऊ शकणाऱ्या विषाणूंसाठी ही तर आदर्श परिस्थिती होती. विषाणूच्या उत्क्रांतीची एक सुसज्ज प्रयोगशाळाच म्हणा ना. इथेच उत्क्रांती होऊन एड्सचा एच.आय.व्ही. हा विषाणू निर्माण झाला असावा. माकडांच्या निर्यातीच्या व्यवसायातूनच एड्सच्या विषाणूचा उगम झाला का? एड्सचा विषाणू व्हिक्टोरिया जलाशयातील बेटांवरून माणसात पसरला काय? त्या तप्त बेटावरून आला? कोणास ठाऊक? एड्स विषाणूच्या उगमाचा शोध घेताना

आणि मारबर्ग विषाणूवर जास्त संशोधन करताना माहिती झपाट्याने धूसर आणि संभाव्यतेची पातळी वर-खाली होत राहते; परंतु त्या दोन्हींच्या उगमामध्ये काहीतरी अज्ञात नाते आहे, असे मात्र वाटत राहते.

मारबर्ग विषाणू माणसामध्ये काय करू शकतो, त्याची कल्पना येताच डॉ. सिल्व्हरस्टाईननी केनिया सरकारला नैरोबी हॉस्पिटल तत्काळ बंद करण्यास प्रवृत्त केले. एक आठवडाभर येणाऱ्या सर्व रुग्णांना दाखल करून घेण्यास नकार देण्यात आला. एकूण ६७ लोकांना, प्रामुख्याने हॉस्पिटलच्या कर्मचारी वर्गाला संरक्षित क्षेत्रात बंद करण्यात आले. मोनेचे शवविच्छेदन करणारे डॉक्टर, नर्सेस, मोने आणि डॉ. मूसोकेची देखभाल करणारे सर्वजण अथवा ह्या दोघांच्या संपर्कात येणारे इतरजण, डॉ. मूसोकेवर शस्त्रक्रिया करणारे डॉक्टर, त्याच्या शरीरातील द्रवाची तपासणी करणारे प्रयोगशाळा-तंत्रज्ञ, ह्या सगळ्यांनाच सुरक्षा उपायात सामील करून घेतले गेले. डॉ. मूसोकेवर शस्त्रक्रिया करताना ज्यांना आपले हात कोपरापर्यंत रक्ताने बरबटल्याचे आठवत होते, त्यांची अवस्था चमत्कारिक झाली होती. आपल्याला मारबर्ग विषाणूचा संसर्ग तर होणार नाही ना, ह्या भीतीने त्यांना दोन आठवडे झोप आली नाही. एक, अवघा एक मानवी विषाणू बॉम्ब हॉस्पिटलात आपल्या पायाने चालत आला आणि त्याचा स्फोट झाला. ह्या एका साध्या वाटणाऱ्या घटनेने हॉस्पिटल बंद करण्याची वेळ आली. जणू, चार्ल्स मोने नावाच्या क्षेपणास्त्राने पाण्याखालून येऊन वेध घेतला होता.

तप्त विषाणूच्या संपर्कात येऊनही डॉ. मूसोके वाचला. तो आजारी पडल्यानंतर दहा दिवसांनी त्याच्यामध्ये थोडीफार सुधारणा दिसू लागली. जो डॉ. मूसोके आजवर निर्बल आणि कशाशीही सोयरसुतक नसल्यासारखा अंथरुणावर पडून राहिलेला होता, तो आता चिडखोरपणा करू लागला होता. त्याने औषधे घेण्यास नकार दिला. एकदा एक नर्स त्याला कुशीवर वळवत असताना त्याने तिला जोरात तडाखा मारला आणि ओरडला, ‘‘मी तुला काठीने चोपून काढीन.’’

डॉ. मूसोकेच्या प्रकृतीला आता वेगळे वळण लागले. त्यानंतर अनेक दिवसांनंतर त्याचा ताप उतरला. डोळे स्वच्छ निवळले. त्याचे मन आणि व्यक्तिमत्व पुन्हा ताळ्यावर आले. तो अगदी हळूहळू, परंतु निश्चितपणे खडखडीत बरा झाला. सध्या तो डॉ. सिल्व्हरस्टाईनच्या बरोबर काम करणारा एक प्रमुख डॉक्टर म्हणून नैरोबी हॉस्पिटलमध्ये आहे. मी एक दिवस त्याची मुलाखत घेतली; परंतु त्याला त्या दिवसांबद्दल काहीही आठवत नाही. ‘‘मला फक्त काही तुकडे आणि गोंधळ ह्या स्वरूपात काही गोष्टी आठवतात. माझ्यावर शस्त्रक्रिया करण्यापूर्वी मी माझ्या खोलीतून सलाईन लावलेल्या स्थितीतच चालत बाहेर पडलो, हे आठवते. तसेच, मला नर्सेस एका कुशीवरून दुसऱ्या कुशीवर अनेक वेळा वळवत होत्या, एवढे

चांगले आठवते. मला वेदना मात्र फारशा आठवत नाहीत. सुरुवातीला स्नायू दुखण्याची आणि पाठीत होणारी वेदना मात्र मी कधीच विसरू शकणार नाही.''

डॉ. मूसोके सोडला, तर हॉस्पिटलमधील कोणालाही मारबर्गचा संसर्ग झाला नाही. जेव्हा एखादा विषाणू मानवामध्ये घुसण्याचा 'प्रयत्न' करीत असतो, तेव्हा निरनिराळ्या ठिकाणी उद्भव ही त्याची धोक्याची घंटा आहे. घुसखोरीचे हे छोटेछोटे प्रयत्न असतात. नैरोबी हॉस्पिटलमधील घटना हा अशाच प्रकारचा एक छोटा प्रयत्न होता. इथूनच प्राणघातक परिणामांची एक अनियंत्रित साखळी सुरू होऊ शकली असती.

डॉ. मूसोकेच्या रक्ताचे नमुने जगभरामध्ये अनेक प्रयोगशाळांमध्ये पोहोचले. त्यामुळे त्या ठिकाणी मारबर्ग विषाणू जिवंत स्वरूपात साठवून ठेवता येणार होता. त्याच्या रक्तातील मारबर्ग विषाणू हा चार्ल्स मोनेच्या काळ्या उलटीमधून आलेला होता. डॉ. मूसोकेच्या रक्तातून मिळालेल्या विषाणूच्या उपजातीला आता मूसोके प्रभेद (strain) असे नाव देण्यात आले आहे. त्याच्या रक्तातील विषाणूंपैकी काही अमेरिकन लष्कराच्या प्रयोगशाळेत, काचेच्या नळ्यांमध्ये गोठवलेल्या अवस्थेत ठेवण्यात आले आहेत. इथे तप्त विषाणूंचे एक आगळे संग्रहालयच आहे.

◆

स्त्री आणि सैनिक

२५ सप्टेंबर १९८३, सायंकाळचे ६:००

चार्ल्स मोनेच्या मृत्यूनंतर जवळपास चार वर्षांनंतरची संध्याकाळ. मेरीलँड संस्थानातील थुरमॉन्ट हे एक टिपिकल अमेरिकन गाव. उत्तर-दक्षिण पसरलेल्या ॲपालाशियन पर्वतराजीत असणाऱ्या कॅक्टोटिन डोंगररांगेत हे गाव वसलेले आहे. सूर्यप्रकाशामुळे झाडांचे शेंडे नुकतेच पिवळे-सोनेरी होऊ लागलेले होते. तरुण पोरं त्यांच्या गाड्यांमधून इकडेतिकडे फिरत काहीतरी होण्याची वाट पाहत रेंगाळत होती. हा उन्हाळा संपला नसता, तर किती बरे झाले असते, असे त्यांना वाटत होते. येणाऱ्या हिवाळ्याची चाहूल देणारा मंद वास आसमंतात पसरू लागला होता. कुजू लागलेल्या पानांचा वास, पिकणाऱ्या सफरचंदांचा गोड वास, उन्हात वाळणाऱ्या मक्याच्या घाटांचा वास ह्यांचा संमिश्र वास होता तो. गावाच्या एका बाजूला असणाऱ्या सफरचंदाच्या बागेत पक्षी रात्रीसाठी फांद्यांवर आसरा शोधत झोपण्याच्या तयारीत कलकलाट करीत होते. गेटिसबर्ग रस्त्यावर उत्तरेकडे जाणाऱ्या मोटारींच्या दिव्यांची लांबलचक रांग दिसत होती.

गावात मध्यभागी एक जुन्या व्हिक्टोरियन काळातले घर होते. अमेरिकन लष्करात पशुवैद्यक म्हणून काम करणाऱ्या मेजर नॅन्सी जॅक्सचे ते घर होते. ती स्वयंपाकघरात ओट्यापाशी उभी राहून मुलांसाठी रात्रीचा स्वयंपाक करीत होती. तिने एक प्लेट मायक्रोवेव्ह ओव्हनमध्ये सरकवून बटण दाबले. मुलांसाठी थोडेसे चिकन बनविण्याचा तिचा विचार होता. नॅन्सीने टी-शर्ट आणि स्वेटपँट परिधान केलेली होती. पायात काहीच घातलेले नव्हते. तिच्या पायांवर चांगलेच घट्टे होते. मार्शल आर्ट प्रशिक्षणाचा तो परिणाम होता. तिने जरासे कुरळे असणारे केस खांद्यापर्यंत कापलेले होते. नॅन्सीचे डोळे हिरव्या छटेचे होते. प्रत्यक्षात तिच्या डोळ्यांत दोन रंगांच्या छटा होता- हिरवट डोळ्यांमधे मध्यभागी पिवळ्या रंगाची कडी असल्याप्रमाणे होते. ती एकेकाळची कान्सास स्टेटची मिस ॲग्रीकल्चर ब्यूटी-क्वीन होती. तिचा

बांधा सडपातळ, धावपटूसारखा असून तिच्या हालचालीत सहज चपळपणा असे. मुलांना फार भूक लागलेली होती. दमल्याने ती कुरकुर करीत होती. त्यामुळे नॅन्सी त्यांच्यासाठी लवकरात लवकर जेवण बनवायच्या मागे होती.

पाच वर्षांची जेम नॅन्सीच्या पायात घोटाळत होती. तिने नॅन्सीचा एक पाय पकडला होता. ती एखाद्या बाजूला झाली, की, जेम दुसऱ्या बाजूला लोंबकळत होती. आपल्या वयोमानापेक्षा ती जराशी बुटकी होती. जेमचे डोळेही आईसारखेच हिरवे होते. नॅन्सीचा मुलगा सात वर्षांचा होता. जॅसन बाहेरच्या खोलीत टी.व्ही. पाहत बसला होता. तो एखाद्या काठीसारखा काटकुळा होता. मोठा झाल्यावर तो वडिलांसारखा ताडमाड होणार, ह्यात काहीही शंका नव्हती.

नॅन्सीचा नवरा मेजर गेराल्ड जॅक्स हा देखील पशुवैद्यच होता. नॅन्सी त्याला जेरी म्हणत असे. आता तो प्रशिक्षणासाठी टेक्सासमध्ये गेलेला होता. त्यामुळे मुलांना नॅन्सीच एकटी सांभाळत होती. त्याने टेक्सासहून फोन केला होता. ''टेक्सासमध्ये भयंकर असा उन्हाळा आहे. त्याला तिची फार आठवण येते. आपण कधी घरी येतो, असे त्याला झाले आहे,'' हे त्यानं फोनवरून सांगितलं. कॉलेजमध्ये असतानाच त्यांनी डेटिंग सुरू केले होते. तेव्हापासून आजवर कधीही त्यांना एवढा मोठा विरह सहन करण्याची वेळच आलेली नव्हती.

नॅन्सी आणि जेरी दोघेही लष्कराच्या विशेष विभागात होते. त्याला आर्मी व्हेटर्नरी कॉर्प्स असे म्हणतात. ह्या छोट्या विभागाला लोक 'डॉगी डॉक्टर्स' असे म्हणून हिणवत असत. लष्करातील श्वानपथकातील कुत्रे आणि घोड्यांची देखभाल हा विभाग करतो. तसेच लष्करात असणाऱ्या गाई, मेंढ्या, खेचरे, ससे, माकडे इत्यादी सर्व प्राण्यांवर उपचार करण्याचे त्यांचे काम आहे. लष्कराला पुरवल्या जाणाऱ्या अन्नाची तपासणी करणे, ही देखील ह्याच विभागाची एक जबाबदारी आहे.

फोर्ट डेट्रिकमध्ये बदली झाल्यानंतर लगेचच त्यांनी हे जुने व्हिक्टोरियन घर विकत घेतले होते; कारण तेथून त्यांच्या कामाच्या ठिकाणी जाणे-येणे सोयीचे होते. ते हळूहळू घरामध्ये सुधारणा करीत होते. स्वयंपाकघर फारच छोटे होते. काही ठिकाणी तर पाईक नि वायर बाहेर लोंबळताना सहज दिसत असत. बाहेरच्या खोलीकडे जाणाऱ्या कॉरिडॉरमध्ये एका खिडकीबाहेर फर्न आणि इतर झाडे होती. खिडकीत एक पिंजरा टांगलेला होता. त्यामध्ये ॲमेझॉनमधून आणलेला पोपट होता. ह्या पोपटाचे नाव हेर्की! हा पोपट गाणे म्हणत होता,

''हाय हू हाय हू
आपण घरून कामाला जाऊ!''

''मॉम, मॉम'' एकदम आरडाओरडा ऐकून नॅन्सीला जॅसनच ओरडल्यासारखे वाटले. मग तिच्या लक्षात आले, की, ती पोपटाची हाक होती.

"हूँ..." ती वैतागून पुटपुटली, "नसता वैताग!"

पोपटाला नॅन्सीने बाहेर काढावे, असे वाटत होते; पण ती त्याच्याकडे लक्ष देईना, हे पाहून त्याने 'मॉम.... जेरी... जेम... जॅसन" अशा सगळ्यांनाच हाका मारायचा सपाटा लावला. कोणीच काही करेना, हे पाहून तो "ब्रिज ऑन द रिव्हर क्वॉय" मधले कर्नल बॉगी मार्च हे गाणे म्हणू लागला. नंतर "काय, काय? मॉम... मॉम..." असे ओरडत बसला.

पोपटाला नॅन्सीच्या खांद्यावर बसायचे होते; पण ती त्याला तयार नव्हती; कारण नुकताच तो अंगठ्यावर चावला होता. चांगली खोलवर जखम झाली होती. त्यामुळे नॅन्सी अजून त्याच्यावर रागावलेली होती.

तिने भराभरा प्लेट आणि चमचेकाटे वगैरे वस्तू बाहेर काढून टेबलावर मांडल्या. फोर्ट डिट्रिकमधील काही सहकारी तर तिच्या हातांची चपळता पाहून म्हणत, की तिचे हात फार 'तेज' चालतात. एखादी अवघड, नाजूक गोष्ट करायला असे हात उपयोगी नाहीत किंवा त्यांना तिचे हात Klutzy आहेत, असे वाटे.

आपल्या हालचाली जरा भारदस्त, सावकाश व्हाव्यात, म्हणून तर तिने मार्शलआर्ट शिकायला सुरुवात केली होती. शिवाय, लष्करी सेवेत पुढची करियर करताना तिला मधूनच विमनस्कपणा आल्यासारखा वाटायचे. पाच फूट चार इंच उंची असूनही तिला सहा फुटी जवानांच्या बरोबरीने कवायत करायला आवडे. ती त्यांना सहज लोळवू शके आणि तिला त्याची मजा वाटे. सहा फुटी लोकांच्या डोक्यापर्यंत लाथ उंच जाते, ह्याचा तिला अभिमान वाटे. प्रतिस्पर्ध्याशी लढताना ती हातांपेक्षा पाय जास्त वापरी; कारण तिचे हात नाजूक होते, पण गिरकी घेऊन मारलेल्या लाथेने ती चार तक्ते सहज मोडू शके. ह्या कलेत ती एवढी प्रवीण झाली होती, की, आता उघड्या पायांच्या तडाख्याने ती एखाद्याला सहज ठार करू शकली असती; पण ह्या कल्पनेने तिला फारसा आनंद मात्र होत नसे. तिच्या क्लासमधून अनेकदा ती पायावर जखमा, फुटकं नाक किंवा काळानिळा झालेला डोळा घेऊन घरी आली, की, जेरी फक्त डोकं हलवी.

घरातलं सर्व काम नॅन्सी करीत असे; पण ते करताना तिला फारसा आनंद मात्र होत नसे. कार्पेटवर सांडलेली जेली खरवडून साफ करणे तिला फारसे आनंददायक वाटत नसे आणि अर्थातच असली कामं करायला तिला फारसा वेळही नसे. कधीकधी तिला अचानक स्वच्छतेचे झटके येत असत. त्या वेळी ती तासाभरात धडाधडा घरातली आवराआवरी करायचा प्रयत्न करी. घरात पडलेल्या वस्तूंची ती भराभरा कपाटात फेकाफेक करीत असे. नॅन्सी सगळा स्वयंपाक स्वत:च करीत असे. स्वयंपाकघरात जेरी कुचकामी माणूस होता. ती जेरीशी अनेकदा, एकदम उठून वस्तू विकत घेण्याबद्दल वाद घालत असे. जेरी मोटारसायकल, यॉट अशा

वस्तू बेधडकपणे विकत घेई. फोर्ट रिले, कान्सासमध्ये असताना जेरीने असाच एक यॉट विकत घेतला. नंतर त्याने ती आतमधे सीट लाल कातडी असणारी डिझेलवरची भयाण कॅडिलॅकही आणून टाकली. ती आणि जेरी त्यातून बरोबरच कामावर जात असत; पण त्या गाडीचे हप्ते फिटण्याआधीच ती घाणेरडा काळा धूर सोडू लागली होती; अखेर एक दिवस तिची सहनशक्ती संपुष्टात आली. "तुला पाहिजे तर खुशाल त्या लाल कातडी डब्यात बसून जा. मी त्यात पाऊल ठेवणार नाही." जेरीला तिने निक्षून बजावले.

मग त्यांनी कॅडिलॅक विकून होंडा अकॉर्ड घेतली. ज्या दिवशी त्यानं हे व्हिक्टोरियन घर विकत घेतलं त्या दिवशी अर्थात त्यानं तिला एका चकार शब्दानंही विचारलं नाही. अचानक एक दिवस तिला तो म्हणाला, "नॅन्सी, कल्पना कर बरं, मी काय केलं असेन? मी थुरमॉन्टमध्ये एक घर विकत घेतलंय्."

"तू काय... विकत घेतलंस?"

त्यानंतर दोघांमध्ये छोटीशी चकमक उडाली आणि नेहमीप्रमाणे वाऱ्यावर गेली.

गावातील हे सर्वांत मोठे व्हिक्टोरियन घर होते. हे घर म्हणजे जुन्या विटांचा ढीग असावा असे वाटे. त्याला मोठाल्या खिडक्या होत्या. वर एक घुमट होता आणि छप्पर दगडी होते. रस्त्याच्या कोपऱ्यावर त्याच्या शेजारीच ॲम्ब्युलन्स होती. ॲम्ब्युलन्सचे भोंगे रात्री-बेरात्री झोपेचं खोबरं करीत. घराचा सौदा स्वस्तात झाला होता. हे घर कोणीही न राहत्या अवस्थेत पडून होते नि खिडक्यांच्या काचा पार फुटलेल्या होत्या. तसेच पूर्वीच्या मालकानं तळघरात गळफास लावून घेतल्याची खरीखोटी कथा गावात पसरलेली होती. जॅक्सनी घर घेतल्यावर एक दिवस त्या माणसाची विधवाच भेटायला आली. ती म्हातारी बाई केवळ आपलं जुनं घर पुन्हा पाहायला आली होती. आपले निळे डोळे नॅन्सीवर रोखून ती म्हणाली, "पोरी, तुलाही ह्या घराबद्दल तिरस्कार वाटू लागेल."

पोपटाशिवायही घरात आणखी काही प्राणी होते. बाहेरच्या खोलीत एका तारेच्या पिंजऱ्यात एक अजगर होता. त्याचे नाव सॅम्पसन. कधीमधी तो पिंजऱ्यातून निसटून बाहेर पडे. डायनिंग टेबलामधल्या मध्यावरच्या पोकळ पायांमध्ये शिरून झोपी जाई. तुम्ही जेवायला बसलात, की त्याला जाग आलीच म्हणून समजा. नॅन्सीची स्टडी वरच्या घुमटामध्ये होती. एकदा हा प्राणी पिंजऱ्यातून निसटला नि कित्येक दिवस गायब झाला होता. डायनिंग टेबलाचा मधला पाय ठोकून त्याला बाहेर काढायचा प्रयत्न केला; परंतु तो तर तिथे नव्हताच.

एका रात्री नॅन्सी अभ्यास करीत असताना तो छतावरून खाली सरळ तिच्या तोंडापुढेच लोंबकळू लागला आणि आपल्या पापणी नसलेल्या डोळ्यांनी तिच्याकडे

टकाटका पाहत बसला. ती किंचाळली. घरात त्याशिवाय आयरिश सेटर आणि एअरडेल टेरियर जातीचा कुत्रा होता. जेव्हा जॅक्स पती-पत्नींची बदली होई, तेव्हा ह्या सगळ्या प्राण्यांना पिंजऱ्यात नि खोक्यात घालून न्यावे लागे. ही जॅक्स कुटुंबाची फिरती सर्कसच होती, म्हणा ना.

मतभेद असूनही नॅन्सीचे जेरीवर प्रेम होते. जेरी उंच आणि देखणा होता. त्याचे केस जरासे अकाली पिकले होते. तिला ते केस चंदेरी वाटत. त्याची वाणीही चमकदार चंदेरी आहे, असे नॅन्सी म्हणे. विशेषत: कॅडिलॅकसारख्या वस्तू विकत घेण्याविषयी चर्चेच्या वेळी ही खास ठेवणीतली जीभ तो वापरतो, असे तिला वाटे. जेरीचे डोळे चमकदार करडे होते नि नाक एखाद्या ससाण्यासारखे बाकदार होते. इतर कोणाहीपेक्षा तिच्या मनातल्या भावना जेरीच जास्त चांगल्या समजू शके.

नॅन्सी आणि जेरी जॅक्स ह्यांचे एकमेकांशिवाय बाहेर समाजात काहीही विशेष संबंध नव्हते. दोघेही कान्सासमध्ये शेतीवाडीवर लहानाचे मोठे झाले होते. दोघांची घरे अवघ्या वीस मैलांवर होती; पण तरीही लहानपणी त्यांची एकदाही गाठ पडलेली नव्हती. कान्सास स्टेट युनिव्हर्सिटीत पशुवैद्यकीय महाविद्यालयात त्यांची ओळख झाली. त्यानंतर काही आठवड्यांतच दोघांनी वाङ्‌निश्चय केला. नॅन्सी वीस वर्षांची असताना त्यांचे लग्न झाले. ग्रॅज्युएट होईपर्यंत दोघे कफल्लक झालेले होते नि गळ्यापर्यंत कर्जात बुडालेले होते. स्वत:चा दवाखाना टाकायला त्यांच्याजवळ पैसा नव्हता, म्हणून मग ते लष्करात भरती झाले.

आठवड्याच्या इतर दिवशी स्वयंपाकाला वेळ नसल्याने नॅन्सी शनिवारी बरेचसे काम उरकून घेई. क्रॉकपॉटमध्ये ती बीफ स्ट्यू बनवून ठेवी किंवा अनेक चिकन भाजून ठेवी; मग हे पदार्थ पिशव्यांत भरून गोठवून ठेवी. दररोज रात्री ते बाहेर काढून फक्त ओव्हनमध्ये गरम करीत असे. ती गोठविलेले चिकन पुन्हा नेहमीच्या तापमानाला आणताना ती आज भाजी काय करावी, ह्या विचारात मग्न होती. हिरव्या शेंगांचा टिन फोडावा काय? मुलांना ही भाजी आवडत असे. कान्सासमध्ये विशिता येथे नॅन्सीच्या आजोबाच्या मालकीची एक दुकानांची साखळी होती. तेथे फक्त लिबी कंपनीचेच टिन विकायला ठेवले जात असत. नॅन्सीने हिरव्या शेंगांचा लिबीचा टिन बाहेर काढला.

तिने एक-दोन ड्रॉवरमध्ये शोधाशोध केली; पण टिनओपनर काही मिळेना. तिने सगळ्या वस्तू टाकण्याच्या मोठ्या ड्रॉवरमध्येही पाहिलं. इथे सर्व प्रकारची भांडी, चमचे, सोलाणी असं सर्व काही पडलेलं असे. तो ड्रॉवर ठेचाठेच भरलेला होता.

मरू दे तो टिन ओपनर! तिने एक वाकड्या टोकाची सुरी बाहेर काढली. टिन उघडायला कधीही सुरी न वापरण्याबद्दल तिच्या वडिलांनी दहा-दहा वेळा बजावले होते. अर्थातच नॅन्सी त्याकडे नेहमीच काणाडोळा करीत असे. तिने जोर लावून

सुरीचे टोक झाकणात घुसविले आणि उलट्या पंज्याने सुरीवर फटका मारला. एकदम तिचा हात निसटला नि सुरीच्या धारेवर पडला. सुरी खोलवर घुसलेली तिला जाणवली.

सुरी खाली पडली आणि पाठोपाठ हातातून रक्ताचे थेंब टपटप ओट्यावर पडू लागले, "शी! सन ऑफ अ बीच" तिने शिवी हासडली. तिच्या तळहातावर मध्यभागी चांगलीच चीर पडली होती. आतमध्ये हाडापर्यंत घाव गेला की काय आणि एखादा स्नायू तर तुटला नाही ना? रक्तप्रवाह थांबावा म्हणून तिने तळहातावर जोरदार दाब देऊन हात सिंकमध्ये धरला. नळ चालू करून त्या धारेखाली जखम धरली. सगळे सिंक लालभडक होऊन गेले. तिने बोटं हलवून पाहिली. ती व्यवस्थित हलत होती, म्हणजे स्नायू तुटला नव्हता, हे नक्की. म्हणजे जखम एकूण फारशी गंभीर नव्हती तर. ती हात डोक्यावर धरून बाथरूममध्ये गेली. तेथे तिला बँडएडची पट्टी सापडली. रक्तप्रवाह थांबण्याची तिने वाट पाहिली. जखमेच्या दोन्ही बाजूची त्वचा ताणून तिथे पट्टी बसविली. तिला रक्त पाहायला अजिबात आवडत नसे; कारण त्यामध्ये काय काय असू शकतं, ह्याची तिला कल्पना होती.

तिने हात कापल्यामुळे मुलांना आंघोळ घालण्याचा बेत रद्द केला आणि त्याऐवजी नेहमीप्रमाणे त्यांचे अंग पुसून मात्र काढले. त्या रात्री जेम तिच्याचजवळ झोपली. सध्या जेरी घरी नसल्याने त्याला काहीच हरकत नव्हती. मुलांजवळ झोपल्याने तिला जरा बरे वाटले. जेमला विशेष करून आईजवळ झोपण्याने एक प्रकारची सुरक्षितता वाटे. जेरी घरी नसला, की, जेमला नेहमीच आईजवळ असावे, असे वाटत असे.

◆

एबोला प्रकल्प

२६ सप्टेंबर १९८३

दुसऱ्या दिवशी नॅन्सी जॅक्सला पहाटे चार वाजता जाग आली. ती अंथरुणातून आवाज न करता हळूच बाहेर पडली. जेमची झोप मोडू नये, हा उद्देश त्यामागे होता. तिने आंघोळ करून युनिफॉर्म चढविला. सैनिकी हिरव्या रंगाचे स्लॅक्स, हिरवा शर्ट हा तिचा पोशाख होता. स्लॅक्सवर पायापाशी काळे पट्टे होते. सूर्योदयापूर्वी वाजणाऱ्या थंडीपासून बचाव व्हावा, म्हणून तिने सैन्याचा हिरवा स्वेटर चढविला. स्वेटरवर मेजरचा हुद्दा दर्शविणाऱ्या खांद्यावरच्या पट्टया होत्या. त्यावर सोनेरी ओकची पानं होती. स्वत:ला थोडी तरतरी यावी, म्हणून तिने थोडा डायटकोक घेतला. नंतर ती वरच्या मजल्यावरील घुमटासारख्या तिच्या स्टडीरूममध्ये गेली.

ती आज कदाचित जैविक अंतराळ पोशाख घालणार होती. ती सुद्धा जनावराच्या रोगविज्ञानाचे प्रशिक्षण घेत होती. जैविक सुरक्षा पातळी-४ चे घातक जंतू हा तिच्या विशेष प्रावीण्याचा भाग होता. त्यांचे परिणाम ती अभ्यासत होती. अर्थातच त्या पातळीच्या जंतूंवरील प्रयोगासाठी जैविक अंतराळ पोशाख वापरणे भागच होते. तसेच, ती रोगविज्ञान संस्थेच्या परीक्षेचीही तयारी करीत होती. पुढच्या आठवड्यात ती परीक्षा होती. त्या दिवशी सफरचंदाच्या बागांवरून सूर्य उगवत असताना तिने आपली पुस्तके काढून वाचायला सुरुवात केली. झाडांवर पक्षी किलबिलाट करू लागले होते. खिडकीखाली रस्त्यावर ट्रकची वर्दळ सुरू झाली होती. तिचा उजवा तळहात अजूनही ठुसठुसत होता.

सात वाजता ती परत बेडरूममध्ये आली आणि तिने जेमला उठवलं. जेम पोटाशी पाय घेऊन झोपली होती. नंतर ती जॅसनला उठवायला गेली. त्याला उठविणे हे महाकर्मकठीण असे. त्याला अनेकदा चांगला हलवावा लागे. त्यानंतर मिसेस ट्रापने आली. ही उतारवयाची बाई मुलांची देखभाल करीत असे. तिने जेम आणि जॅसनला आवरून तयार केले व त्यांना नाश्ताही दिला. दरम्यान नॅन्सीने परत

आपल्या स्टडीत जाऊन पुस्तकांमध्ये डोकं खुपसलं होतं. जॅसनला शाळेच्या बसपर्यंत सोडण्याचं काम मिसेस ट्रापने करणार होती. नॅन्सी कामावरून घरी परतेपर्यंत ती जेमला घरातच सांभाळत असे.

साडेसातला नॅन्सीने पुस्तकं मिटवली. खाली येऊन मुलांचे पापे घेऊन त्यांना टाटा करून ती परत आपल्या विचारात गुंग झाली. आज वाटेत थांबून बँकेतून पैसे काढणे आवश्यक होते. मिसेस ट्रापनेला पैसे द्यायचे होते. ती तिच्या होंडा गाडीत बसून कामावर निघाली. दक्षिणेकडे कॅटोक्टिन डोंगराखाली उतरणारा गॅटिसबर्ग रस्ता हा तिचा नेहमीचा रस्ता होता. फ्रेडरिक शहरात फोर्ट डेट्रिकपाशी आल्यावर रहदारी वाढली आणि वेगही कमी करावा लागला. ती हायवेवरून आत वळून तिच्या ऑफिसच्या मुख्य दारापाशी आली. दारावरच्या गार्डने तिला सलाम केला. तिने उजवीकडे वळून परेड मैदानाला मागे टाकले आणि मग गाडी एका मोठ्या बिल्डिंगजवळ पार्क केली. ह्या अवाढव्य कॉंक्रिटच्या बिल्डिंगला एकही खिडकी नव्हती. ह्या बिल्डिंगची व्याप्ती जवळजवळ दहा एकरावर होती. छतावर बसविलेली उंच धुराडी साफ केलेल्या कचऱ्याची विल्हेवाट लावत होती. इमारतीमधील हवाबंद खोल्यांमधील हवा जाळून टाकून बाहेर सोडली जात होती. ही इमारत अमेरिकन लष्कराची, संसर्गजन्य रोगावर संशोधन करणारी संस्था होती. तिला USAMRIID ह्या आद्याक्षरांनी ओळखले जाते.

सैनिक USAMRIID ला इन्स्टिट्यूट म्हणत असत. जेव्हा केव्हा ते USAMRIIDचा उच्चार करीत, तेव्हा तो 'यू सॅम रिड' असा गमतीदार करीत आणि शब्द हवेत रेंगाळल्यासारखा वाटे. वैद्यकीय सुरक्षा हे USAMRIIDचे कार्यक्षेत्र होते. निसर्गातील संसर्गजन्य सूक्ष्म जंतूंपासून आणि मुद्दाम बनविलेल्या जैविक शस्त्रांपासून सैनिकांचा बचाव करणे, हा तेथील संशोधनाचा मुख्य विषय! जैविक अडथळा, लस आणि औषधोपचार ह्यावर संशोधन चाले. इन्स्टिट्यूटमध्ये नेहमीच एकाच वेळी अनेक संशोधन प्रकल्पांवर काम चालत असे.

उदाहरणार्थ, बोटुलिझम आणि अँथ्रॅक्ससारख्या जीवाणूंमुळे होणाऱ्या रोगावर लस बनविणे, अमेरिकन सैनिकांवर नैसर्गिक अथवा शस्त्रस्वरूपात हल्ला करू शकणाऱ्या विषाणूंच्या परिणामांचा अभ्यास करणे हे प्रकल्प चालू होते. ही संस्था स्थापन झाली, त्या वेळी तेथे आक्रमणासाठी उपयुक्त जैविक शस्त्रांवरही काम चालू होते. बॉंबमध्ये भरून शत्रूचा संहार करण्यासाठी, प्राणघातक जीवाणू आणि विषाणूंच्या नव्या जाती शोधून काढणे, हा कार्यक्रम चालू होता; परंतु १९६९ मध्ये तत्कालीन राष्ट्राध्यक्ष रिचर्ड निक्सन ह्यांनी एक वटहुकूम काढला. त्या वटहुकुमाद्वारा अमेरिकेत आक्रमक जैविक युद्धासाठी संशोधन बेकायदा ठरविण्यात आले. त्यामुळे ह्यानंतर इन्स्टिट्यूटमध्ये लसींवर संशोधनाला प्रारंभ झाला. तसेच, प्राणघातक सूक्ष्म जंतूंच्या

वाढीस प्रतिबंध करण्यासाठी पद्धती शोधण्यावर मूलभूत संशोधन केले जाऊ लागले. एखाद्या विषाणूने मानवी समाजात शिरून विनाशाचा धडाका उडविण्याआधी त्याला अटकाव करण्याचे नेमके तंत्र USARMIIDने विकसित केले होते.

नॅन्सीने मागच्या दारातून शिरून तिचा सुरक्षा बिल्ला तेथील गार्डला दाखविला. त्याने मान हलविली आणि तिच्याकडे पाहून स्मित केले. तेथून ती मुख्य भागात आली. वाटेमध्ये अनेक बोळकंडी, पॅसेज नि कॉरिडॉरचे जाळेच पार करावे लागत असे. सगळीकडे सैनिक होते. सैनिकांच्या अंगावर गणवेष होता, तर नागरी सेवेतील शास्त्रज्ञ नि तंत्रज्ञांच्या छातीवर ओळखपत्र अडकविलेले होते. सर्व लोक अतिशय कामात असत. कोणी मधे उभा राहून एखाद्याशी गप्पा मारतोय् , हे दृश्य सहसा दिसत नसे.

एबोला माकडांचं पुढे काय झालं, ते नॅन्सीला पाहायचं होतं. ती जैविक सुरक्षा शून्य पातळीतून पुढे पातळी-४ कडे गेली. ह्या पातळीवर जैविक अडथळा करण्याच्या कक्षाचा क्रमांक AA-5 होता. त्यालाच एबोला कक्ष असे नाव होते. पातळी-२ ते पातळी-४ पर्यंत सर्व ठिकाणी जैविक अडथळा कक्षामध्ये नेहमी हवेचा दाब बाहेरपेक्षा कमी ठेवलेला होता. त्यामुळे चुकून काही अपघात घडला, तर बाहेरच्या हवेत आतली हवा न जाता बाहेरून हवा आत यावी, अशी काळजी घेतलेली होती.

एबोला विषाणूच्या अभ्यासासाठी म्हणून AA-5 ही खोली कमी दाबाखाली मुद्दाम ठेवण्यात आलेली होती. यूजिन जॉन्सन ह्या नागरी सेवेतील शास्त्रज्ञाने ही खास प्रयोगशाळा उभारली होती. जॉन्सन हा एबोला आणि तत्सम मारबर्ग विषाणूंचा तज्ज्ञ होता. त्याने अनेक माकडांमध्ये मुद्दाम एबोला विषाणू टोचले होते. तसेच, त्यांना निरनिराळी औषधे देऊन तो, विषाणूची वाढ खुंटते किंवा काय, ह्याचा अभ्यास करीत होता. गेल्या काही दिवसांत माकडे मरायला सुरुवात झाली होती. नॅन्सीने जॉन्सनच्या एबोला प्रयोगांमध्ये एक रोगविकृती तज्ज्ञ म्हणून काम सुरू केले होते. माकडांमधील मृत्यूचे नेमके कारण शोधणे, ही तिची जबाबदारी होती.

ती भिंतीमधल्या एका कोनाड्यापाशी आली. अॅक्वेरियमच्या काचेप्रमाणे ह्या कोनाड्याची काच जाड होती. एबोला कक्षातील सर्व काही इथून सरळ दिसत असे. त्या खिडकीतून जैविक सुरक्षा पातळी-४ मध्ये सरळ नजर टाकता येई; पण येथून आतली माकडे मात्र दिसत नसत. रोज सकाळी एक नागरी सेवेतला पशुपालक, जैविक अंतराळ पोशाख घालून आत जाई. माकडांना खायला देई. त्यांच्या पिंजऱ्यांची साफसफाई करीत असे आणि माकडांची परिस्थितीही पाहत असे. आज नॅन्सीला काचेवर आतून चिकटविलेली चिठ्ठी दिसली. त्यावर पशुपालकाने संदेश ठेवला होता. रात्री दोन माकडे 'उताराला लागली' असे लिहिले होते. म्हणजेच रक्तस्रावाने

ती मेलेली होती.

ती चिठ्ठी पाहिल्यानंतर त्या दिवशी काय काम करायचे आहे, हे तिच्या लक्षात आले. जैविक अंतराळ पोषाख घालून तिला त्या माकडांचे विच्छेदन करावे लागणार होते. एबोला विषाणू हा आतील अवयव नष्ट करीत असल्याने मेल्यावर शरीर फार झपाट्याने कुजून जात असे. शरीर लिबलिबित होई. अगदी ते गोठविण्यासाठी फ्रीजमध्ये टाकले, तरी त्याची अवस्था जेलीप्रमाणे होत असे. म्हणूनच माकडांचे विच्छेदन लवकरात लवकर करणे जरुरी असे. शरीर द्रवरूपात विरघळून जायला सुरुवात होण्यापूर्वीच हे काम उरकावे लागे; कारण थेंबाप्रमाणे पसरणारा मांसाचा तो गोळा हाताळणार तरी कसा?

नॅन्सीने प्रथम ह्या रोगविज्ञान कामात सहभागी व्हायला अर्ज केला, तेव्हा त्यांच्या प्रमुखाने- कर्नलने तिला ते काम देण्यास नकार दिला. ती स्त्री आहे म्हणून असा निर्णय झाला, असे नॅन्सीला वाटले; पण कर्नल तिला म्हणाले, ''हे काम विवाहित स्त्रियांसाठी नाही. त्यात एक तर तू कामाकडे दुर्लक्ष करशील किंवा घराकडे तरी तुझे लक्ष कमी होईल.'' एक दिवस ती आपली सर्व माहिती असलेले कागद घेऊन त्याच्या ऑफिसात गेली. त्याला परावृत्त करण्याचा तिचा विचार होता. कर्नल म्हणाले, ''मला जो कोणी घ्यावासा वाटेल, त्याला मी घेऊ शकतो.'' त्याचा अर्थ असा होता, की, ती कामात हुशार नव्हती म्हणूनच ते टाळाटाळ करीत होते. कर्नलनी तिथल्या सेक्रेटरीएट नावाच्या घोड्याचा उल्लेख केला. ''मला वाटलं, तर मी माझ्या ग्रूपमध्ये सेक्रेटरीएटलाही सामील करू शकतो.''

''सर, मी मात्र घोडी नाही.'' ती चिडून म्हणाली आणि आणलेले कागद त्याच्या टेबलावर आपटून ती बाहेर पडली. अखेर त्यांनी पुनर्विचार केला आणि तिला त्यांच्या ग्रूपमध्ये सामील करून घेतले.

निरनिराळ्या जैविक घटकांवर काम करण्याची सुरुवात जैविक सुरक्षा पातळी-२ वरून सुरू होई. नंतर तुम्हाला पातळी-३ वर काम करू दिले जाई; पण कामाचा खूप अनुभव असल्याशिवाय कोणालाही जैविक सुरक्षा पातळी-४ वर काम करू दिले जात नसे. खालच्या सुरक्षा पातळीवर कामासाठीही कित्येक प्रकारच्या लसी टोचून घ्याव्या लागत. नॅन्सीला पीतज्वर, क्यू फीव्हर, रिफ्ट व्हॅली फिव्हर, अँथ्रॅक्स, बोटुलिझम, टुलरेमिया आणि UEE, EEE व WEE ह्या प्रकारच्या घोड्यांच्या विषाणूंवर प्रतिबंधक लसी घ्याव्या लागल्या. तसेच, ती पशुवैद्य असल्याने अर्थातच रेबीजसाठीही लसींचे डोस घ्यावे लागले. ह्या सगळ्या लसींमुळे ती आजारी पडली. म्हणून मग तिचे पहिले काम काढून घेतले गेले व तिला जैविक पोशाख घालून पातळी-४ मध्ये काम देण्यात आले; कारण या ठिकाणी कोणत्याही लसी घ्याव्या लागत नसत. सुरक्षा पातळी-४ चे विषाणू प्राणघातक असत आणि

त्यांच्यावर कोणतेही औषध वा लस उपलब्धच नव्हती.

एबोला विषाणूचे नामकरण एबोला नदीवरून करण्यात आले आहे. झायरे किंवा कांगो नदीची उपनदी असणाऱ्या मोंगाला नदीचा मुख्य प्रवाह एबोला नदीपासून उगम पावतो. घनदाट विषुववृत्तीय जंगले आणि तुरळक खेडेगावांजवळून जात ही नदी अखेर मोंगाला नदीला जाऊन मिळे. एबोला झायरे ह्या त्या गटातील सर्वात धोकादायक विषाणूचा पहिला उद्रेक सप्टेंबर १९७६ मध्ये झाला. एबोला नदीच्या काठावरील एकूण ५५ खेडेगावांत एकदम ह्या विषाणूने डोके वर काढले. हा विषाणू एकदम जणू अज्ञात ठिकाणाहून येऊन संसर्गग्रस्त दहापैकी नऊ लोकांचा बळी घेऊ लागला. फिलोव्हायरसपैकी एबोला सर्वात तप्त म्हणजे धोकादायक आहे. त्यामुळे इन्स्टिटट्यूटमध्ये ह्या विषाणूबद्दल सर्वात जास्त भीती वाटते. 'एबोलावर काम करणारे लोक निव्वळ विक्षिप्त असतात.' असे USAMRIID मध्ये सर्वांचे मत होते; कारण एबोलाशी खेळ करणे म्हणजे मृत्यूची निश्चितीच असे. त्यापेक्षा अँथ्रक्ससारख्या कमी धोकादायक गोष्टींवर काम करणे चांगले!

जैविक धोका विषयातील तज्ज्ञ असणारा युजीन जॉन्सन, एबोला विभागातील संशोधनाचा प्रमुख होता. जरासा धसमुसळा अशी त्याची ख्याती होती. तप्त घटकांना हाताळणाऱ्या जगातील काही मोजक्या लोकांमध्ये तो एक कथाविषयच होता. एबोलाचा सतत शोध घेणाऱ्यांमध्ये तो आघाडीवर होता. जॉन हॉपकिन्स विद्यापीठातून त्याने पीएच्.डी. विषाणू विज्ञानातच घेतली होती. युजीन, त्याला 'जीन जॉन्सन' असे म्हणत, तो तसा फार धिप्पाड नव्हता; पण त्याची एकूण शरीरयष्टी मजबूत होती. केस मोकळे, अस्ताव्यस्त आणि लालसर झुडुपासारखी दाढी, पट्ट्यावरून बाहेर उसळणारे पोट आणि खोल नजर! जर जीन जॉन्सननी [illegible] लेदर जाकीट घातले असते, तर तो सहज रस्त्यावरचा भटका, भणंग वाटला असता.हा माणूस अमेरिकन लष्करात आहे, ह्यावर कोणाचाही सांगून विश्वास बसला नसता; पण तो सर्वोत्तम फील्ड विषाणूतज्ज्ञ होता. फील्ड विषाणूतज्ज्ञ, ज्ञात-अज्ञात अशा विषाणूंच्या मागावर जंगलं, मैदानं तुडवतात आणि प्रत्यक्ष साथीमध्येही काम करतात. तो फारच उत्तम आणि विश्वास बसणार नाही, एवढे जबरदस्त काम करे; पण त्यातले फारसे प्रसिद्ध करण्यात त्याला रस नाही, असा त्याच्या काही सहकाऱ्यांचा आक्षेप होता. कदाचित म्हणूनच त्याच्याविषयी कपोलकल्पित कथा पसरत असाव्यात. अनेकदा चर्चेमध्ये असे ऐकू येई : जीन जॉन्सननी हे केलं. जीन जॉन्सननी ते केलं, इत्यादी. अर्थातच तुमचे ह्याकडे लक्ष वेधले जाई.

जॉन्सन तसा जरासा बुजरा माणूस आहे. त्याला नेहमीच इतर माणसे आणि विषाणूंबद्दल संशयाची भावना वाटत असे. विषाणूंना त्याच्यापेक्षा जास्त घाबरणारा माणूस मी आजवर पाहिलेला नाही. ही भीती विषाणूंच्या कार्याची पूर्ण माहिती

असल्यानेच होती. ही भीती सार्थ होती; कारण मोजे चढविलेल्या हातात त्याने काही भीषण प्राणघातक तप्त विषाणू हाताळले होते. माणसाची ते काय हालत करू शकतात, हे त्याला माहिती होते. मारबर्ग आणि एबोला विषाणू कुठे दडून बसले आहेत, ते पाहण्यासाठी त्याने मध्य आफ्रिकेत प्रवासात वर्षानुवर्षे घालविली होती. ह्या जीवांचा शोध घ्यायला त्याने सगळा आफ्रिका खंड जवळजवळ पिंजून काढला होता; पण एवढ्या प्रयत्नानंतरही निसर्गात हे विषाणू कुठे लपून बसले आहेत, ते अद्याप कळलेले नव्हते. निसर्गात ते प्रत्यक्षात कुठे राहतात आणि नेमके कुठून येतात, हे अज्ञातच राहिले होते.

शोध पेता पेता जॉन्सन मध्य आफ्रिकेतील सप्हाना प्रदेशात पोहोचला होता. एबोला विषाणूच्या उगमस्थानाचा शोध लावणे, ही त्याची सर्वात मोठी महत्त्वाकांक्षा होती. तसेच, एबोलाविरुद्ध उपचार पद्धत शोधणे ही त्याच्या संशोधनाची दिशा होती.

इन्स्टिट्यूटमध्ये कोणालाही त्याच्या प्रकल्पात सामील व्हायची इच्छा नव्हती; कारण तुम्ही कल्पना करायलाही घाबराल, अशा गोष्टी एबोला विषाणू माणसांच्यात घडवून आणत असे. एखाद्या थंड फुरश्याप्रमाणे असणारा हा मारेकरी कधी घात करेल, ते सांगता येत नव्हते. अगदी अनुभवी आणि तज्ज्ञांनाही त्या विषाणूला हाताळणे, ही अवघड गोष्ट वाटत होती. जैविक अंतराळ पोशाख वापरून काम करण्यात तरबेज असणाऱ्यांना हे काम अवघड वाटत असे. बऱ्याच लोकांना एबोलावर संशोधन करायचे नव्हते; कारण विषाणूनेच त्यांच्यावर संशोधन करू नये, अशी त्यांची इच्छा होती. हा विषाणू निसर्गात कोणत्या प्रजातीत राहतो, ते कोणालाच माहिती नव्हते- माशी, वटवाघूळ, गोचिड, कोळी की बेडूक अथवा साप-सुरळीसारखा प्राणी? कदाचित तो चित्ते किंवा हत्तींमध्येही वास्तव्य करीत असेल. तसेच, हा विषाणू कोणत्या मार्गाने पसरतो, ते माहिती नव्हते. एका यजमानातून दुसऱ्यात तो कशा प्रकारे उड्या मारतो, ते अज्ञात होते. फक्त तो माणसांची काय अवस्था करतो, ते मात्र नक्की माहिती होते.

एबोला विषाणूवर काम करायला सुरुवात केल्यावर जीनला अनेकदा भयंकर स्वप्ने पडू लागली. एखाद्या वेळी तो अंथरुणात घामाने डबडबलेल्या अवस्थेत जागा होई. मानवी समाजात एबोला मोकाट सुटला आहे, असे स्वप्न पडलेले असे. त्याची स्वप्ने नेहमी साधारणत: सारखीच असायची- एबोला असलेला कसलातरी द्रव घेऊन तो अंतराळ पोषाखात काम करतोय. अचानक तो द्रव त्याच्या हातमोज्यांवर पसरतो. एकदम त्याच्या लक्षात येते, की, त्या मोज्यांवर अनेक छोटीछोटी छिद्रे आहेत. आता तो द्रव त्याच्या हातावर प्रत्यक्ष आलेला आहे आणि पोशाखात सगळीकडे जातोय. तो एकदम दचकून जागा होतो, ''ओ गॉड! विषाणूशी संबंध आलाच अखेर!'' मग त्याला तो घरातच झोपलेला असल्याचे लक्षात येई.

एबोला विषाणूने अजून माणसांमध्ये धडक मारण्याचा मोठा प्रयत्न केलेला नाही; पण तो तसे करण्याच्या तयारीत मात्र असावा. आफ्रिकेत काही ठिकाणी मधूनमधून तो छोटे हल्ले घडवितो. त्यातील एका प्रसंगी विषाणूची साथ येण्याची भीती कायमच होती. संसर्ग झाल्यानंतर नव्वद टक्के लोकांचा बळी घेणाऱ्या ह्या विषाणूवर उपचारच उपलब्ध नाहीत. हे लक्षात आल्यावर अशा साथीचा काय परिणाम होईल, ते निराळे सांगायला नकोच. त्याचे परिणाम जागतिक असणे शक्य होते. तो एकदम उद्रेक पावून त्यातून मानवजातीचा विनाश घडवू शकेल. ''पूर्वी एबोलानं काय केलं आहे, ह्याची आपल्याला कल्पना नाही. तो पुढे भविष्यात काय करेल, हे देखील माहिती नाही.'' तो लोकांना सांगे. एबोलाबद्दल कसलाही भरवसा देता येत नाही. जर एबोलाची हवेतून पसरणारी जात उद्भवली, तर हा विषाणू सहा आठवड्यांत जगात पसरेल. फ्ल्यूप्रमाणे तो ३० ते ९०% लोकांना खलास करेल किंवा तो आत्ताप्रमाणेच ठराविक प्रमाणात बळी घेत कुंपणाबाहेर थंडपणे वाट पाहत बसू शकतो.

एबोला विषाणू तसा साधा आहे. एखाद्या वणव्यासारखा साधा! तो माणसांचा अतिशय सफाईने खातमा करतो. परिणामांची मालिका अर्थातच फार मोठी आहे. एबोलाचा कांजिण्या, गालगुंड व रेबीज विषाणूंशी लांबचा संबंध आहे. तसेच, लहान मुलांना सर्दी आणणारा पॅराइन्फ्ल्यूएंझा विषाणूही त्याचा दूरचा नातेवाईक आहे. एड्स झालेल्या माणसात प्राणघातक न्यूमोनियाने बळी घेणाऱ्या सिनिक्टीकल विषाणूशी एबोलाचा थोडाफार संबंध आहे. आफ्रिकेच्या जंगलात अनेक यजमान जातींमध्ये उत्क्रांती होत असताना त्याने ह्या सर्वांचे वाईट गुण उचललेले दिसतात. कांजिण्यांप्रमाणे तो अंगावर पुरळ आणतो. त्याचे काही परिणाम रेबीजसारखे दिसतात- बेभानपणा आणि डोके फिरणे. त्याची इतर काही लक्षणे तर जोरदार सर्दीसारखी वाटतात.

एबोला विषाणूच्या कणामध्ये फक्त सात प्रथिन रेणू असतात. प्रथिनाचे फक्त सात मोठे रेणू! त्यांपैकी तीन रेणूंच्या रचनेची फारच त्रोटक माहिती झाली आहे, तर उरलेली चार प्रथिने सर्वस्वी अज्ञात आहेत. ह्या प्रथिनांची रचना आणि कार्य हे पूर्णत: कोडे स्वरूपात आहेत. कार्य कसेही चालत असो, एबोलाची प्रथिने शरीरातील प्रतिरक्षण यंत्रणेवरच विशेष हल्ला चढवितात. हा पैलू एड्स विषाणूसारखाच आहे; कारण एच.आय.व्ही. विषाणूदेखील प्रतिरक्षण क्षमतेवर आघात करतो; परंतु एबोलाचा हल्ला मात्र जोरदार असतो. एबोलाने शरीरात बस्तान बसविले, की, प्रतिरक्षण यंत्रणा झपाट्याने नाश पावत जाते आणि आता ती विषाणूंना प्रतिकार करू शकत नाही. एखादे शहर लुटारूंना मोकळे सापडावे, तशी शरीराची अवस्था होते. दरवाजे उघडलेले आहेत आणि शत्रू घोळक्याने येऊन सार्वजनिक बागा, चौक सर्व काही

गोष्टींना भस्मसात करीत आहेत. जेव्हा एबोला रक्तवाहिन्यांमध्ये प्रवेश करतो, तेव्हा तर लढाई संपल्यातच जमा होते. तुम्ही एबोलाचाच काय, पण अगदी साध्या सर्दीच्या विषाणूंपुढे हतबल होता. एड्सच्या विषाणूला जे करायला दहा वर्षे लागतात, तेच काम एबोला फक्त दहा दिवसांत उरकतो.

एका व्यक्तीकडून दुसऱ्याकडे एबोला कसा जातो, हे मात्र नीटसे समजलेले नाही. संशोधकांना असे वाटत होते, की, जर संसर्गग्रस्त रक्ताशी प्रत्यक्ष संबंध आला, तरच हा विषाणू संक्रमित होतो किंवा शरीराच्या इतर कोणत्याही द्रवाशी प्रत्यक्ष संपर्क यायला हवा. प्रसाराचा हा मार्ग एड्स सारखाच आहे; पण एबोला प्रसारासाठी इतरही मार्ग वापरतो. आफ्रिकेत अनेक वेळा असं दिसलं, की, ज्यांचा एबोलाने गेलेल्यांच्या शरीराशी संपर्क आला होता, त्यांनाही एबोलाने गाठले. कदाचित मृताकडून त्याच्या शरीरातून बाहेर येणाऱ्या द्रवांमधून वा साकळलेल्या रक्तामधून एबोलाचा एक मार्ग जात असावा. १९७६ मध्ये झायरेमध्ये एबोलाने धुमाकूळ घातला होता, तेव्हा मृताचे नातेवाईक शोक करताना मृताला स्पर्श करीत किंवा त्याचे चुंबन घेत. तसेच, दफनासाठी म्हणून तयार करताना मृताचा इतरांशी संपर्क येई. त्यानंतर तीन ते चौदा दिवसांत ते देखील एबोलाचे कूळ ठरत असत.

जीन जॉन्सन एबोलावर करीत असलेले प्रयोग साधे होते. तो काही माकडांना मुद्दाम एबोलाने संसर्गग्रस्त करी आणि मग तो त्यांना औषधे देऊन ती बरे होण्याची आशा करीत असे. ह्या प्रकारे एबोलाशी मुकाबला करू शकेल किंवा तो बरा करेल, अशा औषधाचा शोध लागेल, ही अपेक्षा होती.

जीवशास्त्रीय दृष्टिकोनातून माकडे आणि माणसांच्यात खूप साम्य आहे. म्हणूनच वैद्यकीय प्रयोगांसाठी त्यांचा वापर केला जातो. माणूस आणि माकडे दोन्ही प्रायमेट वर्गात मोडतात. जसा एखादा भक्षक मांस खातो, तसा एबोला विषाणू प्रायमेटच्या (Primate) पेशींवर जगतो; परंतु त्या वेळी एबोलाला माणूस वा माकड ह्यांच्यात फरक करता येत नाही. म्हणूनच एबोला विषाणू माकडांमधून माणसात अथवा माणसांमधून माकडांच्यात केव्हाही उड्या मारू शकतो.

नॅन्सीने एबोला प्रकल्पात काम करण्याची तयारी दाखविली. ती रोगविकृती वैज्ञानिक म्हणून स्वत:ची क्षमता सिद्ध करू पाहत होती; कारण इन्स्टिट्यूटमधील कित्येक लोकांना ती अंतराळ पोशाखात काम करू शकत नाही, अशी शंका येत असे. ती स्त्री असल्याने घाबरून जाईल. लोक तिची बोटं पाहून ती फार बधिर आहेत, असे म्हणत. एक वेळ हे म्हणणे वाईट असूनही चालू शकले असते; पण लोक पुढे म्हणत, की, तिची बोटं फार वेगात हलतात. हे धोकादायक ठरू शकेल. तिचे हात थरथर कापतात, असेही काहीजणांचे मत होते. थरथरणारे हात... छे, छे... एबोलाच्या बाबतीत तसे हात चालणारच नाहीत. ती स्वत:ला कुठेतरी कापून

घेईल, सुई टोचेल किंवा ती चुकून इतरांना टोचेल, अशी भीती हे लोक घालत. तिची बोटं हा जणू महत्त्वाचा सुरक्षा मुद्दाच होऊन बसला होता,.

रोगविकृतीविज्ञान विभागाचा प्रमुख लेफ्टनंट कर्नल ॲन्थनी जॉन्सन ह्या नावाचा एक सौम्य प्रकृतीचा माणूस होता. एबोला प्रकल्पवाल्या युजीन जॉन्सनशी त्याचे काहीही नाते मात्र नव्हते. त्या वेळी १९८३ मध्ये तो नॅन्सीवर पर्यवेक्षक म्हणून काम पाहत असे. आता नॅन्सीला जैविक सुरक्षा पातळी-४ मध्ये काम करू द्यायचे की नाही, हा निर्णय त्याला घेणे भाग होते. त्याने सगळीकडे विचारायला सुरुवात केली: नॅन्सी जॅक्सच्या गुणावगुणांबद्दल कोणाला जास्त माहिती आहे? नॅन्सीचा नवरा जेरी जॅक्स लेफ्टनंट कर्नलच्या ऑफिसात गेला. आपल्या बायकोने तसे काम करू नये, असे त्याला वाटत होते. त्याने ते मत कर्नलच्या कानावरही घातले. "ह्या विषयावर आमची घरगुती चर्चाही झाली आहे." घरगुती चर्चा ह्याचा अर्थ असा, की, जेरीने तिला तसले काम करायला स्पष्टपणे नाही म्हटले होते; परंतु जेरीला स्वत:ला अंतराळ पोशाख वापरण्याबद्दल काडीइतकीही माहिती नव्हती. त्याने कधीही तसला पोषाख घातलेला नव्हता आणि आपल्या बायकोनेही तो घालू नये, असे त्याला वाटत होते. तिला एबोला विषाणू हाताळायला लागेल, हीच भीती त्याला मुख्यत: जाचत होती. आपल्या प्रिय पत्नीने, आपल्या मुलांच्या आईने तो घातकी सजीव हातात कदापिही धरू नये, असे त्याचे मत होते.

लेफ्टनंट कर्नल टोनी जॉन्सनने जेरीचे सगळे म्हणणे ऐकून घेतले. तसेच, इतरांचेही ऐकून घेतले. मग त्याने खुद्द नॅन्सीशी बोलण्याचे ठरविले. त्याने तिला बोलावणे पाठविले. ती जराशी अस्वस्थ असल्याचे त्याला जाणवले. ती बोलत असताना त्याने तिच्या हातांचे नीट निरीक्षण केले. त्याला काहीही वावगे जाणवले नाही. तिच्या हातांबद्दल पसरलेल्या वावड्या निराधार असल्याचे त्याचे मत पडले.

"मला कोणतीही विशेष सवलत मात्र नको आहे." ती कर्नलला म्हणाली.

"मी तुला एबोला प्रकल्पामध्ये घेत आहे." कर्नलनी सांगितले.

तो म्हणाला, की, पहिल्या काही वेळा नॅन्सीबरोबर तो स्वत: अंतराळ पोशाख घालून काम करेल. तेव्हा तो काम कसे करायचे, ह्याच्या सूचना देईल व त्याचबरोबर तिचे हात कसे चालतात, हे देखील नीट पाहील. तो एखाद्या ससाण्यासारखा बारीक नजरेने निरीक्षण करणार होता; पण हॉट झोनमध्ये काम करायची तिची तयारी झालेली आहे, हे मात्र त्याच्या ध्यानात आले.

तो बोलत असताना नॅन्सीचा बांध फुटला. ती रडू लागली- चक्क काही अश्रूही आले. नंतर कर्नलला तो प्रसंग आठवला. ते आनंदाश्रू होते; कारण त्या क्षणी एबोलावर काम करायला मिळाले, तर त्यापुढे तिला जगातल्या कोणत्याही गोष्टीची मातब्बरी नव्हती.

सोमवार : दुपारी १ वाजता

सकाळच्या वेळात नॅन्सी ऑफिसात बसून कागदपत्रे पाहत होती. जेवण झाल्यावर तिने गळ्यातली सोन्याची चेन काढली. हातातली वाङ्निश्चयाची हिऱ्याची अंगठी आणि लग्नातली अंगठी काढून दोन्ही चेनला अडकविल्या. त्या वस्तू तिनं आपल्या ड्रॉवरमध्ये कुलुपात टाकल्या. मग ती टोनी जॉन्सनच्या ऑफिसात आली. दोघेही कॉरिडॉरमधून खाली असणाऱ्या एबोला कक्षाकडे गेले. कक्षामध्ये प्रवेश करण्यापूर्वी फक्त एकच लॉकररूम होती. तिने पुढे व्हावे, असे जॉन्सनने सुचविले.

त्या छोट्याशा खोलीत अनेक कपाटे आणि लॉकरचे कप्पे होते. सिंकतर एक आरसाही होता. तिने सर्व कपडे काढले. अंडरवेअरसकट सर्व वस्तू तिने लॉकरमध्ये ठेवल्या. हाताला लावलेली बॅण्डएडची पट्टी मात्र तशीच राहू दिली. नंतर तिने कपाटातून जंतुरहित केलेला पोशाख काढला. हिरवी पँट आणि हिरवा शर्ट. ऑपरेशन करताना सर्जन अशा प्रकारचे पोशाख वापरतात. तिने पँट चढवून नाडी बांधली आणि शर्ट घातला. आतमध्ये कोणतेही कपडे वापरायला परवानगी नव्हती. मग तिने टोपी काढून केस व्यवस्थित त्यात बसविले. केस नीट बसले की नाही, हे आरशात पाहून घेतलं. ती जराशी नर्व्हस झाली होती; पण तसं बाहेरून मात्र वाटत नव्हतं. हॉट झोनमधे कामाची ही तिची अवघी दुसरीच वेळ होती.

उघड्या पावलांनी ती पातळी-२ कडे जाणाऱ्या दारापाशी आली. दारामध्ये गडद निळा प्रकाश होता- अतिनील किरण. अतिनील किरणांच्या माऱ्याने विषाणूंचे जीन्स अकार्यक्षम होतात. त्यामुळे त्यांची वाढ होऊ शकत नाही.

तिने पातळी-२ कडे जाणारे दार उघडण्याचा प्रयत्न केला. दार आत ओढले जात असल्यासारखे वाटले. हवेचा दाब आत कमी असण्याचा तो परिणाम होता. दारातून आत जाताना खांद्यावरून बाहेरच्या हवेची झुळूक आत गेल्याचे जाणवले. कमी दाबाच्या हॉट झोनकडे हवा खेचली जात होती. आतले धोकादायक जीव बाहेर येऊ नयेत म्हणून ही दक्षता घेतलेली होती. पाठीमागे दार पुन्हा बंद झाले. ती आता जैविक सुरक्षा पातळी-२ मध्ये आलेली होती. तिच्या तोंडावर निळा प्रकाश पडत होता. ती नंतर बाजूला असणाऱ्या शॉवरखाली आली. येथेही निळा प्रकाश पडतच होता. तिथे एक साबण आणि कसलातरी शांपू ठेवलेला होता. तिथे एक बाथरूम आणि टॉयलेट होतं. तिथे ठेवलेले पायमोजे चढवून ती पुढे असणाऱ्या दारापाशी आली. हे दार जैविक पातळी-३ मध्ये उघडणार होते.

ह्या खोलीला स्टेजिंग एरिया असे नाव होते. तिथे एक डेस्क, फोन आणि सिंक होते. डेस्कपाशी जवळच एक पुठ्ठ्याचे खोके ठेवलेले होते. त्याला 'हॅटबॉक्स' असे म्हणत असत. हे जैविकदृष्ट्या धोकादायक गोष्टींसाठी ठेवलेले भांडेच होते. हॅटबॉक्सवर

भडक लाल अक्षरात चिन्हे रंगविलेली होती. तीन पाकळ्यांची फुले अशी त्यांची रचना असते. संसर्गजन्य वस्तू ठेवलेल्या खोक्यावर असे चिन्ह काढलेले असते. ही हॅटबॉक्स रिकामी होती; कारण प्रत्यक्षात तिचा कामचलाऊ खुर्ची म्हणून वापर केला जात होता.

तिथेच रबरी हातमोजे आणि एका डब्यात भरपूर पावडर ठेवलेली होती. हातावर ती पावडर टाकून तिने मोजे हातात चढविले. तिथे एक चिकटपट्टी होती. ती काढून तिने त्याचे खूप तुकडे केले व डेस्कवर चिकटवून लोंबकळत ठेवले. मग तिने काळजीपूर्वक चिकटपट्टीचे तुकडे घेऊन ठिकठिकाणी लावले. हातमोजे शर्टला घट्ट चिकटविले. पायमोजे स्क्रबसूटमधील पँटच्या खालच्या भागाला चिकटवून टाकले. आता तिच्या बाहेरच्या सजीवांमध्ये आणि तिच्या शरीरादरम्यान एक संरक्षक थर तयार झालेला होता.

पातळी-२ मधून स्क्रबसूट घातलेला लेफ्टनंट कर्नल जॉन्सन तिथे आला. त्यानेही रबरी हातमोजे चढवून तिच्याप्रमाणेच चिकटपट्ट्या लावून शरीर सीलबंद करून टाकले.

नॅन्सी आता उजवीकडच्या खोलीत शिरली. तिथे तिचा अंतराळ पोषाख टांगलेला होता. त्याला केमट्यूरियॉन अंतराळ पोशाख असे म्हणत असत. त्याच्या छातीवर मध्यभागी मोठ्या अक्षरात जॅक्स असे लिहिलेले होते. केमट्यूरिऑन पोशाखालाच निळा पोशाख असे म्हणत; कारण तो रंगानेही निळा होता. ह्या पोशाखात आतमध्ये हवेचा दाब जास्त ठेवलेला असतो. ह्या पोशाखासाठी दणकट प्लॅस्टिक वापरलेले असते. हवेतून उडून संसर्ग निर्माण करू शकणाऱ्या घटकांचा प्रतिबंध करण्यासाठी सरकारी नियमांनुसारच त्यांची रचना केलेली होती.

तिने तो पोशाख खाली जमिनीवर अंथरला आणि मग ती त्यात शिरली. त्यामध्ये पाय आधी घातले नि मग तो पोशाख वर ओढून नंतर बाहीमध्ये हात घातले. बोटे पोशाखाच्या हातमोज्यातील बोटात बसेपर्यंत तिने हात ताणले. ह्या पोशाखाला तपकिरी रंगाचे मोजे होते. ते मनगटापाशी जोडलेले होते. हे अंतराळ पोशाखाचे मुख्य हातमोजे असल्याने दणकट रबरापासून बनविलेले होते. एबोला आणि तिच्या शरीरादरम्यान ते सर्वांत मोठा प्रतिबंध ठरणार होते. हात हा पोशाखातील हातांचा भागच सगळ्यात नाजूक होता; कारण प्रत्यक्ष विषाणूंचा संपर्क हातातूनच होण्याची शक्यता होती; कारण हातानेच सुया, कात्र्या, चाकू, हाडांचे धारदार तुकडे इत्यादी गोष्टी हाताळल्या जात होत्या. जसे छत्रीधारी सैनिकांना स्वत:चे पॅराशूट स्वत: नीट सांभाळावे लागते, तसेच हा अंतराळ पोशाख नीट ठेवण्याची जबाबदारी त्या त्या माणसावरच असे. कदाचित त्या दिवशी नॅन्सी घाईत असावी व जेवढा नीट बघायला हवा, तेवढा तिने तो नीट पाहिला नसावा.

लेफ्टनंट कर्नल जॉन्सनने तिला थोडक्यात काही सूचना केल्या. मग हेल्मेट डोक्यावर ओढायला मदत केली. हेल्मेट, मऊ लवचिक प्लॅस्टिकचे बनविलेले होते. डोळ्यांसमोर स्वच्छ उघडी पट्टी होती.

तिने पोशाखाची छातीपाशी असणारी चेन नीट खेचली. त्याचा पॉप, पॉप, पॉप... असा आवाज झाला. पोशाख बंद केल्याबरोबर तोंडासमोरील पट्टी धुरकट झाली. ती भिंतीकडे गेली व तेथून हवेची नळी घेऊन ती पोशाखाला जोडली. आत शिरणाऱ्या हवेचा डरकाळीसारखा आवाज आला. पोशाख फुगला आणि कडक झाला. तिच्या तोंडासमोरच्या पट्टीवर जमा झालेले घामाचे थेंब निघून गेले.

एकदा हा पोशाख चढविला, की, कोणाचे अवसान गळेल, त्याचा नेम नाही, असे लोक म्हणत. कधीमधी नवख्या माणसाच्या बाबतीत असे घडते. डोक्यावर हेल्मेट बसवताच त्यांचे डोळे भीतीने चमकू लागतात. घाम फुटतो. मोकळी हवा मिळविण्यासाठी माणूस पोशाख ओरबाडून काढण्याचा प्रयत्न करू लागतो. कधीकधी तोल जाऊन माणसं कोलमडतात, बंद पोशाखात ते कण्हूही लागतात. एखाद्या हवाबंद पेटीत ठेवल्यासारखी त्यांची अवस्था होते.

नॅन्सीला पोशाख चढवायला मदत केल्यानंतर जॉन्सनने स्वत:चा पोशाख चढविला. पुन्हा एकदा नॅन्सीचे अवसान टिकून आहे की नाही, ते पाहिले. मग त्याने तिच्या हातात विच्छेदनासाठी लागणाऱ्या हत्याराची लहानशी पेटी दिली. नंतर दोघेजण स्टेनलेस स्टीलच्या दाराकडे गेले. ह्या दारातूनच पलीकडच्या एअरलॉकमध्ये व पातळी-४ मध्ये जाता येत होते. दारावर जैविक धोक्याची सूचना चिकटविलेली होती.

सावध

जैविक धोका

जैविक सुरक्षा पातळी-४ चे एअरलॉक हा दोन जगांमधलाच एक टप्पा होता. येथे आतला हॉट झोन बाहेरच्या जगाशी संपर्कात येत असे. ह्याला ग्रे भाग म्हणतात. ग्रे भाग हा नक्की हॉट किंवा कोल्ड म्हणजे धोकादायक वा निर्धोक असे म्हणता येत नाही. हा भाग नेमका कोणत्या प्रकारचा आहे, हे कधीच सांगता येत नाही. हा भाग म्हणजे निर्जंतुकही नाही आणि कदाचित जंतूंनी भरलेला असला, तरी तेही नक्की सांगता येत नाही.

नॅन्सीने एक दीर्घ श्वास घेतला आणि तो विचार स्थिर करण्याचा प्रयत्न केला. तिच्या मार्शलआर्ट प्रशिक्षणात हे शिकविले होते. ह्या दारात शिरण्यापूर्वी अनेकजण कितीतरी प्रकारचे विधी करीत. कुणी हातानं क्रूसाची खूण करीत, कुणी पोशाखाच्या आत मंतरलेले ताईत वा इतर वस्तू घेऊन जात. ह्या गोष्टीला अर्थातच परवानगी नव्हती. फक्त स्क्रबसूट आणि तुमचे शरीर एवढ्याच गोष्टींना अंतराळ पोशाखात आणण्याची परवानगी होती. जर पोशाखात कुठे फट पडली, तर हे ताईत त्यांचे रक्षण करतील, असे त्या लोकांना वाटे. नॅन्सीला अंतराळ पोशाखात काम करायची विशेष क्षिती वाटत नव्हती. इन्स्टिट्यूटमध्ये लोक नेहमीच तसं काम करतात; पण पातळी-४ मध्ये दारापलीकडे 'ते' रक्त वाट पाहत होतं. ते रक्त ती हाताळणार होती. त्यामध्ये अब्जावधी एबोला विषाणू ठासून भरलेले होते. ते हॉट ब्लडच होतं.

तिने पोशाखाला जोडलेली हवेची नळी काढून टाकली. दार उघडून ती एअरलॉकमध्ये शिरली. टोनी जॉन्सन तिच्या मागोमाग आत शिरला. एअरलॉकची संपूर्ण रचना स्टेनलेस स्टीलची होती. रसायने आणि पाण्याच्या फवाऱ्यांसाठी त्यात लहान तोट्या बसविलेल्या होत्या. त्याला डीकॉन शॉवर म्हणत असत. डीकॉन ह्याचा अर्थ डी-कंटॅमिनेशन, म्हणजेच जंतुसंसर्ग टाळणे. हॉट झोन आणि बाहेरचे जग ह्यांच्यामधला हा 'ग्रे' भाग होता. मागचे दार बंद झाले. नॅन्सीने आत दुसऱ्या बाजूचे दार उघडले आणि त्यांनी हॉट झोनमध्ये प्रवेश केला.

◆

२६ सप्टेंबर १९८३, दुपारी १:३० वाजता

ते आता एका कॉरिडॉरमध्ये उभे होते. त्याच्या दोन्ही बाजूला खोल्यांची दारे होती. हॉट झोन हा एखाद्या चक्रव्यूहासारखा वाटत असे. छतावरून हवेचे पिवळे होजपाईप खाली लोंबकळत होते. छतावरच मध्ये एक धोक्याची सूचना देणारा दिवा होता. जर काही कारणाने हवा पुरविणारी यंत्रणा बिघडली, की, त्याचे कार्य सुरू होई. भिंतींना जाड असा इपॉक्सी रंग लावलेला होता. विजेची सर्व कनेक्शन्स कोपऱ्यावर पदार्थाने बसविलेली होती. त्यामुळे विजेच्या तारा आणणाऱ्या सर्व नळ्या सीलबंद होत होत्या. भेगा आणि पोकळ नळ्यांमधून हॉट जंतू निसटू नये, ह्यासाठी ही दक्षता घेतलेली होती. नॅन्सीने छतावरून खाली आलेला एक हवेचा होजपाईप घेऊन आपल्या अंतराळ पोशाखात हवा भरून घेतली. तिला हवा घुसताना होणाऱ्या जोरदार आवाजाशिवाय काहीही ऐकू आले नाही. हवा एवढ्या जोरात येत होती, की, ते एकमेकांशी बोलूही शकत नव्हते.

तिने एक धातूचे कपाट उघडले. त्यातून निळा प्रकाश बाहेर येत होता. त्यातून तिने बुटांची पिवळी रबरी जोडी बाहेर काढली. ते पाहून तिला शेतावरच्या बुटांची आठवण यायची. आपल्या अंतराळ पोशाखाचे मऊ पाय तिने बुटात घातले. तिने जॉन्सनकडे पाहिलं, "बॉस, मी तयार आहे."

त्यांनी पोशाखाला जोडलेल्या हवेच्या नळ्या काढून टाकल्या नि ते हॉलमधून माकडांच्या खोलीकडे निघाले. माकडांच्या खोलीत पिंजऱ्यांच्या दोन रांगा होत्या. त्यांची तोंडे एकमेकांकडे होती. जॉन्सन आणि नॅन्सीने पुन्हा एकदा नळ्या पोशाखाला जोडल्या आणि मग ते माकडांच्या पिंजऱ्यात डोकावले. एका बाजूच्या पिंजऱ्यात फक्त दोन माकडे होती. ती प्रयोगामध्ये मुद्दाम तशीच म्हणजे विषाणू न टोचता ठेवलेली होती. ती अर्थातच निरोगी होती. हे दोघे आत शिरायचाच अवकाश, की, अंतराळ पोशाखातील दोन माणसे पाहून माकडं एकदम बिथरली. त्या दोन निरोगी

माकडांनी धडाधडा पिंजरे हलवले आणि जोरात उड्या मारायला सुरुवात केली. त्यांनी एकदम चीत्कार केले आणि आरोळ्या ठोकल्या, "हूं... हूं..., हॉव, वॉव, हॉव..." आणि कर्कश आवाजात इक-इक असे आवाज काढायला सुरुवात केली. ती माकडे आता पिंजऱ्याचे दार गदागदा हलवू लागली आणि मधेच मागे-पुढे अशा उड्या मारत होती. "व्हंप... व्हंप... व्हंप..." जॅक्स आणि जॉन्सनच्या हालचाली ते तल्लख नजरेने पाहत होते. माकडांच्या हातांनी काढता येणार नाहीत, असे खास बोल्ट त्या पिंजऱ्यांना बसविलेले होते. ही दोन माकडे चांगली हुशार असतील आणि बिचारी तेथे कंटाळली असावीत, असे तिला वाटले.

पिंजऱ्यांची दुसरी रांग त्या मानाने शांत होती. त्या रांगेत एबोला विषाणू दिलेली माकडं होती. त्यामधली बरीचशी माकडे शांत बसली होती. ती आतल्या आत ओढल्यासारखी विषण्ण वाटत होती. एक-दोन किंचित मानसिकदृष्ट्या खचलेली वाटत होती; पण त्यापैकी बहुसंख्य प्राणी अजूनतरी फार आजारी मात्र वाटत नव्हते. फक्त त्यांच्यात नेहमीचा तल्लखपणा नव्हता आणि नेहमी माकडांच्यात असणाऱ्या जबरदस्त उसळी मारणाऱ्या स्वभावाचा अभाव होता. निरोगी माकडे जशी दणादण उड्या मारतात, ते ही माकडे करीत नव्हती. बहुतेकांनी त्यांना टाकलेली बिस्किटेही खाल्ली नव्हती. निर्विकार चेहऱ्यांनी ती मख्खपणे ह्या दोन अधिकाऱ्यांची हालचाल पाहत बसली होती.

एबोला विषाणूचा सर्वांत भयानक प्रकारचा विषाणू त्यांना टोचण्यात आला होता. एबोला झायरेची ती मेयिंगा जात होती. मेयिंगा एन. नावाच्या बाईमध्ये ह्या जातीचा विषाणू सापडला होता. १९ ऑक्टोबर १९७६ रोजी ही स्त्री विषाणूने मृत्यू पावली होती. झायरेमधील एका हॉस्पिटलमध्ये ती नर्स म्हणून काम करीत असे. तेथे एका रोमन कॅथॉलिक माणसाचा एबोला संसर्गाने मृत्यू झाला होता. त्याची देखभाल ह्या नर्सने केली होती. तो माणूस मरताना त्याचे रक्त तिच्या अंगावर उडाले होते. त्यानंतर काहीच दिवसांनी ती स्वत: आजारी पडली आणि मरण पावली. तिच्या रक्ताचा काही नमुना अमेरिकेत पाठविण्यात आला. एकेकाळी तिच्या रक्तात जगणारा एबोला विषाणू आता प्रयोगशाळेत एका काचेच्या नळीत होता. इन्स्टिट्यूटमध्ये ही नळी अत्यंत थंड तापमानात म्हणजे शून्याखाली १६० अंश फॅरनहीटला साठवून ठेवलेली होती. नळी ठेवलेल्या ठिकाणी भरपूर दक्षता घेतलेली होती. त्या फ्रीझरवर जैविक धोक्याची सूचना असणारे चिन्ह होते आणि फ्रीझरला व्यवस्थित कुलुपे लावलेली होती. फ्रीझर चिकटपट्ट्या लावून सीलबंद केलेला होता. चिकटपट्टी हा विषाणूला अडविण्याचा पहिला मार्ग होता. चिकटपट्टीमुळे सर्व तऱ्हेच्या भेगा बुजविल्या जात असत. त्यामुळे चिकटपट्टी जर नसती, तर जैविक अडथळा आणि सुरक्षित विभाग ही कल्पना कधीच प्रत्यक्षात येऊ

शकली नसती.

जीन जॉन्सनने त्या नळीतील अगदी थोडासा भाग काढून तो नेहमीच्या तापमानात आणला व तो माकडांना टोचला होता. अशा तऱ्हेने मेयिंगा जातीचा विषाणू माकडांमध्ये आला होता. माकडे आता आजारी पडली होती. त्या आजारी माकडांना त्याने एक औषध दिले होते. त्यामुळे त्यांना बरे वाटेल, असा विश्वास त्याला वाटत होता; पण औषधाचा काहीही उपयोग झालेला नव्हता.

प्रत्येक पिंजऱ्यात जाऊन दोघांनी माकडांचे निरीक्षण केले. अखेर त्यांना रक्तस्त्रावानं अर्धमेलेली दोन माकडं सापडली. दोन्ही माकडे आपापल्या पिंजऱ्यात लोळागोळा होऊन पडली होती. नाक रक्ताळलेले होते. त्यांचे डोळे अर्धवट उघडे होते. काचेच्या गोटीसारख्या डोळ्यांच्या बाहुल्या विस्फारलेल्या होत्या. माकडांच्या चेहऱ्यावर वेदना किंवा कसलाही भावनेचा मागमूसही नव्हता.

त्यांच्या चेहऱ्याची संयोजी उति पूर्णपणे नष्ट होऊन गेलेली होती. चेहरा एखाद्या मुखवट्यासारखा नि डोळे लालभडक होते. चेहऱ्याच्या स्नायूमध्ये विषाणूने जरासा वेडेवाकडेपणाही आणलेला होता. तसेच, असला विचित्र चेहरा दिसण्याचे आणखी एक कारण होते. चेहऱ्यावरच्या स्नायूंचे नियंत्रण करणारा मेंदूचा भागही नष्ट झाला होता. ही सगळी एबोला विषाणूची ठराविक लक्षणे होती. प्रायमेट वर्गातील सर्व प्राण्यांमध्ये संसर्गाने अशी लक्षणे निर्माण होतात. माणसांमध्ये व माकडांमध्ये ही लक्षणे सारखीच असतात. मेंदू आणि त्वचेचा क्रूर नाश झाल्याने हे घडते. एबोला विषाणूमुळे तयार झालेला हा मुखवटा असा वाटतो, की, त्या माकडांनी त्यांच्या आकलनाबाहेरचं काहीतरी भीषण दृश्य पाहिलं असावं.

नॅन्सीला उगाचच अस्वस्थ वाटून गेलं. ती आजारी आणि मेलेली माकडं पाहून ती अस्वस्थ झाली. एक पशुवैद्यक म्हणून आपण प्राण्यांच्या वेदना कमी करायला हव्यात, हे तिला माहिती होतं; पण एक शास्त्रज्ञ म्हणून तिला ही अटळ जबाबदारी पार पाडायची आहे, ह्याचं भान होतं; कारण मानवाच्या वेदना कमी करण्यासाठीच हे संशोधन केलं जात होतं. ती जरी शेतीवाडीवर वाढली असली, तरी आणि तिथे खाण्यासाठी मुद्दाम प्राणी सांभाळलेले असले, तरी ती प्राण्याचा मृत्यू सहन करू शकत नसे. ती लहान असताना तिचा लाडका गोऱ्हा वडिलांनी खाटकाकडे पाठविला, तेव्हा ती धाय मोकलून रडली होती. माणसांपेक्षा तिला प्राणी जास्त आवडत असत. पशुवैद्य होताना तिने एक शपथ घेतली होती. त्या शपथेमुळे प्राण्यांची निगा राखण्याचे नैतिक बंधन तिच्यावर होते; पण त्याप्रमाणे औषधांनी माणसांचा प्राण वाचविणे, हे देखील बंधनकारक होतेच. तिच्या ह्या कामात ह्या दोन ध्येयांचा संघर्ष उडत होता. हे संशोधन एबोलावर उपाय शोधण्यासाठीच आहे. ती स्वत:ला बजावत असे.

कदाचित त्यामधून मानवजातीवरील संकट टळू शकणार होते. हा विचार मनात आला, की, तिचा अस्वस्थपणा कमी होई; पण टोचणी मात्र राहून जाई. ती प्रयत्नपूर्वक आपल्या भावना बाजूला सारत असे.

माकडांना बाहेर काढताना तिच्या सर्व हालचाली जॉन्सन नीट निरखून पाहत होता. अर्धवट मेलेली आणि ग्लानीत पडलेली माकडं जैविक सुरक्षा पातळी-४ वर हाताळणे, ही तशी अवघड गोष्ट होती; कारण ही माकडे केव्हाही जागी होणं शक्य होतं. अशी माकडं आजारी असली, तरी प्रचंड ताकदवान आणि चपळ असू शकतात. तसेच, त्यांचे दात भयंकर धारदार असतात. ही माकडं मोठी असून ती थेट जंगलातून इथे आलेली होती. एबोलाने संसर्ग झालेल्या माकडाचा एक चावा म्हणजे हमखास मृत्यूचे फर्मानच होते.

नॅन्सीने प्रथम गजामधूनच माकडाचे निरीक्षण केले. तो एक धिप्पाड नर होता. हे माकड जवळपास मेलेलेच वाटत होते. तिला त्याचे तीक्ष्ण सुळे दिसले. त्यांनी ती जराशी बिचकली. सर्वसाधारणपणे प्रयोगशाळेतील माकडांचे सुळे घासून गुळगुळीत करण्याची पद्धत होती. काहीतरी कारणाने हे माकड तसेच राहिलेले होते. तिने हातमोज्यातील बोटाने त्या माकडाच्या पायाला हलकेच चिमटा काढला. ती डोळ्यांची हालचाल निरखून पाहत होती; पण त्यांच्यात काहीही हालचाल जाणवली नाही.

''जा- पिंजरा उघड.'' जॉन्सन म्हणाला.

आतल्या हवेच्या आवाजात ऐकू येण्यासाठी त्याला मोठ्यांदा ओरडावे लागले.

तिने दाराचे कुलूप काढून दार ढकलले. पिंजरा आता पूर्णपणे उघडला होता. तिने पुन्हा एकदा एखादा स्नायू हलत नाही ना, ते पाहिलं. ते माकड मरणपंथालाच लागलेलं होतं.

''ठीक आहे. जा आत. त्याला बाहेर काढ.'' जॉन्सन म्हणाला.

ती आत शिरली. माकडाला हाताला धरून हलवले. त्याचा चेहरा दुसरीकडे केला. जर चुकून जागा झालाच, तर त्याला पटकन चावता येऊ नये, हा त्यामागचा हेतू! मग दुसरा हात पकडून तिने माकडाला पिंजऱ्यातून बाहेर काढले. जॉन्सनने त्याच्या तंगड्या पकडल्या. दोघांनी मिळून त्या माकडाला हॅटबॉक्सकडे नेले. माकडाला त्यात टाकले. मग हळूहळू चालत त्यांनी ती बॉक्स विच्छेदन खोलीकडे नेली. प्रायमेट वर्गातले दोन प्राणी तिसऱ्या प्रायमेट वर्गीयाला ओढून नेत होते. त्यातली एक जात पृथ्वीचा राजा होती, तर दुसरी झाडावर राहणारी होती. दोन्ही जातींचे जवळचे संबंध होते. माणूस आणि माकड, दोन्ही प्रजाती निराळ्याच सजीव प्रकाराच्या सान्निध्यात होत्या. हा सजीव त्यांच्यापेक्षा पृथ्वीतलावर जास्त वेळ राहणारा, प्रचंड बलवान होता नि रक्तात जगत होता.

जॅक्स आणि जॉन्सननी माकड घेऊन डावीकडे वळून पुन्हा आणखी एकदा डावीकडे वळून विच्छेदन खोलीत प्रवेश केला. तेथील स्टेनलेस स्टीलच्या टेबलावर माकडाला ठेवले. माकडाच्या त्वचेवर सर्वत्र रक्ताचे सूक्ष्म थेंब केसांच्या मुळांपाशी दिसत होते.

"हातमोजे घाल." जॉन्सन म्हणाला.

दोघांनी रबरी हातमोजे चढविले. आता हात आणि माकडाची त्वचा ह्यात कित्येक थर होते: आतले हातमोजे, अंतराळ पोशाखाचे मोजे आणि त्यावर आता रबरी हातमोजे.

"आपण आधी हत्यारे उपकरणांची यादी पाहू." जॉन्सनने सर्व हत्यारे टेबलावर मांडली. कात्री, हिमोस्टॅट... प्रत्येक वस्तूला नंबर दिलेला होता. तो नंबर मोठ्याने उच्चारू लागला.

त्यांनी कामाला सुरुवात केली. टोकाशी बोथट असणाऱ्या कात्रीने जॉन्सनने एका ठिकाणी कापलं. हे काम तो अगदी सावकाश करीत होता. जॅक्स त्याला मदत करीत होती. त्यांनी एकही धारदार वस्तू वापरली नाही; कारण धारेचं ब्लेड ही हॉट झोनमधली सर्वात भयानक वस्तू आहे. एखादे धारदार पाते हातमोजे फाडून तुमचे बोट कापू शकते. कदाचित वेदनेची जाणीव होण्याआधीच जंतूने रक्तात प्रवेश मिळविलेला असू शकतो.

नॅन्सीने हत्यारे जॉन्सनजवळ दिली आणि बोटं पोटात घालून रक्तवाहिन्या बंद करण्याचा व बाहेर पडणारे रक्त स्पंजने टिपून घेण्याचा प्रयत्न केला. माकडाच्या पोटातली पोकळी म्हणजे रक्ताचं एक तळंच झालं होतं. ते सगळं एबोला-रक्त होतं. ते आतमध्ये सगळीकडे पसरलेलं होतं. अर्थातच आतल्या आत प्रचंड रक्तस्राव झालेला होता. लिव्हर सुजली होती नि आतड्यातही थोडे रक्त दिसत होते.

कदाचित आपले हात फार भराभर काम करताहेत, तो वेग थोडा कमी करायला हवा, असे तिला वाटून गेले. ती तल्लख राहण्यासाठी स्वत:शीच बोलत होती- ते साफ कर, इथे साफ कर. ठीक आहे. आता हिमोस्टॅट घे. रक्तवाहिनीला चिमटा लाव; कारण त्यातून अजून रक्त बाहेर येईल. जरा थांबून हात धुऊन ये. हातावर एवढे मोजे असूनही तिला हातावर पडलेल्या रक्ताची जाणीव होत होती. हातावर पावडर होती नि हात कोरडे होते, तरी ते चिकट, बुळबुळीत असल्याप्रमाणे वाटत होते.

तिने हात माकडाच्या शरीरातून बाहेर काढले. बाजूला एका सिंकमध्ये एनव्हिरोकेम (Envirochem) नावाचा जंतुनाशक पदार्थ ठेवलेला होता. त्यात तिने हात बुचकळले. त्याचा रंग जपानी चहासारखा किंचित हिरवा होता. त्यामध्ये विषाणूंचा नाश होतो. त्यात हात बुडविल्यावर द्रवाचा रंग तपकिरी झाला. तिला ऐकू येणारा

आवाज फक्त अंतराळ पोशाखात येणाऱ्या हवेचा होता. भुयारी रेल्वेमार्गात जशी गाडी येते, तसा तो आवाज होता.

विषाणू म्हणजे प्रत्यक्षात प्रथिने व पटलांची एक लहानशी कॅप्सूल असते. ह्या कॅप्सूलमध्ये डी.एन.ए किंवा आर.एन.ए चे एक-दोन धागे असतात. ह्या लांबलचक रेणूमध्ये विषाणूच्या निर्मितीसाठी लागणारा 'सॉफ्टवेअर प्रोग्रॅम' किंवा ठराविक आराखडा संकेतरूपात असतो. काही जीवशास्त्रज्ञ विषाणूंचा समावेश सजीवांमध्ये करतात; परंतु त्यांना 'सजीवरूप' म्हणतात; कारण ते पूर्णपणे सजीव अथवा पूर्णत: निर्जीवही नाहीत. ते जीव-निर्जीव ह्या सीमारेषेवर असतात. जर पेशीच्या बाहेर विषाणू असले, तर काहीच घडत नाही. ते तिथेच राहतात. ते इथे निर्जीव असतात. इतकेच नव्हे, तर त्यांचे स्फटिकही बनू शकतात. रक्त किंवा इतर द्रवात असणारे विषाणू निर्जीव वाटतात खरे; पण ते तेथे वाट पाहत थांबलेले असतात.

विषाणूचा पृष्ठभाग चिकट स्वरूपाचा असतो. जर ते पेशीजवळ आले व दोघांमध्ये योग्य प्रकारे चिकटपणा जुळला, तर विषाणू पेशीला चिकटतात. पेशीला विषाणू चिकटलेला समजला, की, ती त्याला लपेटून आत ओढून घेते. आत शिरलेला विषाणू ट्रोजन हॉर्स होतो. त्यांच्या काम सुरू होते नि त्यांचे पुनरुत्पादनाला प्रारंभ होतो.

विषाणू परोपजीवी असतात. ते स्वत: एकटे जगू शकत नाहीत. स्वत:च्या अनेक प्रती काढण्यासाठी त्यांना पेशीचीच आवश्यकता असते. सर्व सजीवांच्या पेशींमध्ये विषाणू असतात. इतकेच काय, पण जीवाणू नि बुरशीमध्येही विषाणू असतात. हे रोगजंतूंचेच रोगजंतू असतात. जर पुनरुत्पादनासाठी पेशी मिळाली नाही, तर विषाणू मृत होतात. ते पेशीत असणारी ऊर्जा आणि पेशीचीच सगळी साधनसामुग्री वापरून जगतात. पेशी गच्च भरून जाईपर्यंत विषाणू आपल्या प्रती तयार करतो आणि मग अखेर पोतं उसवल्यासारखे विषाणू बाहेर पडतात. कधीकधी विषाणू पेशीपटलातून एखाद्या कळीसारखे बाहेर पडतात. एखाद्या नळातून एक-एक थेंब टपकावा, तसे ते बाहेर टपकत राहतात. टपटप... नवीन प्रत- टपटप... आणखी प्रत- टपटप... आणखी प्रती. अशा तऱ्हेनेच एड्सचा विषाणू पेशीत वाढत जातो. पेशीची ताकद खलास होईपर्यंत विषाणू बाहेर टपकत राहतात. अखेर पेशीचा विनाश होतो. शरीरात खूप प्रमाणात पेशींचा नाश झाला, की, यजमान प्राणी वा वनस्पती मरून जाते; पण विषाणूला यजमानाचा नाश होणे परवडणारे नसते; कारण असे झाले, तर विषाणूलाही मरण्याचा धोका असतो. म्हणूनच यजमान शरीर मरण्याआधीच पुरेशा प्रमाणात बाहेर उड्या घेऊन नवीन यजमान गाठणे अत्यावश्यकच होते.

एबोला विषाणूमधील जननिक सामग्री म्हणजे आर.एन.ए रेणूचा एकच धागा असतो. हा रेणू सर्वांत आदिम समजला जातो. बहुधा, सर्वांत पहिल्या सजीवांमध्ये जननिक संकेत साठविण्यासाठी हे रेणू वापरले जात असावेत. सुमारे ४० कोटी वर्षांपूर्वी पृथ्वीच्या जन्मानंतर तेथे असणाऱ्या आदिसमुद्रात कदाचित अशा प्रकारचे आर.एन.ए रेणू असणारे अतिसूक्ष्म सजीव असण्याची शक्यता आहे. त्यामुळेच एबोला हा आदिम जीवनप्रकार असावा, असे वाटते. तसेच, एबोला विषाणू सजीवही नसतो नि पूर्णत: निर्जीवही नसतो. तो अतिप्राचीन जीवनरूप असण्याचे लक्षात येते.

विषाणू जेव्हा पुनरुत्पादन करीत असतात, तेव्हाच ते सजीत वाटतात; पण एका अर्थाने ते एखाद्या यंत्राप्रमाणे निर्जीव असतात. ते एखाद्या पान्ह्यापेक्षा जास्त सजीव नसतात, असे म्हणावे लागेल. विषाणू म्हणजे जणू रेणू रूपातील शार्कच! मनाशिवाय फक्त हेतू. अगदी नेटकी, तर्कशुद्ध आणि संपूर्ण स्वार्थी रचना. विषाणूचे एकच काम असते- स्वत:च्या प्रती काढणे. हे काम विषाणू कधीकधी कल्पनातीत वेगाने करतात. त्या रचनेचा एकच हेतू असतो, तो म्हणजे पुनरुत्पादन!

विषाणू फारच सूक्ष्म असल्याने डोळ्यांना दिसू शकत नाहीत. ते केवढे असतात, ते बघण्याचा एक मार्ग आहे. समजा, लंडन शहर घेतले आणि ते एवढ्या छोट्या जागेमध्ये आक्रसून बसविले :

ह्या एवढ्या लंडनमध्ये एक कोटी विषाणू सहज मावतील. जर ह्या लंडनला भिंगातून मोठे करून पाहिले, तर सर्वत्र छोट्या छोट्या आकृती दिसतील. उन्हाळ्यात लिसेस्टर स्क्वेअरमध्ये संध्याकाळी असणाऱ्या गर्दीप्रमाणे ते दृश्य दिसेल. स्फटिकरूपातील दहा कोटी पोलिओ विषाणू एका पूर्णविरामाएवढ्या जागेत मावतात. एका पूर्णविरामाएवढ्या जागेत वूडस्टॉक सणाची २५० पट मोठी गर्दी मावू शकेल- संपूर्ण ब्रिटन आणि फ्रान्सची लोकसंख्या एका पूर्णविरामावर मावलेली आहे आणि आपल्याला त्याची बिलकूल कल्पना नाही.

सगळं काही साफ ठेवायला हवं. रक्त अजिबात नको. नॅन्सी स्वत:ला बजावत होती, ''मला रक्ताचा तिटकारा आहे. रक्ताचा एक थेंब पाहिला, की, मला त्यात कोट्यावधी विषाणू दिसू लागतात. जरा थांब. हात धुऊन घे. काम थांबवून हात धू. कामाचा वेग कमी कर. मधेच टोनीच्या पोशाखाकडे नीट पाहा.''

हॉट झोनमध्ये आपल्या सहकाऱ्याच्या पोशाखात कुठे भोक तर पडलेले नाही ना, हे पाहणे ही प्रत्येकाची जबाबदारी असते. आईचे जसे मुलाकडे लक्ष असते, तसे सतत नीट निरखून पाहावे लागते. तसाच जॉन्सनही तिचे निरीक्षण करीत

होताच. ती कुठे काही चूक तर करीत नाही ना, हत्यारे थरथरत तर नाहीत ना, ती मधेच एखादी वस्तू हातातून पाडणार, असे उगाचच त्याला वाटत होते. तो म्हणाला, ''राँगियर.''

''काय?''

त्याने तिच्या हवेच्या होजकडे बोट दाखविले व त्याला घडी पाडावी, असे सुचविले. म्हणजे मग तिला नीट ऐकू येईल. तिने नळी जराशी दुमडली. हवेचा प्रवाह कमी झाला. तिचा पोशाख फुगलेला होता. त्याचा आकार कमी झाला. त्याने आपले हेल्मेट तिच्या हेल्मेटजवळ आणून पुन्हा तो शब्द उच्चारला, ''राँगियर.'' आता तिने नळी पुन्हा सरळ केली. त्याला काय पाहिजे, हे तिला समजले. तिने कात्रीसारखे एक उपकरण त्याच्या हातात दिले. ह्या फ्रेंच शब्दाचा अर्थ 'कुरतडणारा' असा होतो. कवटी उघडण्यासाठी राँगियर वापरावे लागते.

कवटी उघडणे ही पातळी-४ मधील कसोटी पाहणारी गोष्ट आहे; कारण प्रायमेट कवट्या जाड आणि मजबूत असतात. तेथे हाडांच्या पट्टया चांगल्या घट्ट बसलेल्या असतात. नेहमी कवटी फोडण्यासाठी विजेवर चालणारी करवत वापरतात; पण जैविक सुरक्षा पातळी-४ मध्ये अशी करवत चालणार नाही; कारण त्यामुळे हाडांचा भुगा व रक्ताचे थेंब हवेत पसरण्याचा धोका असतो.

अगदी तुम्ही अंतराळ पोशाख घातला असला, तरी तुम्ही अशा उडणाऱ्या कणांचा धोका समजू शकता. त्या पातळीवर अशी संसर्गजन्य धूळ फार घातक ठरू शकते.

त्यांनी त्या कात्रीसारख्या उपकरणाने कवटी उघडली. कवटी तडकल्याचा आवाज आला. त्यांनी मेंदू, डोळे आणि मज्जारज्जू काढून तो निरनिराळ्या बरण्यांमध्ये काढून ठेवला. एखाद्याला हजारो ढेकणांनी चावे घेतले, तर जसे दिसेल, तसे मेंदूत अनेक ठिकाणी सूक्ष्म रक्तस्राव झालेले दिसत होते.

जॉन्सन तिला सॅम्पलची एक नळी देत असतानाच एकदम त्याचे तिच्या हातांकडे लक्ष गेले. तिचे हात रक्ताने भरलेले होते. त्याने तिच्या उजव्या हाताकडे बोट दाखविले.

आता तिला तळहातावर असणारे भोक स्पष्ट दिसले. सर्वात बाहेरच्या हातमोज्याला भोक होते. नॅन्सीने बाहेरचा मोजा फाडून काढला. तिच्या अंतराळ पोशाखाच्या हातमोज्यावर सगळीकडे रक्त होते नि ते कोपरापर्यंत पसरलेले होते. ''बाप, रे! माझ्या सगळ्या पोशाखावर रक्ताचा थर!'' तिने हात जंतुनाशकात बुडविले. हात स्वच्छ झाले. अचानक तिला हाताजवळ ओलसर, दमट वाटू लागले. अंतराळ पोशाखाचा हातमोजाही फाटला नाही ना? तिला एकदम शंका आली. नीट निरखून पाहिल्यावर तिची शंका खरी ठरली. त्या मोज्याला मनगटापाशी लहानशी चीर

पडलेली होती. तिचा हात ओलसर लागत होता. एबोलाचे रक्त आपल्या तळहातावरच्या जखमेपर्यंत तर नाही ना पोहोचले? तिने डाव्या हाताने बोट दाखविले, "भोक पडले आहे."

जॉन्सन खाली वाकून पाहू लागला. त्याला दोन्ही मोज्यांना पडलेल्या भोकांची कल्पना आली होतीच. एकदम त्याच्या चेहऱ्यावर आश्चर्य दिसले. त्याने तिच्याकडे पाहिले.

जॉन्सनच्या नजरेत भीती स्पष्टपणे दिसत होती. ते पाहून तिचा भीतीने थरकाप उडाला. तिने अंगठा उडवून आपण तत्काळ बाहेर जातो आहे, असे सुचविले. जॉन्सन पाठोपाठ येईल काय?

"तू पुढे हो. मी हे सगळं आवरून येतोच आहे."

डाव्या हातानं तिनं हवेची नळी काढून टाकली आणि ती जवळजवळ धावत सुटली. एअरलॉकपर्यंत येईतो तिने उजवा हात बाजूला ताठ धरला होता. त्याची अजिबात हालचाल होऊ द्यायची नव्हती; कारण प्रत्येक वेळी हालताना काहीतरी सरकत असल्यासारखे वाटत होते. हात न वापरता ती बूट कसे काढणार होती? तिने लाथेनंच बूट उडविले. तिनं जोरानं एअरलॉकचा दरवाजा उघडला नि झपाट्यानं आत जाऊन दरवाजा धाडकन बंद केला.

एअरलॉकच्या छतावरून लोंबकळणारी एक साखळी तिनं खेचली. त्यामुळे निर्जंतुक द्रावाचा शॉवर सुरू झाला. त्यासाठी सात मिनिटे लागणार होती. बाहेरचं दार आपोआप सात मिनिटांनंतर उघडे. त्यामुळे निर्जंतुक फवारा संपेपर्यंत तुम्ही बाहेर पडूच शकत नाही. विषाणूंचा नाश व्हायला तेवढा वेळ आवश्यकच असतो. प्रथम पाण्याचा फवारा सुरू झाला. त्यामुळे अंतराळ पोषाखावर चिकटलेले रक्त धुऊन निघाले. पाण्याचा झोत थांबल्यानंतर सर्व बाजूंनी एनव्हिरोकेमचे फवारे सुरू झाले. त्यामुळे सगळा पोशाख बाहेरून निर्जंतुक झाला. अर्थातच हातमोज्याच्या आत काही सजीव असेल, तर तिथपर्यंत ते रसायन पोहोचणार नव्हते.

एअरलॉकमध्ये प्रकाश जवळपास नव्हताच. ती जागा खरोखरच 'ग्रे' वाटत होती. तिथे घड्याळ असायला हवं होतं, असं तिला वाटलं. अजून किती मिनिटं थांबायचं आहे? पाच मिनिटं? चार मिनिटं? तिच्या तोंडासमोरच्या काचपट्टीसमोर रसायनांनी धुरकट पडदा तयार झाला होता. वायपर बंद पडलेली गाडी भर पावसात चालविल्यासारखं वाटत होतं.

तुम्हाला समोरचं काहीच दिसत नाही. शी!

इन्स्टिट्यूटमध्ये जैविक सुरक्षा पातळी-४ वर असणारे एक हॉस्पिटल आहे. त्याला स्लॅमर म्हणत असत. इथे डॉक्टर आणि नर्स अंतराळ पोशाख घालून पेशंटवर उपचार करू शकतात. जर तुमचा एखाद्या हॉट जंतूशी संबंध आला नि

तुम्ही स्लॅमरमधून जिवंत बाहेर आला नाहीत, तर तुमचं प्रेत विशेष प्रकारच्या दहनगृहात नेतात. त्याला 'सबमरिन' किंवा 'पाणबुडी' असं तेथील लोक म्हणत. त्या खोलीचे दार एखाद्या पाणबुडीसारखे भक्कम लोखंडी होते.

"सन ऑफ अ बीच... ऑ फक" ती मनात चडफडली, "मला आता स्लॅमरमध्ये जावं लागेल. मी इथे एबोलाशी झगडत असेन नि तिकडे जेरी अपघाताचे रिपोर्ट लिहीत बसेल. त्यानंतर एका आठवड्याने मी सबमरिनमध्ये जाईन. शी! जेरी तर अजून टेक्सासमध्येच आहे. आपण आज बँकेतही गेलो नाही. घरात पैसे नाहीत. मुलं मिसेस टार्पनेजवळ आहेत. तिला आज पैसे देणं अत्यावश्यकच होते. आज बाजारातही जायचं होतं. घरात अन्नाचा साठाही नाही. मी स्लॅमरमध्ये असताना पोरं आता काय करतील? काय खातील? रात्री घरात एकटी कशी राहतील? शी! शी!"

शॉवर थांबला. तिने दार उघडून जोरात बाहेर धाव घेतली. भराभरा अंतराळ पोशाख काढून टाकला. पोशाख खाली पडला. आतून सगळा ओला झालेला होता. उजवा हात बाहेर काढल्यावर लक्षात आलं, की, मनगटापाशी ओलसरपणा होता आणि आतला मोजा रक्तानं लालभडक झालेला होता.

अंतराळ पोशाखात कुठेतरी फट पडलेली होती, हे नक्की. रबराबाहेरून अगदी तिच्या त्वचेजवळ एबोलाचं रक्त पसरलं होतं. अगदी बॅण्डएडवरदेखील ते वाहिलं होतं. तिचं हृदय धडधडू लागलं. पोटात ढवळल्यासारखं वाटलं. घशाशी एकदम उलटी होत असल्याचं जाणवलं. जैविक सुरक्षा पातळी-४ वर असुरक्षित अशा परिस्थितीत असल्याने तिच्या शरीराने प्रतिक्षिप्त क्रिया केली होती. तिचे विचार भरकटू लागले. ओह जीझस! आता पुढे नेमकं काय करायचं असतं? अशा प्रसंगी काय करण्याच्या सूचना आहेत?

टोनी जॉन्सनची निळी आकृती एअरलॉकमध्ये आली. तिने फवारे सुरू होण्याचा आवाजही ऐकला. निर्जंतुकीकरणाचे चक्र सुरू झाले होते. कोणताही प्रश्न त्याला विचारण्यापूर्वी सात मिनिटे थांबणे भागच होते.

मुख्य प्रश्न हा होता, की, शेवटच्या हातमोज्यातून एबोलाचे रक्त हाताच्या संपर्कात आलं होतं काय? एखाद्या लहानशा थेंबात पाच-दहा विषाणू सहजपणे हातमोज्यांतील सूक्ष्म छिद्रांमधून आत येऊ शकतात. संसर्गाची स्फोटक मालिका सुरू करायला तेवढे पुरेसे असतात. ते स्वत:च्या प्रतिकृती हव्या तेवढ्या प्रमाणात काढू शकतात. हातमोज्याला असणारी ही अगदी लहान भोकं डोळ्यांनाही न दिसणारी असू शकतात. तिने जवळपास एनव्हिरोकेम आहे का, ते पाहिलं. त्यात हात धुतले, तरी चालणार होतं; पण ते तिथं नव्हतं. मग ती सिंकपाशी गेली. पाण्याच्या धारेखाली हात धुऊन टाकले. हात धुतलेलं सगळं पाणी खाली एका

मोठ्या टाकीत जमा होई. तेथे ते उकळले जात असे.

शेवटचा हातमोजा तिने काळजीपूर्वक काढून टाकला. हातावर सर्वत्र पावडरचा थर होता. अंगठी किंवा काही नसलेल्या बोटांवर फक्त लहानपणी बकऱ्याने चावा घेतलेला व्रण होता. पावडरमध्ये रक्त मिसळलेलं तिला दिसलं. ''प्लीज, प्लीज... ते माझंच रक्त असू देत.''

होय, ते रक्त तिचंच होतं. बॅण्डएडच्या कडांना रक्त लागलेलं दिसत होतं. माकडाचं रक्त मात्र लागलेलं दिसत नव्हतं.

तिनं हातमोजा नळाखाली धरला. पाण्यानं तो फुगला. जर त्यातून एखादी धार दिसली असती, तर सगळा खेळ खलास! पण सुदैवानं हातमोज्याला कुठेही भोक नव्हतं. ते पाहताच तिच्या पायांतलं बळ एकदम ओसरलं. ती भिंतीला टेकून खाली बसली. ती आता त्या कामचलाऊ खुर्ची म्हणजेच सुरक्षा खोक्यावर बसली होती. पोटात एकदम मोठा खड्डा पडल्यासारखं वाटत होतं. तिने पाय लांब पसरले. जवळपास हतबल स्थितीत ती भिंतीला टेकून बसली. एअरलॉकमधून बाहेर आल्यावर टोनी जॉन्सनला ती अशा स्थितीत आढळली.

ह्या अपघाताची चौकशी पूर्ण झाली. रिपोर्टमध्ये असं नमूद झालं, की, मेजर नॅन्सी जॅक्सचा संपर्क एबोला रक्ताशी आलेला नव्हता. शेवटच्या हातमोज्यानं वाचवलं होतं. एबोला विषाणू जरी अंतराळ पोशाखात शिरला असला, तरी तेथून तो तिच्या रक्तात जाण्याचा धोका मात्र नव्हता. घरी परतताना तिच्या मनात विचार आला. हातमोज्याच्या पातळ रबरानं आज तिला स्लॅमरमध्ये जाण्यापासून आणि एका महाभयानक संकटापासून दूर ठेवलं होतं. एबोला विषाणू तिच्या अगदी जवळ आले होते. हे विषाणू मूळच्या मेयिंगा नर्सकडून त्या माकडाच्या शरीरात गेलेले होते. झायरेच्या जंगलात मेलेल्या त्या नर्सच्या रक्तातील एबोलाने तिच्या रक्तात शिरायचा प्रयत्न करून पाहिला होता.

रात्री तिनं जेरीला फोन केला, ''आज काय झालं असेल? मला थोडासा प्रॉब्लेम आला होता. माझा आज एबोलाशी जवळजवळ संबंध आला होता.''

''गॉड डॅम... नॅन्सी, मी तुला सांगितलं होतं!'' जेरी खवळला, ''त्या एबोलाच्या भानगडीत पडू नको, असं पक्कं बोललो होतो. फकिंग एबोला.'' मग दहा मिनिटे त्यानं तिला उपदेश केला : हॉट झोनमध्ये काम करण्याच्या धोक्यांबद्दल तो बोलला. त्यानं स्वत: कधीही तसला निळा अंतराळ पोशाख घालून पातळी-४ वर काम केलं नव्हतं. तो सगळा प्रकारच भयानक होता.

ती शांतपणे सगळं ऐकत होती. तिनं वादविवाद केला नाही. तो एवढा वेळ बोलत असताना ती गप्प बसली. हळूहळू त्याच्या पोटातलं सगळं बाहेर पडल्यावर तो शांत झालेला पाहून ती त्याला सर्व काही ठीक असल्याबद्दल म्हणाली.

दरम्यान तिचा शांतपणा पाहून तो आश्चर्यचकित झाला होता. तिच्या स्वरात जरा जरी साशंकता वाटली असती, तर त्या क्षणी तो परतीचे विमान पकडण्याची मानसिक तयारी करीत होता.

एबोलावरचे प्रयोग यशस्वी ठरले नाहीत. त्या औषधाचा विषाणूवर काहीच परिणाम झाला नव्हता. जीन जॉन्सनने संसर्गग्रस्त केलेल्या सर्व माकडांचा एबोलानं बळी घेतला. औषधे दिलेली सगळी माकडं मरण पावली. त्या थंड मारेकऱ्यानं आपल्या कोणत्याही बळीला सोडलं नाही. ह्या सगळ्या प्रकारात फक्त विषाणू न टोचलेली दोन माकडं जिवंत राहिली होती. विषाणू टोचलेल्या माकडांच्या समोरच्या पिंजऱ्यात ठेवलेली ती दोन विषाणू न टोचलेली माकडे अपेक्षेप्रमाणे आजारी पडली नव्हती.

नॅन्सीच्या बाबतीत हातमोजा फाटण्याचा जो प्रसंग घडला, त्यानंतर जवळपास दोन आठवड्यांनंतर एबोला प्रयोग विभागात एक भयंकर घटना घडली. विषाणू न टोचलेल्या दोन्ही माकडांचे डोळे लाल झाले, नाकातून रक्त येऊ लागले. नंतर रक्तस्राव होऊन ती दोन्ही मरण पावली. त्या माकडांना कधीही एबोला विषाणू मुद्दाम टोचलेले नव्हते. ती माकडे कधीही एबोला विषाणू दिलेल्या माकडांच्या संसर्गात आलेली नव्हती. भीतिदायक बाब ही होती, की, माकडांच्या पिंजऱ्यांमध्ये मोकळी जागा असूनही त्यांना रोगाने गाठले होते.

◆

एबोला नदी

जुलै-ऑक्टोबर १९७६

६ जुलै १९७६. एल्गॉन पर्वताच्या वायव्येला सुदानमध्ये ५०० मैलांवर मध्य आफ्रिकेच्या विषुववृत्तीय अरण्याच्या सीमारेषेजवळ ही घटना घडली. एबोलाचा शोध घेणारा यू. जी. नावाचा माणूस प्रचंड रक्तस्त्रावाने मरण पावला. त्याच्या शरीराच्या प्रत्येक रंध्रातून रक्ताचे थेंब बाहेर पडले होते. आपण फक्त त्याला यू. जी. या आद्याक्षरांनीच संबोधू. यू. जी. हा अज्ञात विषाणूने ग्रासलेला पहिला रुग्ण. त्याला पुढील संशोधनासाठी 'इंडेक्स केस' मानले जाऊ लागले.

नझरा शहरातील एका कापड गिरणीत श्री. यू. जी. स्टोअरकीपर म्हणून काम करीत होता. नझराची लोकसंख्या अलीकडेच खूप वाढली होती. विषुववृत्तीय प्रदेशात सर्वत्रच लोकसंख्या मोठ्या प्रमाणात वाढते आहे. तसेच, नझरामध्येही घडले होते. दक्षिण सुदानमधील त्या भागात झांडे ही मोठी जमात राहत असे. झांडे जमात राहते, तो भाग सव्हाना प्रकारचा आहे. मधेच काही ठिकाणी नदीच्या काठांवर झाडी आहे. हा भाग निसर्गसौंदर्याने नटलेला आहे. फक्त ठराविक ऋतूत वाहणाऱ्या नद्यांच्या काठावर बाभळीची झाडी आहे.

तिथल्या झाडीत आफ्रिकन कबुतरं गुटूर गूऽऽ करीत असतात. नद्यांच्या दरम्यानच्या प्रदेशात उंचच उंच एलिफंट ग्रास अक्षरश: समुद्राप्रमाणे पसरलेले आहे. हे गवत दहा फूट उंच वाढते. झायरे नदीकडे दक्षिणेकडे जाऊ लागले, की, जमीन उंचसखल होऊ लागते. नंतर आपण विषुववृत्तीय जंगलात शिरतो. आता जंगल नद्यांपासून दूरवर वाढलेले आहे आणि झाडांची घनदाट छत्री तयार झालेली आहे. नझरा शहराभोवती भरपूर मळे आहेत. कापूस, साग आणि फळांची शेती आहे. लोक गरीब आहेत; पण ते कष्टाळू आहेत. जमातीच्या परंपरेप्रमाणे मोठमोठ्या कुटुंबाना ते पोसतात.

यू.जी. पगारदार माणूस होता. तो कापडाचे गठ्ठे भरलेल्या एका छोट्या खोलीत

डेस्कवर काम करी. त्याच्या खोलीत छतावर वाटवाघळं फिरत असायची. त्या वाघळांना एबोलाचा संसर्ग झाला होता की नाही, ते कुणालाच कधी सिद्ध करता आले नाही. कदाचित त्या कापड गिरणीत विषाणू कोणत्या तरी अज्ञात मार्गाने शिरला असावा. कापसाच्या तंतूंमध्ये अडकलेल्या कीटकांच्यातून हा विषाणू आला असणे शक्य आहे किंवा विषाणूचा कापड गिरणीशी काहीही संबंधही नसणे शक्य होते.

यू.जी.ला संसर्ग बाहेरच कुठेतरी झाला असावा. तो हॉस्पिटलमध्ये गेला नव्हता. घरीच स्वत:च्या कॉटवरच तो मेला. त्याच्या नातेवाईकांनी त्याचे पारंपरिक झांडे पद्धतीने दफन केले. इलिफंट ग्रासमध्ये साफ केलेल्या जागेत त्याच्या दफन जागेवर दगड रचले गेले. त्याच्या ह्या थडग्याला अनेक युरोपियन व अमेरिकन डॉक्टरांनी भेट दिली आहे. त्यांना ह्या पहिल्या इंडेक्स केसचे थडगे पाहायचे होते. त्यामधून काही अर्थ निघतो का, हे पाहून त्यांना पहिल्या बळीला मनोमन आदरांजली वाहायची असावी. इथे उद्भवलेल्या विषाणूच्या प्रभेदाला पुढे 'एबोला सुदान' असे म्हटले जाऊ लागले.

आता तो एक शांत आणि विशेष काही नसलेला माणूस एवढीच त्याची आठवण शिल्लक उरली आहे. त्याचा एकही फोटो काढलेला नव्हता, की तो नेमका कसा दिसायचा हे देखील कुणाला आता नीट आठवत नाही. त्याच्या गावातही त्याच्याबद्दल फारशी माहिती कळत नाही. लोक सांगतात, की, त्याचा भाऊ उंच होता. कदाचित तो सुद्धा भावासारखाच उंच आणि सडपातळ असेल. जवळचे काही आप्त आणि मूठभर मित्र त्यांच्याशिवाय कोणाच्याही न लक्षात राहावे, एवढा त्याचा मृत्यू नगण्य होता. तो एबोलाचा बळी ठरला होता, एवढीच काय ती विशेष गोष्ट!

रोग पुन्हा उद्भवला. यू.जी.च्या मृत्यूनंतर त्याच्याच खोलीत काम करणारे दोनजण आजारी पडले. प्रचंड रक्तस्राव आणि खेळ खलास! यू.जी.च्या आवृत्त्या निघायला प्रारंभ झाला. त्या दोघांपैकी एकाची गोष्ट यू.जी.पेक्षा निराळी होती. पी. जी. अशी आद्याक्षरे आपण त्यासाठी वापरू. ह्या माणसाचा मित्रपरिवार मोठा होता. त्यातही रखेल्यांची संख्या भरपूर होती. त्याने हा रोग गावात फार विस्तृत प्रमाणावर पसरविला. रोगाचा जंतू माणसांमध्ये भराभरा इकडून तिकडे उड्या मारीत होता. बहुधा, स्पर्श आणि लैंगिक संबंधातून हा प्रसार होत असावा.

रोगप्रसाराचा वेग प्रचंड होता. रोगाचा जंतू लोकांच्या शरीरात सहज वास्तव्य करीत होता. त्या जंतूने एकूण १६ वेळा लोकांच्यात एकाकडून दुसऱ्याकडे उड्या घेतल्या. सुदानमधील संसर्गग्रस्त लोकांपैकी बरेचसे मेले. खरं म्हणजे हे विषाणूच्या हिताचं नाही. यजमान मरण्यात विषाणूचा तोटाच असतो; पण हा विषाणू एवढा

जबरदस्त संसर्गजन्य होता, की, एकाकडून दुसऱ्यात तो भराभरा जात होता. त्यामुळेच पूर्वीच्या यजमानाचं काय झालं, त्याची विषाणूला पर्वा नसावी; कारण पूर्वीचा यजमान मरेपर्यंत विषाणूने दरम्यान आपली पुष्कळ वाढ केलेली असल्याने त्याला पूर्वीच्या यजमानांची पर्वा नसावी. एबोला सुदानच्या बहुसंख्य बळींचा संबंध अखेर त्या शांत माणसापर्यंत- श्री. यू. जी.पर्यंत जाऊन पोहोचतो. त्याच शांत माणसातून विषाणूची हाहा:कार माजविणारी एक जात दक्षिण सुदानमध्ये वणव्यासारखी पसरली होती.

हा रोग नझारा शहर उद्ध्वस्त करून पूर्वेकडे मारिडी नावाच्या भागात पोहोचला. ह्या गावात हॉस्पिटल होतं. मारिडीतल्या हॉस्पिटलमध्ये जणू बॉम्बस्फोटच झाला हॉस्पिटलमधील नर्स, परिचारक आणि पेशंटचा बळी घेत हा रोग एखाद्या सापासारखा पेशंटच्या नातेवाईकांच्यात शिरला. हॉस्पिटलमधील लोक इंजेक्शन देताना सुयांच्या स्वच्छतेबद्दल जागरूक नसावेत. हा रोग सुयांद्वारा पेशंटमध्ये वणव्यासारखा पसरला. नंतर त्याने हॉस्पिटल कर्मचाऱ्यांवर हल्ला चढविला. हा विषाणू कल्पनातीत वेगानं वैद्यकीय कर्मचाऱ्यांमध्ये पसरतो, हे त्या प्राणघातक आणि बरा न होणाऱ्या रोगाचे प्रमुख वैशिष्ट्य आहे. काही वेळा तर वैद्यकीय यंत्रणेमुळेच रोगाचा प्रसार झालेला आढळला. जणू, एखादे भिंग सुक्या गवतावर प्रकाश एकवटते, तसाच हा प्रकार होता.

विषाणूने मारिडीच्या हॉस्पिटलचे शवागारात रूपांतर केले. तो एका पेशंटकडून दुसऱ्याकडे उड्या मारत सगळ्यांचा खातमा करीत चालला होता. काही पेशंटमध्ये मानसिक असंतुलन, व्यक्तित्व विनाश आणि चमत्कारिक वर्तन दिसू लागले. काही पेशंट तर वेड्यांप्रमाणे स्वत:चे कपडे फाडून रक्तस्राव होताना उघडेनागडे बाहेर पळाले. स्वत:च्या घरी जाण्याचा प्रयत्न करणारे ते दुर्दैवी जीव रस्त्यांमध्ये तशा अवस्थेत भटकू लागले. एबोला विषाणू मेंदूवर परिणाम घडवितो, हे खरे; परंतु मेंदूचा विनाश आणि आत्यंतिक भीतीपोटी केलेले वर्तन ह्यात फारसा फरक करता येत नाही. त्यामुळे आपल्याभोवती माणसं अंथरुणातच विरघळून जात असलेली पाहून कोणीही भीतीने तसं करणं अशक्य नाही. त्यातही तुम्ही त्या रोगाने रक्तस्रावाने जर्जर झाला असाल, तर तुम्हाला कपडे काढून टाकावेसे वाटणारच. लोक कदाचित अशांना वेडे समजत होते, एवढाच त्याचा अर्थ होता.

मारबर्ग विषाणूपेक्षा सुदानमधील साथीची तीव्रता दुप्पट होती. संसर्ग झालेल्यांपैकी ५०% लोक मृत्युमुखी पडत असत. हे फार वेगानं होत असे. मध्ययुगात ब्लॅक प्लेग ह्या नावाने हाहा:कार उडविणाऱ्या रोगाएवढीच ह्या विषाणूची प्राणघातकता होती. जर एबोला सुदान विषाणू मध्य आफ्रिकेतून बाहेर पडण्यात यशस्वी ठरला असता, तर तो खार्टुममध्ये पोहोचला असता. त्यानंतर काही आठवड्यांत कैरो.

तेथून विषाणूने जर अॅथेन्समध्ये उडी मारली असती, तर नंतर न्यूयॉर्क, पॅरिस, लंडन, सिंगापूर... तो जगात कुठेही जाऊ शकला असता. हे घडलं नाही. सुदानमध्ये उठलेलं ते वादळ जगाच्या लक्षात न येताच संपुष्टात आलं. ही घटना एखाद्या गुप्त अणुस्फोटाप्रमाणे होती. मानवजातीचा संपूर्ण विनाश होणाऱ्या काठावर आपण येऊन पोहोचलो होतो.

साथ आपोआप संपली. त्याचं कारण मात्र कधीच लक्षात आलं नाही. विषाणू अदृश्य झाला. साथीचे केंद्र मारिडीतील हॉस्पिटलमध्ये होतं. रोगानं हॉस्पिटलमध्ये उच्छाद मांडल्यावर उरलेले लोक जंगलात पळून गेले. कदाचित हा उपायच योग्य होता; कारण त्यामुळे हॉस्पिटल बंद पडलं आणि अस्वच्छ सुयांचा वापर थांबला. हॉस्पिटल रिकामं झालं आणि रोगाची साखळी तुटली.

एबोला सुदान विषाणू अदृश्य होण्यामागे आणखी एक कारण असावे. हा विषाणू स्वत: फार हॉट म्हणजे मारक होता. त्याने संसर्ग झालेल्या लोकांचा तो फार लवकर बळी घेत होता. त्यामुळे आणखी कोणाला रोगप्रसार करण्याआधीच माणूस मरून पडे. तसेच, हा विषाणू हवेतून न पसरणारा होता. तो फक्त स्पर्शातून किंवा रक्तावाटेच जात असल्याने विषाणू पसरण्याचा संभव कमी प्रमाणात होता. जर का लोक खोकताना विषाणू बाहेर टाकत असते, तर मात्र ही कहाणी काही वेगळीच झाली असती!

एबोला सुदान विषाणूने मध्य आफ्रिकेतल्या काही शेकडा लोकांचा खातमा केला. जसे, गवत पेटले, की, चराचरा जळते नि अखेर ज्वाला राखेमध्ये विझून जातात, तसे झाले. एड्स जसा जगभर पसरला, तसं मात्र ह्या विषाणूचं झालं नाही. कोळशाच्या खाणीत एकदा का आग लागली, की, ती विझवणं अशक्य असतं, तशीच ही घटना होती. सुदानमधील ह्या एबोलाच्या अवतारानंतर तो मध्य आफ्रिकेच्या जंगलात लपून बसला. तो अद्यापही नक्कीच कुठेतरी जिवंत मात्र आहे. कदाचित आकारात बदल घडत, उत्परिवर्तने होत हा विषाणू आपल्याला अज्ञात जातींमध्ये जीवनचक्र चालवत आहे. कदाचित तेथून तो नवीन रूपात पुन्हा एकदा मानवजातीत प्रवेश मिळविण्याची वाट पाहत आहे.

सुदानमध्ये एबोला विषाणूचा संसर्ग होऊन गेल्यानंतर जवळपास दोन महिन्यांनी म्हणजे सप्टेंबर १९७६ मध्ये त्याच्यापेक्षा भयानक साथ उद्भवली. पश्चिमेकडे ५०० मैलांवर असणाऱ्या एका जिल्ह्यात ही गोष्ट घडली. उत्तर झायरेमध्ये असणाऱ्या बुंबा विभागात एक नवीनच फिलोव्हायरस प्रकटला. हा भाग एबोला नदीच्या तीरावरील विषुववृत्तीय जंगलांचा आहे. एबोलाचा हा एबोला झायरे प्रभेद सुदानमधल्यापेक्षा दुप्पट घातक होता. जणू, तो शांतपणे वाटणाऱ्या, परंतु टपून बसलेल्या कोणा अज्ञात शक्तीचा खेळ होता, एवढा तो अचानक उद्भवला. आजपर्यंत एबोला

झायरेचा पहिला बळी कोण होता, ते ठरविता आलेले नाही. त्या सप्टेंबरमध्ये कोणीतरी एकाने एबोला नदीच्या दक्षिण भागात कुठेतरी कसल्यातरी रक्ताळलेल्या गोष्टीला स्पर्श केला होता. कदाचित ते माकडाचे मांस असावे. त्या भागातील लोक माकडांची शिकार करतात किंवा ते इतर एखाद्या प्राण्याचे मांस असावे. कदाचित हत्ती किंवा कदाचित वटवाघूळही असेल. त्याचप्रमाणे, एखाद्या वेळेस चिरडलेल्या कीटकाचा त्या माणसाशी संपर्क आला असेल अथवा त्याला किंवा त्या स्त्रीला एखादा कोळी चावला असेल. कोणता का प्राणी असेना. त्या विषुववृत्तीय जंगलात रक्ताशी सरळ संबंध आल्यामुळेच विषाणू माणसांच्यात प्रवेश करू शकला असावा. कदाचित त्या अज्ञात व्यक्तीच्या हातावरच्या एखाद्या लहानशा जखमेने विषाणूला माणसांमध्ये प्रवेशद्वार उघडून दिले.

हा विषाणू याम्बुकू मिशन हॉस्पिटलमध्ये उद्भवला. हे हॉस्पिटल काही बेल्जियन नन्स चालवत असत. हे हॉस्पिटल म्हणजे पांढरा चुना मारलेल्या काँक्रीटच्या भिंती आणि वर पत्रे टाकलेल्या बैठ्या इमारती होत्या. शेजारीच चर्च होते. तेथून घंटा आणि प्रवचनांचा आवाज ऐकू येई. ही प्रवचने बांटू भाषेतून चालत. शेजारच्या हॉस्पिटलमध्ये लोकांच्या रांगा लागत. मलेरियाने कुडकुडणारे लोक नन्सकडून इंजेक्शन घेण्याची वाट पाहत थांबलेले असत. इंजेक्शनने त्यांना जरा बरे वाटत असे.

मिशनकडून एक शाळादेखील चालविली जात असे. एका उन्हाळ्यात ह्या शाळेतला एक शिक्षक काही मुलांना घेऊन उत्तर झायरेमध्ये सहलीला गेला होता. त्यासाठी त्यांनी मिशनची लॅण्ड रोव्हर मागून घेतली होती. ते आजूबाजूचा प्रदेश पाहत हळूहळू कच्च्या रस्त्यांनी उत्तरेकडे जात होते. मधेच त्यांची गाडी चिखलात फसत असे. झायरेमध्ये प्रवास करताना हा अनुभव नेहमीच येतो. ते ज्या रस्त्यांनी जात होते, त्या जवळपास पायवाटाच होत्या. वर झाडांच्या छतामुळे दाट सावली होती. त्यामुळे एखाद्या बोगद्यामधून प्रवास करीत असल्याचा भास होत होता. ते आता एबोला नदीपाशी आले. त्यांनी नदी ओलांडली आणि उत्तरेकडे जात राहिले. मधे ओबांग्वाय नदी लागली. तिथे ते एका रस्त्याच्या कडेच्या बाजारात थांबले. त्या ठिकाणी शिक्षकांनी ताजे हरिणमांस विकत घेतले. कोणीतरी मेलेले एक माकड खरेदी केले. ते त्यांनी गाडीत मागे टाकले. गाडीतून प्रवास करताना किंवा आतबाहेर करताना कोणीही त्या माकडाला अथवा हरिणमांसाला स्पर्श केला असणे अगदी शक्य आहे.

ते घरी परत आले. शिक्षकाच्या बायकोने हरिणमांस शिजविले. घरातल्या सगळ्यांनीच त्यावर ताव मारला. सकाळी जरा बरे वाटत नाही, हे लक्षात आल्याने तो शाळेत जाण्यापूर्वी हॉस्पिटलकडे गेला. तेथे एक इंजेक्शन घेऊन जाण्याचा त्याचा विचार होता.

दररोज हॉस्पिटलमधील नन्स पाच सुया बाहेर काढून टेबलावर ठेवत आणि त्याच दिवसभर इंजेक्शन देण्यासाठी वापरत. म्हणजेच, बाळंतपणाच्या केसेस आणि बाहेरून येणारे रोगी अशा शेकडो लोकांना त्याच पाच सुयांनी इंजेक्शने दिली जात. मधूनमधून सुईला लागलेले रक्त काढण्यासाठी त्या सुया गरम पाण्याच्या भांड्यात बुडवत असत; परंतु बऱ्याच वेळा सरळ एका पेशंटकडून दुसऱ्याला त्याच सुईने इंजेक्शन मिळत असे. रक्ताचा थेट रक्ताशी संबंध! एबोलासारख्या विषाणूसाठी ही आदर्श परिस्थिती होती; कारण ह्या विषाणूचे पाच-दहा कणदेखील नवीन यजमानात रोग निर्माण करू शकत होते.

हॉस्पिटलमध्ये इंजेक्शन घेतल्यानंतर शिक्षकाला एबोला झायरे रोगाने आडवे केले. एबोला झायरेचा तो पहिला ज्ञात पेशंट! पण त्याने इंजेक्शन घेतल्यानंतर हा रोग दिसला, हे लक्षात घेतले, तर हॉस्पिटलमध्ये आधीच कुणीतरी रोग आणल्याची शक्यता नाकारता येत नाही. कदाचित त्या रोग्याला ज्या सुईने इंजेक्शन दिले होते, तीच ह्या शिक्षकासाठी वापरली गेली असावी. हा अज्ञात माणूस हॉस्पिटलमध्ये रोग्यांच्या रांगेत उभा असावा. त्यानेच झायरेमध्ये ह्या एबोलाचा प्रसार सुरू केला असावा. सुदानमध्ये जसे घडले. तसेच ह्या ठिकाणी देखील संपूर्ण पृथ्वीवर धुमाकूळ घालू शकणाऱ्या त्या विषाणूचा उगम एकाच रोग्यापासून होत होता.

हॉस्पिटलभोवतीच्या पंचावन्न खेड्यांत हा रोग एकदम उद्भवला. प्रथम तो हॉस्पिटलमध्ये इंजेक्शन घेणाऱ्यांमध्ये मर्यादित होता. नंतर तो त्यांच्या कुटुंबात घुसून बळी घेऊ लागला. विशेषत: बायकांचा बळी! आफ्रिकेत मृतावर अंतिम संस्कार बायकाच करतात. कुठूनतरी आलेल्या त्या जीवरूपाने प्रथम याम्बुकू हॉस्पिटलमधील नर्सेसमध्ये लागण झाली. त्यातल्या बऱ्याच मरण पावल्या. मग पाळी बेल्जियन नन्सची! एका ननने बाळंतिणीला सोडविले होते. गर्भातच गेलेले मूल असणाऱ्या त्या बाईला सोडविणाऱ्या दाईला एबोलाने ग्रासले. ही बाई स्वत: एबोलाने ग्रस्त होतीच. गर्भ म्हणजे रक्तस्रावाने खलास झालेला विरलेल्या मांसाचा गोळा झालेला होता. अर्थातच तत्काळ गर्भपात होऊ लागला होता. ह्या भयानक बाळंतपणातून बाईला वाचविण्याच्या प्रयत्नात ननच्या हाताला बरेच रक्त लागले होते. ते रक्त हॉट होते. ननच्या हाताला कदाचित लहानशी जखम असेल. तिला संसर्ग झाला आणि पाच दिवसांत खेळ खलास!

त्या हॉस्पिटलमध्ये सिस्टर एम्. ई. नावाची एक नन आहे. तिला हा रोग झाला. ते त्या वेळी त्याला ले-इपिडेमी म्हणजे 'साथ' म्हणत असत. तेथील एका धर्मगुरूने तिला उपचारासाठी किन्शासाला नेण्याचे ठरविले. झायरेच्या त्या राजधानीत जास्त चांगले उपचार होतील, अशी त्याची अपेक्षा होती. तो आणि आणखी एक नन सिस्टर ई. आर. ह्यांनी लॅण्डरोव्हरमधून तिला नेण्याचे ठरविले.

कांगो नदीच्या काठावर लाकडी झोपड्यांचे एक गाव आहे. ते ह्या बुंबा गावात प्रथम आले. तिथल्या विमानतळावर जाऊन त्यांनी एक छोटे विमान भाड्याने घेतले. त्यातून ते किन्शासाला पोहोचले. पोहोचताच त्यांनी सिस्टर एम्. ई.ला तिथल्या नागेलिमा हॉस्पिटलमध्ये दाखल केले. हे खासगी हॉस्पिटल काही स्वीडिश नर्सेस चालवत असत. तेथे सिस्टरला स्वतंत्र खोलीत ठेवण्यात आले. तेथे हाल सहन करीत अखेर तिने आपला आत्मा येशूचरणी अर्पण केला.

एबोला झायरे विषाणू शरीरातल्या प्रत्येक भागावर, पेशींवर आणि अवयवांवर हल्ला करतो. फक्त हाडे आणि हाडांवरचे स्नायू तेवढे ह्या तडाख्यातून सुटतात. हा विषाणू म्हणजे परोपजीवींची परिसीमाच आहे; कारण शरीरातले सर्व अंतरंग आता विषाणूरूपातच संपूर्णपणे रूपांतर झालेले असतात. ज्या सात प्रथिनांचा मिळून तो विषाणू बनतो, ती गूढ असणारी प्रथिने न थकता अहोरात्र काम करीत राहतात.

एखाद्या यंत्राप्रमाणे आवृत्तीमागून आवृत्ती काढत चाललेला तो जणू रेणूस्वरूपातील शार्कच होय. रक्तामध्ये लहान लहान गुठळ्या होऊ लागतात. रक्त घट्ट होऊ लागल्याने रक्तप्रवाह मंदावतो. त्या गुठळ्या रक्तवाहिनीच्या भिंतींना चिकटू लागतात. मग भिंतीच्या कडेने गुठळ्यांचे थर बसू लागतात. छोट्या गुठळ्या केशवाहिन्यांमध्ये वाहत जाऊन अडकतात. त्यामुळे अवयवांना होणारा रक्तपुरवठा बंद पडतो. त्याचा परिणाम म्हणून मेंदू, किडनी, फुफ्फुसे, अंडाशय, स्तन (पुरुष व स्त्री दोघांमध्येही), आतडी आणि त्वचा अशा सर्व ठिकाणी अनेक लहान लहान भाग मृत होतात. त्वचेखाली अनेक ठिकाणी रक्तस्त्रावाच्या खुणा निर्माण होतात. त्यांना पेटेची म्हणतात. एबोला विषाणू संयोजी उतींवर विलक्षण कडवेपणाने हल्ला चढवितो. शरीरात त्वचा आणि अनेक भाग एकमेकांशी जोडून ठेवणारे कोलाजेन हे एक महत्त्वाचे प्रथिन आहे. हा विषाणू त्या कोलाजेनमध्ये वाढू लागतो. विषाणूची ती अवघी सहा प्रथिने कोणत्यातरी मार्गाने शरीरातील ह्या रचनेत उपयोगी पडणाऱ्या प्रथिनांचा विनाश घडवितात. ह्यामुळे शरीरातील कोलाजेनचे लिबलिबित पदार्थात रूपांतर होते. विशेषत: त्वचेखाली हे घडल्याने त्वचेचे खालचे थर मरण पावतात. त्वचेवर पांढऱ्या रंगाचे लाखो लहान लहान बुडबुडे तयार होत. त्याला मकूलोपॅपुलर रॅश असे म्हणतात. त्वचेवर उमटणारे हे ठिपके टॅपिओकाच्या भरिताप्रमाणे दिसतात. त्वचेवर आपोआप भेगा पडतात. त्यातून रक्तस्त्राव होऊ लागतो. त्वचेवरचे लहान लाल ठिपके मोठे होऊन त्यातून लांबलांब चिरा तयार होतात. सगळी त्वचा मऊ आणि लिबलिबित होते. एवढी, की अगदी लहानशा धक्क्याने फुगा फुटावा, तशी फुटते. तोंडातून रक्त बाहेर पडते. लाल ग्रंथी, दातांच्या कडेने, अक्षरश: प्रत्येक रंध्रामधून रक्त बाहेर पडायला सुरुवात होते. जिभेवर चकचकीत लाल रंग येतो.

जिभेची सगळी त्वचा सोलून बाहेर पडते. जिभेवरील त्वचा निघणे ही सर्वात वेदनादायक गोष्ट आहे, असे म्हणतात. उलटी होताना जिभेची त्वचा, घशातील आतले आवरण सोलून निघते.

त्याचप्रमाणे, हवेच्या नळीतील आवरण सोलपटून खाकऱ्यातून बाहेर पडते किंवा खाली पडून फुफ्फुसात जमा होते. हृदयाचे स्नायू आतल्या आत रक्तस्राव घडवितात. स्नायू मऊ पडू लागतात. हृदयातून रक्त बाहेर येऊन छातीच्या पोकळीत साठू लागते. त्याचप्रमाणे, मेंदूमध्येही ठिकठिकाणी रक्त साठू लागते. एबोला विषाणू डोळ्यांमधील कडांवर परिणाम घडवितो. सगळा डोळाच रक्ताने भरून गेल्याने माणूस आंधळा होऊ शकतो. रक्ताचे लहान थेंब डोळ्याच्या कडेने जमा होऊन पापण्यांवर येतात. त्यामुळे अश्रूंऐवजी रक्त टपकू लागते. न गोठणाऱ्या रक्ताच्या धारा लागतात. कधी कधी त्यातच पक्षाघाताचा झटका येतो व एक बाजू संपूर्णपणे लुळी पडते.

हा झटका प्राणघातकच ठरतो. रक्तवाहिन्यांमध्ये रक्तात गुठळ्या तयार होतात; परंतु बाहेर पडणारे रक्त मात्र अजिबात गोठत नाही. दह्यामधून पाणी काढताना जसे दिसेल, तसे हे असते. जर तुम्ही एबोला रुग्णाचे रक्त काढून परीक्षानळीत घेतले, तर दिसते, की, ते रक्त संपूर्णपणे नष्ट झालेले आहे. तिथे सर्व तांबड्या पेशी केव्हाच फुटून गेलेल्या असतात. मिक्सरमध्ये घालून फिरविल्यासारखं ते दिसतं.

यजमान जिवंत असतानाच एबोला विषाणूमुळे कितीतरी उती मरून जात असतात. आतील सर्व अवयवांमध्ये मरण्याची प्रक्रिया चालू होते. लिव्हरला सूज येते. ती पिवळी पडते. नंतर ती हळूहळू विरघळू लागते आणि तुकडे पडू लागतात. लिव्हरमध्ये सर्वत्र भेगा पडून ती मरून जाते व सडू लागते. किडनीमध्ये रक्तातल्या गुठळ्या अडकल्याने तिचे कार्य थंडावते. त्यामुळे रक्तामध्ये घातक विषारी पदार्थ साठू लागतात. प्लीहेचे एखाद्या बेसबॉलएवढ्या कडक गोळ्यात रूपांतर होते. आता रक्ताची एवढी मोठी गुठळीच तयार होते. आतड्यात आतमध्ये रक्त भरते. आतले आवरण मृत होऊन निघून येते व शौचातून बाहेर पडू लागते. पुरुषांमध्ये अंडाशये फुगतात. त्यांचा रंग काळानिळा होतो. वीर्य विषाणूंनी भरून गेल्याने हॉट होते. स्तनाग्रातून रक्तस्राव होऊ लागतो. स्त्रियांमध्ये गुप्तांगावरील आवरण फुगते व काळेनिळे होते. योनिमार्गातून प्रचंड रक्तपात होऊ लागतो. गर्भवती स्त्रियांच्यामध्ये तर हा विषाणू सर्वनाशच करतो. अचानक गर्भपात होतो. अर्भकाचे नाक आणि डोळे रक्तस्रावाने लालभडक झालेले असतात.

मारबर्ग विषाणूपेक्षा एबोला विषाणू मेंदूवर जास्त परिणाम घडवितो. अखेरच्या अवस्थेत एबोलाचे रोगी झटके देऊ लागतात. अपस्मारासारखे शरीर झटके देऊ

लागते. सगळे शरीरच थरथरते. हातपाय वेडेवाकडे फेकले जातात. मेंदूमधील सर्वसाधारण बिघाडामुळे हे घडतं. रक्ताळलेले डोळे फिरून वर जातात. हादऱ्यांमुळे आणि झटक्यांमुळे रोग्याच्या अवतीभवती रक्त उडते. कदाचित अशा प्रकारचे झटके येणे, ही विषाणूने यशस्वी होण्यासाठी केलेली एखादी युक्ती असावी. मरताना रोगी झटके देत असल्याने अवतीभवती रक्ताचा सडा पडतो. त्यातूनच विषाणूला नवीन बळी मिळविण्याचा संभव वाढतो. रक्ताच्या शिंपणाने रोगप्रसाराचा हा मार्ग विषाणू अवलंबत असावा.

एबोला आणि मारबर्ग विषाणू एवढ्या वेगाने वाढतात, की, त्यामुळे पेशीचे स्वरूप नष्ट होऊन ती फक्त विषाणू स्फटिक भरलेली एक पिशवी- क्रिस्टलॉइड बनते. पेशीतून बाहेर पडण्यासाठी आत विषाणूंची फौज तयार असते. ह्या अवस्थेला 'ब्रिक' म्हणतात. ही अवस्था प्रथम पेशीच्या मध्यभागी तयार होते. ही ब्रिक मग हळूहळू पृष्ठभागाकडे सरकू लागते. ही ब्रिक पृष्ठभागावर आली, की विरघळते आणि हजारो विषाणूंचे कण पेशी भिंतीतून बाहेर पडतात. केस फुटल्याप्रमाणे हे कण पेशीच्या पृष्ठभागावरून विलग होऊन रक्तप्रवाहात तरंगू लागतात. हे विषाणूकण शरीरात मिळेल त्या पेशींना चिकटतात. आत शिरतात आणि वाढू लागतात. एबोला विषाणू, हृदय, आतडी, डोळे अक्षरश: सर्वत्र वाढतो. शरीरात सर्वत्रच क्रिस्टलॉइड वाढेपर्यंत ही साखळीप्रक्रिया चालू राहते- पेशींमधून विषाणू बाहेर पडणे, रक्तप्रवाहातून वाहत जात नवीन पेशींमध्ये शिरणे, तिथे क्रिस्टलॉइड होऊन पुन्हा नवीन विषाणू बाहेर पडणे. रक्तातील एका थेंबात साधारणत: दहा कोटी विषाणू कण तयार होईपर्यंत ही वाढ चालूच राहते.

रोगी मेल्यावर शरीर अचानक सडू लागते. आतले अवयव जे पूर्वीच मेलेले असतात किंवा मरण्याच्या वाटेवर असतात, ते विरघळू लागतात. त्वचा, संयोजी उती (connective tissue) आणि इतर अवयवांमध्ये आधीच मृत भाग तयार झालेले असतात. शेवटचे झटके आणि तापामुळे जर्जर झालेले हे सर्व अवयव विरघळू लागतात. विरघळणारा हा शरीराचा भाग द्रवरूपात मृताच्या शरीराभोवती वाहत राहतो.

सिस्टर मेली, तेव्हा तेथील खुर्च्या, जमीन आणि भिंती रक्तरंजित झाल्या होत्या. सिस्टर एम्. ई.ला दफनासाठी हलविल्यावर ज्याने तिची खोली पाहिली होती, त्याने हे वर्णन केले. त्यांनी तिला अनेक चादरींमध्ये लपेटून दफनासाठी नेलं. त्यानंतर ती खोली स्वच्छ करायला जाण्याचं धाडस कोणीच करेना. त्या हॉस्पिटलमधले डॉक्टर, नर्स- कोणीही त्या रक्ताला स्पर्श करायला तयार नव्हते. इतकेच नाही, तर त्या खोलीतील हवा श्वसनावाटे जाऊ नये, अशी त्यांची इच्छा होती. म्हणून मग खोली कुलूप लावून बंद करण्यात आली. कित्येक दिवस ती तशीच राहिली. नन

मेल्यानंतर त्या खोलीची अवस्था पाहून एक-दोन प्रश्न मनात उद्भवले असतील. सर्वशक्तिमान परमेश्वराच्या अस्तित्वाबद्दल व स्वभावाबद्दल प्रश्न पडला असेल. जे लोक धार्मिक नाहीत, त्यांना निसर्गाच्या ह्या आगळ्या, भयानक रूपाविषयी प्रश्न पडला असणार.

ननचा मृत्यू कशामुळे झाला, हे तेव्हा कोणालाच माहिती नव्हते; परंतु कोणतातरी संसर्गजन्य जंतू असावा, हे समजले होते. रोगाची लक्षणे शांत मनाने तपासून पाहण्याएवढी साधी नव्हती. तसेच, जंगलातून येणाऱ्या रोगाबद्दलच्या बातम्या भयंकर होत्या. कांगो नदीच्या वरच्या बाजूस असणारी गावेच्या गावे रिकामी होत होती; परंतु त्या बातम्या पूर्णपणे खऱ्या मात्र नव्हत्या. तेथे विषाणू अनेक कुटुंबांचा सामूहिक बळी घेत होता; पण खऱ्या बातम्या मिळण्यात मधेच गडबड होत होती. किन्शासा हॉस्पिटलमधील डॉक्टरांनी ननच्या केसचा अभ्यास करून तिचा मृत्यू मारबर्ग किंवा मारबर्गसदृश विषाणूंमुळे झाला असावा, असे अनुमान काढले.

आता एम्. ई.ला किन्शासाला आणणारी व विमानात तिची काळजी घेणारी सिस्टर ई. आर. आजारी पडली. त्यांनी तिला स्वतंत्र खोलीत ठेवलं. तिच्यामध्ये सिस्टर एम्. ई.सारखीच लक्षणे दिसू लागली आणि ती मरण पावली.

त्या हॉस्पिटलमध्येच एक तरुण नर्स होती. तिचे नाव मेयिंगा. तिच्या आडनावाच्या जागी आपण एन् हे अक्षर वापरू. ही नर्स सिस्टर एम्. ई.ची सुश्रूषा करीत असे. सिस्टर मरताना कदाचित मेयिंगा नर्सच्या अंगावर रक्त किंवा उलटी उडाली असण्याची शक्यता आहे. काहीही असो. मेयिंगाचे डाके दुखू लागले नि तिला अशक्तपणा वाटू लागला. आपण आजारी पडलो आहोत, हे तिला कळत होते; पण ते स्वीकारण्याची मात्र तिची तयारी होत नव्हती. ती एका गरीब, पण महत्त्वाकांक्षी घरातून वर आली होती. युरोपला जाण्यासाठी तिला एक स्कॉलरशिपही मिळाली होती. जर ती आजारी पडली, तर ती परदेशी कशी जाणार?

डोकेदुखी सुरू होताच तिने चक्क कामावर येणे बंद केले व दोन दिवस तेथून अदृश्य झाली. दरम्यान ती परदेश प्रवासासाठी कागदपत्रांची पूर्तता करण्यासाठी शहरात गेली होती. आपण आजारी आहोत, हे दिसण्यापूर्वीच परवाना मिळविण्याचा तिचा हेतू होता. ती शहरात गेली, तो पहिला दिवस १२ ऑक्टोबर १९७६ हा होता. ती तो संपूर्ण दिवस झायरेच्या परराष्ट्र मंत्रालयात रांगेत उभी होती.

१३ तारखेला तिला आणखी त्रास होऊ लागला; परंतु त्या दिवशीही हॉस्पिटलमध्ये न जाता ती शहरात गेली. जाताना तिने एक टॅक्सी केली आणि ती किन्शासामधल्या मामा येमो ह्या सर्वात मोठ्या हॉस्पिटलमध्ये गेली. दरम्यान तिची डोकेदुखी पराकोटीला पोहोचली होती आणि पोटातली वेदना वाढली होती. ती फार घाबरली

असणार; पण ज्या हॉस्पिटलमध्ये ती काम करीत होती, तिथेच ती का गेली नाही? तिथल्या डॉक्टरांनी तिची काळजी घेतली नसती, असे थोडेच होते? कदाचित काहीतरी विक्षिप्त मानसिकपणाचा तो एक भाग असेल. तिला स्वत:शीही आजारी असल्याची कबुली देणे जीवावर येत होते. कदाचित आपल्याला मलेरिया झाला असेल, अशी तिने स्वत:ची समजूत घातली. म्हणून मग ती मामा येमो हॉस्पिटलमध्ये गेली. हे हॉस्पिटल गरिबांसाठी शेवटचा आसरा होता. त्यामुळे आजाराने त्रासलेले गरीब लोक इथे तास न् तास वाट पाहत थांबून राहिलेले दिसत असत.

नर्स मेयिंगाचे चित्र माझ्या मन:चक्षुंपुढे उभे राहत आहे. ह्याच स्त्रीपासून मिळालेला विषाणू अमेरिकन आर्मीच्या फ्रीझरमध्ये बंदिस्त होता. ती सुंदर, मनमिळावू आणि शांत तरुणी असावी. वय वीसच्या आसपास असेल. ती आयुष्याच्या एका महत्त्वाच्या वळणावर होती. डोळ्यांपुढे सुंदर भविष्यकाळाची स्वप्ने होती. आपल्याला आत्ता जे काही होत आहे, ते विशेष काही नाही, अशी ती स्वत:ला बजावत होती. आई-वडिलांचे तिच्यावर फार प्रेम होते. ती त्यांच्या काळजाचा एक तुकडाच होती. आत्ता ती मामा येमो हॉस्पिटलच्या कॅज्युअल्टी विभागात मलेरियाच्या पेशंटबरोबर वाट पाहत बसली होती. तिथे पोट फुगलेली मुलं रकट्यांवर तळमळत होती.

कोणीही तिच्याकडे लक्ष देत नव्हतं; कारण तिची डोकेदुखीची मामुली तक्रार होती. तिचे लाल डोळे पाहून एक डॉक्टर तिला मलेरियाचं इंजेक्शन देतो आणि तिच्या रोगावर उपचारासाठी तिने क्वारंटाईनमध्ये जाण्याचा सल्ला देतो; पण सध्या क्वारंटाईन वॉर्डमध्ये अजिबात जागा नाही, म्हणून ती तेथून बाहेर पडते. पुन्हा एक टॅक्सी करून दुसऱ्या हॉस्पिटलमध्ये जाते. ह्या हॉस्पिटलचे नाव युनिव्हर्सिटी हॉस्पिटल. कदाचित इथे तिच्याकडे जास्त लक्ष दिले जाईल, अशी तिला आशा वाटते आहे; पण इथल्या डॉक्टरांनाही तिच्या आजारात काही गंभीर आहे, असं वाटत नाही. कदाचित फक्त मलेरिया. तिची डोकेदुखी आता आणखी भयानक झालेली आहे. ती त्या हॉस्पिटलच्या वेटिंगरूममध्ये बसली आहे. ती जवळपास रडण्याच्या बेतात आहे. हे चित्र जणू मी पाहिले असावे, असे मला दिसते आहे. आता तिच्यापुढे एकच पर्याय खुला आहे आणि नेमके तेच ती करते. ती सरळ परत तिच्याच नागेलिमा हॉस्पिटलमध्ये येऊन पेशंट म्हणून ॲडमिट होते. तेथे तिला स्वतंत्र खोली दिली जाते. नर्स मेयिंगाच्या हालचाली आळसटल्यासारख्या होतात आणि चेहरा मुखवट्यासारखा होतो.

ह्या विषाणूची आणि तो माणसांचे काय हाल करू शकतो, ह्याची माहिती हळूहळू जंगलाबाहेर झिरपू लागते. त्यातच एक आजारी नर्स दोन दिवस किन्शासा

शहरात फिरली होती आणि अनेकांचा तिच्याशी समोरासमोर संबंध आला होता व ती गर्दीने खचून भरलेल्या ठिकाणी वावरली होती, ह्या बातमीने संपूर्ण शहरात दहशतीची एक लाटच पसरली. प्रथम विषाणूची बातमी मिशनच्या माध्यमातून, नंतर सरकारी अधिकारी व राजनैतिक कर्मचाऱ्यांच्या कॉकटेल पार्टीतील गॉसिपमधून युरोपात पोहोचली. जेव्हा ह्या कहाण्या जिनिव्हातील जागतिक आरोग्य संघटनेच्या ऑफिसात पोहोचल्या, तेव्हा तेथे एकच खळबळ उडाली. त्या वेळी उपस्थित असणारे लोक सांगतात, की, सगळ्या इमारतीत भीतीची छाया जाणवत होती. स्वत: डायरेक्टर हादरून गेलेले कोणालाही जाणवत होते.

नर्स मेयिंगाने गर्दी असणाऱ्या एका तिसऱ्या जगातील शहरात स्फोटक संसर्गाची मालिका सुरू केली असणार. त्यातून आता जगभर मोठेच संकट उद्भवणार, अशी भीती जागतिक आरोग्य संघटनेतील अधिकाऱ्यांना वाटू लागली. अनेक युरोपियन राष्ट्रांनी तेथून होणाऱ्या विमान उड्डाणांवर बंदी घालण्याची तयारी चालविली. जेव्हा त्या नर्सला एका खोलीत स्वतंत्र काढून तिच्यावर उपचार करणे जरूर होते, तेव्हा ती सार्वजनिक ठिकाणी दोन दिवस वावरली होती, ही घटना कदाचित मानव जातीचा शेवट करणारी ठरणार होती.

झायरेमध्ये बहुतांश भागावर सत्ता गाजविणारा अध्यक्ष मोबुतू सेसे सेको याने लष्कराला पाचारण केले. त्याने नागेलिमा हॉस्पिटलची नाकेबंदी केली. डॉक्टरांच्या शिवाय कोणीही बाहेर येऊ दिले जात नव्हते. बहुसंख्य वैद्यकीय कर्मचारीही आता क्वारंटाईनमध्ये होते. जवानांनी क्वारंटाईन पाळले जात असल्याचे काम सक्तीने करवून घेतले. राष्ट्राध्यक्ष मोबुतूने संपूर्ण बूंबा भागच सीलबंद करून टाकला. कोणीही बाहेर पडण्याचा प्रयत्न करताना दिसला, तर सरळ गोळ्या घालायचे हुकूम दिले. बूंबा भागाचा इतर जगाशी संबंध मुख्यत: कांगो नदीद्वाराच येतो. दरम्यान नदीतल्या नाववाल्यांनीही ह्या विषाणूबद्दल बातम्या ऐकल्या होत्याच. त्यामुळे त्यांनीही बूंबा येथे बोटी थांबविणे बंद केले. अगदी काठावरचे लोक प्रचंड आर्जवे करीत असूनही त्यांनी बोटी किनाऱ्याकडे आणल्या नाहीत. नंतर बूंबाशी रेडिओ दळणवळणही बंद झाले. तेथे नेमके काय चालू आहे, त्याचा कोणालाच पत्ता लागेना. जणू, एक प्रदेशच अज्ञातात शांतपणे विरून गेला होता.

जेव्हा रोगाचा बळी ठरलेली पहिली नन एम्. ई. मरणाच्या वाटेवर होती, तेव्हा उपचार करणाऱ्या डॉक्टरांनी बायोप्सी करायचे ठरविले. माणूस अगदी मरत असताना भराभरा काही उती काढून तपासणीसाठी घेण्याचा तो प्रयत्न होता. तिच्या धार्मिक श्रद्धेप्रमाणे तिचे शवविच्छेदन करणे बेकायदा होते; डॉक्टरांना तिच्या शरीरात कोणते जीवरूप शिरले आहे, ते माहिती करून घेणे अत्यावश्यकच होते. ती आता शेवटचे आचके देऊ लागली, तेव्हा डॉक्टरांनी तिच्या पोटात सीरिंज खुपसून

लिव्हरमधला काही भाग शोषून घेतला. तिची लिव्हर जवळपास द्रवावस्थेतच होती आणि सुईचा व्यास चांगला मोठा होता. त्यामुळे सिरिंज जवळजवळ गच्च भरली. डॉक्टरांनी तिच्या हातामधून काही सॅम्पल्स काढून ती काचेच्या नळ्यांमध्ये ठेवली. हे करीत असताना कदाचित तिचे रक्त आजूबाजूला उडाले असेल. ननच्या रक्ताची किंमत फार मोठी होती; कारण त्यातच तो आजवर अज्ञात घातकी मारेकरी सापडण्याची शक्यता होती.

थोड्या दिवसांनंतर ननच्या रक्ताचा नमुना अमेरिकेतील अटलांटा येथील रोगप्रतिबंधक केंद्राच्या विशेष रोग विभागात पोहोचला. ह्या केंद्राला CDC असे म्हणतात. CDCची एक शाखा अज्ञात रोगजंतूंवर विशेष संशोधन करते.

कार्ल जॉन्सन ह्या डॉक्टरने अलीकडेच हा विभाग उघडला आहे. कार्ल जॉन्सन हा देखील फील्ड विषाणूशास्त्रज्ञ होता. त्याचे आजवरचे कार्यक्षेत्र मध्य व दक्षिण अमेरिकेतील विषुववृत्तीय जंगले हे होते. (ह्याचा आणि लेफ्टनंट कर्नल टोनी जॉन्सन वा युजीन जॉन्सनशी काहीही नातेसंबंध नाही.) ननच्या रक्ताचे कार्ल जॉन्सनच्या टीमने विश्लेषण केले.

ननचे रक्तनमुने एका खोक्यातून आले. बाजूला कोरड्या बर्फामध्ये काचेच्या नळ्यांमध्ये रक्त पाठविलेलं होतं. प्रवासात नळ्या फुटल्याने काही रक्त खोक्यात बाहेर सांडलं होतं. पॅट्रिशिया वेब ह्या जॉन्सनच्या सहकारीने- जी तेव्हा जॉन्सनची बायको होती- हे खोकं उघडलं. आतमध्ये रक्ताने पार्सल चिकट झाल्याचं तिला आढळलं. रक्त डांबरासारखं वाटत होतं. तिने रबरी हातमोजे चढविले; परंतु त्यापेक्षा अधिक खबरदारी न घेता तिने रक्ताचे नमुने हाताळले. कापसाचे बोळे घालून तिने बाहेरून लागलेलं रक्त साफ केलं. मग ते कापसाचे बोळे पिळून तिनं त्यातून एक-दोन थेंब मिळविले. तपासणीसाठी एवढा नमुना पुरेसा होता.

जॉन्सन आणि त्याच्या सहकाऱ्यांना झायरेमध्ये नेमकं काय चाललंय्, त्याची कल्पना नव्हती. 'सर्वसामान्य' लक्षणे असणाऱ्या कोणत्या तरी 'तापा'ने माणसं मरत आहेत, एवढंच त्यांना कळलं होतं. त्यापेक्षा जास्त काही माहिती तेथून बाहेर पडलेली नव्हती. त्या वेळी त्या ननचा नुकताच मृत्यू झालेला होता.

पॅट्रिशिया वेबने त्या रक्ताचा एक थेंब माकडाच्या पेशी असणाऱ्या बरणीमध्ये टाकला. लवकरच पेशी आजारी पडून फुटू लागल्या. तो अज्ञात एजंट माकडांच्या पेशींत संसर्ग घडवून आणू शकत होता.

कार्ल जॉन्सनचा एक सहकारी डॉ. फ्रेडरिक मर्फी हा जगातल्या काही मोजक्या, आघाडीच्या इलेक्ट्रॉन मायक्रोस्कोपी विषयातील तज्ज्ञांपैकी एक आहे. त्याने काढलेले विषाणूंचे फोटो कित्येक आर्ट म्युझियममध्ये लावलेले आहेत. त्या मरणाऱ्या पेशींमध्ये विषाणूचा फोटो काढण्यासाठी त्याने पेशींना जास्त जवळून अभ्यासण्याचे

ठरविले. १३ ऑक्टोबरला जेव्हा नर्स मेयिंगा किन्शासा हॉस्पिटलमध्ये वेटिंगरूममध्ये बसलेली होती, तेव्हा त्याने आपल्याजवळील सॅम्पलमधून एक थेंब काढून माकडाच्या त्या पेशी काचपट्टीवर वाळू दिल्या. तो थेंब वाळल्यानंतर त्याने तो इलेक्ट्रॉन मायक्रोस्कोपमध्ये ठेवला.

त्याचा स्वत:च्या डोळ्यांवर विश्वास बसेना. त्या ठिकाणी हजारो विषाणूंची दाटी झालेली होती. त्याने कधीही असलं काही पाहिलंच नव्हतं. तिथे गांडुळांसारखं काहीतरी वेगळं दिसत होतं. त्याचा श्वास एकदम थांबला. मारबर्ग! आपण मारबर्ग विषाणू पाहत असल्याची त्याची खात्री झाली. अर्थात, १९७६पर्यंत धाग्यासारखा एकमेव मारबर्ग विषाणू माहीत होता. एका ठिकाणी एवढे विषाणू त्याने कधीच पाहिलेले नव्हते.

तो एकदम ताडकन् उठला. त्याला अस्वस्थ वाटू लागले. त्याने ही काचपट्टी बनविताना ज्या ठिकाणी काम केलं होतं, ती आता महाभयानक हॉट झाली होती. तो मायक्रोस्कोपजवळून उठून बाहेरच्या प्रयोगशाळेत आला. जिथे ही काचपट्टी बनविली होती, तिथे घाईघाईने आला. त्याने स्लोरोक्स ब्लिचची बाटली घेतली आणि ती खोली संपूर्ण पुसून काढली. एकही कोपरा त्याने सोडला नाही. खोलीचा कण अन् कण त्याने साफ केला. टेबलं, सिंक सगळीकडे ब्लिचच्या बोळ्याने सगळं साफ करून टाकलं. मग त्यानं पॅट्रिशिया वेबला गाठलं. त्यानं तिला काय पाहिलं आहे, त्याची कल्पना दिली. तिनं आपल्या नवऱ्याला फोन केला, "कार्ल, तू लवकरात लवकर इकडे ये. फ्रेडने 'वर्म' शोधून काढले आहेत."

मग ते विषाणू- ज्याला ते वर्म म्हणत असत, बघून त्यांनी त्यांचे वर्गीकरण करण्याचा प्रयत्न केला. त्यांच्यामध्ये साप होते, डुकराच्या शेपटीचे आकार होते, काही विषाणू विभागलेले होते, काही फांद्या फुटल्यासारखे दिसत होते, काहींचा आकार Y सारखा, तर काही g प्रमाणे, काही U प्रमाणे, तर काही 6 या आकाराचे, असे नानाविध प्रकार त्यांना पाहता आले. त्यात त्यांना एक नेहमी आढळणारा आकार सापडला. त्याला त्यांनी शेफर्डस् क्रूक असे नाव दिले. इतर एबोला विषाणूतज्ज्ञांनी ह्या आकाराला 'आयबोल्ट' असे नाव दिले होते. अशा आकाराचा बोल्ट कोणत्याही हार्डवेअर स्टोअरमध्ये सहज मिळतो.

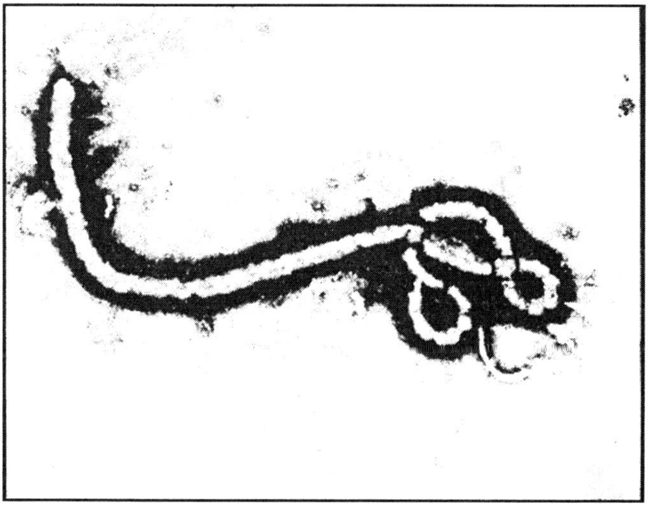

एबोला विषाणू. एका बाजूला शेफर्डस् क्रूक आहे. एबोलाच्या सर्वप्रथम काढलेल्या फोटोंपैकी हा एक आहे. फ्रेडरिक मर्फीने १९७६ मध्ये हा फोटो घेतला होता. फ्रेडरिक मर्फी आता युनिव्हर्सिटी ऑफ कॅलिफोर्नियामध्ये आहे. विषाणूंमध्ये दोरीसारखा जो भाग दिसतो आहे, तो प्रथिनांमुळे बनलेला आहे. त्यांच्यामध्ये आर.एन.ए. चा एकच धागा आहे. आर.एन.ए. ही विषाणूची जननिक सामुग्री आहे. हा फोटो मूळपेक्षा १,१२,००० पट मोठा केलेला आहे.

फोटो : फ्रेडरिक मर्फी, सेंटर फॉर डिसीज कंट्रोल.

दुसऱ्या दिवशी पॅट्रिशिया वेबने आयबोल्ट विषाणूवर आणखी काही चाचण्या घेतल्या; पण त्यामध्ये तो विषाणू एकाही माहिती असलेल्या विषाणूसारखा वा मारबर्गसारखा दिसेना. अर्थातच तो एक नवीन विषाणू होता. कार्ल जॉन्सनच्या टीमने नवीन विषाणूचा शोध लावला होता. त्यामुळे त्याचे नामकरण करण्याचा अधिकार त्यांचाच होता. कार्ल जॉन्सनने त्याचे नाव 'एबोला' असे ठेवले.

नंतर पुढे कार्ल जॉन्सनने CDC सोडून दिले व तो आता मोन्टानामध्ये राहतो. तेथे बराचसा वेळ तो गळ टाकून मासेमारी करण्यात घालवतो. तो अनेक गोष्टींवर कन्सल्टिंगचे काम करीत असे. विशेषत: दाबाखाली असणाऱ्या हॉट झोनचे डिझाइन करणे, हा देखील त्याच्या आवडीचा विषय होता. मला माहिती कळली, की त्याला फॅक्स करून गाठता येईल. बिग स्काय मोन्टानामध्ये मी त्याला गाठण्याचे ठरविले.

मी त्याला एक फॅक्स पाठविला. मला एबोला विषाणूबद्दल कुतूहल आहे, असे मी लिहिले. माझा फॅक्स त्याच्या मशीनने घेतला होता; पण काही उत्तर मात्र आलं नाही. मी मग एक-दोन दिवस वाट पाहून त्याला पुन्हा एक फॅक्स पाठविला. ह्या फॅक्सलाही काही उत्तर आलं नाही. हा माणूस मासेमारीत फारच व्यग्र असला पाहिजे. त्याला उत्तर पाठवायलाही सवड नाही. मी आता आशा सोडून दिली होती आणि अचानक माझे फॅक्स मशीन पत्र छापू लागले :

"श्री. प्रेस्टन,

मला एबोलाबद्दल काय वाटते, ते मी तुम्हाला नीट सांगू शकणार नाही. एखाद्या टपून बसलेल्या नागाच्या डोळ्यात रोखून बघणे याला मी 'कुतूहल' म्हणत नाही. शेपूट घालणे हे कधी ऐकले आहे का?"

एबोला विषाणू वेगळा काढल्यानंतर काही दिवसांनी कार्ल जॉन्सन आफ्रिकेला गेला. बरोबर त्याने CDC मधले दोन डॉक्टर घेतले होते. त्याने बरोबर सुरक्षा उपकरणांच्या सतरा पेट्या घेतल्या. विषाणूचा प्रसार सुदान आणि झायरेमध्येच थांबविण्याचा त्याचा विचार होता. तेव्हा नुकताच सुदानमध्येही विषाणू आढळला होता. प्रथम ते जिनिव्हाला गेले. आधी जागतिक आरोग्य संघटनेला ह्या विषाणूची माहिती देण्याचा त्यांचा विचार होता. तिथे गेल्यावर समजले, की, त्यांना तर झायरे व सुदानमधल्या साथीची कल्पनाच नव्हती. म्हणून मग CDC डॉक्टरांनी जास्तीची सुरक्षा उपकरणं घेतली आणि ते तयार होऊन आफ्रिकेला जाण्यासाठी जिनिव्हा एअरपोर्टवर आले; पण अगदी अखेरच्या क्षणी एका CDC डॉक्टरला भीतीने ग्रासले. ह्या डाक्टरची सुदानला जाण्यासाठी नेमणूक झाली होती. त्याने पुढे जाण्यास सरळ नकार दिला. हे मात्र फार नवीन काही नव्हतं.

"मी अनेक तरुण डॉक्टरांना अशा प्रकारे शेवटच्या क्षणी अंग काढून घेतलेले पाहिले आहे." जॉन्सन नंतर मला सांगत होता, "साथीचा वणवा पेटलेला असताना त्यांना काम करता येत नाही. काहीजण तर चक्क विमानातून खाली उतरायलाच नकार देतात."

एबोलाचा शोध लावणाऱ्या शास्त्रज्ञाला आता ही सगळी माहिती देण्यासाठी आपली मासेमारी मात्र बंद ठेवायची नव्हती. म्हणून मग मी दोन-चार दिवसांसाठी मोन्टानाला गेलो. तेथे आम्ही दोघे बिगहॉर्न नदीमध्ये ब्राऊन ट्राउट मासे मारत बोलत बसलो. तो ऑक्टोबर महिना होता. हवा स्वच्छ आणि छान होती. नदीच्या काठावरची कापसाची झाडं आता पिवळी पडू लागली होती आणि वाऱ्यामुळे खसफस आवाज होत होता. कंबरभर पाण्यात जॉन्सन उभा होता. डोळ्यावर काळा चष्मा, ओठाच्या कोपऱ्यात सिगारेट अशा अवतारात जॉन्सन हातात गळ पकडून

उभा होता. त्याने झटका देऊन गळ बाहेर काढला आणि लांबवर प्रवाहाच्या वरच्या बाजूला फेकला.

जॉन्सनने दाढी राखली होती. तो सडपातळ होता आणि आवाज मृदू! आवाज एवढा हलका होता, की, त्याकडे मुद्दाम कान देऊनच ऐकावे लागत होते. विषाणू विज्ञानातील इतिहासात जॉन्सनला महत्त्वाचे स्थान आहे. त्यानेच जगातले काही महाभयानक विषाणू शोधून काढले आहेत नि त्यांना नावं दिली आहेत.

''निसर्ग शांत नाही, ह्याबद्दल मला आनंद वाटतो.'' तो म्हणाला.

त्याने पाण्यात आणखी दोन-चार पावलं पुढे टाकली आणि पुन्हा एकदा गळ नीट टाकला.

''पण अशा ह्या दिवशी निसर्ग शांत आहे, हे पटतं. सगळे राक्षसी आणि हिंस्त्र प्राणी शांत बसले आहेत.''

''झायरेमध्ये काय झालं?'' मी विचारलं.

''आम्ही जेव्हा किन्शासाला पोहोचलो, तेव्हा तो भाग म्हणजे वेड्यांचा बाजारच झाला होता. बूंबामधून तर काहीही बातमी बाहेर पडत नव्हती. रेडिओ दळणवळणही चालू नव्हतं. तिथे परिस्थिती भयाण होती, हे आम्हाला माहिती होतं. तिथे आपल्याला कोणत्यातरी अज्ञात, नवीन संकटाशी मुकाबला करायचा आहे, हे कळत होतं. हा नवा विषाणू हवेतून पसरतो किंवा काय, ते अजिबात माहिती नव्हतं. हा विषाणू एन्फ्ल्युएंझासारखा पसरतो काय? जर का हा विषाणू तसा पसरत असता, तर जगाचे आजचे रूप काही निराळेच दिसले असते.''

''म्हणजे कसं?''

''आपण आत्ता आहोत, त्यापेक्षा कितीतरी कमी लोक ह्या जगात उरले असते. जर का त्या विषाणूत श्वसनावाटे पसरण्याचा एखादा जरी गुणधर्म असता, तर त्याला आवरणे शक्यच झाले नसते. मला तर एबोला 'ॲन्ड्रोमिडा स्ट्रेन' प्रमाणे परग्रहावरून आलेला जंतू वाटू लागला होता. महाघातक आणि खोकल्यातून उडणाऱ्या थेंबामधून पसरणारा! जर का हे खरं ठरलं असतं, तर जगात कोणतीही जागा सुरक्षित राहिली नसती. मग मी ठरविलं, की लंडनच्या ऑपेरात विषाणू संसर्ग होऊन मरण्यापेक्षा सरळ साथीच्या ठिकाणी काम करणं परवडलं.''

''मानवजातीचा विनाश ह्यातून होईल, असा काही अर्थ तुझ्या मनात होता का?''

त्याने माझ्याकडे रोखून पाहिलं. ''म्हणजे काय?''

''म्हणजे विषाणू आपल्या सर्वांचा विनाश घडविणार ?''

''होय, कदाचित तसं घडूही शकेल. अजून तरी तसं काही झालेलं नाही; पण मला त्याची फिकीर वाटत नाही. कदाचित हा विषाणू जगाची लोकसंख्या नव्वद

टक्क्यांनी कमी करेल.''

''नव्वद टक्के लोक मरतील, ह्याबद्दल तुला काहीच वाटत नाही?''

त्याच्या चेहऱ्यावर एक चमत्कारिक भावना पसरली, ''हा विषाणू आपली संख्या कमी करणारे वरदानच असू शकेल.''

अचानक आजूबाजूला कुठेतरी एक चिरका आवाज आला. तो नक्कीच मानवी नव्हता.

त्याने पाण्यावरची नजर काढली आणि इकडे-तिकडे पाहत म्हणाला, ''तो पक्षी पाहा. बिगहॉर्न नदीची हीच गंमत मला फार आवडते.''

''तुला विषाणू सुंदर वाटतात का?''

''ओहो! नक्कीच.'' तो सौम्यपणे म्हणाला, ''जर तुम्ही एखाद्या जहरी नागाच्या डोळ्यात रोखून पाहत असाल, तर त्या वेळी भीतीला देखील आणखी एक पैलू असेल, नाही? तुम्ही त्या डोळ्यांमध्ये सौंदर्य पाहू लागलात, तर भीतीचा मागमूसही राहणार नाही. एबोलाकडे मायक्रोस्कोपखाली पाहणे म्हणजे बर्फाचा किल्ला बांधतात ना, त्याच्याकडे पाहिल्यासारखं आहे. थंड आणि स्वच्छ. संपूर्ण स्वच्छ!''

किन्शासाला गेलेल्या आंतरराष्ट्रीय टीमच्या प्रमुखपदी कार्ल जॉन्सनची नेमणूक झाली होती.

जॉन्सनबरोबर CDC मधला जोएल ब्रेमेन हा आणखी एक डॉक्टर होता. झायरेमध्ये ठिकठिकाणी फिरणाऱ्या पथकामध्ये त्याची नेमणूक झाली. ह्या पथकाने एक विमान घेतले. ह्या विमानाने ते आतील भागात जाऊन प्रत्यक्ष परिस्थिती पाहणार होते. अमेरिकन बनावटीचे ते लष्करी विमान सी-१३० बफेलो जातीचे मालवाहक विमान होते. ते झायरेच्या विमानदलाच्या ताब्यात होते. प्रत्यक्षात मात्र ते राष्ट्राध्यक्ष मोबुतूचे खासगी विमान म्हणून वापरले जात होते. त्यामुळे आत बिबळ्यांच्या कातड्यांच्या सीट होत्या, घडीचे पलंग होते आणि एक छोटासा बारदेखील होता. हा एक प्रकारचा उडता राजप्रासादच होता.

राष्ट्राध्यक्षांचे कुटुंब त्यातून सहलीसाठी स्वित्झर्लंडला जात असे. सध्या मात्र त्यातून जागतिक आरोग्य संघटनेचे पथक बूंबाच्या हॉट झोनमध्ये जाणार होते. त्यांनी कांगो नदीवरून ईशान्य दिशेने उड्डाण सुरू केले. बिबळ्याच्या कातड्याच्या सीटवर बसून डॉक्टर खालचा भाग पाहत होते. पिवळसर नदी आणि कधीही न संपणारे विषुववृत्तीय घनदाट अरण्य. त्यामध्ये काहीही वैशिष्ट्ये दिसत नव्हती. मधेच एखादे चंद्राकार तळे दिसे व त्याभोवती झोपड्या दिसत. रस्ते व पायवाटा ह्यांचा तर मागमूसही नव्हता. खिडकीतून खालचा हिरवा समुद्र पाहत असताना ब्रेमेनचे अवसान गळाले. खाली उतरलोच नाही, तर किती बरे! आकाशात काही त्या अज्ञात मारेकरी विषाणूचा धोका नव्हता आणि तिथे खाली.... त्याला वाटू

लागले, की, तो बूंबाला केवळ मरण्यासाठीच चालला आहे.

नुकतीच त्याची नेमणूक मिशिगनला झालेली होती. अचानकच त्याला इकडे पाठविण्यात आलं होतं. मिशिगनमध्ये राहिलेली बायको आणि दोन मुलांना आपण परत कधीच पाहणार नाही, असा विचार त्याच्या मनात चमकला. त्याने घाईघाईत येताना फक्त थोडेसे कपडे नि टूथब्रश आणला होता. येताना त्याने काही कागदी मास्क, रबरी हातमोजे नि काही एप्रन तेवढे बॅगेत टाकले होते. हॉट एजंटवर काम करण्यासाठी आवश्यक ती सुरक्षा सामुग्री त्याच्याकडे नव्हती.

बफेलो विमान खाली उतरू लागलं. बूंबा गाव आता दिसू लागलं. कांगो नदीवरचे एक घाणेरडे खेडेगाव. विमान गावाबाहेरच्या धावपट्टीवर उतरलं. विमानातले झायरेचे कर्मचारी कमालीचे घाबरलेले होते. त्यांना तर तिथल्या हवेत एकही जास्त क्षण श्वासही घ्यायचा नव्हता. त्यांनी विमानाचे पंखे चालूच ठेवले. त्यांनी डॉक्टरांना वाट दाखविली आणि पाठोपाठ त्यांचं सामान बाहेर काढून टाकलं. बफेलोनं वेग घेतला आणि डॉक्टर त्याच्या पाठीमागच्या वाऱ्यात उभे असतानाच विमान निघूनही गेलं.

गावामध्ये त्यांना बूंबा विभागाचा गव्हर्नर भेटला. हा माणूस म्हणजे स्थानिक राजकीय नेता होता. तो विमनस्क स्थितीत बसून होता. परिस्थिती त्याच्या हाताबाहेर गेली होती. त्याने डॉक्टरांना सांगितले, ''आमची स्थिती सांगण्यापलीकडची आहे. इथे साखर आणि मीठही येऊ शकत नाही.'' त्याचा आवाज कातर झाला. तो रडवेल्या आवाजात म्हणाला, ''इथे बियरदेखील मिळत नाही, हो.''

पथकातल्या बेल्जियन डॉक्टरला ही परिस्थिती कशी हाताळायची, ते माहिती होतं. त्यानं पायलटची बॅग एका झटक्यात अतिशय नाटकी पद्धतीने टेबलावर उपडी केली. त्यातून स्थानिक चलनाचा एक छोटासा ढीग तिथे जमा झाला. ''गव्हर्नर, कदाचित ह्यामुळे परिस्थिती जराशी बरी व्हायला हरकत नाही.''

''तू हे काय करतो आहेस?'' ब्रेमेन त्या डॉक्टरला म्हणाला. बेल्जियन डॉक्टरने खांदे उडविले, ''हे बघ, इथे हे असंच चालतं.''

गव्हर्नरने सगळा ढीग हाताखाली घेतला आणि त्यांना संपूर्ण मदतीचं भरघोस आश्वासन दिलं. आता त्याची सगळी सरकारी यंत्रणा त्यांना उपलब्ध होती. त्याने तत्काळ त्यांना वापरायला दोन लॅन्डरोव्हर उसन्या दिल्या.

ते उत्तरेकडे एबोला नदीकडे निघाले. पावसाळ्याचे दिवस असल्याने रस्ता म्हणजे चिखलाने भरलेल्या डबक्यांमधली उंच जागा एवढेच त्याचे स्वरूप होते. मधेच ओढ्यांमुळे मोठाला भाग चक्क तुटलेला असे. चाकं चिखलात गरागरा फिरताहेत आणि इंजिने धापा टाकताहेत, अशा अवस्थेत त्यांची आगेकूच पायी चालावं, एवढ्याच वेगानं चालू होती. विषुववृत्तीय जंगलात प्रचंड पाऊस आणि

कमालीचा उकाडा होता. मधूनच एखादे खेडेगाव लागे. प्रत्येक ठिकाणी झाडे पाडून रस्ता बंद केलेला दिसे. देवीच्या रोगाशी शतकानुशतके सामना करण्याचा अनुभव असल्याने गावातल्या बुजुर्ग मंडळींनी विषाणूला प्रतिबंध करायची स्वत:ची पद्धत अवलंबिली होती. त्यांच्या पारंपरिक ज्ञानानुसार त्यांनी त्यांच्या गावाचा जगाशी संपर्क पूर्णत: तोडून टाकला होता. हे एक प्रकारे उलटे क्वारंटाईनच होते. आफ्रिकेतील ही फार प्राचीन पद्धत होती. साथीच्या वेळी कोणाही परक्याला गावात प्रवेश दिला जात नाही. जर कोणी आलाच, तर त्याला हाकलून काढतात.

''तुम्ही कोण आहात? इथे काय करता आहात?'' गावकरी झाडांच्या अडथळ्यापाठीमागून ओरडत.

''डॉक्टर आहोत. तुम्हाला मदत करायला आलो आहोत.''

मग ते लोक अडथळा दूर करीत असत. पथक अशा तऱ्हेने जंगलात आणखी आत आत जात होते. एका दिवसात असा खडतर प्रवास करून त्यांनी पंचावन्न मैल अंतर काटले. कांगो नदीपासून ते आता बरेच दूर आले होते. अखेर संध्याकाळी ते एका खेड्यापाशी पोहोचले. तेथे सगळ्या गोल बांबूच्या झोपड्या होत्या. गावाच्या पलीकडे चर्चची पांढरी इमारत दिसत होती. जंगलाच्या मधोमध तो पांढरा ठिपका उठून दिसत होता. त्याच्या शेजारी फुटबॉलची दोन मैदाने होती. त्यांतल्या एकात मध्यभागी जाळून टाकलेल्या गाद्याउश्यांचा मोठा ढीग दिसत होता. त्याच्यापुढे दोनशे यार्डांवर यांबुकू मिशन हॉस्पिटल होते. चुना मारलेल्या, बैठ्या कॉंक्रीटच्या व पत्र्याच्या छपरांचा समूह!

त्या ठिकाणी अक्षरश: स्मशानशांतता होती. जणू, सर्वजण तेथून निघून गेले असावेत. कॉट म्हणजे फक्त लोखंडी किंवा लाकडी सांगाडे होते. रक्ताने भरलेल्या गाद्या जाळून टाकलेल्या होत्या. जमिनीवर कसलाही डाग दिसणार नाही, एवढ्या त्या स्वच्छ करण्यात आलेल्या होत्या. तिथे काही लोक मात्र शिल्लक होते. तीन नन्स, एक धर्मगुरू आणि समर्पित भावनेने काम करणाऱ्या काही नर्स- एवढेजण अजूनही तिथेच होते. विषाणूने सर्वांचा बळी घेतल्यावर ह्या लोकांनी सगळी स्वच्छता केली होती.

आता ते सर्व तिथे कीटकनाशक फवारत होते. त्यामुळे तरी विषाणूचा प्रसार थांबेल, अशी आशा वाटत होती; पण हॉस्पिटलमधली एक खोली मात्र अजून स्वच्छ केलेली नव्हती. नन्स किंवा कोणालाही त्यात जायचे धाडस होत नव्हते. जोएल ब्रेमेन आणि त्याचे सहकारी आत शिरले. त्यांना तिथे घाणेरड्या पाण्याने भरलेली भांडी, फेकून दिलेल्या रक्ताळलेल्या सीरिंज इत्यादी गोष्टी आढळल्या. त्या ठिकाणी बायका बाळंत होत असतानाच ती खोली तशीच सोडून देण्यात आली होती. मरणाऱ्या बायकांचे एबोलाने गर्भपात झालेले गर्भ तिथेच पडलेले होते.

विषाणूच्या जीवरूपाने आई नि गर्भ- दोघांमध्ये वाढून त्यांचा बळी घेतला होता.

दिवसरात्र पाऊस चालूच होता. हॉस्पिटलभोवती भीषण, सुंदर झाडांची दाटी होती. त्यात साग आणि कॅम्फरची झाडं होती. त्यांचे शेंडे एकमेकांत गुंतलेले होते आणि पावसाच्या आवाजात ते कुजबुजल्यासारखं वाटत होतं. वरून माकडांच्या फौजा इकडून तिकडे जात असल्याने झाडं वाकत आणि पुन्हा सरळ होत होती. माकडं न कळणाऱ्या आवाजात आरडाओरडा करीत शेंड्यांवरून दणादणा उड्या मारीत होती. दुसऱ्या दिवशी डॉक्टरांनी लॅण्डरोव्हरमधून आणखी खोलवर शिरायचं ठरविलं. ते जंगलात आतमध्ये दूरवर असणाऱ्या संसर्गग्रस्त गावांकडे गेले तिथे माणसं रक्ताच्या थारोळ्यात मरत होती. बहुतेक गावात अशा मरणाऱ्या माणसांना गावाच्या एका टोकाला एकाकी झोपडीत वेगळे ठेवलेले होते.

आफ्रिकेतील हे तंत्र देवीच्या रोगासाठी यशस्वी ठरलेले होते. जिथे रोगाने बळी घेतले होते, त्या झोपड्या जाळून टाकलेल्या होत्या. विषाणूचा जवळपास शेवट जवळ आल्यासारखे वाटत होते. जे मरणार होते, ते लोक आधीच मेले होते किंवा मरणाच्या दारातच होते. विषाणूच्या मरणसादेचे प्रतिध्वनी बूंबामध्ये उमटून विरून जाऊ लागले होते. ते सगळे पाहून जोएल ब्रेमेनला एकदम काहीतरी लक्षात आलं. एखाद्या डॉक्टरला काही वेळा सर्व काही समजतं नि रोग्याच्या मनात काय चाललंय, ते वाचता येतं. त्या प्रकारे एकदम त्याच्या लक्षात आलं, की, ह्या रोग्यांना संसर्ग हॉस्पिटलमधूनच झालेला होता. विषाणूने आपली मुळे नन्स नि नर्समध्ये रुजवली होती. ज्यांनी ज्यांनी मदतीच्या आशेने त्यांच्याकडे धाव घेतली, त्यांना विषाणूचा प्रसाद मिळाला होता. एका गावात एका मरणाऱ्या माणसाला जोएल ब्रेमेनने तपासलं. तो माणूस खुर्चीवर बसलेला होता. त्यानं पोट दाबून धरलं होतं. तो वेदनेने मोडून पडल्यासारखा पुढे झुकलेला होता. त्याच्या दातांमधून रक्त वाहत होतं.

त्यांनी किन्शासाला रेडिओ संपर्क जोडण्याचा प्रयत्न केला. साथ आता सर्वांत जास्त तीव्रतेला पोहोचली आहे, हा संदेश त्यांना कार्ल जॉन्सनपर्यंत पोहोचविणे आवश्यक होते; पण एक आठवडा उलटला, तरी त्यांचा रेडिओ संदेश पाठविण्याचा प्रयत्न सफल झाला नव्हता. ते मग बूंबा गावात परत आले आणि नदीकाठावरच्या त्या गावात वाट पाहत बसले.

एक दिवस विमानाचा घरघराट ऐकू येऊ लागला. एकदा गावावर फेरी मारून ते खाली उतरले. डॉक्टरांचे पथक त्याकडे धावले.

संसर्ग झालेल्या मेयिंगा नर्सला एका स्वतंत्र खोलीत ठेवलेले होते. तिथे फक्त एकाच बाजूने प्रवेश होता. मधे कॉरिडॉर होता. हा एक प्रकारे ग्रे झोनचा भाग होता. तिथे काम करणाऱ्या डॉक्टरांनी, नर्सनी आणि सर्वांनी जैविक सुरक्षा उपकरणे वापरूनच आत शिरायचे होते. मेयिंगावर मार्गारिटा ऐझाकसन नावाची दक्षिण आफ्रिकन डॉक्टर उपचार करीत होती. तिने प्रथम सैन्यात वापरतात, तसला गॅस मास्क वापरून पाहिला; पण तो घालून काम करणे फारच अडचणीचे वाटू लागले. तिथल्या उकाड्यात तो घालून फारच अस्वस्थ होत होते. जर मी ह्या सगळ्यातून वाचले, तो नाहीतरी एक चमत्कारच ठरणार आहे. तिला तिच्या मुलांची आठवण झाली. तिची मुलं मोठी झालेली होती. त्यांची फारशी काळजी करण्यासारखी नव्हती. मग तिने मनोमन ठरविलं आणि ती त्या मरणाऱ्या दुर्दैवी मुलीवर उघड्या चेहऱ्यानं उपचार करू लागली.

मेयिंगाला वाचविण्यासाठी जे जे करणं शक्य होतं, ते डॉ. मार्गारिटा ऐझाकसनने केले; पण ती त्या विषाणूपुढे हतबल होती. पूर्वी मध्ययुगात उद्भवणाऱ्या ब्लॅक प्लेगविरुद्धही तेव्हाचे डॉक्टर काहीही करू शकत नसत. तशीच तिची परिस्थिती होती. नंतर ती विचार करताना तिला त्यापुढे एड्स म्हणजे पोरखेळच वाटत होता. तिनं मेयिंगाला बर्फाचे तुकडे गिळायला दिले. त्यामुळे तिच्या घशातली वेदना जराशी कमी झाली. तसेच, काय होत आहे, ते समजू नये म्हणून तिला व्हॅलियम देऊन शक्यतो गुंगीत ठेवण्याचा प्रयत्न केला.

''मी आता मरणार आहे.'' मेयिंगा म्हणाली.

''काहीतरी मूर्खासारखं बोलू नको. तू वाचणार आहेस.'' डॉ. ऐझाकसनने धीर देण्याचा प्रयत्न केला.

मेयिंगाच्या नाकातून आणि तोंडातून रक्तस्राव सुरू झाला. रक्तस्राव जोरदार कधीच नव्हता; पण ठिबकणारे रक्त न गोठता वाहतच राहिलेले होते. नाकातून रक्त येतच होते. जेव्हा हृदयाची धडधड बंद पडेल, तेव्हाच तो थांबणार होता. जेवढे रक्त जात होते, त्याची भरपाई करण्यासाठी डॉ. ऐझाकसनने तिच्या शरीरातील सर्व रक्त तीन वेळा बदलले. शेवटपर्यंत मेयिंगा शुद्धीवर होती आणि व्यवस्थित उत्तरे देत होती. अखेर तिचे हृदय जोरजोराने धडधडू लागले. एबोलाने हृदयात प्रवेश केला होता. आपले हृदय आतल्या आत पिचून जात असल्याचे तिला जाणवले. त्याच रात्री ती हृदयक्रिया बंद पडून मरण पावली.

तिच्या खोलीत सर्वत्र संसर्गजन्य रक्त पसरलेले होते. तसेच, नन्सच्या खोलीचाही प्रश्न होता. ती खोलीही अद्याप कुलूपबंदच होती. डॉ. ऐझाकसन म्हणाली, ''आता माझा डॉक्टर म्हणून पुन्हा उपयोग होण्याची शक्यता फारच कमी आहे.'' तिने एक बादली-फडकं घेऊन खोली साफ करायला सुरुवात केली.

वैद्यकीय पथकांनी सगळं शहर पिंजून काढलं. मेयिंगाशी समोरासमोर संपर्क आलेले ३७ लोक त्यांनी हुडकून काढले. त्यांनी तेथे जैविक सुरक्षा व्यवस्था उभारलेल्या दोन तंबूत त्या लोकांना ठेवले. मेयिंगा आणि इतर मृतांची शरीरे त्यांनी प्लॅस्टिकमध्ये लपेटून त्यात रसायने ओतली. मग त्यावर प्लॅस्टिकची दोन आवरणं घातली. नंतर ह्या मृत शरीरांना हवाबंद शवपेट्यांमध्ये बंदिस्त करून टाकले. अंत्यसंस्काराची सर्व व्यवस्था हॉस्पिटलमध्येच केली. प्रार्थनासभा आयोजित केल्या. हे सगळं डॉक्टरांच्या नजरेखालीच केलं.

कार्ल जॉन्सनला उत्तरेकडे बूंबामध्ये गेलेल्या पथकाची काहीच बातमी कळेना. ते सगळे स्वत:च मेले तर नाहीत ना? त्याला वाटले, की, विषाणू आता खऱ्या अर्थाने विध्वंस करू लागलेला आहे. त्याने मग एका बोटीवर हॉस्पिटलची व्यवस्था उभारली. हे तरंगते हॉस्पिटल कांगो नदीत नांगरून ठेवलं. ही बोट म्हणजे डॉक्टरांसाठी सुरक्षित जागा होती; कारण शहराचा सर्वच भाग संसर्गाने हॉट झोन झालेला होता. तरंगणारी बोट हा ग्रे झोन होता. इथे डॉक्टरांना किमान सुरक्षितपणाचा विश्वास वाटणार होता. त्या वेळी झायरेमध्ये एक हजार अमेरिकन नागरिक होते. आता अमेरिकन लष्कराच्या विमाने असणाऱ्या ८२व्या डिव्हिजनला हुश्शार करण्यात आले. त्यांनी अमेरिकन नागरिकांना हवाई मार्गाने बाहेर काढण्याची तयारी सुरू केली. जर विषाणूने शहरात धुमाकूळ घालायला सुरुवात केली असती, तर सर्वांना बाहेर काढण्याची तयारी होती; पण जगाच्या सुदैवाने विषाणू शहरात मोकाट सुटला नाही. तो एबोला नदीच्या आसपासच विध्वंस करून पुन्हा आपल्या अज्ञात ठिकाणी लपून बसला. एबोला विषाणूचा हवेतून संसर्ग होत नव्हता. नर्स मेयिंगाच्या सहवासात आलेल्या कोणालाही संसर्ग झाला नाही. ती किमान ३७ लोकांच्या अगदी निकट संपर्कात आली असूनही कोणालाही रोग झाला नाही. तिने एक सोड्याची बाटली कोणाबरोबर तरी शेअर केली होती, त्या माणसालाही काही झालं नाही. एक प्रलयंकारी संकट निघून गेलं.

◆

कार्डिनल

सप्टेंबर १९८७

एबोलाप्रमाणेच मारबर्ग विषाणूचे लपण्याचे स्थानही अज्ञातच आहे. चार्ल्स मोने आणि डॉ. शेम मूसोकेच्या केसेस् नंतर मारबर्ग विषाणू जणू विरून गेला असावा, असे वाटू लागले. तो नेमका कुठे आहे, ते कळेना. तो पृथ्वीच्या पाठीवरून कायमचा नष्ट झाला असावा, असे वाटू लागले खरे! पण विषाणू असे कधीच नष्ट होत नाहीत. ते फक्त लपून राहिलेले असतात. मारबर्ग विषाणूदेखिल आफ्रिकेत कुठल्यातरी किड्यामध्ये चक्राकार जीवनशैलीत दडून बसला असावा.

२ सप्टेंबर १९८७ रोजी संध्याकाळी जेवणाच्या वेळी USAMRIID मधला नागरी विषाणू तज्ज्ञ युजीन जॉन्सन डलास आंतरराष्ट्रीय विमानतळावर उभा होता. वॉशिंग्टनजवळच्या ह्या विमानतळावर तो येणाऱ्या प्रवाशांसाठीच्या गेटपाशी के.एल्.एम्. फ्लाईटची वाट पाहत होता. ही फ्लाईट ॲमस्टरडॅमहून येणार होती. त्यामध्ये एक प्रवासी केनियातून आलेला होता. त्याच्याजवळ छोटी हॅण्डबॅग होती. तो कस्टममधून पास झाला नि त्यानं जॉन्सनकडे बघून हलकेच मान डोलावली.

ह्या माणसाचे नाव मी प्रकट करणार नाही. हा माणूस जॉन्सनच्या विश्वासातला होता. त्याने ती बॅग जॉन्सनच्या पायापाशी ठेवली. आतून टॉवेलची एक गुंडाळी बाहेर काढली. आतमध्ये काहीतरी गुंडाळलेली वस्तू होती. दोघांना एकमेकांशी बोलण्याची गरज नव्हती. जॉन्सनने ते खोके टर्मिनलमधून बाहेर काढलं. कार्डबोर्डचं ते खोकं जॉन्सननं गाडीत पायाशी ठेवलं आणि सरळ गाडी इन्स्टिट्यूटकडे नेली. त्या खोक्यात दहा वर्षांच्या एका मुलाचा रक्तद्रव होता. त्याला आपण पीटर कार्डिनल असे म्हणू. हा मुलगा एक-दोन दिवसांपूर्वी नैरोबी हॉस्पिटलमध्ये मरण पावला होता. त्याच्या रोगाची लक्षणे मिश्र स्वरूपाची होती नि त्यातून एखाद्या जैविक पातळी-४ वरील विषाणूची शंका येत होती.

गाडी चालवताना तो विचार करीत होता. ह्या खोक्याचं तो नेमकं काय करणार

आहे? आधी ते सर्व घटक निर्जंतुक करून मग तो त्याची विल्हेवाट लावावी की काय, अशा विचारात होता. ते सर्व जाळून टाकायचं आणि विसरून जायचं. इन्स्टिट्यूटमध्ये नेहमीच सगळ्या जगभरातून रक्त आणि अवयवांची सॅम्पल येत असत. कित्येकदा त्यामध्ये काहीही आढळत नसे. काही काही सॅम्पल तर उगीच पाठविल्यासारखी वाटत असत. ह्या मुलाच्या रक्तद्रवातून काही मिळेल की नाही, ह्याची त्याला खात्री वाटत नव्हती. तो त्यावर वेळ घालवावा की नाही, ह्या विचारात पडला होता. फोर्ट डिट्रिकमध्ये गाडी शिरताना त्याने मनाशी निर्णय पक्का केला होता. तो त्या सॅम्पलवर काम करणार होता. ते करताना सगळी रात्र तिथेच जाणार होती, हे त्याला माहिती होतं; पण काही इलाज नव्हता. रक्तद्रव खराब होण्याआधीच त्याचा अभ्यास करणे अत्यावश्यक होते.

जॉन्सनने शस्त्रक्रियेसाठी वापरला जाणारा स्क्रबसूट नि रबरी हातमोजे चढविले. मग तो ते खोके घेऊन पातळी-३ मधील स्टेजिंग एरियात गेला. तेथे त्यानं ते खोकं उघडलं. खोक्यामध्ये थर्मोकोलचे लहान तुकडे पॅकिंगसाठी वापरले होते. आतमध्ये एक धातूची नळी होती. नळीवर चिकटपट्टी लावलेली होती व त्यावर जैविक धोक्याचे चिन्ह होते. भिंतीच्या बाजूला स्टेनलेस स्टीलच्या कॅबिनेटची एक रांग होती. त्यामध्ये रबरी हातमोजे बसविलेले होते. त्या कॅबिनेटमध्ये एखादा हॉट एजंट ठेवून काम करताना ते बाहेरून सीलबंद करता येत असे. त्यामुळे त्या घातक घटकाचा बाह्य जगाशी संबंध येत नसे.

ह्या कॅबिनेटची एकूण रचना ही अणुबॉम्बसाठी काम करताना बनविलेल्या कॅबिनेटसारखीच होती. इथे आतल्या वस्तूचा माणसाशी अजिबात संबंध येऊ नये, अशी काळजी घेण्यात आली होती. त्याने कॅबिनेटचे दोन स्क्रू काढून दरवाजा उघडला नि ती नळी त्यात ठेवली. दार घट्ट लावून घेतलं. नंतर त्याने हातमोज्यात हात घालून ती नळी उचलली आणि मग वरच्या खिडकीतून पाहत नळीवरची चिकटपट्टी काढली. ती चिकटपट्टी हातमोज्याला चिकटली नि जाम निघेना. डॅम! आताच आठ वाजले होते. तो लवकर घरी जाणे अशक्यच वाटत होते. अखेर चिकटपट्टी निघाली. आतमध्ये काही पेपर नॅपकिन होते. ते ब्लीचमध्ये भिजवलेले होते. त्याच्यामध्ये एक चेन असलेली छोटी पिशवी होती. पिशवीत दोन-चार प्लॅस्टिकच्या कुप्या होत्या. ह्या कुप्यांची झाकणे फिरकीची होती. त्याने झाकणे फिरवून काढली, त्याच्या आत अगदी लहान प्लॅस्टिकच्या नळ्या होत्या. त्या नळ्यांमध्ये पीटर कार्डिनलचा सोनेरी रंगाचा रक्तद्रव होता.

ह्या मुलाचे आईवडील केनियामधील एका डॅनिश संघटनेत कामाला होते. ही संघटना संकटग्रस्तांना मदत करी. व्हिक्टोरिया जलाशयाच्या काठावरील किसूमू ह्या गावात ते राहत असत. पीटर डेन्मार्कमध्ये एका बोर्डिंग स्कूलमध्ये शिकत असे. त्या

वर्षी ऑगस्टमध्ये तो आईवडिलांना भेटायला व मोठ्या बहिणीला भेटायला काही आठवड्यांपूर्वीच आफ्रिकेत आला होता. त्याची बहीण नैरोबीमध्ये एका खासगी शाळेत शिकत होती. त्याचे व बहिणीचे एकदम मेतकूट होते. आईवडील कामाला गेल्यावर दोघेजण एकत्रच राहत असत. बहीण-भावांच्यात अतिशय जवळीक होती.

पीटर आल्यानंतर कार्डिनल कुटुंबाने गाडीने केनियात फिरायचं ठरविलं. त्याला केनियाचे सौंदर्य दाखवावे, अशी त्याच्या आईवडिलांची इच्छा होती. मोंबासामध्ये ते एका समुद्रकिनाऱ्यावरील हॉटेलात उतरले. तिथे प्रथम पीटरचे डोळे लाल झालेले दिसले. त्याला हॉस्पिटलमध्ये नेले. तेथील डॉक्टरांनी त्याला मलेरिया झाला असल्याचे निदान केले; पण त्याच्या आईला मात्र, का कोण जाणे, त्या निदानावर विश्वास बसेना. तिला असं वाटू लागलं, आपला मुलगा मरणार. ती घाबरली आणि तिने त्याला ताबडतोब परत नैरोबीला नेण्याचा हट्ट धरला. तिथेच त्याच्यावर योग्य उपचार होतील, असे तिचे म्हणणे! फ्लाईंग डॉक्टर्स ह्या हवाई ॲम्ब्युलन्स सर्व्हिसने त्याला ताबडतोब नैरोबीला नेऊन नैरोबी हॉस्पिटलमध्ये दाखल करण्यात आले. तिथे त्याच्यावर डॉ. डेव्हिड सिल्व्हरस्टाईन उपचार करू लागले. डॉ. मूसोकेवर त्याच डॉक्टरांनी उपचार केले होते.

'पीटर कार्डिनल हा सोनेरी केसांचा, सडपातळ बांध्याचा आणि योग्य तब्येत राखलेला, दहा वर्षांचा निरोगी मुलगा होता. त्याचे डोळे निळेगर्द होते.' आम्ही वॉशिंग्टनबाहेरच्या शॉपिंग कॉम्प्लेक्समध्ये कॉफी पिताना डॉ. सिल्व्हरस्टाईनना तो स्पष्ट आठवत होता. बाजूला बसलेल्या एका छोट्या मुलीने भोंगा पसरला. तिची आई तिला दटावून गप्प बसवू लागली. आजूबाजूला भरपूर गर्दी होती. मी डॉ. सिल्व्हरस्टाईनच्या चेहऱ्याकडे पाहिलं- मिशा, तारांच्या फाडयांचा चष्मा, नजर दूर कुठेतरी शून्यात वेध असलेली. त्यांना पीटरचा अनैसर्गिक मृत्यू आठवत होता. ते वरवर पाहता तटस्थपणे ती घटना वर्णन करण्याचा प्रयत्न करीत होते, "पीटर माझ्याकडे आला, तेव्हा तो पुष्कळच ठीक वाटत होता. चांगला बोलत होता नि तल्लखही दिसत होता. आम्ही त्याचा क्ष-किरण फोटो काढला. त्याची फुफ्फुसे फुगीर वाटत होती. फुफ्फुसाच्या पोकळीत पाण्यासारखा, परंतु चिकट म्यूकस साठू लागल्याची लक्षणे दिसत होती. त्याला त्यामुळे श्वासोच्छ्वासाला त्रास होत होता. एकूण सारी परिस्थिती एड्ससारखी वाटत होती- तीव्र स्वरूपाची श्वास-अवरोधता. ही परिस्थिती न्यूमोनियामध्येही सुरुवातीला असू शकते. डॉ. सिल्व्हरस्टाईननी सांगितलं, की, नंतर लवकरच कार्डिनल निळसर दिसू लागला. त्याची बोटं टोकापाशी निळसर वाटू लागली. तसेच, त्वचेवर लहान लहान लाल ठिपके दिसू लागले. मी प्रत्येकाला हातमोजे घालूनच काम करण्याची सक्त ताकीद दिली होती. डॉ. मूसोकेच्या वेळेप्रमाणे आमची घबराट, धांदल उडालेली नव्हती. आम्ही फक्त

जरा काळजी घेत होतो, इतकंच. अवघ्या चोवीस तासांत त्याला कृत्रिम श्वासयंत्रावर ठेवणे भाग पडले. सुई टोचताच तिथून सहज भळाभळा रक्त वाहू लागत होते. त्याची लिव्हर काम करेनाशी झाली. त्वचेवरचे ठिपके आता मोठे झाले होते. सगळं शरीर काळंनिळं पडू लागलं. त्याच्या डोळ्यांतील बाहुल्या विस्फारल्या. ही मेंदू मृत झाल्याची खूण होती. मेंदूमध्ये रक्तस्राव होत असणार.

त्याच्या सर्वांगाला सूज आली. त्वचा जणू रक्ताने भरलेल्या पिशवीसारखी दिसू लागली. काही ठिकाणी तर त्वचा खालच्या उतीपासून पूर्णत: सुट्टी झाली होती. आता रक्तस्रावाचा तिसरा टप्पा सुरू झाला होता. पहिल्या टप्प्यात फुफ्फुसांमध्ये रक्तस्राव होतो. दुसऱ्या टप्प्यात आतडी आणि पोटात रक्तस्राव होतो. तिसऱ्या टप्प्यात त्वचा आणि खालचे मांस त्यांच्यातील जागेत रक्त वाहू लागते. त्वचा एखाद्या पिशवीसारखी रक्ताने तट्ट फुगते. पीटर कार्डिनल कृत्रिम श्वासोच्छ्वास करीत असतानाच तिसऱ्या टप्प्याचा रक्तस्राव सुरू झाला.

आपण जर हॉट विषाणूंकडे नीट पाहू लागलो, तर लक्षात येतं, की, ते परोपजीवी नसून भक्षक प्रकारचे आहेत. भक्ष्याला चाहूल लागू न देता त्याचा सावकाशपणे पाठलाग करणं, ही भक्षकांची पद्धतच आहे. विशेषत: आफ्रिकेच्या गवताळ सव्हाना भागात जेव्हा शिकारी प्राणी दबा धरून बसलेला असतो, तेव्हा फक्त गवताची सळसळ नि कबुतरांचा नेहमीचा आवाज येत असतो. आफ्रिकेत ही कबुतरं दिवसभर बाभळीच्या जंगलात आवाज करीत बसलेली असतात. भर उन्हात लांबवर झेब्रांचा एक कळप चरत असतो. अचानक गवत दुभंगते आणि पाहता पाहता सिंहानं झेब्राच्या गळ्यावर दात रुतवलेले असतात. झेब्राचा घुसमटलेला आवाज, दोन्ही प्राणी एकमेकांच्यात गुंतलेले आणि जोरदार धडपड. भक्षक आणि भक्ष्य ह्यांच्यात एक भीषण नृत्य चाललेले आहे.

मग एक, दोन, तीन- एकापाठोपाठ एक सिंह येत राहतात. आता खाली धुळीमधील झेब्रा दिसेनासा होतो. दुसऱ्या दिवशी तिथे फक्त काही हाडे पडलेली दिसतात. माणसाची शिकार करणारे काही भक्षक प्रदीर्घकाळ पृथ्वीतलावर आहेत. त्यांचा उगम जवळपास पृथ्वीच्या जन्माएवढाच प्राचीन आहे. जेव्हा आफ्रिकेत एखाद्या माणसाची शिकार होते, तेव्हा त्या घटनेला अतिप्राचीनत्वाचे अनेक पदर असतात. प्रत्येक घटना ही आणखी एक घटना असते. प्रत्येक बळी हा आणखी एक बळी असतो. इथे एका माणसाचा बळी ही मानवजातीच्या विनाशाची नांदी असू शकते.

पीटर कार्डिनल आतून फाटत, तुटत जात असलेला पाहून त्याचे आईवडील आणि बहीण धक्का बसून मूक झाले. त्यांना वेदनेचा तो भयाण थरार पाहवेना. तो आता अशा भीषण वेदनेत जाऊन पोहोचला होता, की,तिथे त्याला धीर देण्यासाठी

ते जाऊच शकत नव्हते. त्याच्या रक्तस्रावाचा तिसरा टप्पा सुरू झाला, तेव्हा त्याच्या डोळ्यांतील बाहुल्या विस्फारल्या. डोळे उघडे होते. लालभडक डोळ्यांनी तो एकटक पाहत होता; पण त्यांत काहीही भावना दिसत नव्हती. जणू, त्याच्या नजरेला तळच उरला नव्हता. त्याच्या नजरेने तो काय पाहत होता वा विचार करीत होता, कोण जाणे. त्याच्या डोक्याला जोडलेले यंत्र डोक्याचा आलेख काढत होतं. तिथे फक्त सरळ आडवी रेषा होती; कारण आता मेंदूमध्ये फारशा विद्युतलहरी उत्पन्न होत नव्हत्या. मधूनच रेषा अचानकपणे वेडीवाकडी उसळत असे. जणू, त्या मुलाच्या शरीरात 'काहीतरी' अद्याप झगडत होते. कदाचित त्याचा अर्धवट शिल्लक राहिलेला प्राण अस्तित्वाची अखेरची धडपड करीत होता.

कृत्रिम श्वास चालू ठेवावा की नाही, ह्याचा निर्णय घेणे भाग होते. डॉ. सिल्व्हरस्टाईन म्हणाले, "आपण त्याला जगू देण्यापेक्षा न देणं उत्तम; कारण मेंदू आता जवळपास मृत झालेला आहे."

"जर त्यांनी त्याला मोंबासाहून आणखी लवकर आणलं असतं तर-" त्याची दुर्दैवी आई म्हणाली.

"तर फारसा फरक पडला असता, असे मात्र नाही; पण लवकर आला असता, तर बरे झाले असते, एवढेच. कारण तो जेव्हा तेथून निघाला, तेव्हाच त्याचे प्रारब्ध ठरून गेले होते." सिल्व्हरस्टाईन म्हणाले.

त्या कॅबिनेटमध्येच बसविलेल्या रबरी हातमोज्यांत हात घालून युजीन जॉन्सन काम करीत होता. त्याने पीटर कार्डिनलच्या रक्तद्रवाचा एक लहानसा थेंब काढून माकडाच्या पेशींच्या बरणीत टाकला. जर त्या मुलाच्या रक्तात काही जिवंत असेल, तर ते आता वाढायला सुरुवात होईल. ते माकडाच्या पेशींमध्ये वाढू शकणार होतं. मग जॉन्सन थोडी झोप काढायला घरी गेला. हे सगळं काम पूर्ण व्हायला पहाटेचे तीन वाजले होते.

त्यानंतर पुढील काही दिवस जॉन्सन त्या बरणीचे निरीक्षण करीत होता. पेशींमध्ये काही फरक पडतो का, ते तो नीट पाहत असे. पेशी आता फुटू लागलेल्या व मरू लागलेल्या दिसल्या. पेशींमध्ये काहीतरी परका जीव वाढत होता, हे नक्की. कार्डिनलच्या रक्तात हॉट एजंट असल्याचे निर्विवाद सिद्ध झाले. पेशी मरण्याचे प्रमाण फारच प्रचंड होते नि त्याचा वेगही खूप होता.

आता तो हॉट एजंट नेमका वेगळा काढायचा होता. त्यासाठी त्याने बरणीमधील द्रव तीन ऱ्हिसस माकडांना टोचला. कार्डिनल एजंटने त्यांना संसर्ग घडविला होता. तीनापैकी दोन माकडे तडकाफडकी रक्तस्रावाने चिरडून मरून गेली. तिसरे माकड

अगदी मरणाच्या दारात जाऊन आले. त्याच्यातही काही रक्तस्राव झाला; पण हळूहळू ते सुधारत गेले नि चक्क त्यातून वाचले. कार्डिनलच्या रक्तातला एजंट घातकी, संसर्गजन्य हॉट एजंटच होता, हे नक्की दिसले. ''तो मारबर्गच असल्याची माझी खात्री पटली होती.'' जॉन्सनने नंतर सांगितले.

त्याने आता तो एजंट नेमका कसा संसर्गजन्य आहे, हे पाहण्यासाठी गिनीपिग्जना तो टोचला. त्यामुळे ते प्राणी तर चिलटांप्रमाणे पटापटा मरून पडले. एवढेच नाही, तर त्या प्राण्यांमध्ये अंडाशये गोल्फबॉलएवढी सुजली. त्यांचा रंग काळानिळा झाला होता. कार्डिनलच्या रक्तातला एजंट हा सफाईदार मारेकरी एवढा प्रगत होता, की, तो कुठल्याही पेशींमध्ये त्याला पाहिजे तसा वाढू शकत होता. हा भीषण मारेकरी जबरदस्त, आक्रमक आणि महास्वार्थी होता. आपले लक्ष्य काय आहे, हे त्याला नेमके माहिती होते.

त्याच्यामध्ये एक प्रकारचा राकट बेधडकपणा होता. असा रासवटपणा फक्त निसर्गातच आढळतो. तो सजीव आफ्रिकेतच कुठेतरी राहत होता. तो कोणत्याही जातीत आरामात वाढू शकत होता, हे त्याचे वैशिष्ट्य होते आणि ते फार घातकी होते. माकडे, माणूस, गिनीपिग कशातही वाढायला त्याला काहीच अडचण वाटत नव्हती. ह्या जातींमध्ये हा एजंट सरळसरळ मृत्यू घडवत होता. ह्याचाच अर्थ, ह्या जाती त्याच्या नेहमीच्या यजमानांपैकी नव्हत्या.

परोपजीवी विषाणू स्वत:च्या ठराविक यजमान जातींमध्ये कधीच असा विनाश घडवत नाही. मारबर्ग विषाणू हा तर फिरस्ता होता. त्याला इकडून तिकडे उड्या मारायला जास्त आवडत असावे. एका जातीला दुसरीपासून भिन्न बनविणाऱ्या सीमारेषांची त्याला पर्वा नव्हती. जेव्हा तो निराळ्या जातीत शिरतो, तेव्हा तो तिचा विनाशच घडविण्याचा प्रयत्न करतो. त्याला कसलेच बंधन नव्हते. माणूस म्हणजे काय, ह्याची त्याला फिकीर नव्हती. माणूस म्हणजे वाढायला मांस एवढेच त्याला माहिती!

जॉन्सनने कार्डिनलच्या रक्तातला एजंट वेगळा करण्यात यश मिळविले. तो मारबर्गच असल्याची खात्री पटविली. आता त्या मुलाला हा विषाणू नेमका कसा मिळाला, त्याचा शोध घेणे जरूरी होते. हा मुलगा नेमका कुठेकुठे गेला होता? त्याला हा संसर्ग होण्यामागे विशेष काही कारण होतं का? तो नेमका कुठे नि कसा फिरला होता? ह्या प्रश्नांनी जॉन्सनच्या डोक्यात चक्रे फिरू लागली. तो आता ह्या विषाणूची लपण्याची जागा शोधायचा प्रयत्न करणार होता.

त्यानं त्याच्या एका सहकाऱ्याला फोन केला. त्याचा मित्र डॉ. पीटर टुकी केनियामध्ये मेडिकल रिसर्च इन्स्टिट्यूट, नैरोबी येथे शास्त्रज्ञ होता. ''ही मारबर्गचीच केस आहे.'' जॉन्सनने त्याला सांगितलं, ''तू त्या पोराच्या हालचालींची माहिती

काढू शकशील का? तो कुठे गेला होता नि काय काय केलं, त्याची माहिती काढ.''

डॉ. टुकीने पीटरच्या आईवडिलांची गाठ घेऊन त्यांच्याकडून काही कळतं का, ते पाहायचं कबूल केलं.

एक आठवड्याने डॉ. जॉन्सनचा फोन वाजला. डॉ. टुकी नैरोबीहून बोलत होता, ''तो पोरगा कुठे गेला होता, ते माहितीय? एल्गॉन पर्वतावर... किटुम गुहेमध्ये.''

जीन जॉन्सनला एकदम डोक्याला मुंग्या आल्यासारखं झालं. चार्ल्स मोने नि पीटर कार्डिनल ह्यांच्या वाटा एकाच ठिकाणी एकत्र येत होत्या- किटुम गुहा. त्यांनी गुहेत काय काय केलं होतं? त्यांनी कशाकशाला स्पर्श केला होता? त्यांनी श्वासावाटे काही आत घेतलं होतं का? किटुम गुहेच्या काळोखात कोणता जीव जगत होता?

◆

अंतरंगाचा वेध

युजीन जॉन्सन आणि मी फोर्ट डिट्रिकमधल्या एका तळ्याजवळच्या पिकनिक टेबलावर बसलो होतो. तो माझ्याकडे पाहत होता. उन्हाळ्याचे दिवस होते. त्या दिवशी वातावरण अत्यंत गरम होतं. युजीन सहा फूट दोन इंच उंचीचा धिप्पाड माणूस होता. वजन जवळपास.... पौंड एवढे असावे. जॉन्सनचे डोळे तपकिरी होते, दाढी चांगली भरगच्च होती. त्याच्या ओठांखाली काळसर वर्तुळं होती. तो खूप दमल्यासारखा दिसत होता. त्यानं त्याची कोपरं टेबलावर टेकविली होती. गॉगल काढून तो डोळे चोळू लागला.

"मग अशा तऱ्हेने पीटर टुकी फोनवर म्हणाला होता, "तो पोरगा कुठे गेला होता, ठाऊक आहे? किटुम गुहेत."

जॉन्सन म्हणाला, "मला ते आठवलं, की, अजूनही अंगावर काटा उभा राहतो. त्यानंतर काही आठवड्यांनी मी नैरोबीला गेलो. मी डेव्हिड सिल्व्हरस्टाईनशी चर्चा केली. पीटर टुकी माझ्याबरोबर होताच. मग तो पोरगा केनियात जिथे जिथे फिरला होता, त्या सगळ्या ठिकाणी आम्ही गेलो. अगदी त्याच्या घरीही गेलो. त्याच्या वडिलांचे व्हिक्टोरिया जलाशयाच्या काठावरील किसूमू गावात छान घर होते. ते एक स्टूको (stucco) पद्धतीचे घर होते नि भोवती भिंत होती. घरात कुक, ड्रायव्हर आणि मोलकरीण होती. घर स्वच्छ नि नीटनेटकं होतं. त्यात मोकळी हवा चांगली खेळती होती नि सफेद रंग लावलेला होता. घरात छपरावर एक रॉक हायरॅक्स हा प्राणी असलेला आम्ही पाहिलं. हा एक पाळीस असल्यासारखाच प्राणी पन्हाळीमध्ये राहत असे. तसेच, तिथे दोन-चार बगळे पण होते. काही ससे आणि बकऱ्या आणि इतर अनेक प्रकारचे पक्षीही होते; पण मला घरात कुठेही वाघळं मात्र आढळली नाहीत.

तो थांबला. बहुधा, विचार करीत असावा. आजूबाजूला कोणी नव्हतं. तळ्यात

काही बदकं तेवढी पोहत होती. मी त्या दुर्दैवी आईवडिलांशी बोलताना फार नर्व्हस झालो होतो.

तो पुढे सांगत राहिला, ''हे पाहा, मी फील्डमध्ये रमणारा माणूस आहे. मला मूलबाळ काही नाही. एखाद्या आईचे सांत्वन करण्याची माझी क्षमताच नव्हती. शिवाय, मी अमेरिकन लष्करातला फौजी माणूस.'' त्यांच्याशी कसं बोलावं, ते मला कळेनाच. मी त्यांच्या जागी असतो तर, अशीही कल्पना करून पाहिली; पण मग मला माझे वडील वारले, तो प्रसंग आठवला.

मी त्यांनाच त्यांच्या मुलाबद्दल बोलू देण्याचं ठरविलं. केनियात आल्यापासून पीटर कार्डिनल एकदाही बहिणीपासून दूर गेला नव्हता. दोघं पोरं सतत बरोबरच काही ना काही खेळत असायची. असं असेल, तर दोघांच्या वर्तनात नेमका काय फरक पडला? दोघे जर बरोबरच होते, तर पीटरला एकट्यालाच संसर्ग कसा झाला? त्यांच्या वर्तनात एक फरक मात्र आढळला होता. त्यांच्या आईवडिलांनी मला गुहेमधल्या खडकांच्याविषयी एक गोष्ट सांगितली. त्यांनी सांगितलं, की, पीटर हा एक हौशी भूशास्त्रज्ञ होता. त्याला खडक, दगड आणि गारगोट्यांमध्ये रस होता. त्यांना आठवली, ती गोष्ट अशी होती; पण गुहेमध्ये एखाद्या धारदार खडकावर त्याचा हात कापला होता का? ही शक्यता मी त्यांना बोलून दाखवली व त्यावर विचार करायला सांगितले.

पीटर म्हणाला होता, की, त्याला काही स्फटिक गोळा करायचे आहेत. म्हणून त्यानं गुहेच्या भिंतीवर दोन-चार तडाखे लावले होते. हातातल्या हातोड्याने फुटलेले काही स्फटिक त्यानं गोळा केले होते. मोठे स्फटिकाचे तुकडे त्यांच्या ड्रायव्हरने फोडून बारीक केले होते, तर स्वयपाक्यानं ते स्वच्छ धुऊन आणले होते. आम्ही दोघांच्याही रक्ताची तपासणी केली; पण त्यात मारबर्गचा मागमूसही आढळला नाही.

आता एक शक्यता अशी उरली होती, की, त्या मुलाचा विषाणूशी संपर्क हातातूनच आला असावा. कदाचित हातावरच्या एखाद्या लहानशा चिरेमधून विषाणू रक्तप्रवाहात शिरला असावा. कदाचित एखाद्या अणकुचीदार स्फटिकावर बोटाला लहानशी जखम झाली असावी. ह्या स्फटिकावर एखाद्या संसर्गग्रस्त प्राण्याची लघवी पडलेली असेल किंवा त्यावर एखादा किडा चिरडला गेलेला असेल. कदाचित ही 'झोपी गेलेल्या राजकन्ये'ची निराळी कथा असावी. फक्त ह्यात फरक एवढाच होता, की, त्यामध्ये पीटरसारख्या कोवळ्या मुलाचा फार भीषण शेवट झाला होता. जरी त्याच्या बोटाला अशा एखाद्या स्फटिकाने लहानशी जखम झाली, हे खरे मानले, तरी त्यामुळे विषाणूचे निसर्गातील स्थान कोणते होते, त्यावर काहीच प्रकाश पडत नाही; कारण विषाणूचा नैसर्गिक यजमान (natural host) कोण त्याची काही ओळख पटत नाही.

"आम्ही मग त्या गुहेत गेलो." जॉन्सन सांगत होता, "अर्थातच आम्ही पूर्ण सुरक्षिततेचे कवच घालूनच आत गेलो. कदाचित मारबर्ग हवेतून संसर्ग करीत असावा, ह्याची आम्हाला कल्पना होती."

पीटर कार्डिनलचा अंत होण्याआधी एक वर्ष म्हणजे १९८६ मध्ये जीन जॉन्सन आणि नॅन्सी जॅक्सनी त्या विषाणूवर काही प्रयोग केले होते. प्रयोगातून असे आढळले होते, की, एबोला आणि मारबर्ग विषाणूंचा हवेतून प्रसार होऊ शकतो. त्यांनी काही माकडांना मुद्दाम संसर्ग घडविला होता. मारबर्ग आणि एबोला श्वासावाटे आत जाईल, अशा परिस्थितीत माकडांना ठेवले होते. त्यात स्पष्ट कळले, की, हवेतून विषाणूचा लहानसा डोसदेखील एफोटक संसर्गाची मालिका सुरू करू शकतो. एखाद्या बीप्रमाणे विषाणू फुफ्फुसात रुजतात आणि घातक संसर्गाची सुरुवात करू शकतात. हे माहिती असल्याने जॉन्सनने सर्वांना सुरक्षित आवरणे घालूनच आत जाण्याची सूचना केली होती.

"मी माझ्याबरोबर लष्करातले गॅस मास्क आणि त्याचे फिल्टर्सदेखील आणले होते. तसेच, आम्हाला डोक्यावरही काहीतरी सुरक्षित कवच घालणे जरूर होतं; कारण केसांवर वटवाघळांची विष्ठा पडू शकली असती. आम्ही स्थानिक बाजारातून पिलोकव्हर विकत आणली. ही कव्हर्स पांढऱ्या रंगाची होती नि त्यावर फुलांचं डिझाईन होतं. पहिल्यांदा आम्ही- मी आणि इतर काही केनियन सहकारी तोंडावर लष्करी मास्क आणि डोक्यावर पिलोकव्हर घालून आत शिरलो, तेव्हा अनेकजणांना हसू फुटलं.

त्यांनी सगळ्या गुहेत फिरून गुहेचा नकाशा बनविला. ह्या पहिल्या पाहणीनंतर जीन जॉन्सनने लष्कराला तिथे मोठी मोहीम काढण्यास प्रवृत्त केलं. पीटर कार्डिनल मेल्यानंतर सहा महिन्यांनंतर किटुम गुहेतली ही मोठी मोहीम सुरू झाली. १९८८ च्या हिवाळ्यात जीन जॉन्सन नैरोबीत आला. बरोबर वीस मोठाले पेटारे होते. त्यामध्ये जैविक सुरक्षितता उपकरणे आणि नाना प्रकारची शास्त्रीय उपकरणे होती. ह्या वेळी आपण विषाणूच्या अगदी निकट आलो आहोत, असे जॉन्सनला वाटले. जर विषाणू गुहेमध्ये राहत असला, तरी तो सापडणे फार अवघड गोष्ट होती, ह्याची त्याला कल्पना होती; पण तो आता विषाणूच्या एवढ्या जवळ पोहोचला होता, की, त्यातून अपयशी होण्याचा संभव तसा कमी वाटत होता. तो राक्षसी जीव गुहेत राहत होता. जॉन्सन त्याला तेथून बाहेर खेचणार होता.

केनिया सरकारने पर्यटकांना ही गुहा बंद करण्याची विनंती मान्य केली. केनिया-अमेरिकेची संयुक्त मोहीम चालू असेपर्यंत इतर प्रवाशांना गुहेत प्रवेश बंद होता. केनिया मेडिकल रिसर्च इन्स्टिट्यूटचा डॉ. पीटर टुकी हा त्या संयुक्त मोहिमेचा प्रमुख होता. जीन जॉन्सनने आपली कल्पना राबवून त्यासाठी आवश्यक

तो निधी उभा केला. मोहिमेमध्ये एकूण पस्तीस सदस्य भाग घेणार होते. त्यातले बहुतेक केनियनच होते. त्यामध्ये वन्यजीव, विशेषज्ञ, डॉक्टर, शास्त्रज्ञ आणि कामगारांचा समावेश होता. त्यांनी बरोबर खूप गिनीपिग आणले होते. तसेच, एकूण सतरा माकडे पिंजऱ्यात घालून बरोबर आणली होती. ही माकडे बबून, साईक्स मंकी आणि आफ्रिकन ग्रीनमंकी ह्या जातीची होती.

हे प्राणी आमिष (Sentinel Animals) म्हणून वापरलेले होते. कोळशाच्या खाणीत जसे धोक्याचे दिवे लावलेले असतात, ते काम हे प्राणी करणार होते. मारबर्ग विषाणू त्या गुहेत असला, तर त्याचा त्यांच्यातील कुणाला तरी संसर्ग होईल, अशी अपेक्षा होती. विषाणू दाखवू शकेल, असे एकही उपकरण सध्या अस्तित्वात नाही. मोकाट असणाऱ्या अशा एखाद्या विषाणूला पकडण्याचा हाच एक मार्ग असतो. जिथे असा विषाणू असण्याचा संशय आहे, अशा ठिकाणी निरनिराळे प्राणी नेणे व ते प्राणी रोगाने आजारी पडतील, अशी आशा करणे. जर गिनीपिग किंवा माकडांपैकी कोणाला रोग झाला, तर आपण विषाणू कसा व नेमका कुठून उद्भवला, त्याचा शोध घेण्यात यशस्वी होऊ, असा जॉन्सनला विश्वास वाटत होता.

१९८८ चा हिवाळा

किटुम गुहेतील मोहिमेच्या सदस्यांनी माऊंट एल्गॉन लॉज हे आपले मुख्यालय बनविले. हा जुना रिसॉर्ट १९२० च्या सुमारास बांधलेला होता. तेव्हा ब्रिटिश पूर्व आफ्रिकेवर राज्य करीत होते. शिकार आणि ट्राउट मासेमारी करणाऱ्या हौशी लोकांसाठी हा रिसॉर्ट बांधलेला होता. तो एका पुढे आलेल्या सुळक्यावर होता. खाली तांबड्या मातीचा कच्चा रस्ता वळसे घेत घेत गुहेकडे जाताना दिसत असे. एकेकाळी इथे इंग्लिश पद्धतीच्या बागा होत्या. आता त्या उजाड झालेल्या होत्या नि स्थानिक रानझुडुपांनी त्या व्यापून टाकलेल्या होत्या. आतमध्ये जमिनी कडक लाकडाच्या होत्या. त्याला नेहमी पॉलिश करून चकचकीत ठेवत असत.

त्या इमारतीत गोलाकार खोल्या आणि मोठाल्या खिडक्या असणारे घुमट होते. आफ्रिकन ऑलिव्ह लाकडातून हाताने कोरलेली मध्ययुगीन प्रकारची दारं होती. दिवाणखान्यात एक मोठी फायरप्लेस होती. त्यावर इंग्लिश पद्धतीचा मोठा देखणा नि कोरीव काम असणारा मॅन्टलपीस होता. सध्या तिथे असणारे नोकर फारसं इंग्रजी बोलू शकत नसत; पण रिसॉर्टमध्ये सगळा पाहुणचार ब्रिटिश पद्धतीनेच व्हावा, ही त्यांची धडपड होती. जर एल्गॉन बघायला कोणी पर्यटक आलाच, तर त्याच्या पाहुणचारात कमतरता राहू दिली जात नसे.

माऊंट एल्गॉन लॉज हे ब्रिटिश राजसत्तेचे अर्धवट अयशस्वीपणाचे एक स्मारकच होते. आफ्रिकेतून सर्वत्र पीछेहाट झाल्यावर राजसत्ता मावळली, तरी त्याचे हे असले अवशेष अद्याप तग धरून होते. रात्री बर्फ वा धुकं पडलं, की, त्या फायरप्लेसमध्ये ऑलिव्ह लाकडाची शेकोटी पेटविली जात असे. उत्तम ब्रिटिश परंपरेतील जेवण अत्यंत भयंकर असायचे; पण तिथे एक छानसा बार मात्र होता. तो अत्यंत सुबकपणे भिंतीत लपविलेला एक मोठा लाकडी कप्पा होता.

त्यामध्ये टस्करबीयरच्या बाटल्या, फ्रेंच ॲपरटिफ आणि स्थानिक आफ्रिकन ब्रॅण्डीच्या बाटल्यांच्या रांगा होत्या. हातात ग्लास घेऊन लोक बारपाशी गप्पाटप्पा करीत असत किंवा मॅन्टलजवळ वाकून दिवसभराच्या कठीण कामाबद्दल चर्चा करीत बसत. दिवसभर अंतराळ पोशाख घालून केलेले काम हाच गप्पांचा मुख्य विषय! मॅनेजरच्या पाठीमागे भिंतीवर पाटी लावलेली होती. त्यावर 'बिल' ह्या नाजूक विषयाची माहिती दिलेली होती. त्यावर असे लिहिलेले होते, की, लॉजचे सप्लायर आम्हाला उधारी देत नसल्याने आम्ही आमच्या पाहुण्यांना उधारी देऊ शकत नाही, ह्याबद्दल दिलगीर आहोत.

बरोबर आणलेल्या प्राण्यांना हवेची कल्पना यावी व त्यांनी जुळवून घ्यावे, म्हणून हळूहळू पिंजरे पर्वतावर नेण्यात आले. जी घळ वर गुहेकडे जाते, तिथे त्यांनी जरा झाडेझुडपे साफ करून घेतली. तिथे त्यांनी निळ्या ताडपत्र्या टाकल्या. गुहा ही आता जैविक सुरक्षा पातळी-४ असे ठरले. फक्त त्या हॉट झोनमधील एजंटची जागा नि त्याची ओळख पटलेली नव्हती. गुहेच्या दाराजवळ ताडपत्री लावून बंदिस्त केलेला भाग हा 'ग्रे झोन' ठरला. इथे हॉट झोन आणि बाहेरच्या जगामधली सीमारेषा होती. ह्या इथे ताडपत्रीखाली लोक रसायनांचा शॉवर घेत होते. गुहेतून परत आल्यावर अंतराळ पोशाख निर्जंतुक करण्याचे काम इथेच होई. त्याच्याच जवळ एका ठिकाणी ताडपत्री लावून आणखी एक भाग बनविण्यात आला होता.

हा भाग जैविक सुरक्षा पातळी-३ चा स्टेजिंग एरिया होणार होता. इथे लोक अंतराळ पोशाख चढवून आत जात वा बाहेर आल्यावर काढून ठेवत असत. त्याचप्रमाणे, एका ठिकाणी ताडपत्री लावूनच नेक्रोस्कोपी विभाग बनविलेला होता. इथे अंतराळ पोशाख घालून विच्छेदन केले जात असे. गुहेत मिळालेल्या सर्व प्राण्यांचे विच्छेदन करून त्यात मारबर्गची लक्षणे शोधण्याचा प्रयत्न केला जाई.

"आम्ही जे काही करीत होतो, ते पूर्वी कोणीच कधी केलेलं नव्हतं. आम्ही जैविक सुरक्षा पातळी-४ ही संकल्पनाच फील्डमध्ये प्रत्यक्षात उतरवली होती."

गुहेत जाण्यासाठी लोक नारिंगी रंगाचा पोशाख वापरत होते. जिथे हवेतून उडणाऱ्या घातक जैविक घटकाचा धोका असेल, अशा ठिकाणी फील्डवर्कसाठी हा

पोशाख होता. त्याचे नाव रॅकॅल सूट असे होते; पण रंगामुळे त्याला ऑरेंज सूट असेही म्हटले जात असे. बॅटरीवर चालणारा हा पोशाख केमट्यूरिऑन पोशाखापेक्षा वजनाला हलका असतो आणि कुठेही नेता येतो. त्यामध्ये श्वसनासाठी स्वतंत्र यंत्रणा असते. हेल्मेट आणि हवेच्या झोताचा भाग वगळला, तर पोशाखाचा मुख्य भाग फेकून देण्याजोगा असतो. म्हणजेच, वाटल्यास एक-दोन वेळा वापरून झाल्यावर तेवढा भाग जाळून टाकता येतो.

रॅकॅल पोशाख घालून प्रथम त्यांनी गुहेमध्ये जाणारी सगळी पायवाट नीट समजेल, अशा तऱ्हेने तिची आखणी केली. बाजूला खांब रोवून त्यांनी नेमका मार्ग ठरवून टाकला. त्यामुळे आता कोणीही चुकायची भीती नव्हती. त्या वाटेच्या बाजूला त्यांनी माकडांचे व गिनीपिगचे पिंजरे ठेवले. पिंजऱ्याभोवती बॅटरीवर चालणारा विद्युतप्रवाह सोडला. त्यामुळे चित्ते जवळ येणार नव्हते. काही माकडे त्यांनी वटवाघळांच्या वस्तीखालीच ठेवली. वटवाघळांच्या विष्ठेतून अथवा तेथून जर काही पडून त्यापासून मारबर्ग उद्भवत असला, तर ते लक्षात यावे, हा त्यामागचा उद्देश!

त्यांनी ३०,००० ते ७०,०००च्या आसपास कीटक गोळा केले. हे कीटक गुहेमध्ये चावत असत. गुहेत विशेषत: ढेकूण खूप होते. ''आम्ही त्यासाठी गुहेमध्ये भेगांवर फ्लायपेपर चिकटविले. त्यामुळे भिंतींवर चालणारे ढेकूण पकडता येणार होते.''

जॉन्सन सांगत होता, ''आम्ही गुहेत दिवेही टांगले. हे दिवे बॅटरीवर चालत होते. त्यामुळे कीटक पकडता येतात. तुला गोचिड कशा गोळा करतात ठाऊक आहे? गोचिडींना आपल्या श्वासातील कार्बन-डाय-ऑक्साईड समजतो नि त्या येऊन ढुंगणाला चावे घेतात. म्हणून आम्ही इथे भरपूर कार्बन-डाय-ऑक्साईड आणून त्यांना आकर्षित करण्याचा प्रयत्न केला. गुहेत जाणारे व असणारे सगळे उंदीर आम्ही पकडले. त्यासाठी आम्ही हॅवाहार्ट पिंजरे वापरले. गुहेच्या मागे पाण्याजवळ काही सॅण्डफ्लाय ह्या माशा मिळाल्या. ह्या माशा जोरदार चावतात. गुहेजवळ सगळीकडे चित्ते आणि केप बफेलोच्या पाऊलखुणा होत्या; पण आम्ही चित्ते, केप बफेलो व ॲन्टीलोप अशा मोठ्या प्राण्यांच्या रक्ताचे नमुने मात्र गोळा केले नाहीत.''

''पण मारबर्ग विषाणू मांजर कुळातल्या मोठ्या प्राण्यांमध्ये - उदाहरणार्थ, बिबळ्यांमध्ये जगत असला तर?''

''शक्य आहे; पण बिबळे पकडायचा परवाना आमच्याकडे नव्हता. आम्ही जेनेट कॅट पकडली होती; पण मारबर्ग त्यांच्यामध्ये मात्र आढळला नव्हता.

''मारबर्ग हत्तींमध्ये जगू शकत असेल का?''

''तू कधी हत्तीचे रक्त काढायचा प्रयत्न केला आहेस? छे! आम्ही कधी प्रयत्न केला नाही.''

केनियन निसर्ग शास्त्रज्ञांनी हजारो पक्षी, उंदीर, हायरॅक्स आणि वटवाघळं पकडली. नेक्रोस्कोपीच्या हॉट झोन तंबूत ह्या प्राण्यांना ठार केले गेले. रॅकॅल पोशाख वापरूनच त्यांच्या रक्ताचे नि उतींचे नमुने काढून द्रवरूप नायट्रोजनमध्ये अतिशीत तापमानाला गोठवून ठेवण्यात आले. पूर्वी स्थानिक एल्गॉन मसाई लोकांपैकी काहीजण किटुम गुहेत राहिले होते. त्यांची गाईगुरेही त्यांनी गुहेमध्ये नेलेली होती. म्हणून मग त्या मसाईचे व त्यांच्या गुरांचे रक्ताचे नमुने गोळा केले गेले. त्यांच्या एकूण जीवनाचा वैद्यकीय दृष्टिकोनातून अभ्यासही केला; पण लोकांमध्ये वा त्यांच्या गुरांमध्येही मारबर्गची प्रतिद्रव्ये (ॲन्टीबॉडी) सापडली नाहीत.

जर त्यांच्यामध्ये मारबर्ग पॉझिटिव्ह गुणधर्म आढळला असता, तर तो विषाणू गुहेतच कुठेतरी अस्तित्वात असावा, हे सहज लक्षात आले असते; पण तरीही एल्गॉन मसाई लोकांमध्ये काहीजण असेही सांगत, की, त्यांच्या माहितीतला कोणीतरी, घरातलाच कोणीतरी, केव्हातरी रक्तस्त्रावाने मेला होता. कधी एखादे मूल किंवा एखाद्याची तरुण बायको डोळ्यांदेखत रक्त वाहून मेल्याच्या गोष्टी ते सांगत होते; पण हा आजार मारबर्गचाच होता, की आणखी एखाद्या विषाणूचा पराक्रम होता, ते नक्की करणं अवघड होतं. तो मारबर्ग असणंही अशक्य नव्हतं. कदाचित त्या स्थानिक मसाई लोकांना मारबर्ग विषाणू माहिती असेल; पण अर्थात ते त्याला काही वेगळ्या नावानं ओळखत असतील किंवा त्यांनी त्याला कधी एखादे नाव दिलेही नसेल.

मुद्दाम आमिषे म्हणून ठेवलेली माकडे आजारी पडली नाहीत. ती ठणठणीत राहिली. पार कंटाळूनही गेली. अनेक आठवडे त्यांना पिंजऱ्यात आणि तेही गुहेत उगीचच बसून राहावं लागलं होतं. प्रयोगाअंती त्यांना मारणे जरूर होतं; कारण नंतर त्यांच्या शरीरात कुठे मारबर्गच्या खुणा आहेत का, ते पाहणं आणि उतींचे नमुने गोळा करणं शक्य होणार होतं. जीन जॉन्सनला स्वत: त्या माकडांना मारावे, असे वाटेना. तो ती कल्पनाही करू शकत नव्हता. मग गुहेत जाऊन त्यांना मारणे तर बाजूलाच राहिले. त्याचा सहकारी मग आत गेला. त्याने माकडांना झोपेच्या औषधाचा भलामोठा डोस देऊन कायमचं झोपविलं. जॉन्सन गुहेबाहेर थांबला होता.

''प्राण्यांना मारायला मला अजिबात आवडत नाही.'' जॉन्सन म्हणाला, ''माझ्या लेखी तो एक फार अवघड क्षण होता. मी त्यांना तीस दिवस अन्नपाणी देत होतो. ती माझी मित्र झाली होती. मी स्वत: काहींना केळी खायला घालत असे. ती कल्पनाच काहीतरी चमत्कारिक होती. मला घुसमटल्यासारखं वाटत होतं.''

रॅकॅल सूट घालून जीन जॉन्सनने त्या प्राण्यांचे विच्छेदन केले. तो प्रसंग फारच क्लेशदायक ठरला; कारण सर्वच्या सर्व माकडं निरोगी होती.

सगळ्या मोहिमेतून फारसं काही निघालं नाही. आमिष म्हणून ठेवलेले सगळे

प्राणी पूर्ण निरोगीच राहिले होते. इतकेच नव्हे, तर पकडलेल्या इतर प्राण्यांच्या रक्तात वा अवयवात कुठेही मारबर्गचा मागमूसही दिसला नाही. त्यामुळे जीन जॉन्सन एवढा निराश झाला, की, त्याने कधीही मोहिमेबद्दल काहीही प्रसिद्ध करण्याचे नाकारले. अर्थात, तसे काही प्रसिद्ध करण्यात फारसा फायदाही नव्हता. किटुम गुहेत काहीही मिळालं नाही, हे प्रसिद्ध करणे फारसे उपयोगी नव्हते. हे सगळं झाल्यावर फक्त 'मारबर्ग कुठेतरी एल्गॉन पर्वताच्या छायेत राहतो', एवढेच तो सांगू शकत होता.

जॉन्सनला तेव्हा लक्षात आलं नाही. त्याला पुसटशी कल्पना आली होती खरी. ह्या वरवर पाहता अयशस्वी ठरलेल्या मोहिमेचा एक फायदा झाला होता. गुहेमध्ये काम करताना विशेषत: अंतराळ पोशाख घालून फील्डमध्ये काम करण्याचा जो अनुभव त्याच्या गाठीशी जमा झाला होता, तो त्याला पुढील कामासाठी फार महत्त्वाचा ठरला. जीन जॉन्सन हा तसा गूढ स्वभावाचा माणूस होता. त्याला आपले स्वत:चे अशा कल्पनेवर फार विश्वास होता. मोहिमेवरून परत आल्यानंतर सगळी उपकरणं त्यानं कोणालाही सहज सापडणार नाही, अशा तऱ्हेने गोडाऊनमध्ये अडगळीत टाकून दिली.

हेल्मेट, सुरक्षा उपकरणं, अंतराळ पोशाख इत्यादी वस्तू ट्रेलरमध्ये हिरव्या-खाकी पेट्यांमध्ये अशा तऱ्हेने टाकून दिल्या, की त्या कोणाला सापडणारच नाहीत. 'आपल्या' वस्तू इतरांनी वापरू नयेत, इतकेच काय त्याला कोणीही स्पर्श केलेला चालत नसे. कधी कधी त्याला लुई पाश्चरचे शब्द आठवतात, ''जे सर्व प्रकारे सुसज्ज असतात, त्यांनाच योगायोगाचा फायदा होतो.'' पाश्चरने अँथ्रॅक्स आणि रेबीजच्या लसी शोधून काढल्या होत्या.

१९८९ चा उन्हाळा

नॅन्सी आणि जेरी जॅक्सच्या बाबतीत काय करावं, हा प्रश्न नेहमीच लष्करी प्रशासनाला सतावत असे. ते दोघे विवाहित ऑफिसर एकाच युनिटमध्ये, एकाच हुद्द्यावर काम करीत होते. ह्या डॉगी डॉक्टर दाम्पत्याच्या बाबतीत काय करावं? दोघांपैकी कोणाला प्रमोशन देणे योग्य होईल? त्यातही नॅन्सी अंतराळ पोशाख वापरण्यात कुशल असताना त्यांना बदलून पाठविणार तरी कुठे? अखेर लष्कराने त्यांची बदली इन्स्टिट्यूट ऑफ केमिकल डिफेन्समध्ये केली. मेरीलँडमध्ये ॲबरडीनमध्ये ही संस्था आहे. त्यांनी मग आपले व्हिक्टोरियन घर विकून टाकले.

सगळे प्राणी नि पक्षी खोक्यात घालून ते नव्या ठिकाणी रुजू झाले. थूरमॉन्टमधले ते घर सोडल्याबद्दल नॅन्सीला अर्थातच काहीही दु:ख झाले नाही. नवीन घर

तिच्या आवडीचंच होतं. तिथे त्यांनी गंमत म्हणून मासे पाळायला प्रारंभ केला. इन्स्टिट्यूटमध्ये जाऊन नॅन्सी नर्व्ह गॅसच्या परिणामांवर काम करू लागली. उंदरांच्या मेंदूवर नर्व्ह गॅसचा काय परिणाम झाला आहे, ते तपासण्यासाठी उंदरांच्या मेंदूचे विच्छेदन करणे, हे तिचं काम होतं. एबोलावर काम करण्यापेक्षा हे फारच सुरक्षित होतं आणि कमी तापदायकही होतं; पण कधी कधी फारच कंटाळवाणंही वाटत असे.

दरम्यान दोघांनाही प्रमोशन मिळालं. दोघं आता लेफ्टनंट कर्नल झाले. खांद्यावर चंदेरी ओकलीव्हज् आली. जेम आणि जॅसन मोठे होत होते. जेम उत्तम जिम्नॅस्टिकपटू झाली. ती नॅन्सीसारखीच ठेंगणी होती. ऑलिंपिक नाही तरी निदान देशपातळीवर तरी तिने नक्की खेळावं, अशी नॅन्सी व जेरीची इच्छा होती. जॅसन उंचापुरा नवयुवक होत होता. हर्की नावाचा तो पोपट अजिबात बदलला नव्हता. पोपटांना दीर्घायुष्य असते. तो 'मॉम-मॉम' असा ओरडत असे नि मधूनच 'ब्रिज ऑन द रिव्हर क्वाय'चे गाणे म्हणायचा.

नॅन्सी USAMRIID मध्ये काम करतानाच तिचा बॉस कर्नल टोनी जॉन्सन तिच्या कुशलतेवर खूश होता. ती ज्या सफाईने अंतराळ पोशाखात काम उरकायची, ते पाहून त्याला तिच्या क्षमतेची कल्पना आलेली होतीच. त्याला ती परत यायला हवी होती. नंतर मात्र त्याचीच वॉल्टर रीड आर्मी मेडिकल सेंटरमध्ये पॅथॉलॉजी विभागात प्रमुख म्हणून निवड झाली.

जेव्हा इन्स्टिट्यूटमधली त्याची पॅथॉलॉजी विभाग प्रमुखाची जागा रिकामी झाल्यावर त्याने त्या जागेवर नॅन्सीची शिफारस केली. लष्करी प्रशासनाने ती मान्य केली. तिने पुन्हा हॉट एजंटवरच संशोधन करावे, असे ठरले. १९८९च्या उन्हाळ्यात तिला ही जागा मिळाली. त्याच वेळी प्रशासनाने जेरी जॅक्सचीही बदली केली. तिथेच इन्स्टिट्यूटमध्ये त्याची पशुवैद्यक विभागप्रमुख म्हणून नेमणूक झाली. नॅन्सी पुन्हा अंतराळ पोशाख घालून घातक हॉट एजंटवर काम करू लागली. जेरीला ते आवडत नव्हतेच; पण त्याला आता त्याचीही सवय झाली होती.

बढती मिळाल्यावर जॅक्स पतीपत्नीने त्यांचे ॲबरडीनमधले घर विकून टाकले. परत ते थूरमॉन्टला आले. ऑगस्ट १९८९ मध्ये त्यांनी घर बदलले. ह्या वेळी मात्र घर निवडण्याच्या कामात नॅन्सीने स्वत: लक्ष घातले. ते घर व्हिक्टोरियन असणार नाही, हे तिने जेरीला पक्के बजावून टाकले. त्यांनी नवीनच बांधलेले एक घर विकत घेतले. घराभोवती भरपूर जागा होती. तिथे छान गवत नि झाडं होती. मुलं आणि कुत्री तिथे आरामात खेळू शकणार होती. त्यांचं घर कॅटोक्टिन डोंगराच्या उतरणीवर अशा ठिकाणी होतं, की, खाली गाव आणि सफरचंदाच्या बागा दिसत असत. स्वयंपाकघराच्या खिडकीतून दूरवरच्या शेतांचे सुंदर दृश्य

दिसे. ह्याच ठिकाणी यादवी युद्धाच्या वेळी सैन्याची संचलने झालेली होती. मध्य मेरीलँडचा झाडाझुडपांचा उंचसखल प्रदेश त्यापलीकडे लांबवर पसरलेला दिसत होता. मधेच कुठेकुठे शेतीवाडी आणि त्यातली धान्यकोठारं नजरेस पडत असत. ह्या विहंगम निसर्गचित्रात आकाशात मधूनच जाणाऱ्या जेट विमानांच्या पांढऱ्या रेघोट्या उमटलेल्या होत्या.

◆

भाग २

मंकी हाऊस

रेस्टन

बुधवार, ४ ऑक्टोबर १९८९

वॉशिंग्टन डी.सी.च्या पश्चिमेला सुमारे दहा मैलांवर रेस्टन शहर आहे. महामार्गाच्या पलीकडे हा अत्यंत श्रीमंत भाग आहे. हिवाळ्याच्या सुरुवातीला पश्चिमेकडच्या वाऱ्यामुळे हवा मोकळी वाटू लागले. अशा दिवशी तेथील ऑफिसच्या वरच्या मजल्यांवरून वॉशिंग्टनमधील वॉशिंग्टन मेमोरियलचे वरचे पिवळसर टोक स्पष्ट दिसू शकते. रेस्टनमधील वस्ती एवढ्यातच- अगदी अलीकडेच वाढली आहे. उच्च दर्जाच्या ब्यूचिप कंपन्यांनी आणि हायटेक्नॉलॉजी कंपन्यांनी तिथल्या बिझिनेस पार्कमध्ये ऑफिसेस् थाटली आहेत. त्यामुळे १९८०च्या सुमारास स्फटिक तयार व्हावेत, तशा काचेच्या भल्यामोठ्या इमारती उभ्या राहिल्या. त्यापूर्वी रेस्टन हे एखाद्या शेतीवाडीचं गाव होतं. तिथे उघडी गवताळ मैदानं होती नि झरे होते.

वसंत ऋतूच्या आगमनाने त्या मैदानांवर पिवळ्या रंगाच्या मस्टर्ड फुलांची आतषबाजी होई. ट्यूलिपच्या झाडांमध्ये रॉबिन आणि थ्रॅशर पक्षी मधुर गाणी म्हणू लागत. आता हा भाग एक देखणी निवासी वसाहत झाला आहे. इथे उत्तम शाळा, पार्क, गोल्फ मैदाने आणि मुलांसाठी उत्कृष्ट पाळणाघरं अशा सर्व सोयी उपलब्ध आहेत. रेस्टनमध्ये अनेक तळी आहेत. त्यांना लेक थोरो, लेक औदुबॉन अशी अमेरिकन निसर्गवेत्त्यांची नावे देण्यात आलेली आहेत. त्यांच्या काठावर अत्यंत महागडी घरंही आहेत. रेस्टनपासून वॉशिंग्टन शहर काही फार लांब नाही. लीसबर्ग पाईकपासून शहराकडे जाणारी सगळी रहदारी एकत्र होते. तिथे नवीन एक्झिक्युटिव्ह घरे उभी राहत आहेत. त्या घरांपुढच्या अर्धवर्तुळाकार मोकळ्या जागी मर्सिडीज-बेंझ गाड्या पार्क केलेल्या दिसतात.

रेस्टन हे एकेकाळी गावंढळ गाव होते. जसा एखादा खिळा कितीही ठोके मारले, तरी सरळ बसत नाही, तसेच इथल्या लोकांचे इतिहासावरील प्रेम कमी होत नाही. अगदी भर बाजारातील बिल्डिंगमध्येही अचानक एखादा जुनाट बंगला सहज

दिसू शकतो. बंगल्याच्या फुटलेल्या काचांच्या जागी पुठ्ठे लावलेले असतात नि दारात जुन्या प्रकारचा पिक-अप् ट्रक उभा असतो. हिवाळ्यात लीसबर्ग पाईकच्या बाजूला भाजीचे स्टॉल दिसतात. तिथे पम्‌किन आणि बटरनट स्क्वॅश विकत मिळत असे.

लीसबर्ग पाईकच्या जवळच एक बिझिनेस पार्क आहे. हा पार्क १९६०च्या दशकात बांधला होता. हा नवीन काही पार्क एवढा काचेचा आणि फॅशनेबल नव्हता; पण हा भाग स्वच्छ आणि नीटनेटका होता. तसेच, त्याच्याभोवती निकॅमोर आणि स्वीटगमची झाडे चांगली वाढण्याएवढा तो जुना होता. समोर मॅकडोनाल्डचे दुकान आहे. लंचअवरमध्ये तिथे पाय ठेवायला जागा नसते. तिथे अगदी आत्तापर्यंत हाझलेटन नावाच्या कंपनीचे ऑफिस होते. ही कंपनी बिझिनेस पार्कमधली एक बैठी इमारत त्यांची माकडे ठेवण्यासाठी मंकी हाऊस म्हणून वापरत होती. ह्या हाझलेटन मंकी हाऊसला लोक रेस्टन प्रायमेट क्वारंटाईन युनिट म्हणून ओळखत असत.

दरवर्षी अमेरिकेमध्ये उष्ण कटिबंधातून सुमारे १६,००० माकडे आयात केली जातात. तेथून अमेरिकेत पाठविण्यापूर्वी ही माकडे एक महिना क्वारंटाईनमध्ये ठेवली जातात. त्यांच्यापासून इतर माकडांना, प्रायमेट्सना वा माणसांनाही संसर्ग होऊ नये, यासाठी ही क्वारंटाईनची (वेगळं ठेवण्याची) दक्षता घेतली जाते.

रेस्टन प्रायमेट क्वारंटाईन युनिटमध्ये १९८९च्या त्या हिवाळ्यात डन डलगार्ड नावाचा पशुवैद्यकीय अधिकारी काम करीत होता. जर माकडांना काही आजार झाला, तर त्याला फोन करून बोलावले जात असे. तो त्याशिवाय हाझलेटन वॉशिंग्टन नावाच्या एका कंपनीत प्रमुख शास्त्रज्ञ होता. ह्या कंपनीचे, लीसबर्ग पाईकजवळच व मंकी हाऊसपासून जराशा अंतरावरच मुख्य ऑफिस होते. त्यामुळे जर गरज पडली, तर डलगार्ड कधीही चटकन तेथे जाऊन माकडांची काळजी घेऊ शकत असे. डलगार्ड हा उंचापुरा, पन्नाशीचा माणूस होता. त्याचे डोळे निळसर होते आणि चेहऱ्यावर एक मृदू भाव सतत पसरलेला असे. ही सवय त्याने टेक्सासमध्ये शिकत असताना आत्मसात केली होती. जर तो कंपनीत काम करीत असेल, तर तो करड्या रंगाचा बिझिनेस सूट वापरी अथवा मंकी हाऊसमध्ये असला, तर त्याच्या अंगावर पांढरा लॅबकोट दिसे. प्रायमेटच्या जननशास्त्रामध्ये एक अत्यंत हुशार तज्ज्ञ म्हणून त्याला आंतरराष्ट्रीय मान्यता मिळालेली होती. तो एक शांत आणि संयमी माणूस होता. सुट्टीच्या दिवशी आणि शनिवारी-रविवारी जुनी घड्याळे दुरुस्त करणे, हा त्याचा छंद होता. त्याला स्वत:च्या हाताने गोष्टी ठाकठीक करायला फार आवडत असे. त्यामुळे त्याला समाधान वाटत असे. एखाद्या पार जॅम झालेल्या घड्याळ्याच्या बाबतीत शांतपणाने, नेट लावून काम करायचा त्याला अजिबात कंटाळा येत नसे. कधी कधी आपण

पशुवैद्यकी सोडून पूर्णवेळ घड्याळांशीच खेळत बसावे, अशी लहर त्याच्या डोक्यात येई.

४ ऑक्टोबर १९८९ रोजी बुधवार होता. हाझलेटन रिसर्च प्रॉडक्ट्स कंपनीने फिलिपाईन्समधून आलेली १०० रानटी माकडांची पार्सले स्वीकारली. ही माकडे मनिलाजवळील फरलाईट नावाच्या ठिकाणाहून पाठविण्यात आली होती. हा फार्म माकडांची घाऊक निर्यात करण्यात अग्रेसर होता. ही माकडे मिंदानाओ नावाच्या बेटावरच्या विषुववृत्तीय जंगलातून पकडून आणलेली होती. तेथून ती बोटीने फरलाईट फार्मवर आणली होती. तिथे ती सामूहिक पिंजऱ्यात ठेवलेली असत. ह्या माकडांना मग लाकडी खोक्यांमध्ये घालून ती सारी ॲमस्टरडॅमला पाठविली गेली. त्यासाठी के.एल.एम. कंपनीच्या एका कार्गो विमानात विशेष रचना करून घेण्यात आली होती आणि नंतर ॲमस्टरडॅमहून ती न्यूयॉर्कला उतरली होती. जॉन केनेडी आंतरराष्ट्रीय विमानतळावर आलेली ही माकडे मग ट्रकमध्ये घालून किनाऱ्यावरून जाणाऱ्या महामार्गाने रेस्टनला मंकी हाऊसमध्ये पाठविली गेली.

ही माकडे क्रॅब-इटिंग जातीची होती. ही माकडे पूर्व आशियात मॅन्ग्रोव्ह जंगलात नदीकाठच्या दलदलीच्या प्रदेशात राहतात. ही माकडे खेकडे खातात. ह्या प्राण्यांचा उपयोग प्रयोगांसाठी मोठ्या प्रमाणावर करतात; कारण अर्थातच ती भरपूर आहेत, स्वस्त मिळतात आणि पकडायलाही फारसे कष्ट पडत नाहीत. ह्या माकडांची शेपटी लांबलचक, वक्राकार असते. पाठीवर उजळ रंगाचे व छातीवर पांढरे केस असतात. क्रॅबइटर हा मकाक माकडांचाच एक प्रकार आहे. त्यांना शास्त्रीय पुस्तकात लाँगटेल मकाक असेही म्हणतात. ह्या प्राण्याचे तोंड एखाद्या कुत्र्यासारखे लांबट असते नि नाकपुड्या फताड्या असतात. सुळे चांगलेच तीक्ष्ण असतात. ह्या माकडांचा रंग करडा आणि हलका गुलाबी असतो. त्यामुळे ही माकडे गोऱ्या लोकांसारखी दिसतात. हात अगदी माणसाच्या हातासारखे वाटतात. अंगठा आणि बोटं, त्यावरची नखं ही खूपच मानवी बोटांसारखी दिसतात. माद्यांमध्ये छातीवर दोन स्तनाग्रे असतात. ती देखील खूपशी स्त्रीप्रमाणेच वाटतात.

क्रॅबइटर माकडांना माणसे आवडत नाहीत. विषुववृत्तीय जंगलात राहणाऱ्या ह्या प्राण्यांना माणूस एक स्पर्धक आहे, असेच वाटते. त्यांना भाज्या, फळे आवडतात. त्यामुळे ही माकडे शेतांवर धाडी घालतात. ही माकडे नेहमी टोळी करूनच राहतात नि आरडाओरडा करीत ती झाडांमध्ये धडाधडा उड्या मारतात. त्यांचे ओरडणे 'क्रा-क्रा' असे असते. शेतावर धाड घालून झाली, की, आता शेतकरी हातात बंदूक घेऊन येणार, हे त्यांना चांगले माहिती झालेले आहे. त्यामुळे ती खाऊनपिऊन फस्त केलं, की, तयारीत राहतात. शेतकऱ्याची चाहूल लागली, की, निमिषार्धात जंगलात पळून जातात. बंदूक दिसली, की, ते 'क्रा-क्रा-क्रा' करून

इतरांना सावध करू लागतात. त्यांच्या ह्या ठराविक आवाजामुळे जगात काही ठिकाणी त्यांना क्रा-मंकी असेच म्हणतात. उष्ण कटिबंधातील जंगलात राहणारे लोक त्यांना टोळधाडीप्रमाणेच उपद्रवी प्राणी मानतात.

संध्याकाळ झाली, की, सगळी टोळी एखाद्या झाडावर चढून बसते. रात्री झोपण्यासाठी ही माकडे शक्यतो वठलेले झाड पसंत करतात; कारण त्यामुळे सगळीकडे नजर ठेवता येते. हे त्या टोळीचे घरच असते. हे झाड निवडताना ते नदीजवळ पाण्यावर फांद्या येणारे असेल, तर फारच उत्तम! म्हणजे मग खाली उतरण्याचा धोका पत्करण्यापेक्षा त्यांना झाडावरूनच खाली तुताऱ्या सोडता येतात.

सकाळी माकडं जागी होऊन गडबड करू लागतात. सूर्य वर येऊ लागला, की, ती किंचाळून त्याचे स्वागत करतात. आया आपली पोरं गोळा करून त्यांना फांद्यांवरून हाकलून लावतात. मग टोळी फांद्यांवरून उड्या टाकत फिरू लागते. तेथे ती टोळी मिळेल ती फळे फस्त करीत करीत हिंडायला सुरुवात करते. त्यांना काहीही खायला आवडतं- फळं, भाज्या, त्याशिवाय गवत, किडे, मुळं, कधी मातीची छोटी ढेकळं खातात. बहुधा, क्षारांसाठी ती माती खात असावीत; पण त्यांना खेकडे खायला फार आवडतं. जेव्हा खेकडे खाण्याची इच्छा होते, तेव्हा टोळी मॅन्ग्रूव्ह दलदलीकडे जाते.

झाडावरून खाली उतरून माकडं खेकड्यांच्या बिळाजवळ पाण्यात दबा धरून बसतात. बिळातून खेकडा बाहेर पडला, की, ते त्याला उचलून पाण्याबाहेर फेकतात. खेकड्याच्या नांगीपासून बचाव करण्याची एक वेगळीच शक्कल ही माकडं लढवितात. खेकडा बिळातून बाहेर पडतानाच माकड त्याला पाठीमागून पकडते व चटकन त्याची नांगीच मोडून काढते. त्याच क्षणी ते नांग्या दूरवर बाहेर फेकून देते. आता ते खेकड्यावर ताव मारते. कधी कधी ह्यामध्ये चूक होते. खेकडा बोटाला डसतो. खेकड्याला दूर फेकायला माकड हात झटकते. कधी कधी पाण्यातच वेड्यावाकड्या उड्या मारते. जंगलात माकडांची खेकडे खाण्याची मेजवानी चालली आहे, हे सहज समजतं; कारण मधूनमधून बोटाला चावल्याने माकडे किंचाळल्याचा आवाज ऐकू येतो.

टोळीमध्ये सत्तेची पक्की उतरंड असते. टोळीचे नेतृत्व एका प्रभावी, धिप्पाड नराकडे असते. हा नर टोळीतला सर्वांत ताकदवान आणि आक्रमक प्राणी असतो. तो निव्वळ नजरेनेच सगळ्या टोळीवर हुकुमत गाजवितो. जर एखाद्याने आगळीक केली, तर तो त्यांना बरोबर वठणीवर आणतो आणि त्याची जागा बरोबर दाखवितो.

जर पिंजऱ्यात ठेवलेल्या अशा एखाद्या आक्रमक नराकडे माणसानं पाहिलं, की, तो आव्हान मिळाल्यासारखा पिंजऱ्यात जाळीवर धावतो. तो क्षुब्ध नजरेने आपल्याकडे पाहू लागतो. पिंजऱ्यावर थडाथडा धक्के मारतो. माणसावर हल्ला

करण्याचाच त्याचा पवित्रा असतो. दुसऱ्या प्रायमेटने आव्हान दिल्यानंतर त्याची सत्ता कमी होऊन चालणार नसते. अशा वेळी त्याने घाबरून जायचे नसते, तर आव्हान देणाऱ्यालाच ठार करायचे असते. म्हणूनच तो माणसावर हल्ला करू पाहतो. जर एखाद्या पिंजऱ्यात दोन ताकदवान नर ठेवले गेले, तर त्यातला एकच शिल्लक उरतो.

रेस्टनमधील मंकी हाऊसमध्ये ह्या माकडांना एकेकटे पिंजऱ्यात ठेवलेले होते. तिथे कृत्रिम प्रकाश होता. त्यांना माकडांसाठी बनविलेली बिस्किटं आणि फळं दिली जात होती. त्या ठिकाणी एकूण बारा खोल्या होत्या. त्यांना A ते L अशी अक्षरे दिलेली होती. ४ ऑक्टोबर, १९८९ रोजी जी माकडे आली होती, त्यातली दोन प्रवासातच मेली होती; पण त्यामध्ये काहीही नवीन मात्र नव्हतं. प्रवासात काही माकडं नेहमीच मरतात; पण नंतरच्या तीन आठवड्यांत रेस्टन मंकी हाऊसमध्ये काही माकडे मरू लागली, त्यांची संख्या अपेक्षेपेक्षा खूप जास्त होती.

४ ऑक्टोबरला ज्या दिवशी माकडे रेस्टनमध्ये मंकी हाऊसमध्ये दाखल झाली, त्याच दिवशी अशी एक घटना घडली, की, त्यामुळे जेरी आणि नॅन्सी जॅक्स नवरा-बायकोंचे पुढील सर्व आयुष्यच बदलून गेले.

जेरीचा लहान भाऊ जॉन कान्सास शहरात राहत होता. त्याला दोन लहान मुलं होतं. जॉन जॅक्स हा एक प्रमुख बिझिनेसमन आणि बँकर होता. क्रेडिट कार्डासाठी जे प्लॅस्टिक वापरलं जातं, त्याच्या उत्पादनाची त्याची एक फॅक्टरी भागीदारीत होती. जेरीपेक्षा तो दोन-चार वर्षांनी लहान होता. दोघांच्यात चांगलीच जवळीक होती. दोघं कान्सासमध्ये शेतीवाडीतर एकत्रच लहानाचे मोठे झालेले होते. दोघांच्यात दिसायलाही बरेच साम्य होते: उंची, अकाली पांढरे झालेले केस, धारधार नाक, तेजस्वी डोळे, शांत स्वभाव. शिवाय, दोघांच्या आवाजातही सारखेपणा होता. दोघांच्यात फरक एवढाच होता, की, त्याने मिशा ठेवल्या होत्या, तर जेरीने ठेवलेल्या नव्हत्या.

४ ऑक्टोबरला जॉन जॅक्स आणि त्याच्या बायकोनं मुलांच्या शाळेत पालक-शिक्षक सभेला जायचं ठरवलं होतं. संध्याकाळी जॉनने बायकोला फोन केला. आपल्याला कंपनीत उशीर होणार आहे, हे सांगण्यासाठीच त्यानं फोन केला होता; पण त्या वेळी त्याची बायको घरी नव्हती. म्हणून मग त्याने फोनच्या निरोप घेणाऱ्या यंत्रावर निरोप ठेवला. आपण ऑफिसातून सरळ सभेला जात असल्याचं त्यानं सांगितलं. नंतर तो तिला भेटणार होता. संध्याकाळी तो आलेला नाही, हे पाहून ती अस्वस्थ झाली व सरळ त्यांच्या कंपनीत गेली.

कंपनीत कोणीही नसल्याप्रमाणे शांतता होती. यंत्रे बंद होती. ती संपूर्ण फॅक्टरीतून चालत जिन्याकडे गेली. वरच्या बाजूला जॉनचे ऑफिस होते. वरून

खाली लक्ष राहील, अशी ती रचना होती. ती जिन्याने वर गेली. ऑफिसचे दार किलकिले उघडे होती. ती आत गेली. तिथे जॉन पडलेला होता. भोवती रक्ताचं थारोळं होतं. त्याच्यावर गोळ्यांचा वर्षाव झालेला दिसत होता.

कान्सास शहर पोलिसांमधल्या रीड ब्यून्टे ह्या पोलीस अधिकाऱ्याकडे ह्या खुनाचा तपास सोपविला गेला होता. त्याची नि जॉनची वैयक्तिक ओळख होती. जॉनच्या कामाबद्दल त्याला कौतुक वाटत होते. जॉन कान्सास सिटी बँकेचा प्रेसिडेंट असताना रीड तेथे सुरक्षा अधिकारी होता. जे कोणी मारेकरी असतील, त्यांना कायद्यापुढे आणून शिक्षा करणे, ही तो आपली जबाबदारी समजत होता. ह्या खुनाचा छडा लावायचा त्याने चंग बांधला; पण जसजसे दिवस सरू लागले, तसतसा तो हळूहळू निराश होऊ लागला; कारण कुठूनही काही धागाच मिळत नव्हता.

जॉनच्या धंद्यात काही कुरबुरी चालू होत्या. त्याचे व त्याच्या भागीदाराचे अलीकडे बिनसत चालले होते. त्याच्या भागीदाराचे नाव जॉन बीव्हर. अर्थातच, कान्सास सिटी पोलिसांच्या मनुष्यवध अन्वेषण विभागाने पहिला संशयित म्हणून वीव्हरचेच नाव पुढे केले होते. मी ऑफिसर ब्यून्टेला फोन केला, तेव्हा त्याने सांगितले, की, जॉन जॅक्सच्या खुनानंतर थोड्याच काळाने त्याचा भागीदार वीव्हरही हृदयविकाराने मरण पावला. जॉन जॅक्सची केस तशीच न उलगडता खुली राहिली. न सुटलेल्या केस नेहमीच तपासासाठी खुल्या ठेवल्या जातात. काही पुरावे उपलब्ध होते. त्यावरून असे वाटत होते, की, वीव्हरची ॲलिबी भक्कम होती. तपासकाम पुढे सरकू लागताच आणखी अवघड नि गुंतागुंतीचे होऊ लागले.

एकदा तर ऑफिसर वैतागून जेरीला म्हणाला, ''एखाद्याला मारणं किती सोपं आहे, नाही? मला मिळतो, त्यापेक्षा कमी पैशात तुम्ही एखाद्याचा खून सहज करवून घेऊ शकता.''

भावाच्या खुनाचा जेरीवर जबरदस्त आघात झाला. काळ हे सर्वांवर औषध आहे, म्हणतात; पण जेरीच्या बाबतीत तो घाव भरून आला नाही. कधी कधी तो त्या ताणाखाली खचून जाईल, अशी भीतीही नॅन्सीला वाटू लागली. तो कमालीचा सैरभैर झाला.

''मला माझे आयुष्यच निरर्थक वाटू लागलेय.'' तो नॅन्सीला म्हणाला, ''आता पूर्वीसारखं काही कधी होणार नाही. माझं आयुष्य आता कधीच पहिल्यासारखं होणार नाही. जॉनला कोणी शत्रू असतील, हेच मला पटत नाही.'' कान्सास सिटीच्या दफनभूमीत शवपेटीत ठेवलेल्या जॉनला पाहून जेम नि जॅसन त्याला म्हणाले, ''डॅड, तिथे तुम्हीच झोपल्यासारखे वाटतंय्.''

ऑक्टोबरमध्ये जवळजवळ दररोज जेरी कान्सासच्या पोलिसांना फोन करीत असे; पण तपासात काहीही प्रगती होत नव्हती. आपणच एक पिस्तूल घेऊन

कान्सासला जावं आणि सरळ त्याच्या भागीदाराला खतम करून टाकावं, असा विचार जेरीच्या मनात येत असे. "-पण तसं केलं, तर मी तुरुंगात जाईन. मग माझ्या मुलाचं काय होईल? जर जेरीचा भागीदार खुनी नसेल तर? तर मीच एका निष्पाप माणसाचा खून केला असं होईल."

बुधवार, १ नोव्हेंबर

रेस्टन मंकी हाऊसमध्ये देखरेख करणाऱ्या माणसाला आपण बिल व्होल्ट असे म्हणू. त्याच्या ताब्यातली माकडं मरायला लागल्यावर त्याला काळजी वाटू लागली. माकडे आल्याला अजून एक महिना झालेला नव्हता. त्याने डन डलगार्डला फोन केला. फिलिपाईन्सहून आलेली माकडं जरा जास्तच प्रमाणात मरत असल्याचे त्याने त्याला कळवलं. एकूण शंभर माकडांपैकी २९ माकडं मेली होती. एक-तृतीयांश मृत्यू हा आकडा फार मोठा होता.

त्याच सुमारास मंकी हाऊसच्या यंत्रणांमध्ये काहीतरी बिघाड झाला होता. हिटिंग आणि हवा खेळविणारी यंत्रणा नीट काम देत नव्हती. थर्मोस्टॅट बंद पडला होता. तसेच, आतली उष्णता बाहेर जात नव्हती. हीटर आतमध्ये उष्ण हवेचे झोत सोडत होते. मात्र त्याच वेळी बाहेरून थंड हवा अजिबातच आत येत नव्हती. त्यामुळे आतमध्ये असह्य उकाडा होऊ लागला होता. ह्या उष्णतेमुळे तर माकडांवर काही परिणाम झाला नसेल? व्होल्टने विचार केला. त्याच्या असे लक्षात आले, की, मेलेली बरीचशी माकडे E ह्या खोलीमधली होती. ही खोली एका मोठ्या हॉलच्या टोकाला इमारतीत सगळ्यात मागच्या बाजूला होती.

डलगार्डने येऊन परिस्थिती पाहायचे मान्य केले; पण इतर काही कामात अडकल्यामुळे पुढचा आठवडाभर त्याला इकडे यायला वेळ झाला नाही. डलगार्ड आल्यावर व्होल्टने त्याला F खोलीकडे नेले. हा माकडांच्या मृत्यूचा केंद्रबिंदू होता. त्यामुळे प्रथम डलगार्डने तेथे तपासणी करावी, असे व्होल्टला वाटत होते. त्यांनी पांढरे कोट, सर्जिकल मास्क चढविले नि दोघे लांबलचक हॉलमधून चालत गेले. दोन्ही बाजूला लोखंडी दरवाजे होते. त्याच्यामागे फिलिपाईन्सहून आलेली माकडं होती. हॉल आणि कॉरिडॉरमध्ये फार गरम होत होतं. ते घामाने डबडबले. दाराच्या खिडक्यांमधून शेकडो माकडं त्यांना पाहत होती. ह्या माकडांना माणसांचे अस्तित्व अजिबात सहन होत नसे.

F खोलीमध्ये फिलिपाईन्सच्या फरलाईट फार्मवरून आलेली क्रॅबइटिंग माकडं होती. एका पिंजऱ्यात एकेक माकड ठेवलेले होते. ती माकडं मरगळल्यासारखी बसली होती. दोन-चार आठवड्यांपूर्वीच ती झाडांवर स्वच्छंदपणे उड्या मारत होती.

आत्ताची परिस्थिती त्यांना अर्थातच आवडत नव्हती. डलगार्डने प्रत्येक पिंजऱ्याजवळ जाऊन माकडांचे निरीक्षण केले. माकडांच्या डोळ्यांकडे पाहूनच त्याला बरेच काही समजत असे. माकडांच्या हालचालींची भाषा त्याला कळत असे. वेदनेमुळे मरगळलेली किंवा मलूल पडलेली माकडे त्याने ओळखण्याचा प्रयत्न केला.

डलगार्डने त्यांच्याकडे रोखून पाहताच ती एकदम पिसाळली. डलगार्ड प्रभावी, ताकदवान नराजवळून गेल्यावर तो नर पिंजऱ्यातच त्याच्यावर धावून आला. डलगार्डवर हल्ला करण्याचा त्याचा प्रयत्न होता. त्याला एक मलूल पडलेले माकड आढळले. त्याचे डोळे अगदी निस्तेज वाटत होते. पापण्या किंचित जड झाल्यासारख्या वाटत होत्या. सहसा पापण्या पूर्ण मागे ओढल्या जाऊ शकतात. त्यामुळे सगळा डोळा संपूर्णपणे दिसू शकतो. निरोगी माकडाचे डोळे हे त्याच्या चेहऱ्यावरचे चमकणारे दोन ठिपके असतात. ह्या माकडाच्या पापण्या अर्धवट झुकलेल्या असल्याने डोळे काहीसे लांबुळके झालेले होते.

त्याने जाड कातडी हातमोजे घातले नि पिंजऱ्याचे दार उघडले. त्याने माकडाला दाबून धरले नि कौशल्याने एक हात मोकळा करून पोटापाशी हलकेच दाबून पाहिले. माकडांचे अंग गरम लागत होते. त्याला ताप होता नि नाकही वाहत होते. त्याने माकडाला सोडून दिले नि पिंजरा बंद करून टाकला. त्याला सर्दी किंवा न्यूमोनिया मात्र झालेला नाही, ह्याची त्याला खात्री वाटली. कदाचित त्याला उष्माघात झाला असावा. डलगार्डने बिल व्होल्टला सल्ला दिला. इमारतीच्या मालकावर थोडा दबाव आणून यंत्रणा ताबडतोब दुरुस्त करून घे. पापण्या झुकलेले आणखी एक माकड त्याला आढळले. ह्या माकडाच्या डोळ्यातही किंचित तिरळेपणा आलेला होता; पण तो जाणवण्याएवढा होता. ह्या माकडाचे अंगदेखील गरम होते. म्हणजेच, F खोलीत दोन माकडे आजारी होती.

दोन्ही माकडं त्याच रात्री मरण पावली. सकाळी ती पिंजऱ्यात कोलमडून पडलेली बिल व्होल्टला आढळून आली. त्याचे काचेसारखे निस्तेज डोळे उघडेच होते. ह्यामध्ये बिलला काहीतरी विचित्र वाटले. त्यामुळे त्याने माकडांचे विच्छेदन करायचं ठरविलं. त्यानं दोन्ही माकडांना तपासणी खोलीत नेलं नि दार लावून घेतलं. इतर माकडांच्या समोर माकडांचं विच्छेदन करणं शक्य नाही. नाहीतर तेथे प्रचंड दंगलच उसळू शकते. सुरी घेऊन त्याने माकडाचे पोट कापले नि तपासणी सुरू केली. त्याने जे काही पाहिलं, ते चांगलं नव्हतं नि त्याला त्याचा अर्थही समजत नव्हता. म्हणून त्याने डलगार्डलाच फोन केला, "तूच इकडे येऊन जरा माकडांकडे नजर टाकलीस, तर बरे होईल."

डलगार्ड लगेचच मंकी हाऊसमध्ये आला. त्याच्या घड्याळातले नाजूक भाग हाताळण्याच्या कौशल्यानेच त्याने माकडांची तपासणी केली. आतमध्ये जे काही

दिसत होते, त्यामुळे तो देखील गोंधळून गेला. माकडं हृदयविकाराचा तीव्र झटका येऊन मेली होती. कदाचित यंत्रणेतील दोषामुळे तसं घडलं असावं; पण त्याच्या प्लीहा मात्र फुगलेल्या दिसत होत्या. उष्माघातामुळे प्लीहा सुजायचं काहीही कारण नव्हतं. शिवाय, आणखी एक लक्षण पाहून तो एकदम थबकला. दोन्ही माकडांच्या आतड्यामध्ये रक्तस्राव झालेला होता. हा तर नक्कीच न्यूमोनियाचा प्रकार नव्हता. मग हे कशामुळे झालं असेल?

त्याच दिवशी फरलाइट फार्मकडून आणखी खूप माकडं आली. व्होल्टने त्यांची H खोलीत सोय केली.

F खोलीतल्या माकडांबद्दल डलगार्डला चिंता वाटू लागली. त्या खोलीत एखादा संसर्ग तर सुरू होणार नाही ना? माकडांचा एखादा संसर्गजन्य रोग. त्या दोन माकडांच्या आतड्यातला रक्तस्राव हा सिमियन हिमोरेजिक फिव्हर म्हणजे SHF ह्या रोगासारखा वाटत होता. हा विषाणूजन्य रोग आहे. हा विषाणू माकडांचा बळी घेतो; पण माणसांना त्याच्यापासून काहीही धोका नसतो; कारण तो माणसाच्या पेशीत वाढू शकत नाही. सिमियन फिव्हर माकडांच्यात झपाट्याने पसरतो आणि त्यांच्यातले कोणीही मरणापासून वाचत नाही.

आता शुक्रवार संपत आला होता. १० नोव्हेंबर १९८९. डलगार्ड वीकएंडसाठी गेला. घरी जाऊन तो निवांत बसून जुनी घड्याळं दुरुस्त करणार होता. त्याने सगळी हत्यारं काढली आणि एक जुने घड्याळ खोलून त्याने त्यातले छोटे छोटे पार्ट पसरले; पण मनातून माकडांबद्दलचा विचार काही केल्या दूर होईना. त्याला त्यांची फारच काळजी वाटत होती. अखेर त्याने बायकोला सांगतलं, की, त्याला कंपनीचे काही काम आठवलं आहे. त्याने लगेच कपडे चढविले नि तो मंकी हाऊसकडे निघाला. आता नोव्हेंबर महिना अर्धाअधिक संपत आला होता. संध्याकाळी लवकर सूर्यास्त झाल्यावर लीसबर्ग पाईकपाशी वारंवार ट्रॅफिक जॅम होत असे. त्याने दारासमोर गाडी लावली. मंकी हाऊसचं पुढचं दार काचेचं होतं. त्यानं दार उघडताच त्याला आतली उष्णता जाणवली. आतून माकडांचे क्राऽ क्राऽ क्राऽ असे चीत्कार ऐकू येत होते. त्या आवाजात अज्ञात धोक्याची घंटा वाजत होती. आत त्याला आणखी तीन मेलेली माकडं सापडली. ती पिंजऱ्यात वेडीवाकडी पडलेली होती. त्यांचे उघडे डोळे निर्विकार होते. हे काही चांगलं लक्षण नव्हतं. त्यानं ती माकडं तपासणीच्या खोलीत नेऊन त्यांचे विच्छेदन केलं.

त्यानंतर डलगार्ड डायरी लिहू लागला. ती त्यानं आपल्या कॉम्प्युटरमध्ये ठेवली होती. दररोज तो त्यात दोन-चार ओळी टाईप करीत असे. त्यानं फारसा विचार न करता डायरीला नाव दिलं, 'घटनाक्रम'. टाईप करता करता त्याला माकडांच्या शरीरात काय दिसले, ते सगळे मनाच्या डोळ्यांसमोर स्पष्टपणे दिसत असे.

आता आतमधल्या जखमांमध्ये एक प्रकारचा पॅटर्न दिसू लागला होता. प्लीहा सुजल्याचे स्पष्ट कळून येत होते. कापल्यावर ती अनैसर्गिक अशी कोरडी होती. किडनींचा आकार वाढलेला. काही काही अवयवांमध्ये थोडाफार रक्तस्राव... ह्या प्राण्यांमध्ये ॲनोरेक्सियाचे लक्षण (भूक मंदावणे) आणि सुस्तपणा दिसला. ॲनोरेक्सियाचे लक्षण दिसू लागल्यावर प्रकृती झपाट्याने खालावते. मारलेल्या माकडांच्या गुदद्वारातले तापमान फार जास्त नव्हते. नाकातून पाणी गळणे, इपिसटॉक्सिस (घुळणा फुटणे) किंवा विष्ठेमध्ये रक्त आढळले नाही. बरेचसे प्राणी जवानीच्या उभारीच्या काळातले होते. कित्येकांच्या शरीरात नेहमीपेक्षा जास्त चरबी होती.

डलगार्डने ह्या प्राण्यांची बटरबॉल माकडांशी तुलना केली. ही माकडे गोल, गरगरीत, पौष्टिक खाल्लेली आणि निरोगी दिसतात. त्यांच्याही त्वचेखाली भरपूर चरबीचा साठा असतो.

मेलेल्या प्राण्यांच्या शरीरात फार वेगळे व अनैसर्गिक असे काहीही नव्हते. कुठेही नेमके बोट ठेवायला जागा नव्हती. फक्त ह्या माकडांची भूक मंदावली होती. खाणे बंद होई आणि मग ती माकडे मरून जात. मरताना त्यांचे डोळे उघडे राहत. जणू, पक्षाघाताचा झटका आल्याप्रमाणे त्यांच्या चेहऱ्यावर कोणताही भाव नसे. जो काही रोग असेल, त्यामुळे मरणाचे कारण मात्र कळत नव्हते. मृत्यू कशामुळे झाला?- हृदयक्रिया बंद पडून, तापाने की आणखी कशाने?

सगळ्यात चमत्कारिक परिस्थिती ही प्लीहेची होती. प्लीहा ही पिशवीसारखी असते. शरीराच्या प्रतिकार यंत्रणेत प्लीहेला सर्वांत महत्त्वाचे स्थान आहे; कारण त्याच ठिकाणी रक्त गाळले जाते. निरोगी प्लीहेमध्ये मध्यभागी लाल भाग असतो. हाताला ती मऊ लागते. प्लीहेकडे पाहून डलगार्डला नेहमी जेली डोनटची आठवण येत असे. जर निरोगी प्लीहा कापायला गेलो, तर जेली डोनट कापायला जेवढा जोर लावावा लागेल, तेवढाच लावावा लागतो; पण ह्या माकडांच्या सुजलेल्या प्लीहा फारच कडक झाल्या होत्या. त्या एखाद्या खडकासारख्या वाटत होत्या. निरोगी प्लीहेचा आकार वॉलनटएवढा असतो. ह्या माकडांच्या प्लीहांचा आकार मात्र छोट्या नारिंगाएवढा होता. ह्या प्लीहेचा पृष्ठभाग कातड्यासारखा चिवट वाटत होता.

प्लीहेचा एकूण रागरंग पाहून त्याला सॅलॅमीची आठवण आली- चिवट, कोरडी आणि रखरखीत. त्याचे स्काल्पेल जवळजवळ त्यावरून सटकून परत फिरत होते. पातं जरा दाबलं, तरी ते आत घुसत नव्हतं. त्याला एक गोष्ट तेव्हा समजली नाही. अर्थात, ती गोष्ट कल्पनेबाहेरचीच होती, म्हणा. सगळी प्लीहा म्हणजे रक्ताची एक मोठी गाठ बनली होती. नारिंगाएवढ्या त्या रक्ताच्या गाठीला तो छेद देण्याचा प्रयत्न करीत होता.

रविवारी, १२ नोव्हेंबरला डलगार्डने सकाळी आवारात इकडेतिकडे काहीतरी

करण्यात वेळ घालविला. जेवल्यानंतर दुपारी तो पुन्हा मंकी हाऊसकडे आला. रेस्टन प्रायमेट क्वारंटाईन युनिटमधले गूढ वाढतच चालले होते. E खोलीत आणखी तीन मेलेली माकडे सापडली. दररोज थोडीथोडी माकडे मरत होती, त्याचाच हा प्रकार होता.

त्यातल्या एका मेलेल्या माकडाचा क्रमांक ०५३ होता. डलगार्डने माकडाचे शव तपासणी खोलीत नेले आणि त्या ०५३ क्रमांकाच्या माकडाचे विच्छेदन केले. स्काल्पेलने त्याने त्या माकडाच्या प्लीहेचा तुकडा काढला. प्लीहा फारच मोठी झालेली होती नि कडक लागत होती. त्याने Q-टीप नावाचं उपकरण घेऊन माकडाच्या श्वासनलिकेत त्याने जरासे खरवडले. तेथून त्याने थोडासा चिकट द्रव आणि पाणी गोळा केले. हे नमुने त्याने एका शुद्ध पाण्याने भरलेल्या परीक्षानळीत टाकून टोपण लावून टाकले. त्यामध्ये काही जर जिवंत असेल, तर ते थोडा काळ तरी त्यात राहणार होते.

◆

पातळी- ३ मध्ये

सोमवार, १३ नोव्हेंबर १९८९

०५३ क्रमांकाचे माकड मेल्यावर त्याचे डन डलगार्डने विच्छेदन पूर्ण केले. त्याच्या दुसऱ्या दिवशी म्हणजे सोमवारी त्याने हा प्रॉब्लेम USAMRIIDला कळविण्याचे ठरविले. त्या ठिकाणी माकडांच्या रोगांवर संशोधन करणारे तज्ज्ञ असल्याचे त्याच्या कानावर आले होते. मंकी हाऊसमध्ये माकडे नेमकी कोणत्या रोगाने मरत होती, ते त्याला कळायला हवे होते. फोर्ट डिट्रिकला जाण्यासाठी रेस्टनहून साधारण एक तास लागतो. पोटोमॅक नदीच्या दुसऱ्या बाजूला वायव्येकडे फोर्ट डिट्रिकमध्ये USAMRIID आहे.

डलगार्डने तेथे फोन केला, तेव्हा त्याचे एका नागरी सेवेतील विषाणूतज्ज्ञाशी बोलणे झाले. त्याचे नाव पीटर यारलिंग. पीटर यारलिंग हा माकडांच्या विषाणूंमधला तज्ज्ञ समजला जाई. डलगार्डची त्याची पूर्वीची ओळख मात्र नव्हती. त्याने फोनवर सांगितले, "माझ्या मते, आमच्या येथे SHF - सिमियन हिमोरेजिक फिव्हरचाच काहीतरी प्रकार आहे. प्लीहा जर कापली, तर एखाद्या सॅलॉमीसारखी वाटते." काही सॅम्पल पाहून निदान करता येईल का, असं डलगार्डने त्याला विचारले. पीटरने मदत करायचे कबूल केले. पीटरलाही ह्या केसमध्ये कुतूहल वाटू लागले होते.

पीटरची बरीचशी करियर ह्याच इन्स्टिट्यूटमध्ये सुरू झालेली व घडलेली होती. त्यापूर्वी तो मध्य अमेरिकेत जंगलातील विषाणू शोधण्याचे काम करीत होता. तिथे त्याने अनेक नवीन जातींचा शोध लावलेला होता. त्याचे सोनेरी केस आता करडे होऊ लागले होते. धातूच्या फ्रेमचा चष्मा, प्रसन्न आणि हसरा चेहरा. त्याला नर्मविनोदाची आवड होती. त्याचा स्वभाव मुळातच चौकस आणि सावध प्रवृत्तीचा माणूस होता. त्याने खूप वेळ केमट्यूरिऑन पोशाखात घालविला होता. तो हॉट विषाणूंना प्रतिबंध करणाऱ्या उपायांवर - लसी अथवा औषधे, ह्यावर संशोधन करीत होता. त्याचे संशोधन मूलभूत वैद्यकीय स्वरुपाचे होते. अज्ञात जीवघेणे मारेकरी हा

त्याचा आवडीचा विषय होता. तो हॉट एजंटच्या परिणामावर कधीच विचार करीत नसे. तो विषयच त्याने डोक्यातून काढून टाकला होता. जर त्या एजंटच्या परिणामांचा विचार करायचा असला, तर मग हे काम सोडून दुसरा उद्योगधंदा बघणे, हेच बरे, असे तो म्हणत असे.

यारलिंगला तीन मुलं होती. बायको आणि मुलं जॅक्सच्या घराजवळच थूरमाँटमध्ये राहत होती. त्यांचं घर म्हणजे विटांचं रँचहाऊस होतं. दारापुढे पांढरं लाकडी कुंपण होतं. कुंपणाच्या आत एकही झाड नसलेल्या प्रचंड आवारात भलीमोठी गाडी पार्क केलेली दिसे. जॅक्स आणि यारलिंग जवळ जवळ राहत असले, तरी त्यांच्यात फारसे संबंध नव्हते; कारण मुख्यतः त्यांची मुलं निरनिराळ्या वयाची होती. तसेच, दोघांच्या राहणीमानातही बराच फरक होता. कामाच्या ठिकाणी मात्र पीटरचे नॅन्सी व जेरी जॅक्सशी चांगले संबंध होते.

पीटर यारलिंग, लोकांनी-शेजाऱ्यांनी आपल्याला आळशी म्हणू नये, ह्यासाठी आवारातले गवत नियमितपणे कापत असे. बाह्यतः त्याचे जीवन अगदीच कोणतेही कंगोरे नसलेले, उपनगरातले सर्वसामान्य प्रकारात मोडणारे असेच होते. तो गाडीत बसून बाहेर जाई, तेव्हा तो एका भयंकर हॉट झोनमध्ये जाऊन काम करतो, ह्याची शेजाऱ्यांना अजिबात कल्पना नव्हती. त्याच्या गाडीच्या नंबरप्लेटवर लासा (Lassa) ही अक्षरे लिहिलेली होती. लासा हे पश्चिम आफ्रिकेतल्या खतरनाक जैविक पातळी-४ वरच्या एका विषाणूचे नाव होते. हा विषाणू पीटर यारलिंगचा अत्यंत लाडका जीवरूप होता. तो त्याला रोमांचकारी आणि सुंदर वाटत असे. अर्थात, तो लोकांमध्ये शिरून काय करायचा, ते लक्षात घ्यायचे नाही! त्याने एबोला आणि मारबर्ग वगळता बहुतेक सर्व महाभयानक हॉट एजंट त्याच्या हातातील हातमोज्यावर धरले होते; पण त्याने अजून एबोला व मारबर्गवर काम केले नव्हते. लोक त्याला त्या विषाणूंवर काम का करीत नाही, असं विचारत, तेव्हा तो उत्तर द्यायचा, "मला मरायची इच्छा नाही."

डन डलगार्डशी फोनवर बोलणे झाल्यावर पीटर यारलिंग आश्चर्यचकित झाला होता. दुसऱ्या दिवशी गोठविलेली सॅम्पल आल्यावर तर तो चांगलाच अस्वस्थ झाला होता. एक कुरियरने ०५३ क्रमांकाच्या माकडाच्या अवयवाची सॅम्पल आणून दिली होती. त्याला रागही आला होता; कारण ती सॅम्पल जणू उरलेले हॉट डॉगचे तुकडे असावेत, अशी ॲल्युमिनियम फॉईलमध्ये गुंडाळून फारच चमत्कारिकपणे पाठविलेली होती.

हॉट डॉगसारखी दिसणारी ती सॅम्पल्स म्हणजे ०५३ क्रमांकाच्या माकडाच्या प्लीहेचे तुकडे होते. त्याच्याभोवती घातलेला बर्फ विरघळू लागला होता नि त्यामुळे पाण्याचे थारोळे होऊ लागले होते. काही थेंब तर चक्क टपकायच्याच बेतात होते.

तसेच, त्यात श्वासनलिकेतील आतला भाग धुतलेले पाणी होते व रक्तद्रवाचेही नमुने होते. यारलिंगनी ही सगळी सॅम्पल्स जैविक पातळी-३ मधल्या प्रयोगशाळेत नेली. पातळी-३ वरची प्रयोगशाळा हवेच्या निगेटिव्ह दाबाखाली ठेवली होती. त्यामुळे आतल्या गोष्टी बाहेर येत नाहीत; पण ह्या पातळीवर अंतराळ पोशाख वापरण्याची आवश्यकता मात्र नसते. सर्जन ऑपरेशन करताना जसा पोशाख करतात, तसा येथे केला, तरी पुरते. यारलिंगने तोंडावरचा कागदी मास्क, सर्जनसारखा स्क्रबसूट व रबरी हातमोजे घातले. वरची फॉईल काढली. एक पॅथॉलॉजिस्ट त्याला मदत करीत होता. हे करताना प्लीहेचा एक तुकडा बाहेर घरंगळला. डलगार्डने वर्णन केल्यासारखाच तो कडक तुकडा सॅलॉमीसारखाच दिरात होता यारलिंग त्याच्या सहकाऱ्याला म्हणाला, ''हा मारबर्ग नसला, म्हणजे मिळविली.'' ह्यावर ते दोघे हसले.

नंतर त्याने डलगार्डला फोन केला आणि त्याला असे काहीतरी सांगितले, ''तपासणीसाठी सॅम्पल कशी पाठवायची, ते मी तुला सांगतो. इथे लोक थोडे शिष्ट आहेत, हे खरे; पण जर तुमचे सॅम्पल जर बाहेरून ठिबकत असेल, तर मात्र कोणाचंही डोकं फिरू शकतं.''

विषाणू ओळखण्याचा एक मार्ग हा त्याला पेशींमध्ये जगविणे, हा आहे. तुम्ही एखाद्या बरणीत पेशींचे संवर्धन घेऊन त्यात विषाणू असू शकणाऱ्या द्रवाचा लहानसा थेंब टाकायचा. जर विषाणू असेल नि त्याला त्या पेशी आवडल्या, तर तो पेशींमध्ये शिरून वाढू लागतो. एक-दोन विषाणूंचे काही दिवसांतच अब्जावधी विषाणू होतात.

जोन रॉड्रिक ह्या नागरी सेवेतील तंत्रज्ञाने डलगार्डने पाठविलेल्या ०५३ क्रमांकाच्या माकडाचे सॅम्पल घेऊन ते पेशींच्या संवर्धनात वाढविले. तिने माकडाच्या लिव्हरचा एक लहानसा तुकडा घेऊन कुटून त्याचा बारीक लगदा केला. हा लगदा तिने पेशी असणाऱ्या बाटल्यांमध्ये टाकला. ह्या बाटल्यांमध्ये माकडांच्या किडनीपासून काढलेल्या पेशींचे संवर्धन केलेले होते. तसेच, तिने ०५३ क्रमांकाच्या माकडाच्या श्वासनलिकेतून काढलेल्या चिकट द्रवाचा लहानसा अंशही एका बाटलीत टाकला. तिने त्या माकडाच्या रक्तद्रवाचाही नमुना तपासणीसाठी एका बाटलीत टाकला. ह्या बाटल्यांनी एक रॅक भरून गेले. त्या सगळ्या बाटल्या मग तिने इन्क्यूबेटरमध्ये ठेवल्या. तेथे शरीराचे तापमान कायम राखले जात होते. आता इथे काहीतरी वाढण्याची अपेक्षा होती. पेशी संवर्धनात विषाणू वाढविणे, ही क्रिया बीयर बनविण्यासारखीच आहे. तुम्हाला बीयर बनविण्याची कृती नीट करून, ब्रू चांगला राहील, हे पाहावं लागतं नि मग फक्त काहीतरी घडण्याची वाट बघत बसणे, एवढेच तुमच्या हातात असते.

दुसऱ्या दिवशी डन डलगार्ड मंकी हाऊसमध्ये येऊ शकला नाही; पण त्याने परिस्थिती कशी आहे, हे पाहण्यासाठी बिल व्होल्टला फोन मात्र केला. बिलने सर्व प्राणी ठीक वाटत असल्याचा रिपोर्ट दिला. त्या रात्री एकही प्राणी मेला नाही. आजारपण नैसर्गिकरीत्या कमी होऊ लागले होते. रेस्टनमध्ये सर्व काही सुरळीत होत असल्याचे लक्षण दिसत होते. डलगार्डला आता सुटल्यासारखे वाटले. कंपनीने एका गोळीचा नेम चुकविला होता.

पण तिकडे लष्कराचे संशोधन त्या सॅम्पलवर काय काम करीत होते? त्याने पीटरला फोन केला. पीटरने त्याला सांगितलं, की इतक्यातच काही कळू शकणार नाही. विषाणू वाढवायला कितीतरी दिवस लागतात.

दुसऱ्या दिवशी बिल व्होल्टने डलगार्डला फोन करून वाईट बातमी दिली. F खोलीतल्या आठ माकडांनी खाणे बंद केले होते. ही आठ माकडं मरणाच्या वाटेने जाणार होती. संकट पुन्हा आल्याचे चिन्ह दिसत होते.

डलगार्ड घाईघाईने मंकी हाऊसकडे आला. तिथली एकूण परिस्थिती झपाट्याने खराब झाली होती. आता तिरळ्या डोळ्यांची, मलूल पडलेली अनेक माकडं तिथे दिसत होती. तिथे जे काही होतं, ते शांतपणानं ठराविक प्लॅनप्रमाणे आपली पावलं टाकत होतं. F खोलीतली आता जवळजवळ निम्मी माकडं मेली होती. जर काही केलं नाही, तर त्या खोलीतली सगळी माकडं मृत्यूमुखी पडण्याची भीती होती. आता पीटरकडून काहीतरी कळेल, म्हणून डलगार्ड अगदी आतुरतेने वाट पाहू लागला.

१६ नोव्हेंबरचा दिवस उजाडला. त्या दिवशी गुरुवार होता. त्या दिवशी बातमी आली, की, F खोलीपुढच्या इतर काही खोल्यांमधली माकडं मरून पडू लागली आहेत. त्या दिवशी सकाळी उशिरा पीटर यारलिंगचा फोन आला. त्याच्या इथल्या पॅथॉलॉजिस्टने माकडाच्या अवयवांचे नमुने तपासले होते. त्यांनी तात्पुरते अनुमान काढले होते. हा सिमियन हिमोरेजिक फिव्हरचाच प्रकार होता. माकडांचे प्राण घेणारा विषाणू माणसांना मात्र काहीही इजा करीत नव्हता.

आता हा विषाणू सगळीकडे पसरून साथ वाढू नये, ह्यासाठी भराभरा काहीतरी करावं लागणार होतं. सिमियन हिमोरेजिक फिव्हर हा कमालीचा संसर्गजन्य रोग आहे. त्या दुपारी डलगार्ड लीसबर्ग पाईकजवळच्या रेस्टनमधल्या बिझिनेस पार्कमध्ये गेला. संध्याकाळचे पाच वाजण्याचा सुमार होता. हिवाळ्याच्या प्रारंभीच्या त्या संध्याकाळी आकाश करडे झालेले होते. वॉशिंग्टनला गेलेले लोक कामावरून घरी परतत होते. त्याने व हाझलेटन कंपनीतल्या दुसऱ्या पशुवैद्याने F खोलीतल्या सर्व माकडांना गुंगीच्या औषधाचा मोठा डोस टोचला. सगळं संपायला फार वेळ लागला नाही. माकडं झोपेतच मृत्यूच्या अधीन झाली.

डलगार्डने त्यांच्यापैकी निरोगी वाटणाऱ्या आठ माकडांचे विच्छेदन केले. त्यांच्यामध्ये सिमियन हिमोरेजिक फिव्हरची काही लक्षणे दिसतात का, हे त्याला बघायचे होते; पण त्यांच्यामध्ये काहीही निराळे आढळले नाही. त्यामुळे त्याला फारच विचित्र वाटले. माकडांना मारणे ही गोष्ट फार सोपी नव्हती. अशा प्रकारे माकडांना ठार करणे, हे फारच त्रासदायक होते नि अतिशय रुखरुख लावणारं होतं.

त्या खोलीत रोगजंतू होता, हे त्याला माहिती होतं; पण ही माकडं फारच सुंदर होती. त्या निरोगी माकडांना त्याने नुकतेच ठार केले होते; पण उरलेल्या खोल्यांमधल्या प्राण्यांना वाचविण्यासाठी हे करणे भाग होते. आजार ऑक्टोबरपासून मंकी हाऊसच्या बिल्डिंगमध्ये होता. आता नोव्हेंबरच्या मध्यापर्यंत कितीतरी आठवडे रोगाची साथ सुरूच होती. लष्कराच्या तज्ज्ञांनी तात्पुरते निदानही कळविले होतेच. ह्यापेक्षा चांगले तज्ज्ञ कुठेही मिळणे शक्यच नव्हते. आता त्या रोगावर उपाय करायची कडवट कामगिरी त्यालाच करावी लागणार होती. तो घरी गेला. आजचा दिवस फारच वाईट गेला, असे त्याला राहून राहून वाटत होते. नंतर त्याने डायरीत लिहिले-

> माकडांच्या शरीरात हिमोरेजिक विषाणूचा अभाव होता. सर्वसाधारणपणे सर्व प्राणी धडधाकट होते. त्यांचं मांस चांगलंच निरोगी होतं. हे प्राणी पाच वर्षांपेक्षा वयाने कमी होते नि सळसळत्या तारुण्यात होते.

मंकी हाऊसमधून बाहेर पडण्याआधी त्याने व दुसऱ्या डॉक्टरने सगळी मेलेली माकडं प्लॅस्टिक बॅगमध्ये घातली. ह्या बॅगा त्यांनी हॉलमधून ओढत नेऊन फ्रीझरमध्ये टाकल्या. आता फ्रीझर जैविकदृष्टीने 'हॉट' झाला होता. सगळी बिल्डिंगच हॉट झालेली होती. अशा जैविक हॉटपणाची कल्पना येत नाही. त्यामुळे धोक्याच्या घंटा वाजत नाहीत, की त्यासाठी कोणतीही उपकरणं नसतात. सर्व उपकरणं, मीटर काहीही न दर्शविता स्थिर राहतात. प्लॅस्टिकच्या पिशव्यांमधून माकडांची शरीरे दिसत होती. त्यांची शरीरे वेड्यावाकड्या अवस्थेत ताठरली होती. त्यांच्या छात्या उघड्या होत्या नि अनेकांची आतडी बाहेर लोंबकळत होती. त्यातून बर्फाचे पाणी ठिबकत होते. काहींच्या मुठी घट्ट मिटलेल्या होत्या, तर काहींचे हात उघडे होते. काही माकडं काहीतरी पकडण्याच्या प्रयत्नात असावी, असे वाटत होते. डोळे निस्तेज, काचेच्या गोट्यांप्रमाणे झाले होते. चेहरे मुखवट्यांप्रमाणे संपूर्णपणे निर्विकार होते.

◆

शुक्रवार, १७ नोव्हेंबर

इन्स्टिटय़ूटमध्ये थॉमस गिजबर्ट नावाचा प्रयोगशाळा तंत्रज्ञ होता. सत्तावीस वर्षांचा टॉम उंचापुरा होता. मधोमध विभागलेले तपकिरी केस, गडद निळे डोळे, केस कानावर येणारे आणि कपाळावर विखुरलेले! तो उत्तम मासेमारी करायचा नि चांगली नेमबाजीही करायचा. तो बराचसा वेळ जंगलामध्येच घालवायचा. निळी जीन आणि काऊबॉय बूट हा त्याचा आवडता पोशाख! अधिकारी व्यक्तींच्या रागालोभाची त्याला फारशी पर्वा नसायची. तो फोर्ट डिट्रिकजवळच वाढलेला स्थानिक पोरगा होता. त्याचे वडील इन्स्टिटय़ूटमध्ये चीफ बिल्डिंग इंजिनिअर होते. हॉट झोनची दुरुस्ती आणि देखभालीची जबाबदारी त्यांची होती. टॉम लहान असताना कधी कधी वडिलांबरोबर इन्स्टिटय़ूटमध्ये येत असे. तेव्हा जाड काचांमधून त्याने डोकावून पाहिले होते. आतमध्ये अंतराळ पोशाख घालून काम करणारी माणसं त्याला आवडायची. तिथे काम करताना थंडगार वाटत असावं, अशी त्याची कल्पना होती. आता तो तेच काम करीत होता. त्यात त्याला मनापासून मजा वाटायची.

इलेक्ट्रॉन मायक्रोस्कोप चालविण्यासाठी त्याची नेमणूक करण्यात आली होती. विषाणूसारख्या अत्यंत सूक्ष्म वस्तूची प्रतिमा तयार करण्यासाठी इलेक्ट्रॉन मायक्रोस्कोपमध्ये इलेक्ट्रॉनचा झोत वापरलेला असतो. विषाणूचे काम होणाऱ्या प्रयोगशाळेत हे उपकरण अत्यावश्यकच असते; कारण हे वापरून अवयवाच्या लहानशा तुकड्यांमध्ये असणाऱ्या अतिसूक्ष्म विषाणूंचा फोटो घेता येतो. टॉमच्या दृष्टीने हॉट विषाणूंच्या जाती ओळखून त्यांचे वर्गीकरण करणे आणि फुलपाखरे वा फुले गोळा करण्यात काहीही फरक नव्हता.

जोवर अंतराळ पोशाख व्यवस्थित आहे, तोवर हे कामही अजिबात वाईट नव्हते. तिथे काम करताना असणारा एकटेपणा त्याला आवडायचा. जग तुम्हाला विसरलेले असल्याची भावना व्हायची, ती त्याला प्रिय होती. त्याला एकटे काम

करताना शांतपणा आणि मोकळेपणा वाटे. हॉट झोनमध्ये हातात एखाद्या अज्ञात, अतिभयंकर जंतूच्या नळ्या घेऊन फिरताना त्याला मजा वाटायची. सहसा लोकांना जैविक पातळी-४ मध्ये जाताना कोणीतरी सोबत असावे, असे वाटते; पण त्याला मात्र कोणी आले नाही, तरच बरे, असे वाटे. अनेकदा तर तो अगदी मध्यरात्री तिथे जाऊन काम करायचा. कामाच्या ठिकाणी जास्त वेळ काढल्यामुळे त्याच्या वैयक्तिक आयुष्यावर परिणाम होऊ लागला होता. त्याचे वैवाहिक जीवन तुटायच्या बेतात होतं. तो त्याच्या बायकोपासून सप्टेंबरमध्येच वेगळा झाला होता. घरामधल्या कटकटींमूळे तो पातळी-४ वर कामात स्वत:ला जास्तच गुंतवून घेऊ लागला.

कामावरचा आनंद त्याला आणखी एका ठिकाणी मिळत असे. त्याला घराबाहेर हिंडून मासेमारी करणे, हरणांची शिकार करणे, ह्या गोष्टीत प्रचंड रस होता. तो मुख्यत: हरणाच्या मांसासाठी शिकार करायचा. हरिणमांस आणून तो घरी देत असे. पुरेसे मांस आणून दिल्यावर मग तो गंमत म्हणून शिकार करायचा. दरवर्षी थँक्सगिव्हिंगच्या सुमारास तो पश्चिम व्हर्जिनियामध्ये मुद्दाम शिकारीसाठी जात असे. तिथे तो त्याच्या मित्रांबरोबर एक घर भाड्याने घेऊन त्यात राहायचा. त्याच्या मित्रांना तो चरितार्थासाठी काय करतो, ह्याची अजिबात कल्पना नव्हती आणि त्यांना त्या माहितीचे सोयरसुतकही नव्हते. त्यानेही त्यांना कधी काही सांगायचा प्रयत्न केला नव्हता.

आपले इलेक्ट्रॉन मायक्रोस्कोपीमध्ये कौशल्य वाढविण्यासाठी टॉम सतत विषाणूंच्या अनेक नमुन्यांवर अभ्यास करीत असे. हॉट एजंट फोटोवरून ओळखता येण्याचा वा नुसत्या आकारावरून ओळखण्याचा तो प्रयत्न करीत असे. पीटर कार्डिनलची सॅम्पल्स त्याच्याकडे आल्यावर त्याने त्यांच्याकडे पाहण्यात कित्येक तास घालविले. तो त्यांच्याकडे एक प्रकारे आकृष्टच झाला होता. कार्डिनलच्या रक्तातल्या विषाणूंमध्ये मुख्यत: सापासारखे आकार होते. टॉमने त्या विषाणूंकडे बघण्यात एवढा वेळ घालविला होता, की, निसर्गाचा तो एक रौद्रभीषण अवतार पाहून त्याचे चित्र त्याच्या मनावर कायमचेच कोरले गेले होते.

व्हर्जिनियामधल्या आजारी माकडांबद्दल त्याने ऐकलं होतं. त्या माकडांच्या मांसाचे काही फोटो त्याला घ्यायचे होते. त्यामध्ये सिमियन हिमोरेजिक फिव्हरचे विषाणू आढळतात का, हे त्याला पाहायचं होतं. १७ तारखेला, शुक्रवारी डलगार्डने खोलीतले सगळे प्राणी मारून टाकल्याच्या दुसऱ्या दिवशी टॉमने पूर्वी इन्क्युबेशनमध्ये ठेवलेल्या बरण्यांकडे नजर टाकायचे ठरविले. त्याला थँक्सगिव्हिंगच्या सुट्टीवर शिकारीत मग्न होण्याआधी निदान ते नमुने साध्या मायक्रोस्कोपखाली बघावे, अशी इच्छा होती. साध्या मायक्रोस्कोपमध्ये भिंगे वापरून प्रकाशात वस्तू मोठ्या करून पाहता येतात.

त्या दिवशी सकाळी नऊ वाजता त्याने सर्जिकल स्क्रबसूट चढविला. तोंडावर कागदी मास्क बांधला आणि तो पातळी-३ मध्ये गेला. तेथे विषाणू उबविण्याच्या बरण्या ठेवलेल्या होत्या. तिथे त्याची भेट जोन रॉडरिकशी झाली. तिनेच रेस्टन युनिटकडून आलेल्या नमुन्यापासून संवर्धन करायला प्रारंभ केलेला होता. एक बरणी घेऊन ती त्यातल्या पेशींकडे बायनाक्यूलर मायक्रोस्कोपमधून पाहत होती. त्या बरणीत सिमियन विषाणूने संसर्ग घडविलेल्या पेशी होत्या. हा विषाणू ०५३ क्रमांकाच्या माकडांच्या नमुन्यांमधून आलेला होता. हे माकड रेस्टन युनिटमध्ये F खोलीमध्ये नैसर्गिकरित्याच/आपोआप मेलेले सापडले होते.

गिजबर्टकडे वळून ती म्हणाली, ''इथे काहीतरी गडबड वाटतेय.''

तिने ज्या पेशींच्या संवर्धनाकडे निर्देश केला होता, ती एक प्लॅस्टिकची छोटीशी नळी होती. अंगठ्याएवढाच तिचा आकार होता. त्या प्लॅस्टिकमधून सरळ आत पाहता येत असल्याने ती नळी मायक्रोस्कोपखाली ठेवता येते. नळीला काळे फिरकीचे टोपण असते.

गिजबर्टने मायक्रोस्कोपमध्ये नजर टाकली. तिथे एक निराळेच जग दिसू लागले. जीवशास्त्राच्या अभ्यासात नेहमी असा अनुभव येतो. आपण नेमके काय पाहत आहोत, ते कळायला विशिष्ट वेळ लागतो. निसर्गाचे हे सूक्ष्म आकार सतत बदलणारे आणि विस्मयकारक, गुंतागुंतीचे असतात. त्याला सगळीकडे पेशी दिसत होत्या. त्यांचा आकार पिशवीसारखा होता. त्या सूक्ष्म पिशव्यांमध्ये केंद्रके होती. पेशीच्या मध्यभागी केंद्रक हे गडद ठिपक्याप्रमाणे दिसते. ह्या पेशी अंड्याप्रमाणे वाटतात. तळलेली, चकाकणारी बाजू वरती आणि मध्यभागी बलक!

जिवंत पेशी नेहमीच बरणीच्या अथवा बाटलीच्या पृष्ठभागाला चिकटतात. तेथे त्या वाढून गालिचा तयार करतात. वाढण्यासाठी पेशींना नेहमीच कशाचा तरी आधार लागतो. हा पेशींचा गालिचा पतंगांनी खाऊन टाकल्यासारखा वाटत होता. मधेच काही पेशी मेलेल्या होत्या आणि तिथून सुटून, पडून गेल्या होत्या. त्यामुळे गालिच्यात भोकं दिसत होती.

गिजबर्टने सर्व बाटल्यांचे निरीक्षण केले. सर्वांमधले दृश्य साधारणत: सारखेच होते. पतंगांनी खाऊन भोकसे पडलेला गालिचा! पेशी खरोखरच फार वाईट अवस्थेत होत्या. त्यांचे रंगरूप आजारीपणाचे वाटत होते. त्या पेशींचा कोणीतरी नाश करीत होते. काही पेशी मोठ्या फुगलेल्या दिसत होत्या. जणू, त्या गरोदर असाव्यात. टॉमला ह्या पेशींमध्ये ठिपके किंवा कण असल्याचेही लक्षात आले. हे ठिपके काळ्या मिरीप्रमाणे होते. जणू, कोणीतरी तळलेल्या अंड्यावर काळी मिरपूड टाकली असावी. टॉमला त्या ठिपक्यांमधून प्रकाश परावर्तित होतो आहे, हे समजले. पेशीत स्फटिक असतील, तर असं घडतं. स्फटिक? ह्या पेशींवर

आजारपणाची कळा होती; पण तो कोणता आजार होता, ते कळायला मार्ग नव्हता. पेशी निश्चित आजारी होत्या, हे नक्की; कारण मेलेल्या पेशी इतस्तत: तरंगत असल्याने वरचा सगळा द्रव दुधाळ झाला होता.

गिजबर्ट आणि जोनने आपल्या बॉसच्या, पीटर यारलिंगच्या कानावर हा प्रकार घालायचे ठरविले. गिजबर्ट बॉसला शोधयला गेला. तो पातळी-३ मधून बाहेर आला. स्क्रबसूट काढून ठेवला. पाण्याने अंघोळ केली नि मग साधे कपडे घालून बाहेर पडला. प्रथम तो यारलिंगच्या ऑफिसात गेला. मग तो यारलिंगला घेऊन पुन्हा पातळी-३ जवळ आला. तिथे दोघांनी काही मिनिटांतच लॉकरपाशी जाऊन स्क्रबसूट परिधान केले. आता ते सर्जनप्रमाणे वाटत होते. त्यांनी पातळी-३ वरील प्रयोगशाळेत जाऊन मायक्रोस्कोपला डोळा लावला. गिजबर्ट यारलिंगला म्हणाला, ''इथे मला काहीतरी चमत्कारिक दिसतेय; पण काय ते मात्र कळत नाही.''

यारलिंगने पाहिले. बाटली दुधाळ झालेली त्याने पाहिली. जणू, ती नासून गेली होती. ''ह्यामध्ये नक्कीच संसर्ग झालेला आहे.'' तो म्हणाला, ''ह्या पेशी फुटून उद्ध्वस्त झाल्या आहेत. त्या 'क्रड' (crud) झाल्या आहेत.'' पेशी फुटून गेल्याने मृत झालेल्या होत्या. एखाद्या नवीन जीवाणूने ह्या संवर्धनात शिरून त्यांचा धुव्वा उडविला असावा, अशी एक शंका त्याच्या मनात आली. ही नेहमी घडणारी आणि फार तापदायक गोष्ट आहे.

विषाणू वाढविण्याचा प्रयत्न करताना कुठलेतरी अज्ञात, नको ते जीवाणूच वाढू लागतात नि सगळ्या पेशींचा फन्ना उडवितात. ते पेशींना खाऊन टाकतात. तिथे घाण वास येऊ लागतो. ह्याउलट, विषाणू पेशींना ठार करताना कसलाही वास निर्माण होत नाही. यारलिंगला ते जीवाणू मातीमधले नेहमी आढळणारे सूडोमोनॉस जीवाणू असावेत, असे वाटले. हे जीवाणू कचऱ्यात, घाणीत, मातीत राहतात. ते सगळीकडे असतात. आपल्या नखांमधल्या घाणीतही असतात. पृथ्वीवरचा हा सर्वांत सहज आढळणारा सजीव आहे. हे जीवाणू अनेकदा संवर्धनात घुसतात नि त्याचा सत्यानाश करून टाकतात.

यारलिंगने त्या बाटलीचे टोपण उघडले. ती आपल्या नाकाजवळ आणली नि त्यावर हलकासा हात फिरविला. त्यामुळे अगदी हलका वास येणार होता. चमत्कारिकच होतं ते सारं! अजिबात वास येत नव्हता.

त्याने गिजबर्टला विचारलं, ''तू कधी सूडोमोनॉसचा वास घेतला आहेस?''

''नाही.'' टॉम उत्तरला.

''ह्याला वेल्श द्राक्षासवासारखा वास येतो. हे घे...'' त्याने बाटली टॉमच्या पुढे धरली.

टॉमनेही ती बाटली हलकेच हुंगली. वास नव्हताच. यारलिंगने बाटली परत

घेऊन पुन्हा एकदा हुंगून पाहिली; पण काहीही वास येत नव्हता. तरीही बाटली मात्र स्पष्टपणे दुधाळ दिसत होती. पेशीही फुटलेल्या अगदी स्पष्ट दिसत होत्या. हे एक कोडेच होते. त्याने बाटली परत टॉमच्या हातात ठेवली. ''ही तुझ्या मायक्रोस्कोपमध्ये घाल. पाहू या, काय दिसतेय् ते?'' ह्या मायक्रोस्कोपची ताकद जास्त असल्याने काहीतरी दिसायची शक्यता होती. त्यामध्ये आणखी सूक्ष्म विश्वाचे विराट दर्शन होत असते.

गिजबर्टने दुधाळ द्रवाचा थोडासा अंश बाहेर ओतला. ही परीक्षानळी त्याने सेंट्रीफ्यूजमध्ये फिरविली. नळीच्या तळाला खाली एक लहानसा पांढरा गोळा जमा झाला. हा गोळा छोट्या पांढऱ्या-करड्या बटणासारखा दिसत होता. मेलेल्या वा मरणाऱ्या पेशींच्या अवशेषाचा तो बनलेला होता. तो अगदी छोटा म्हणजे टाचणीच्या डोक्याएवढा गोळा टॉमला कुस्करलेल्या बटाट्याप्रमाणे रंगाचा वाटला. त्याने एका काडीने ते बटण उचलले नि ते प्लॅस्टिक रेझिनमध्ये बुडविले. आता तो गोळा टिकून राहणार होता. आता त्याच्या मनात शिकारीचे विचार घोळू लागले होते.

त्या दिवशी म्हणजे शुक्रवारी संध्याकाळी तो आवराआवरी करण्यासाठी घरी गेला. शिकारीला जाण्याची तयारी केली. शिकारीसाठी जाताना आपली फोर्ड ब्रोन्को घेऊन जाण्याचा त्याचा विचार होता; पण ती बिघडली होती. म्हणून मग त्याने त्याच्या एका मित्राला बोलाविले. त्या मित्राने त्याला त्याच्या पिक-अप ट्रकमधून नेले. टॉमने आपली रॅकसॅक आणि रायफल गाडीत टाकली. ते पश्चिम व्हर्जिनियाकडे निघाले. जेव्हा एखादा फिलोव्हायरस विषाणू माणसात शिरतो, तेव्हा त्याला उबविण्यासाठी तीन ते अठरा दिवस उलटावे लागतात. दरम्यान रक्तातल्या विषाणूंचे प्रमाण ठराविक वेगाने कितीतरी पट वाढत जाते नि पाठोपाठ डोकेदुखी सुरू होते.

◆

२०-२५ नोव्हेंबर

नॅन्सी आणि जेरी जॅक्सच्या दृष्टीने त्या वर्षीचा थँक्सगिव्हिंगचा सण आयुष्यातला सर्वांत वाईट होता. २२ नोव्हेंबरच्या बुधवारी ते सर्वजण त्याच्या मोठ्या गाडीतून रात्रभराच्या प्रवासासाठी कान्सासला निघाले. जेम आता बारा वर्षांची झाली होती. जॅसन आता तेरा वर्षांचा होता. त्यांना आता कान्सासला जातानाच्या लांबलचक प्रवासाची सवय झाली होती. ते शांतपणानं झोपले होते. जेरीच्या भावाचा खून झाल्यापासून त्याची झोप जवळपास उडालीच होती. कित्येक रात्री तो जागाच असायचा. तो गाडी चालवत असताना नॅन्सीही रात्रभर जागी होती. थँक्सगिव्हिंगच्या दिवशी ते विशिताला पोहोचले. त्यांनी नॅन्सीच्या वडिलांकडे- कर्टिस डन- ह्यांच्या घरी टर्कीचे जेवण केले. नॅन्सीचे वडील तिच्या भावाकडेच राहत असत.

संकटात आणखी भर म्हणूनच की काय, तेथेही अप्रिय बातमी होतीच. नॅन्सीच्या वडिलांना कॅन्सर झाला होता नि त्यांचे आयुष्याचे काहीच दिवस उरले होते. त्यांनी सगळं आयुष्य कॅन्सरच्या व्रणांवरील कामात घालविलं होतं. एकदा ते आठ महिने अंथरुणातच खिळून होते. त्यांना त्या वेळी कॅन्सर असावा, असा संशय होता; पण तसे नव्हते आणि आता मात्र खरोखरच कॅन्सरने गाठलं होतं. त्या वर्षीच्या हिवाळ्यात त्यांचे वजन फारच कमी झाले होते.

आता त्यांचा फक्त अस्थिपंजरच उरला होता; पण त्यांचं वय तेवढं जास्त नसल्याने केस अजूनही काळे होते. आपल्या कुरळ्या केसांना कर्टिस डन व्हिटालिस तेल लावत असत. त्यांच्याकडे अक्षरश: पाहवत नव्हते. मुले तर आजोबांना पाहून कमालीची भेदरली. नॅन्सीच्या वडिलांनी जेरीला सहानुभूती दाखविली, “तुम्हाला जॅक्स कुटुंबियांना जे काही भोगावं लागतंय, ते खरोखरच फार भयंकर आहे.” परंतु जेरीला तो विषय नको होता.

नॅन्सीचे वडील एका झुलत्या खुर्चीत बसून असत. तिथेच ते डुलक्या काढायचे.

रात्री वेदनेमुळे त्यांना झोप लागत नसे. पहाटे तीनलाच ते उठून बसत नि घरभर उगाचच हिंडत, काहीतरी खुडबूड करीत बसायचे. ते सतत सिगारेट ओढायचे. आपल्या तोंडाची चव गेली आहे नि भूकही लागत नाही, अशी त्यांची सततची तक्रार होती. नॅन्सीला त्यांच्याबद्दल फार वाईट वाटे; पण तरीही तिला काहीसा दुरावा वाटायचा. तो काही केल्या तिच्या मनातून जात नसे. त्यांची मते फारच ताठर होती. अलीकडे तर असे वाटू लागले होते, की, ते त्यांचे घर वगैरे विकायच्या विचारात आहेत. पहाटे खुडबूड करताना ह्या गोष्टी ते स्वत:शीच मोठ्याने बोलायचे. वडिलोपार्जित जमीनजुमला विकून त्या पैशातून उपचार करून घ्यायला मेक्सिकोत जायचा त्यांचा विचार होता. नॅन्सीला ह्या गोष्टीचा राग येत होता. रागामध्येही आजारपणाबद्दलची एक करुणा दडलेली होती.

नॅन्सीच्या वडिलांबरोबर टर्कीचे जेवण झाल्यावर ते ॲनडेलला निघाले. ॲनडेल गाव विशिताच्या वायव्येस कान्सासमध्येच आहे. तिथे जेरीच्या घरी त्याच्या उरलेल्या कुटुंबियांसमवेत, विशेषत: आईबरोबर त्यांनी रात्रीचे जेवण केले. जेरीची आई ॲडा एकटीच तिच्या घरात राहत असे. गावाच्या टोकावर असणाऱ्या भल्यामोठ्या रॅन्च हाऊसमध्ये विधवा ॲडा राहत होती. रॅन्च हाऊसच्या अवतीभवती गव्हाची सुंदर शेतं होती. आत्ता शेतं मोकळी दिसत होती. नुकताच त्यांच्यात हिवाळी गहू पेरलेला होता. दिवाणखान्यात आरामखुर्चीत बसून ॲडा बाहेर पाहत बसे. ती टी.व्ही. पाहत नसे; कारण तिला बंदूक पाहून भीती वाटायची.

ते दिवाणखान्यात बसून गप्पागोष्टी करू लागले. त्यांनी जुन्या आठवणी काढून संभाषण चालू ठेवण्याचा प्रयत्न केला. ॲडाच्या शेतावरच्या जुन्या गोष्टी काढून ते हसतखेळत, गाणी गात बसले होते. विनोद, गजेशीर, हलकेफुलके बोलण्याचा त्यांचा आटोकाट प्रयत्न चालू होता; पण मधेच संभाषणात खंड पडून चमत्करिक शांतता पसरत असे. सगळेजण जमिनीकडे बघू लागत. काय बोलावं, ते कोणालाच सुचेना. त्यामुळे परिस्थिती फार चमत्कारिक होई. मधेच कोणीतरी रडू लागले, की, ॲडाच्या डोळ्यांतूनही पाण्याच्या धारा लागत. ॲडा तशी खंबीर मनाची होती. तिच्या एकाही मुलानं तिला कधी अश्रू ढाळताना पाहिलेले नव्हते. जेव्हा एखादी गोष्ट असह्य व्हायला लागली, की, ती उठून आपल्या खोलीत जाऊन दार बंद करून घेत असे.

त्यांनी स्वयंपाकघरात टेबलं मांडली नि भाजलेले बीफ वाढून घेतले. जॅक्स कुटुंबियांना टर्की आवडत नसे. थोड्या वेळाने लोक हातात प्लेट घेऊन घरभर पांगले. काहीजण दिवाणखान्यात जाऊन टी.व्ही.वरची फूटबॉलची मॅच पाहत बसले. नॅन्सी व इतर बायकांनी स्वयंपाकघरातली आवराआवरी केली. मुलांना खाऊ घातले. नंतर जेरी व नॅन्सी पुन्हा विशिताला आले. नॅन्सीच्या वडिलांना उपचारासाठी

हॉस्पिटलात दाखल करण्यासाठी नॅन्सी व जेरी काही दिवस विशितालाच राहिले. नंतर ते सर्वजण परत मेरीलँडमधल्या आपल्या घरी आले.

थँक्सगिव्हिंगचा सगळा आठवडा डलगार्डने अत्यंत अस्वस्थपणात घालविला. सोमवारी त्याने पीटर यारलिंगला फोन केला. यारलिंगकडून काही बातमी मिळाली, तर त्याला पाहायचे होते. रेस्टनमधला माकडांचा मारेकरी सापडला, की नाही, ह्याची त्याला उत्सुकता होती. यारलिंगने त्याला तात्पुरते निदान करून दिले होते. तिथे सिमियन हिमोरेजिक फिव्हर (SHF) असण्याची खूपच शक्यता होती. माकडांसाठी भयंकर संकट, पण माणसांना काहीही प्रॉब्लेम नाही. पीटरने त्याला फोनवर सांगितले, की, त्याला तो SHF च वाटत होता; पण तो तसे अगदी स्पष्टपणे म्हणायला मात्र तयार नव्हता. पूर्णपणे निश्चित निदान होईपर्यंत तो सावधपणे प्रतिक्रिया व्यक्त करू इच्छित होता.

डलगार्डने फोन खाली ठेवला, तेव्हा त्याला जरा बरे वाटले; कारण F खोलीतली माकडं ठार मारण्याचा त्याचा निर्णय योग्यच असावा, असे वाटत होते. त्या माकडांना सिमियन फिव्हर विषाणूचा संसर्ग झालेला होता. ती माकडं आज ना उद्या मरणारच होती. हा रोग सगळ्या बिल्डिंगमध्ये पसरला असता आणि सगळीच माकडं मरून पडली असती. डलगार्डची नेमकी भीती इथेच होती. त्याला असे वाटू लागले होते, की, F खोलीतून विषाणू बाहेर निसटला असावा. हा विषाणू बिल्डिंगमध्ये इतरत्र आपले काम गुपचूपपणे पार पाडत असावा. अशा परिस्थितीत दुसऱ्या खोल्यांमधली माकडंही मरण्याचा धोका होता. ह्या विषाणूचा हा उत्पात थांबविणे फार अवघड जाणार होते.

थँक्सगिव्हिंगच्या दिवशी सकाळी लवकरच डन आणि त्याची बायको बाहेर पडले. ते पीटस्बर्गला गेले. तिथे डनच्या बायकोचे आई-वडील राहत होते. शुक्रवारी ते व्हर्जिनियाला परतले. आल्यानंतर ताबडतोब डन मंकी हाऊसकडे गेला. काय परिस्थिती आहे, ती पाहावी, असा त्याचा विचार होता. जे दिसलं, त्यामुळे त्याला जबरदस्त धक्का बसला. त्या आठवड्यात H खोलीत पाच माकडं मरून पडली होती. ही खोली F खोलीपेक्षा बरीच दूर होती. म्हणजे आता विषाणू प्रवास करू लागला होता. तो मधल्या खोल्या सोडत होता, हे जास्त भयानक होतं. हे असं कसं शक्य होतं? डन त्या रात्री भयंकर अस्वस्थ झाला.

◆

सोमवार, २७ नोव्हेंबर, सकाळी सात वाजता

थँक्सगिव्हिंगची सुट्टी संपल्यावर सोमवारी सकाळी अगदी लवकरच टॉम गिजबर्ट इन्स्टिटट्यूटमध्ये अगदी नेहमीप्रमाणे निळी जीन घालून कामावर हजर झाला. निळी जीन, फ्लॅनेलचा शर्ट नि काऊबॉय बूट ह्यामुळे त्याचा अजून सुट्टीचा, शिकारीचा मूड असावा, असे वाटत होते. मेलेल्या पेशींचं पुढं काय झालं, ते त्याला पाहण्याची तीव्र उत्सुकता होती. सुट्टीवर जाण्यापूर्वी त्या बाटलीतून त्याने ज्या पेशी घेऊन रेझिनमध्ये टाकल्या होत्या, त्या आता इलेक्ट्रॉन मायक्रोस्कोपखाली पाहायच्या होत्या. सिमियन फिव्हर विषाणूबद्दल काही पुरावा मिळविणे जरूर होते.

पिवळ्या प्लॅस्टिकमध्ये तो गोळा पावाच्या अगदी छोट्या कणासारखा दिसत होता. त्याने कपाट उघडून त्याची डायमंड नाईफ काढली. डायमंड नाईफ ही सुरी खिशात मावणाऱ्या पेन्सिल छिलायच्या चाकूप्रमाणेच दिसते; पण त्याची किंमत मात्र ४,००० डॉलर असते. सुरीची धार हिऱ्यापासून बनविलेली असते. तेथे एक उच्च दर्जाचा, निर्दोष मोठा हिरा बसविलेला असतो.

त्याने डायमंड नाईफ आणि प्लॅस्टिकचा तो तुकडा कटिंगरूममध्ये नेला. त्या खोलीत कटिंग मशीन ठेवलेलं होतं. तो एका टेबलापाशी बसला. सुरीच्या धारेला चुकूनही बोटे स्पर्श करणार नाहीत, ह्याची पूर्ण दक्षता घेत त्याने डायमंड नाईफ टेबलावरील यंत्राला जोडली. ह्या सुरीला बोटाचा एकदा स्पर्श झाला, तरी ती निकामी होते. शिवाय, हिऱ्यामुळे हात कापेल, ते वेगळेच! ही सुरी अत्यंत धारदार असते. ती जगातली सर्वांत धारदार वस्तू आहे. त्या धारेमुळे एखाद्या विषाणूचेही दोन उभे भाग करता येतात. एखाद्या शेंगदाण्यामध्ये रेझर ब्लेड जाईल, तसे हे होते. जर तुम्ही येथील ह्या टिंबामध्ये दहा कोटी विषाणू असतात, ह्याची कल्पना करू शकलात, तर ही सुरी किती धारदार असते, त्याची कल्पना येऊ शकेल. बोटाचा स्पर्श झाला, तर ही सुरी काहीही न कळता आत शिरेल. जणू, तुमची त्वचा

म्हणजे हवा आहे, इतके हे सफाईने होईल. सुरी आत शिरताना ती अगदी एका रक्तपेशीचे दोन उभे तुकडे करू शकेल. त्यावर रक्तपेशी, शरीरातली चरबी लागेल आणि सुरी निकामी होऊन जाईल.

कटिंगमशीनला जोडलेल्या आयपीसमधून त्याने पाहिले. प्लॅस्टिकमधील तो कण आता सहज दिसत होता. त्याने बटण दाबल्यावर यंत्रातून गुणगुणल्यासारखा आवाज येऊ लागला. प्लॅस्टिकचा तुकडा आता पुढे-मागे होऊ लागला. हा तुकडा डायमंड नाईफवरून सरकू लागला. बटाटा कापावा, तसे त्या तुकड्याचे काप पडू लागले. प्रत्येक काप हा - ● - एवढ्या आकाराचा होता.

ते पातळ काप पाण्याच्या थेंबावर पडले. ते पाण्याच्या पृष्ठभागावर अलगद तरंगू लागले. एकेका कापात किमान दहा हजार पेशी होत्या. ह्या पेशीही डायमंड नाईफमुळे कापल्या गेल्या होत्या. सुरीवरून कापामागून काप बाहेर पडत चालले होते.

त्याने नजर आता टेबलावर फिरविली. तिथे एक काडी पडलेली होती. त्याला माणसाच्या पापणीचे केस चिकटविलेले होते. हे केस चिकटवायला नेलपॉलीश लावलेले असते. ते अत्यंत पातळ काप हाताळण्यासाठी ती काडी खास तयार केलेली होती. ते पापणीचे केस प्रयोगशाळेतल्याच एका बाईचे होते. तिच्या पापण्या अशा कामासाठी चांगल्या होत्या म्हणे. फार जाड नाहीत, की फार पातळही नाहीत. तसेच, टोकापाशी अत्यंत टोकदार होत जाणाऱ्या! त्याने पापणीचे टोक पाण्याच्या थेंबात बुडवून तो जरासा हलविला. त्यामुळे काप एकमेकांपासून वेगळे झाले. काही वेडेवाकडे कापले गेलेले व खराब झालेले काप त्याने पापणीच्या टोकाने उचलून बाहेर काढून टिश्यू पेपरवर पुसून टाकले.

त्याने आता एक चिमटा घेऊन - ● - ह्या आकाराची एक जाळी उचलली. ही जाळी तांब्याची होती. चिमट्याने जाळी उचलून पाण्यात बुडवून त्याने तरंगणाऱ्या एका कापाखाली अलगद धरली. जसा एखादा कोळी झिंग्यांसाठी टाकलेली जाळी नाजूकपणे उचलतो, त्याप्रमाणे ती तांब्याची जाळी उचलली. आता काप त्या जाळीवर चिकटला होता. जाळी तशीच चिमट्याने पकडून त्याने ती एका अगदी लहानशा पेटीत ठेवली. ही पेटी त्याने पलीकडच्या अंधाऱ्या खोलीत नेली.

खोलीत मध्यभागी माणसापेक्षा जास्त उंचीची धातूची एक मोठी नळी होती. हा इलेक्ट्रॉन मायक्रोस्कोप होता. त्याचे त्याच्या मायक्रोस्कोपवर फार प्रेम होते. त्याने ती छोटी पेटी उघडून चिमट्याने ती जाळी हलक्या हाताने उचलली. ती जाळी त्याने धातूच्या एका रॉडवर बसविली. हा रॉड तरफेच्या आकाराचा असतो. त्याला 'सॅम्पल होल्डर' म्हणतात. तो रॉड त्याने मायक्रोस्कोपमध्ये सरकविला. आतमध्ये 'क्लॅक' असा आवाज आला. आता रॉड योग्य प्रकारे बसला होता. आता जाळीवरचा तो

पातळ काप रॉडवर नीट बसलेला असून मायक्रोस्कोपमध्ये एकदम तयार होता. तो आता मध्यभागी इलेक्ट्रॉनच्या झोतात येणार होता. पॉल त्याला म्हणाला होता, ''इलेक्ट्रॉन झोतात ठेवून बघ.''

त्याने खोलीतले दिवे मालविले आणि तो कॉनसोलसमोर (console) बसला. कॉनसोलमध्ये अनेक मीटर आणि डिजिटल मोजयंत्रे होती. कॉनसोलच्या मध्यभागी पडदा होता. त्या पडद्यावरून येणाऱ्या हिरव्या प्रकाशाने त्याचा चेहरा उजळून निघाला. त्या पडद्यावरही त्याच्या चेहऱ्याचे प्रतिबिंब पडले. गंभीर चेहरा, लांब केस, पडद्यावर नीट नजर रोखलेली. तो एका पेशीमध्ये कोपऱ्यात काय दिसतेय, ते पाहत होता. एखाद्या निसर्गदृश्याकडे खूप उंचावरून पाहिल्यासारखे दिसत होते. ते लॅण्डस्केप नसून सेलस्केप म्हणजे पेशीदृश्य होते. त्याच्या नजरेपुढे असे काही आकारांचे जंजाळ होते, की, ते बुद्धीला चटकन आकलन होणेही कठीण होते.

एखाद्या अज्ञात ग्रहावर अगदी खाली येऊन फेऱ्या मारणाऱ्या अंतराळयानाच्या कॅप्टनला खाली तसलेच काहीतरी चित्र दिसत असणार. विषाणू शोधण्यासाठी कितीतरी तास शेकडो पेशींचे नीट निरीक्षण करावे लागते. तरीही तुम्ही जे शोधता आहात, ते मिळेलच, ह्याची काही खात्री देता येत नाही. सजीव विश्वाची एक गंमत अशी असते, की, ते कितीही लहान असलं, तरी ते तेवढंच गुंतागुंतीचं असतं. काही आकार नद्या, झरे, अर्धवर्तुळाकार तळी असे वाटत होते. मधेच असणारे ठिपके शहरांचे असल्याचा भास होत होता. जणू, जंगल आहे, असेही काही पट्टे दिसत होते. ते एक निराळंच विश्व होतं. तिथेच जंगलात कुठेतरी विषाणू लपून बसले होते.

त्याने एक चक्र फिरविल्यानंतर सगळे दृश्य इकडून तिकडे सरकू लागले. तो आता त्या दृश्यात पाहिजे तसा मुक्त संचार करू शकत होता. त्याने जास्त माहिती मिळण्यासाठी झूम केले. सगळे दृश्य एकदम मोठे होऊन डोळ्यावर आले.

त्याचा श्वास जागच्या जागी थांबला. ह्या पेशीत काहीतरी गफलत होती. पेशीमध्ये सगळाच सावळा गोंधळ होता. ती नुसतीच मेलेली नव्हती, तर नष्ट झालेली होती आणि त्यामध्ये वर्म वळवळत होते. पेशी वर्मनी तट्ट फुगली होती. काही भागात तर एवढे वर्म होते, की ते मोठ्या दोरखंडाच्या वेटोळ्यांप्रमाणे दिसत होते.

जगात फक्त एकाच प्रकारचे विषाणू दोरखंडासारखे दिसतात- फिलोव्हायरस. त्याला एकदम मारबर्गची शंका आली. हा प्रकार मारबर्गसारखाच दिसत होता. त्याने पडद्यावर नजर टाकली. त्याच्या पोटात एकदम काहीतरी जोरदार फिरल्यासारखं झालं. जेव्हा तुम्ही नि हॉट विषाणू समोरासमोर येता, तेव्हा शरीराची ती 'आतली' प्रतिक्रिया असते. तो जवळपास घाबरून थंड पडला. एकदम उठून तो मोठ्या

आवाजात ओरडत बाहेर आला, ''मारबर्ग- इथे मारबर्ग आला आहे.'' मधेच त्याला एकदम हा भास तर नाही ना, असेही वाटून गेले. तो विषाणू कदाचित मारबर्ग नसेलही; पण हे देखील फारसे चांगले नव्हते. तो कोणता तरी फिलोव्हायरस होता, हे नक्की. मग एकदम त्याच्या नजरेसमोर कधीही न बघितलेला पीटर कार्डिनल आला. त्याच्या लिव्हरच्या पेशी आतून अशाच फुटत होत्या. पेशींमध्ये हजारो, लक्षावधी सर्प वळवळत होते. त्याने कार्डिनलच्या लिव्हरपेशींची प्रतिमा डोळ्यांसमोर आणून तिची ह्या दृश्याशी तुलना केली. त्या लिव्हरपेशी कशा दिसायच्या, ते त्याला पक्के आठवत होते. त्याने कार्डिनलमधल्या विषाणूंच्या आकाराकडे विशेष लक्ष दिलेले होते. त्यामुळे चूक व्हायचा प्रश्नच नव्हता. ह्या विषाणूने पोराची काय दशा केली होती... अवयवांवर होणारा भयानक परिणाम... ओह्! पीटर आणि आपण तर ह्या सॅम्पलचा वासही घेतलेला आहे. आपण नकळत जैविक पातळी-४ वरचा खतरनाक विषाणू हाताळत आहोत... मारबर्ग... ओह् मॅन! जो विषाणू आपले बळी मिळविण्यात हयगय करीत नाही, असला भयानक विषाणू मी पाहिला. त्याच्यावर काम केलं. मरण्याचा आता समोर दिसणारा मार्ग फारच भयाण होता. तो एकदम नखशिखान्त थरारला- दोन पायांमध्ये लोंबणारी, फुगलेली अंडाशये, सोलली जाणारी त्वचा!

त्याने मायक्रोस्कोपवर दिसणाऱ्या गोष्टींचे फोटो काढायला सुरुवात केली. पाठीमागून अनेक निगेटिव्ह बाहेर आल्या. त्या घेऊन तो डार्करूममध्ये गेला. दिवे बंद करून त्याने त्या डेव्हलप केल्या. डेव्हलप करताना गडद अंधारात तो एकटा विचार करीत उभा होता. त्याने आपल्याला संसर्ग कधी झाला असावा, ह्याचे गणित मांडले. समजा, आपण ज्या दिवशी ती नळी हुंगली, त्या दिवशी जर संसर्ग झाला असला, तर- म्हणजे तो शिकारीला गेला, तो शुक्रवार असणार. त्याला आता दहा दिवस होत आले. मारबर्गचा इन्क्युबेशन काळ किती असतो? त्याला एकदम ते आठवेना. जी माकडे विषाणू हुंगतात, त्यांच्यात रोग दिसू लागायला सहा ते अठरा दिवस लागतात. आज तर फक्त दहावा दिवस होता.

आपण अगदी आजारी पडण्याच्या सीमारेषेवर आहोत. आता केव्हाही ते घडू लागणार आहे. काल आपले डोके दुखत होते का? आत्ता डोकं दुखतंय् का? ताप? त्याने हात कपाळाला लावून बघितला. तसं काही वाटत नाही; पण दहाव्या दिवशी डोकं दुखत नाही, ह्याचा अर्थ बाराव्या दिवशी ते दुखणारच नाही, असं थोडंच आहे? ती बाटली हुंगली, तेव्हा आपण किती जोराने वास घेतला होता? आपण टोकापाशी नाक नेले होते का? टोपणाला हात लावला होता का? कारण त्यामुळे त्याचा सूक्ष्म फवारा उडाला असणे शक्य आहे. त्याला सगळं काही नीट आठवेना. आपण नंतर त्याच बोटांनी डोळे चोळले होते का?... कोण जाणे! मी त्याच बोटांनी

ओठाला स्पर्श केला होता, की काय?... आठवत नाही. कदाचित केलाही असेल!

आपण काही चूक तर करीत नाही ना, अशीही एक शंका मनात डोकावली. कदाचित मारबर्ग नसेलच. तो फक्त एक विद्यार्थी होता. अजून तो शिकतच होता. वॉशिंग्टनच्या उपनगरात जैविक पातळी-४ वरचा हॉट विषाणू काही रोज कुणा प्रयोगशाळा तंत्रज्ञाला सापडणारी गोष्ट नव्हे. तो मुळातच फिलोव्हायरसही नसेल. आपली खरंच काही खात्री पटली आहे का? जर तुम्ही बॉसला जाऊन मारबर्ग मिळाला म्हणून सांगितलं नि ते चुकीचं ठरलं, तर करियरची वाट लागल्यात जमा! ह्या ठिकाणी चूक करायला वावच नाही. जर तुम्ही चुकीची माहिती दिली, तर सुरू होणाऱ्या गडबडीची जबाबदारी तुमच्यावर येणार. नंतर अर्थातच लोक तुमची भरपूर टवाळी करणार.

त्याने दिवे सुरू केले नि पाण्यामधल्या निगेटिव्ह बाहेर काढून उभ्या धरल्या. सापाच्या आकाराचे विषाणू दिसत होते. मेडुसा राक्षसीच्या केसांप्रमाणे ते एकमेकांत गुंतलेले पांढरे काळसर्प होते. हे देखील निसर्गाचंच एक रूप होतं- बीभत्स देवतेचे नागडे दर्शन! पण ते विषाणू श्वास रोखायला लावण्याएवढे सुंदर होते. ते पाहताना त्याला भोवतालच्या जगाचा विसर पडला. जणू, नैतिकतेच्या मर्यादा धूसर होत होत पार पुसून गेल्या आहेत. तो आश्चर्याने स्तब्ध होऊन बघत होता. त्या विषाणूचे हे आपण बळी आहोत, हे त्याला कळत होतं. आपण त्याला रायफलचे शिकार बनवू शकलो नाही. उलट, त्यानेच आपली शिकार केली. त्या सजीवाला आकारच नव्हता. तरीही, तो सर्वव्यापी होऊ पाहत होता.

त्याला फोटोत आणखी काहीतरी भयंकर दिसले. त्यामुळे आश्चर्यमिश्रित भीतीने तो हादरला. विषाणूने पेशीची रचना संपूर्ण बदलून टाकली होती. इतकी, की त्यामुळे पेशीच्या आतल्या भागांची ओळखच पटत नव्हती. एखाद्या पिशवीप्रमाणे झालेल्या पेशींमध्ये 'ब्रिक' (brick) होत्या. त्या वस्तू म्हणजे स्फटिकरूपातील विषाणूचे गठ्ठे होते. जीवशास्त्रीय परिभाषेत त्याला 'इनक्लूजन बॉडी' (inclusion body) म्हणतात.

विषाणूची अंडी जणू उबून फुटायची वाट पाहत होती. जेव्हा विषाणू पेशींमध्ये वाढत असतो, तेव्हा आत स्फटिकासारखे क्रिस्टलॉइड किंवा ब्रिक तयार होतात. ह्या ब्रिक पेशीच्या मध्यभागी तयार होतात. मग ते गठ्ठे पेशीच्या बाह्य आवरणाकडे सरकू लागतात. आवरणाला स्पर्श झाला, की, त्यातून हजारो विषाणू सुट्टे होतात आणि मग बाहेरून पेशी केसाळ बी प्रमाणे दिसू लागते. हे विषाणू धाग्यासारखे असतात. ब्रिक तयार होऊन पेशीत बाहेरच्या बाजूला सरकू लागल्या, की, पेशीची रचना बिघडू लागते. पेशीचा आकार बदलतो, ती फुगते आणि मग शेवटी स्फोटाप्रमाणे फुटते. धागे पेशीपासून सुट्टे होतात नि शरीराच्या दळणवळण यंत्रणेत

म्हणजे रक्तप्रवाहात सामील होतात. तिथे ते नव्या पेशीत घुसतात नि वाढतच जातात. पेशींमध्ये रचना बदलते. पेशी फुटतात. हे चालूच राहते.

त्याने ब्रिक पाहिल्यावर गिजबर्टच्या लक्षात आले, की, पूर्वी त्याला जे मिरीसारखं वाटलं होतं, ते म्हणजे हे स्फटिकच होते. दहा दिवसांपूर्वी संवर्धनात त्याला ब्रिकच दिसल्या होत्या. म्हणूनच तेव्हा पेशी फुगीर नि गलेलठ्ठ वाटत होत्या. पेशी गर्भार होत्या नि आता त्यातून विषाणू बाहेर पडण्याच्या तयारीत होते.

◆

सोमवार, २७ नोव्हेंबर, सकाळी १० वाजता

टॉम गिजबर्टने निगेटिव्हवरून आठ बाय दहा इंचाच्या ग्लॉसी पेपरवर प्रिंट काढल्या. त्या घेऊन तो आपल्या बॉसच्या ऑफिसकडे निघाला. फोटो घेऊन तो हॉल पार करून जिना उतरून खाली आला. मधले सुरक्षा दार पार केले. दारावरच्या यंत्राला ओळखपत्र लावल्यावर दार उघडून पलीकडच्या कॉरिडॉरमध्ये आला. समोरच्या सुरक्षा सैनिकाला बघून किंचित मान लववली. तिथे सगळीकडेच सैनिक होते. मग तो एक छोटा जिना चढून कॉन्फरस रूमपाशी आला. त्या ठिकाणी जगाचा एक मोठा नकाशा लावलेला असे. तिथेच लष्करी अधिकारी डॉक्टर जगभरातल्या साथीच्या रोगांवर चर्चा करीत.

तिथे एक बैठक चालूच होती. ह्या रूमच्या पलीकडे बरीचशी ऑफिसेस् होती. त्यातले एक जीन जॉन्सनचे होते. किटुम गुहेचे नेतृत्व करणाऱ्या ह्या संशोधकाच्या खोलीत सगळीकडे कागदाचा पसारा असायचा, ते पाहून किंचित कौतुक वाटायचे नि आदरयुक्त भीतीदेखील जाणवत असे. पलीकडच्या बाजूला पीटर यारलिंगची खोली होती. ती छोटीशीच खोली नीटनेटकी ठेवलेली असायची. शिवाय, त्या खोलीला एक खिडकीदेखील होती. जरा जास्त उजेड मिळावा, म्हणून त्याने आपले टेबल खिडकीजवळ ठेवले होते. भिंतीवर त्याने मुलांनी काढलेली चित्रे लावलेली होती. त्यात पिवळ्या उन्हात बसलेल्या सशाचे चित्र होते. एका शेल्फवर एक शिल्प ठेवलेले होते. त्या आफ्रिकन मानवी आकृतीने बोटांच्या टोकावर अंडे तोलून धरलेले दिसत होते. जणू, त्या अंड्यातून काहीतरी मजेशीर बाहेर पडणार होते.

''टॉम, काय गडबड आहे?'' यारलिंगने विचारलं.

''इथे मोठाच प्रॉब्लेम आला आहे.'' टॉमने फोटो त्याच्या टेबलावर ठेवले.

''हे त्या रेस्टनमधल्या माकडामधून मिळालंय्.'' टॉम म्हणाला.

''मला वाटतं, ते फिलोव्हायरस आहेत. कदाचित मारबर्ग.''

यारलिंगला आपण बाटलीतल्या द्रवाचा वास घेतल्याची आठवण झाली.

"टॉम, ही काय विनोद करायची पद्धत झाली? त्यात काहीही गंमत नाही. जा, इथून नीघ. फूट..."

"पीटर, हा विनोद नाही."

"नक्की?" यारलिंगने विचारणा केली. त्यावर टॉमने आपली खात्री पटली असल्याचे सांगितले.

यारलिंगने आता फोटोचे नीट निरीक्षण केले. त्यालाही आता वर्म दिसले. इन्क्यूजन बॉडी पण दिसल्या- ब्रिक? टॉम आणि त्याने वास घेतला, तेव्हा त्यातले काही त्यांच्या फुफ्फुसात शिरून बसले असण्याची शक्यता होती; पण अजून त्यांना डोकेदुखी सुरू झालेली नव्हती. रेस्टनहून आलेले ते रक्त ठिबकणारे सॅम्पल पाहून त्याने पॅथॉलॉजिस्टला उद्देशून म्हटलेले शब्द आठवले, "हा मारबर्गचा प्रकार नसला म्हणजे मिळविली."

"त्यांचा आकार कसा आहे? लांबी किती आहे?" त्याने टॉमला विचारले.

"मारबर्गपेक्षा थोडी जास्त." दरम्यान पीटरने पट्टी घेऊन मोजमाप घ्यायला सुरुवात केली होती.

मारबर्ग विषाणूंमध्ये आकडे तयार होतात. हे विषाणू मात्र स्पॅघेटीसारखे दिसत होते. त्यांनी एक पुस्तक उघडून त्यातल्या फोटोची आणि आत्ताच्या फोटोची तुलना केली. "मलादेखील तसंच वाटतंय्." पीटर म्हणाला, "मला हे कर्नल पीटर्सच्या कानावर घालायलाच हवं."

यारलिंग नागरी सेवेतला संशोधक होता. आपली माहिती लष्करी अधिकाऱ्यांपर्यंत पोहोचावी, असे त्याला वाटले. लष्करी अधिकाऱ्यांच्या निर्णय घेणाऱ्या उतरंडीला हे कळायलाच हवे होते. ही उतरंड कर्नल क्लेरेन्स जेम्स पीटर्स, एम.डी. ह्यांच्यापासून सुरू होत होती. पीटर्स हा डिसीज ॲसेसमेंट विभागाचा प्रमुख होता. हा विभाग त्याने एकहाती उभा केला होता नि एकहातीच चालवीत होता. अज्ञात रोगावर काम करणे, ही त्याची जबाबदारी होती. त्या अज्ञात रोगांना तो गंमतशीर वस्तू म्हणत असे.

पीटर्स हा फारच विक्षिप्त फौजी माणूस होता- निवांतपणाची आवड असणारा आणि अपवादात्मक हुशार. धातूच्या फ्रेमचा चष्मा तो वापरायचा. त्याचा गोल गरगरीत चेहरा प्रसन्न वाटे. त्यावर टेक्सासमधली विशिष्ट लकब मधेच झळकून जाई. तो फारसा धिप्पाड नव्हता. त्याला खायला खूप आवडायचे. त्यामुळे स्वत: मात्र त्याला आपण लठ्ठ आहोत, असे वाटायचे. तो स्पॅनिश अत्यंत सफाईने बोलत असे. ती भाषा त्याने मध्य आणि दक्षिण अमेरिकेत आत्मसात केली होती. हॉट एजंटच्या शोधासाठी तो तिथे फिरत असे. नियमानुसार त्याने सकाळी आठ वाजता कामावर हजर असणे जरूर होते; पण हा गृहस्थ कधीतरी दहा वाजेपर्यंत रमतगमत येत असे.

त्याला लष्करी युनिफॉर्मही घालायला आवडत नसे. तो निळी जीन आणि हवाई प्रकारचा सैलसर शर्ट घालत असे. त्याखाली पांढरे सॉक्स आणि चक्क सँडल्स. ह्या अवतारावरून तो नुकताच एखाद्या मेक्सिकन हॉटेलात रात्र घालवून आला असावा, असे वाटत असे. आपण युनिफॉर्म का वापरत नाही, ह्यासाठी तो कारण सांगे, की, त्याच्या पायाला 'ॲथलेट फूट' विकार होता. हा कधीही बरा न होणारा त्वचारोग, म्हणे, त्याला दक्षिण अमेरिकेच्या वास्तव्यात झाला होता. हा कधीच बरा होत नाही आणि म्हणून त्याला नाईलाजानेच पाय मोकळे नि थंड राहण्यासाठी सँडल्स वापरावे लागत असत आणि जीन नि सैल शर्ट हे आपोआपच त्याबरोबर वापरणे क्रमप्राप्तच होते, म्हणे! पीटर्स दिवसभरात बारा तास काम करायचा नि रात्रीच घरी परतायचा. अनेकदा सगळे निघून गेल्यानंतर तो बाहेर पडायचा.

नोकरशाहीच्या जंजाळात पीटर्स एखाद्या शार्कसारखा सहज संचार करू शके. तो आपल्या सहकाऱ्यांमध्ये निष्ठेची भावना निर्माण करू शकत असे. तसेच, त्याला तेवढ्याच सहजपणे शत्रूही उत्पन्न होत असत. कित्येकांचे शत्रुत्व तर तो मुद्दाम ओढवून घेई. तो लाल टोयोटा कार चालवायचा. त्याने कितीतरी लहानसहान अपघात केले होते; पण अजून गाडीच्या बंपरला आलेला एकही पोचा त्याने ठोकून नीट करून घेतला नव्हता. असली गाडी पोलिसांनी सहज अडकवून त्याला सुरक्षा स्टीकर का नाही, ह्याची विचारणा करण्याच्याच लायकीची होती.

फील्डवर्कमध्ये फिरताना विषुववृत्तीय जंगलात आणि सव्हानामध्ये तो स्थानिक लोक खातील, ते अत्यंत आवडीने खात असे. त्याने बेडूक, साप, झेब्राचे मांस, जेली फिश, पाली-सरडे नि टोड हे सगळे स्वाहा केले होते; पण आपण कधी ॲलिगेटर मात्र खाल्ले नसल्याचे तो सांगत असे. अर्थात, सूपमध्ये नेमकी कशाचीही ओळख पटणे अवघडच होते, म्हणा. त्याने माकडाची तंगडी शिजवून खाल्ली होती. माणसाची लाळ घालून बनविलेली केळ्याची बीयर त्याने प्यायली होती.

एबोलाच्या मागावर आफ्रिकेत हिंडताना एकदा त्याने पांढऱ्या मुंग्या पाहिल्या. त्यांचा प्रजननाचा हंगाम सुरू होता. वारूळाच्या बाहेर पडणाऱ्या मुंग्या त्याने गोळा केल्या होत्या नि तशाच कच्च्या मटकावल्या होत्या. त्यांची चव चांगली आहे, असे त्याचे मत पडले. त्या त्याला एवढ्या आवडल्या, की काही त्याने सरळ रक्ताच्या नमुन्यांबरोबर फ्रीजमध्ये ठेवल्या. संध्याकाळी सूर्यास्त झाला, की तो जीन पिताना त्या तोंडात टाकत असे.

तसेच, गिनीपिगची एक डिश त्याला फार आवडत असे. गिनीपिगला घुसमटून मारून मग त्याचे मांस त्याच्याच रक्तात शिजविलेली डीश त्याला अत्यंत प्रिय होती. गिनीपिग मधोमध फाडलेला असे. त्यातून आतले अवयव वेचून खाणे, हा त्याचा छंद होता. अर्थातच, असल्या खाण्याची त्याला किंमत मोजावी लागत असे.

तसा तो नेहमीच आजारी पडायचा. "मी नेहमी आजारी पडतो खरा; पण खाण्यासाठी त्यालाही माझी हरकत नाही." नकाशावर त्याचा फार भरवसा होता. त्यामुळेच त्याच्या खोलीत सगळीकडे निरनिराळे नकाशे टांगलेले दिसत. त्यावर साथ कुठेकुठे उद्भवली, त्याच्या खुणा केलेल्या असत. "कुठेही जायचं असेल, तर बरोबर फक्त एक नकाशा नि जीनची बाटली घ्या. सगळं काही झकास होईल."

यारलिंगने गिजबर्टने काढलेले फोटो एका फोल्डरमध्ये ठेवले. इतर कोणी पाहू नये, म्हणून ही आयडिया होती. पीटर्स कॉन्फरन्स रूममध्ये एका मिटिंगमध्ये गुंतलेला होता. त्याने हळूच जाऊन त्याच्या खांद्यावर टकटक केले, "सी. जे., तू आत्ता इथे काय करतो आहेस, ते मला ठाऊक नाही; पण माझे मात्र त्यापेक्षा जास्त महत्त्वाचे काम आहे."

"काम?... कसलं?..."

यारलिंगने फोल्डर तसाच बंद ठेवलेला होता. "विषय जरा नाजूक आहे. मला इथे तो काढायचा नाही."

"नाजूक म्हणजे?"

यारलिंगने फोल्डर अगदी थोडा किलकिला केला. त्यातून पीटर्सला फक्त स्पॅघेटीची पुसटशी झलक दिसली. मग त्याने फोल्डर बंद केला.

कर्नलच्या चेहऱ्यावर आश्चर्य दिसले. तो एकदम उभा राहिला. कोणालाही काही न सांगता तो सरळ कॉन्फरन्समधून बाहेर पडला. औपचारिकपणे काही बोलला नाही, की बाहेर जाण्याबद्दल दिलगिरी व्यक्त केली नाही. ते यारलिंगच्या ऑफिसात आले. दार बंद करून घेतलं. टॉम त्यांची वाट पाहतच होता.

यारलिंगने फोटो टेबलावर पसरले. "पाहा सी. जे., जरा नीट पाहा बरं."

कर्नलने सगळे फोटो उलटून बघितले, "हा कोणता विषाणू असावा?"

"हे रेस्टनच्या माकडांपासून मिळालेले आहेत. मला तरी ते काही चांगले लक्षण वाटत नाही; पण टॉमला ते मारबर्ग वाटत आहेत."

"पूर्वीही आपली फसगत झालेली आहे."

"हो, ते देखील खरेच, म्हणा." यारलिंग उत्तरला.

"इथे बरेच आकार वर्मसारखे दिसत आहेत. इथे वर्म आहेत, त्यात काहीच शंका नाही." फोटोवर बोटं टेकवत कर्नल म्हणाला.

क्रिस्टलॉइड आणि ब्रिक तर नक्की होत्याच. त्याच्या मनात विचार येऊ लागले: आता आपल्यावर जबरदस्त दडपण येणार आहे. ते आता अटळच आहे. एक मोठी वावटळ सुटणार होती. व्हर्जिनियामध्ये राहणाऱ्या लोकांना आता मोठ्याच संकटाला तोंड द्यावे लागणार होते. सर्वांत पहिली गोष्ट होती, ती म्हणजे प्रयोगशाळेतला संसर्ग! ह्या ठिकाणी पीटर कार्डिनलच्या रक्तातील विषाणू होतेच. कदाचित त्यांचाच

संपर्क आला असणे शक्य होते. फ्रीझरमधून चुकून ती जात बाहेर पडली असावी नि त्या बाटल्यांमध्ये आली असावी; पण हे सर्वस्वी अशक्य होतं. कार्डिनलच्या जातीचे नमुने बिल्डिंगच्या दुसऱ्या भागात ठेवलेले होते. माकडांच्या सॅम्पलच्या बाटल्या आणि त्यांच्यात खूप अंतर होतं. बिल्डिंगमध्ये विशेष सुरक्षा व्यवस्था होती. मारबर्ग किंवा तसले विषाणू प्रयोगशाळेत मोकाट सुटू नयेत, म्हणून कितीतरी पर्यायी अडथळे निर्माण केले होते. त्या सगळ्यातून विषाणू चकवून निसटणे जवळपास अशक्य होतं. हा प्रयोगशाळेतल्या संसर्गाचा प्रकार नव्हताच. कदाचित ही एक प्रकारची फसगतच असावी.

''इथे लोकांची अशी समजूत झाली आहे, की, लांबलचक काही आढळलं, की, त्याला लगेच फिलोव्हायरस म्हणून टाकायचं. मला तो मारबर्ग असेल, ह्याबद्दल शंका आहे.'' सी. जे. म्हणाला.

''ठीक आहे. मी हे देखील मान्य करतो. ह्यात काहीही विशेष नसेल.'' यारलिंग म्हणाला.

''त्याबद्दल खात्री पटविण्यासाठी तू काय करणार आहेस?''

यारलिंगने पुढील योजना सांगितली. तो आता विशिष्ट रसायनं वापरून पेशींचे संवर्धन करणार होता. जर मारबर्ग असेल, तर पेशी चमकू लागणार होत्या.

''ठीक. तू आता मारबर्गची तपासणी करणार आहेस; पण त्याबरोबर एबोलाची तपासणी करणार, की नाही?''

''अर्थातच! मी त्याचा विचार आधीच केलाय.''

''ह्या तपासण्या कधी होतील? कारण जर त्या माकडांमध्ये मारबर्ग असला, तर काहीतरी निराळाच विचार करावा लागणार आहे.''

डन डलगार्ड हा मारबर्गचा बळी ठरण्याचा मोठाच धोका होता; कारण त्यानेच त्या माकडांचे विच्छेदन केले होते.

''मारबर्ग आहे, की नाही, ह्याचं पक्कं उत्तर उद्यापर्यंत मला नक्की मिळेल.'' यारलिंग म्हणाला.

सी. जे. टॉम गिजबर्टकडे वळून म्हणाला, की, त्याला आणखी पुरावे पाहिजेत. ह्या माकडांच्या लिव्हरमध्ये वाढणाऱ्या विषाणूंचे फोटो त्याला हवे आहेत; कारण त्यामुळेच माकडांचा मृत्यू कशामुळे होत होता, त्याचा निर्णायक पुरावा मिळणार होता.

एक मोठाच राजकीय आणि लष्करी पेचप्रसंग उभा ठाकल्याचे कर्नलला मनोमन जाणवले. जर मारबर्गमुळे काय होतं, हे लोकांना कळलं, तर प्रचंड घबराट होणार होती. हातात फोटो घेऊन तो उभा राहिला. ''जर आपण वॉशिंग्टनजवळ मारबर्ग असल्याचे सांगणार असलो, तर त्याची पक्की खात्री असायला हवी.'' पण

ते फोटो यारलिंगच्या टेबलावर ठेवून तो पुन्हा कॉन्फरन्स रूममध्ये परत आला.

कर्नल सी. जे. पीटर्स बाहेर पडल्यानंतर यारलिंग आणि टॉममध्ये फारच नाजूक, खासगी चर्चा झाली. त्यांनी दार लावून घेतलं होतं आणि हलक्या आवाजात बोलत होते. त्यांनी नळ्या हुंगण्याच्या प्रसंगाची ती चर्चा होती. त्याबद्दल काहीतरी निश्चित ठरविणे आवश्यक होते. आपण नळी हुंगल्याचे दोघांनीही कर्नलच्या कानावर घातले नव्हते.

त्यांनी त्या प्रसंगाला किती दिवस झाले, ह्याचा हिशेब केला. त्या गोष्टीला दहा दिवस झालेले होते. मारबर्गचा वास त्यांनी घेतला होता, त्याला उद्या अकरा दिवस पूर्ण होत होते. घड्याळाचे काटे टिकटिक करीतच होते. ते आता विषाणूच्या इन्क्यूबेशन काळात होते. पुढे काय करायचं? त्यांच्या कुटुंबियांबद्दल काय?

त्यांनी नळी हुंगली होती, हे जर कर्नलच्या कानावर गेलं, तर तो काय करेल, ह्याची त्यांना कल्पना होती. त्यांची स्लॅमरमध्ये (slammer) रवानगी झाली असती. जैविक सुरक्षा पातळी-४ मध्ये प्रतिबंधक उपायांना सुरुवात होईल. त्याला अशी ऑर्डर देणे भागच होते. एअरलॉक आणि भक्कम लोखंडी दरवाज्याआड स्लॅमरमध्ये त्यांची रवानगी होईल. तिथे डॉक्टर नि नर्सेस अंतराळ पोशाख घालूनच औषधोपचार करीत असत. डॉक्टर तुमच्या शरीरातून सतत रक्ताचे नमुने काढताहेत आणि तुम्ही कधी 'उतारा'ला लागणार, ह्याची वाट पाहत बसलेले आहेत, असा स्लॅमरमधला एक महिना काढावा लागणार होता.

स्लॅमरची दारं नेहमीच बंद ठेवलेली असतात. आतमध्ये हवेचा निगेटिव्ह दाब ठेवलेला असतो. तुमच्या फोनवर नजर ठेवली जाते; कारण इथे लोकांचा तोल जातो नि लोक पळून जाण्याचे प्रयत्नही करू लागतात. दुसऱ्या आठवड्यापासून माणूस बदलू लागतो. लोक मानसिकदृष्ट्या खचू लागतात. त्यांचे बोलणे कमी होऊ लागते. भिंतीकडे पाहत काहीही न बोलता ते पडून राहतात. त्यांची टी.व्ही. पाहण्याची इच्छाही कमी होते. काहीजण चिडखोर होतात किंवा घाबरून जातात. कित्येकांना शांत राहावे, म्हणून सतत व्हॅलियम देणे भाग पडते. नाहीतर लोक भिंतीवर हात आपटतात, खिडक्यांवर दणके मारतात किंवा मेडिकल उपकरणांची फोडतोड करतात.

त्या एकांतवासात लोक फक्त भयानक मृत्यूची प्रतीक्षा करीत असतात. शरीरात असह्य वेदना, पक्षाघात, मेंदूचे झटके आणि मग अखेरचा दणका! अचानक त्यांच्या शरीरातून रक्त उसळून बाहेर पडू लागते. ते थांबविणे आता त्यांच्या हातात नाही. आत ठेवलेले बरेचजण मोठ्यामोठ्यांदा ओरडून आपल्याला संसर्ग झालेला नसल्याचे सांगत राहतात. आपल्याला काहीही होणार नाही, असा त्यांचा दावा असतो आणि बहुसंख्य वेळा त्यांच्या बाबतीत काहीही घडत नसे. ते

शारीरिकदृष्ट्या स्लॅमरमधून व्यवस्थित बाहेर येत; पण मानसिक बाबतीत मात्र निराळंच चित्र दिसायचं.

स्लॅमरमध्ये त्यांची अवस्था चमत्कारिक होत असे. बाहेरचे लोक आपल्याला विसरून गेले आहेत नि आपण एकाकी पडलो आहोत, असे वाटू लागे. त्यामुळे बाहेर आल्यावर भ्रमल्याप्रमाणे होत असे. एअरलॉकमधून बाहेर पडताना ते गोंधळलेले, लष्करावर रागावलेले, फिकट, निस्तेज वाटणारे लोक कसाबसा तोल सावरत बाहेर पडत असत. जर एखाद्याचा वाढदिवस असला, तर त्यांना बरे वाटावे, म्हणून नर्सेस त्यांना बर्थडे केक देत असत. स्लॅमरमध्ये जेवढे दिवस ते राहत होते, तेवढ्या मेणबत्त्या त्याच्यावर असायचा. लोक त्यांच्याकडे भ्रमलेल्या नजरेने पाहत. त्यावर किती मेणबत्त्या आहेत, ते त्यांना नीट कळत नसे. गोंधळ आणि घाबरून कधी कधी त्यांना आपण पाहतो, त्यापेक्षा जास्त मेणबत्त्या दिसत. एकाला तर बेचाळीस दिवस स्लॅमरमध्ये ठेवले होतं. बर्थ-डे केकवर बेचाळीस मेणबत्त्या!

एकदा स्लॅमरमध्ये जाऊन आलेले लोक पुन्हा पातळी-४ वर काम करायला सहसा तयार नसतात. त्यासाठी ते काहीही सबबी पुढे करतात. आज किंवा उद्या आपण अंतराळ पोशाख का घालू शकणार नाही, ह्याची ते अनेक कारणं शोधून शोधून काढत असत. अखेर त्यातले जवळपास सर्वजण ते कामच सोडून देत नि इन्स्टिट्यूट सोडून जात असत.

पीटर यारलिंगला वाटलं, की त्याला आणि टॉमला संसर्ग असल्याचा फारसा धोका नव्हता. जर त्यांना खरोखरच संसर्ग झाला असला, तर आता ते लवकरच कळणार होते. त्यांच्या रक्ताच्या तपासणीत मारबर्ग पॉझिटिव्ह असणार होता किंवा न थांबणारी डोकेदुखी लवकरच सुरू होणार होती. त्याला मनोमन मात्र मारबर्ग एवढा पटकन संसर्ग करीत नसावा, असे वाटत होते. तसेच, आपल्याला, आपल्या कुटुंबियांना वा आजूबाजूच्या रहिवाशांना काहीही होणार नाही, असा त्याला दृढ विश्वास होता.

पण डन डलगार्डचं काय? त्यानं तर माकडांचं विच्छेदन केलं होतं. ते करताना तो उघड्या पोटांवर वाकला असणार. आतली हवा त्याच्या फुफ्फुसात गेली असणार. तो त्या माकडांच्या अवयवांवर रक्ताच्या मोठ्या थारोळ्यांवर वाकून अगदी जवळून निरीक्षण करीत असणारच; पण मग डलगार्डला काही कसे झाले नाही? की तो देखील इन्क्यूबेशन काळातच होता?

हा विषाणू आला तरी कुठून? ही नवीनच जात होती की काय? ती माणसांमध्ये धोकादायक ठरू शकते की काय? नवीन जात शोधणाऱ्याला त्या जातीचे नामकरण करण्याचा मान मिळतो. त्याच्या मनात हा विचारही आला. जर त्याला नि टॉमला स्लॅमरमध्ये टाकलं, तर पुढे काहीच संशोधन ते करू शकणार नव्हते. ते आता

एका नवीन शोधाजवळ येऊन पोहोचले होते. वॉशिंग्टनच्या परिसरात एका नवीन फिलोव्हायरसचा शोध ही संशोधकाच्या आयुष्यात एकदाच घडणारी घटना होती. त्या एका गोष्टीनेच संशोधकाच्या आयुष्याचे सार्थक होणार होते. प्रसिद्धी आता त्यांच्या जवळ आलेली होती. हे सगळं सविस्तर बोलून झाल्यावर त्यांनी आपलं तोंड बंद ठेवण्याचा निर्णय घेतला.

त्यांनी आपले रक्त तपासण्याचे ठरविले. यारलिंग गिजबर्टला म्हणाला, ''चल, आत्ता ह्या क्षणी आपण रक्त काढून घेऊ.'' जर रक्तात चाचणी पॉझिटिव्ह आली, तर ते ताबडतोब स्वत:हून स्लॅमरमध्ये जाणार होते. जर चाचणी निगेटिव्ह आली, तर मग त्यांच्या कुटुंबांना काहीही धोका नव्हता.

अर्थातच, त्याचा एखाद्या क्लिनिकमध्ये जायची तयारी नव्हती. एखाद्या आर्मी नर्सने रक्त काढून चालणार नव्हते. म्हणून मग त्यांनी तिथल्याच एका नागरी सेवेतल्या प्रयोगशाळा तंत्रज्ञाला गाठले. ह्या त्यांच्या मित्राला रक्त काढण्याची माहिती होती. त्यांच्या दंडाभोवती जाड पट्टी आवळून त्याने त्यांचे रक्त काढून दिले. हे सगळं काय आहे, ते त्याला कळायला अवघड नव्हतं. त्यानेही आपले तोंड बंद ठेवण्याचे कबूल केले. यारलिंगने मग अंतराळ पोशाख चढविला. त्याचे नि टॉमच्या रक्ताचे नमुने घेऊन तो पातळी-४ मध्ये गेला.

ज्या दुधाळ दिसणाऱ्या द्रवाचा त्यांनी वास घेतला होता, ती नळीही बरोबर घेतली. अंतराळ पोशाख घालून स्वत:चेच रक्त हातात घेऊन जाणे त्याला फारच चमत्कारिक वाटत होते; पण त्याचे रक्त इकडे तिकडे राहिल्यास त्यामुळे आणखी कुणाला संसर्ग होण्याचा गंभीर धोका होताच. त्यांचं रक्त प्रतिबंधक झोनमध्येच जाणं भाग होतं; कारण ते मारबर्गने हॉट झाले असण्याची शक्यता होती. जर तसं असेल, तर आणखी कुणाचा प्राण घेण्याची त्याची इच्छा नव्हती. नंतर त्याच्या मनात विचार आला, ते सॅम्पल अज्ञात माकडाच्या लिव्हरचे होते नि काहीतरी असल्याचा संशय होता. तेव्हा आपण आणखी काळजी घ्यायला हवी होती.

साठवून ठेवलेली माकडांची लिव्हर आणण्यासाठी टॉम गिजबर्ट गेला. त्यांचे आता फोटो काढायचे होते. मगच मारबर्गसदृश विषाणूच्या अस्तित्वाचा भक्कम पुरावा मिळणार होता. ०५३ क्रमांकाच्या माकडाची लिव्हर साठवून ठेवलेली प्लॅस्टिकची बरणी त्याला सापडली. त्याने ते तुकडे बाहेर काढून त्यांचा एक लहानसा तुकडा तोडून काढला व एका प्लॅस्टिकच्या नळीत टाकला. हे काम अत्यंत काळजीपूर्वक करावे लागत होते. एवढे करायला कित्येक तास लागले. त्याने ती नळी तशीच ठेवली नि थोडी झोप काढायला घरी गेला.

◆

मंगळवार, २८ नोव्हेंबर

टॉम गिजबर्ट पोटोमॅक नदीच्या पलीकडच्या, पश्चिम व्हर्जिनियामधल्या लहान गावात राहत असे. तो बायकोपासून विभक्त झाल्यावर मुलं आईजवळच राहिली होती. आता मात्र त्याच्याकडे होती. त्याच्याकडे म्हणण्यापेक्षा ती त्याच्या आईवडिलांजवळ राहत होती, हे म्हणणे जास्त बरोबर होते. त्याची दोन्ही पोरं नुकतीच चालायला लागलेली होती.

तो पहाटे चार वाजता उठला. एक कप कॉफी घेतली; पण ब्रेकफास्ट मात्र केला नाही. अद्यापि बाहेर गडद अंधार होता. त्याने फोर्ड ब्रॉन्कोतून पोटोमॅक नदी पार केली. ॲन्टायटम युद्धस्मारक मागे टाकलं. इथे युद्धात मारले गेलेल्यांच्या स्मृतीशिळा मक्याच्या शेतात व उघड्या शेतांमध्ये बसविलेल्या होत्या. त्याने फोर्ट डिट्रिकच्या मुख्य प्रवेशद्वारातून गाडी आत घेतली आणि पार्क केली. सुरक्षारक्षकाच्या डेस्कजवळून तो आपल्या मायक्रोस्कोपच्या खोलीत शिरला.

दिवस उजाडला; पण त्या दिवशी ऊन नसल्यामुळे वातावरणात एक प्रकारचा करडेपणा होता. हवा गरम होती. इन्स्टिट्यूट बाहेरून फिकट प्रकाशात उजळून जात असताना त्याने डायमंड नाईफ वापरून माकडाच्या लिव्हरचे छेद काढायला सुरुवात केली होती. ते काप त्याने इलेक्ट्रॉन मायक्रोस्कोपमध्ये घातले. नंतर काही मिनिटांनी त्यांनी फोटो घेतले. माकडाच्या लिव्हर पेशींमधून विषाणू बाहेर पडत होते. त्याचे फोटो त्याला मिळाले. ०५३ क्रमांकाच्या त्या माकडाची लिव्हर विषाणूंनी ठेचाठेच भरली होती. रेस्टनमधल्या माकडांमध्ये विषाणू वाढत असल्याचा भक्कम पुरावा आता फोटोमध्ये स्पष्ट मिळाला होता. म्हणजेच, त्यांच्याच प्रयोगशाळेत काहीतरी गडबड झाली नव्हती, हे सिद्ध झाले होते. कित्येक पेशींमध्ये क्रिस्टलॉइडही दिसत होते. लिव्हर पेशींचे ब्रिक भरलेल्या पिशव्यांमध्ये रूपांतर होत होते.

हे नवीन फोटो घेऊन तो पीटर यारलिंगच्या ऑफिसात आला. मग दोघे मिळून

कर्नल पीटर्सकडे गेले. कर्नलने फोटोवर नजर टाकली. "ठीक आहे." त्याची खात्री पटली होती. त्या माकडांमध्ये मारबर्ग विषाणू वाढत होता. आता त्यांना यारलिंगने केलेल्या चाचण्यांची वाट पाहावी लागणार होती; कारण मारबर्गच्या अस्तित्वाचा तो निर्णायक पुरावा ठरणार होता.

यारलिंगला आता मारबर्ग असल्याचे लवकरात लवकर सिद्ध करायचे होते. त्यानं सगळा दिवस अंतराळ पोशाख घालून त्याने त्याच्या हॉट प्रयोगशाळेत काम केलं. मध्येच त्याला आपण डलगार्डला फोन करावा, असे वाटले. आता आणखी थांबण्यात त्याला अर्थ वाटत नव्हता. डलगार्डला त्याला सावध करायचं होतं; पण हे सांगताना तिथे अनावश्यक घबराट उडणार नाही, ह्याची पूरेपूर काळजी घेणं जरूर होतं. "तुमच्या मंकी हाऊसमध्ये SHF असल्याचे निश्चित समजले आहे." तो डलगार्डला म्हणाला, "ते नक्की झालं आहेच; पण त्याचबरोबर निदान काही प्राण्यांमध्ये आणखीही काहीतरी असण्याची शक्यता आहे."

"आणखी काहीतरी म्हणजे? कोणता एजंट?"

"मी त्याचे नाव आत्ता सांगू शकत नाही." त्याने फोनवर सांगितले, "कारण मला तू उगाच घाबरून जावंस, असं वाटत नाही; कारण जर तो एजंट असेल, तर त्याला हाताळण्यात कितीतरी गुंतागुंतीचे प्रश्न उद्भवणार आहेत. कदाचित सार्वजनिक आरोग्याचा प्रश्नही महत्त्वाचा ठरू शकेल."

यारलिंगने त्याचे शब्द अगदी काळजीपूर्वक वापरलेले होते; पण त्याच्या एकंदर बोलण्यावरून का, कोण जाणे, पण डलगार्डला एकदम मारबर्गची शंका आली. माकडांवर काम करणाऱ्या प्रत्येकाला मारबर्गची माहिती असतेच. हा विषाणूच माणसांचा भीतीने थरकाप उडवू शकतो.

"मारबर्ग किंवा तसला काही प्रकार आहे का?" त्याने विचारलं.

"होय, तसंच काहीतरी समज; पण आज जरा वेळाने निर्णायक पुरावा मिळणार आहे. मी त्याच तपासण्या आत्ता करतोय्; पण ते निष्कर्ष ह्या दुसऱ्या एजंटचा पुरावा दाखवतील, असे मात्र मला स्वत:ला अजिबात वाटत नाही; पण तू काळजी घे. आमच्याकडून काही पक्कं कळेपर्यंत तू माकडांची विच्छेदने करू नकोस. मला एकदम सगळीकडे घंटानाद व्हायला नको आहे; पण तुम्ही त्या खोलीत विनाकारण जाऊ नये, असं मला वाटतं."

"तुमच्याकडून ह्या दुसऱ्या एजंटबद्दल नक्की काही कळायला किती वेळ लागेल? मला लवकरात लवकर कळले, तर बरे."

"मी आजच पुन्हा तुला फोन करेन." यारलिंग म्हणाला.

डलगार्डने फोन खाली ठेवला, तेव्हा तो अंतर्बाह्य हादरून गेला होता; पण बाहेरून मात्र त्याने आपला शांतपणा ढळू दिला नाही. दुसरा एजंट? नि तो मारबर्ग

असण्याची शक्यता होती. पूर्वी जर्मनीत जे लोक मेले होते, ते माकडाच्या कच्च्या मांसाच्या संपर्कात आले होते, हे त्याला माहिती होतं. त्या माकडांच्या मांसात विषाणू गच्च भरलेले होते. त्यांच्या हातावर ते आले असतील किंवा त्यांनी त्या बोटांनी डोळे चोळले असतील. तो आणि त्याच्या कंपनीतले लोक ऑक्टोबरपासून माकडांच्या मांसाची कापाकापी करीत होते; पण अजून कोणी आजारी पडलेला नव्हता.

त्यांनी सर्व कामं करताना रबरी हातमोजे वापरलेले होते. त्याला स्वत:ची फारशी काळजी नव्हती; पण त्याला इतरांबद्दल चिंता वाटू लागली. जरी तो मारबर्ग असला, तरी त्यांची परिस्थिती फारशी चांगली नव्हती. अजून सगळं काम शिल्लकच होतं. त्यांचा हात दगडाखाली चांगलाच अडकला होता. तो कसा सोडवायचा, हा मुख्य प्रश्न होता. त्याने बिल व्होल्टला फोन करून आता आणखी माकडांचे विच्छेदन करू नको, अशी सूचना दिली. मग तो ऑफिसात वाट पाहत बसला. दिवस संपत आला, तरी अजून यारलिंगचा फोन न आल्याने तो भयंकर वैतागला होता.

विच्छेदन करताना स्काल्पेलने त्याच्या कुणा माणसांना जखम तर झाली नव्हती ना? पण असं झालं नसलं, तरी त्यांनी त्याची नोंद नक्कीच ठेवली नसणार, हे त्याला माहिती होतं. त्याला स्वत:ला कधी कापलं नव्हतं; पण त्याने एकट्याने पन्नास प्राण्यांना ठार केलं होतं. ते केल्याला किती दिवस झाले असतील? तो पन्नास रोगी माकडांच्या संपर्कात आला होता. एव्हाना रोगाची लक्षणं दिसू लागायला हवी होती. नाकातून रक्तस्राव, ताप किंवा तसलंच काहीतरी.

साडेपाचला त्यानेच यारलिंगला फोन केला. फोन एका सैनिकानं घेतला होता. “मी आपल्याला काही मदत देऊ शकतो का, सर... मॅम? आय् ॲम् सॉरी. डॉ. यारलिंग त्यांच्या ऑफिसात नाहीत. नाही, सर. ते कुठे असतील, ह्याची मला कल्पना नाही. नाही, अजून ते घरी गेलेले नाहीत... काही निरोप ठेवायचा आहे काय?” डलगार्डने यारलिंगला आपल्या घरी फोन करायचा निरोप ठेवला. तो आता जास्तच वैतागला होता.

दुपारी ३ वाजता

यारलिंग अंतराळ पोशाखात होता. तो स्वत:च्या प्रयोगशाळेत योजनाबद्ध काम करीत होता. त्याची प्रयोगशाळा हॉट झोन AA-4 ही बिल्डिंगच्या मध्यभागी होती. तिथे तो मंकी हाऊसमधून आलेल्या विषाणूच्या बाटल्या हाताळत होता. काम फारच सावकाश करावे लागत होते. त्यामुळे माणूस कंटाळून जात असे. तो आता

विषाणूंचे नमुने अतिनील किरणांमध्ये चमकतात, की नाही, हे पाहणार होता. जर नमुने चमकले, तर विषाणूच्या अस्तित्वाचा निर्विवाद पुरावा मिळणार होता.

त्यासाठी जीन जॉन्सनने निर्माण केलेली विशिष्ट रसायने वापरावी लागणार होती. फिलोव्हायरस ओळखण्यासाठी जीन जॉन्सनने त्यावर संशोधन करून ती तयार केली होती. एकूण तीन रसायने होती. त्यामध्ये ॲन्टीबॉडी किंवा प्रतिद्रव्ये होती. प्रत्यक्ष रोग्यांच्या शरीरातून मिळविलेल्या प्रतिद्रव्यांना संवृत्त (क्लोन) करण्यात आले होते. त्या तीनपैकी दोन रोगी मेले होते, तर एक जिवंत होता.

१. मूसोके : ही चाचणी मारबर्गसाठी आहे. प्रतिद्रव्य हे डॉ. शेम मूसोकेच्या शरीरातून काढले होते. हा रोगी जिवंत राहिलेला होता. हे प्रतिद्रव्य किटुम गुहेतल्या प्रभेदाशी क्रियाशीलता दाखविते. चार्लस् मोनेपासून हा प्रभेद बहुधा डॉ. मुसोकेमध्ये डोळ्यांमध्ये उडालेल्या उलटीने संक्रमित झाला होता.

२. बोनीफेस : ही चाचणी एबोला सुदानसाठी आहे. हे प्रतिद्रव्य सुदानमध्ये मेलेल्या बोनीफेस नावाच्या माणसाकडून मिळविलेले होते.

३. मेयिंगा : ही चाचणी एबोला झायरेसाठी आहे. हे प्रतिद्रव्य नर्स मेयिंगामधून उपलब्ध झाले होते.

ही चाचणी फारच नाजूक होती. ती करायला कित्येक तास लागत. तो अंतराळ पोशाख घालून वावरत असल्याने तर काम आणखीनच किचकट झाले होते. प्रथम त्याने माकडाच्या पेशीसंवर्धनाचे थेंब एका काचपट्टीवर टाकले. हे थेंब त्याने वाळू दिले. मग त्यांच्यावर निरनिराळी रसायने टाकली. जर ठराविक विषाणू असेल, तर आता त्या पट्ट्या चमकू लागणार होत्या.

आता निरीक्षण करायची वेळ झाली होती. त्यासाठी संपूर्ण गडद अंधाराची आवश्यकता होती; कारण चमक जास्त नसण्याची शक्यता असते. तो आणखी एका खोलीत गेला. इथे एक मायक्रोस्कोप ठेवलेला होता. दार लावून घेऊन तो टेबलापाशी आला. भिंतीवरचा हवेचा होजपाईप घेऊन पोशाखात हवा भरून घेतली. आता दिवे बंद केले व अंधारातच चाचपडून खुर्ची शोधून बसला. तसल्या अंधारात तिथे अंतराळ पोशाख घालून काम करण्यात काहीही मजा मात्र नव्हती. जर तुम्हाला अंधाराची भीती- क्लाउस्ट्रोफोबिया असेल, तर मग काही खरं नाही; पण पीटरने तसल्या ठिकाणच्या कमी हवेची आणि अंधाराची फार पूर्वीच सवय करून घेतली

होती. अंधाराची सवय होण्यासाठी दोन क्षण थांबला. तिथल्या अत्यंत मंद प्रकाशाला आता डोळे सरावले होते. तोंडावर थंडगार आणि कोरडी हवा जोरात येत होती- आता त्याने मायक्रोस्कोपच्या दोन बायनाक्यूलर आयपीसवर डोळे लावले. तो अंतराळ पोशाखात चष्मा वापरत असे. त्यामुळे बघायला आणखीनच अवघड जात होतं. त्याने पोशाखाची काचपट्टी अगदी नाकापाशी दाबली. त्यामुळे त्यावर एक ओलसर पट्टा आतून उमटला. त्याने हेल्मेट वाकडे केले. अखेर आता त्याला आयपीसमधून दिसू लागले.

दोन वर्तुळे डोळ्यापुढे आली. आयपीस हलवून त्याने ती व्यवस्थित एकमेकांत मिळविली. आता एक मोठा भाग दिसू लागला होता. पेशी मंदपणे प्रकाशत होत्या. विमानातून रात्री उड्डाण करताना खालचा भूभाग दिसल्यासारखे वाटत होते. जेव्हा खाली विरळ वस्ती असते, तेव्हा असा मंद प्रकाश दिसतो; पण एवढा मंद प्रकाश दिसण्यात काहीही अनैसर्गिक नव्हतं. तो मात्र आता एखादे शहर दिसते का, ते पाहत होता. त्याने काचपट्टी मागे-पुढे हलवून पाहिली. कुठे भडक हिरवा प्रकाश दिसतो का, ते तो पाहत होता.

मूसोके प्रतिद्रव्यामध्ये अजिबात प्रकाश नव्हता.

बोनिफेस चाचणीत अगदी नगण्य प्रकाश दिसला.

त्याच्या काळजाचा ठोका चुकला. मेयिंगा चाचणीत भडक हिरवा रंग चमकत होता.

त्याने डोकं एकदम मागे घेतलं. नाही, नाही! त्याने हेल्मेट पुन्हा नीट वाकडे करून आयपीसमधून बघितलं. मेयिंगा चाचणीत हिरवा प्रकाश चमचमत होता. त्याला पोटात एकदम काहीतरी फिरल्यासारखं झालं. त्या माकडांमध्ये मारबर्ग नव्हता. एबोला होता. सर्वांत भयानक फिलोव्हायरस! ते प्राणी एबोला झायरेने मरत होते. त्याच्या पोटातला खड्डा काही केल्या जाईना. तो त्या गडद अंधारात गोठलेल्या स्थितीत बसून राहिला. त्याच्या तोंडाभोवती फिरणाऱ्या हवेचा तेवढा सूं-सूं असा आवाज येत राहिला.

◆

मंगळवार, दुपारी ४ वाजता

'हा एबोला झायरे असणं शक्य नाही,' पीटर यारलिंगला वाटले. सॅम्पल ठेवण्यात काहीतरी गफलत झाली असावी. चुकून चाचण्यांमध्ये उलटापालट झाली असणे शक्य आहे. त्याने परत मायक्रोस्कोपमध्ये पाहिलं. मेयिंगाचे प्रतिद्रव्य अजून चमचम करीतच होते. हे जर खरे असेल, तर टॉम नि त्याला स्वत:ला एबोला झायरेचा धोका होता. हा विषाणू दहापैकी नऊ बळींना यमसदनी पाठवत होता. आपण प्रयोगात काहीतरी चूक केली असावी, असे त्याला वाटले. आपणच चुकून काचपट्ट्या उलट्यासुलट्या केल्या असाव्यात किंवा काहीतरी गडबड केली असावी.

त्याने चाचणी पुन्हा करावयाचे ठरविले. त्याने खोलीतले दिवे लावले. तेथून त्याच्या प्रयोगशाळेत परत आला. आता प्रत्येक गोष्ट तो काळजीपूर्वक करीत होता. बाटल्या, काचनळ्या, काचपट्ट्या त्याने अगदी काटेकोरपणे एकमेकांपासून वेगळ्या ठेवल्या. आता पुन्हा नवीन काचपट्ट्या घेऊन तो मायक्रोस्कोपच्या खोलीत आला. दिवे बंद केले नि पुन्हा मायक्रोस्कोपमध्ये नजर टाकली.

परत एकदा मेयिंगाचेच प्रतिद्रव्य हिरव्या रंगाने चमकत होते.

म्हणजे तो एबोला झायरे होता किंवा त्याच्याशी जवळचे साधर्म्य असणारा एखादा विषाणू! हा विषाणू मेयिंगा प्रतिद्रव्याबरोबर क्रियाशीलता दर्शवीत होता. ''हा मारबर्ग नाही, हे नक्की!'' हा तर झायरेतून आलेला घातकी मारेकरी आहे किंवा त्याचा एखादा जुळा भाऊ! पण एबोला पूर्वी कधी आफ्रिकेतून बाहेर पडलेला ऐकिवात नव्हता आणि आत्ता तर चक्क वॉशिंग्टनजवळ आलेला दिसत होता. तो इथे कसा काय आला? आता तो काय करेल? हे फारच भयानक आहे. हॉट आहे. आता ताबडतोब पीटर्सला कळवायलाच हवं. त्याने विचार केला.

त्याच्या अंगात अंतराळ पोशाख होता; पण एअर लॉकमधून जाऊन निर्जंतुक शॉवर घेण्याएवढी सवड त्याला नव्हती. प्रयोगशाळेत एक इमर्जन्सी फोन होता.

त्याने हवेचा होजपाईप काढून टाकला. आता हवेचा रोरावणारा आवाज कमी झाल्याने त्याला नीट ऐकू येणार होतं. भिंतीवरचा रिसिव्हर त्याने काढून घेतला नि सी. जे. पीटर्सचा नंबर लावला.

"सी. जे." तो ओरडला, "मी पीटर यारलिंग बोलतोय्. ते खरं आहे, कर्नल, एबोलाच आहे."

"नॉऽ" सी. जे. म्हणाला.

"होय." पीटरने पुनरुच्चार केला.

"एबोला?... नक्कीच प्रयोगशाळेतलाच आहे." कर्नल म्हणाला.

"नाही, हा प्रयोगशाळेत होणारा प्रकार नाही."

"तुझ्या सॅम्पलमध्ये नाहीतरी उलटापालट झाली असेल?"

"होय. मला त्याची कल्पना आहे. पहिल्यांदा ती शंका मलाच आली होती; पण तसं झालेलं नव्हतं. मी दोनदा नीट तपासणी केलीय्."

"दोनदा?"

"होय, दोन्ही वेळेला एबोला झायरेच दर्शविला गेला आहे. त्याचे निष्कर्ष माझ्याजवळ आहेत. पाहिजे असल्यास, कर्नल, मी ते तिकडे पाठवितो. स्वत:च पाहा."

"मी ताबडतोब तिथे येतोय." सी. जे.ने फोन ठेवला. तो घाईघाईने यारलिंगच्या हॉट प्रयोगशाळेकडे निघाला.

दरम्यान यारलिंगने वॉटरप्रूफ कागदांचा एक छोटा तुकडा घेतला. त्यावर चाचणीचे निष्कर्ष लिहिलेले होते. त्याने तो कागद एका मोठ्या टबात सरकविला. त्यात एन्व्हरोकेम भरलेले होते. हा मोठा टब भिंतीमधून पलीकडे पातळी-O मधल्या कॉरिडॉरमध्ये जात होता. हा भाग हॉट झोनच्या बाहेर होता. बँकेत कॅशियरसमोर जशी पद्धत असते, त्याप्रमाणे आतली वस्तू निर्जंतुक करून बाहेर काढण्यासाठी केलेली ती खास रचना होती. त्या टबमधून कोणतीही वस्तू हॉट झोनमधून बाहेरच्या जगात पाठविता येत असे.

जाड काचेच्या बाहेरच्या बाजूस कर्नल पीटर्स येऊन थांबला. टबमधील रसायनाची कागदावर क्रिया होऊन तो निर्जंतुक होईपर्यंत ते वाट पाहत थांबले. नंतर सी. जे.ने त्याच्या बाजूने टबातून कागद बाहेर काढून घेतला. त्यावरून, रसायनाचे थेंब ओघळून पडत असतानाच त्याने तो उभा धरून पाहिला. त्याने खिडकीतून यारलिंगला फोनपाशी जा, अशी खूण केली.

यारलिंग पुन्हा इमर्जन्सी फोनपाशी गेला. सी.जे.ने केलेल्या फोनची घंटी वाजू लागली. त्याने फोन उचलला. सी. जे. म्हणाला, "इथून बाहेर पड. आपण लगेच कमांडरकडे जाणार आहोत."

आता लष्करी कमांडची साखळी सुरू करणे भाग होते. यारलिंग डीकॉन घेऊन एअरलॉकमधून बाहेर आला. त्याचे नेहमीचे कपडे घातले आणि घाईघाईने तो कर्नल पीटर्सच्या ऑफिसात आला. मग दोघे मिळून USAMRIIDच्या कमांडरच्या ऑफिसात आले. कर्नल डेव्हिड हक्सॉल हा इन्स्टिट्यूटचा कमांडर होता. त्यांनी बाहेरच्या सेक्रेटरीला बाजूला सारले. 'ही आणीबाणी आहे' त्यांनी तिला सांगितले नि ते गडबडीने आत शिरले. ते कमांडरच्या कॉन्फरन्स टेबलापाशी जाऊन बसले.

"काय असेल इथे आत्ता?" सी. जे. म्हणाला, "आम्ही एक फिलोव्हायरस शोधून काढला आहे, असे वाटते. हा विषाणू वॉशिंग्टनच्या बाहेर माकडांमध्ये आढळला आहे. आम्ही शोधलेला हा विषाणू एबोला असावा, असे आम्हाला वाटते."

कर्नल डेव्हिड हक्सॉल हा जैविक प्रतिबंध विषयातला तज्ज्ञ होता. परिस्थितीला तोंड देण्यासाठी इन्स्टिट्यूट सज्ज असल्याचे त्याचे मत होते. काही मिनिटांत त्याने त्याच्या बॉसला फोन केला. मेजर जनरल फिलीप रसेल, एम.डी. हा अमेरिकन लष्कराच्या वैद्यकीय संशोधन व विकास विभागाचा मुख्य कमांडर होता. इन्स्टिट्यूट त्याच्या अधिकारात होती. त्याने स्वत:च्या ऑफिसात एक बैठक आयोजित केली.

हक्सॉल आणि सी.जे. पीटर्सनी ह्या प्रकारात आणखी कोणाकोणाला सामील करून घ्यावे, ह्यावर चर्चा केली. त्यांच्या चर्चेत नॅन्सी जॅक्स, पॅथॉलॉजी विभागप्रमुख हिचे नाव पुढे आले. एबोलाची लक्षणे ती सहज ओळखू शकेल. हक्सॉलने फोन उचलला. "नॅन्सी, मी डेव्हिड हक्सॉल. आत्ता ह्या क्षणी फिल रसेलच्या ऑफिसात ये... हे फारच महत्त्वाचे आहे."

नोव्हेंबरमधली ती संध्याकाळ! बाहेर अंधार पडला होता. रात्रीसाठी इन्स्टिट्यूट शांत होऊ लागली होती. सूर्यास्त अजून झाला नव्हता, तरी अंधारून आलं होतं. सूर्य दिसत नव्हताच. कॅटोक्टिन पर्वतामागे फक्त सूर्य असल्याचे ढगांच्या किंचित उजळलेल्या कडांवरून वाटत होते, एवढेच! जॅक्स आणि यारलिंग दोघे मिळूनच परेड ग्राऊंडमधून निघाले. त्या वेळी झेंडा उतरविण्याची तयारी चालू होती. सैनिकांची एक तुकडी कवायत करीत खांबापाशी आली. इन्स्टिट्यूटमधले काही लोकही तिथे थांबले होते. लाऊडस्पीकरवर ब्यूगलचे 'रिट्रीट' संगीत वाजविले जात होते. तो चिरकणारा आवाज चमत्कारिक वाटत होता. सैनिकांनी झेंडा उतरविला नि सर्वांनी सलामी दिली. पीटर्सला फार चमत्कारिक आणि त्याच वेळी भरून आल्यासारखे वाटले. इन्स्टिट्यूटमधले लोक आपल्या वाटेने पुन्हा चालू लागले.

जनरल रसेलचे ऑफिस एका कोपऱ्यात होते. ती एक दुसऱ्या महायुद्धाच्या वेळी बांधलेली बरॅक होती. तिला सनला लावून ती नवी वाटेल, असा प्रयत्न केलेला होता. तिच्या बाहेर फोर्ट डिट्रिकच्या पाण्याच्या टाकीचा लोखंडी सांगाडा

दिसत असे. त्यामुळे जनरल कधीही पडदे सरकवत नसे. जनरलच्या टेबलासमोर कोच नि खुर्च्या पाहुण्यांसाठी मांडलेल्या होत्या. जनरल फिलिप रसेल हा मेडिकल डॉक्टर होता. त्याने दक्षिण-पूर्व आशियात विषाणूंवर संशोधन केले होते. साठीच्या जवळ आलेला जनरल उंचापुरा होता. कानशिलावर करडे केस होते, जबडा चांगला लांबरुंद होता. डोळे गडद निळे होते. जनरलचा आवाज घनगंभीर होता.

सी.जे.ने विषाणूचे फोटो असलेला फोल्डर जनरलच्या हातात ठेवला. त्यामध्ये माकडांमध्ये मिळालेल्या ह्या सजीवाचे फोटो होते.

जनरल रसेलने एक नजर फिरविली. ''होली शिट्!'' त्याने एक दीर्घ श्वास घेतला, ''मॅन! हा तर फिलोव्हायरस आहे. हे फोटो कुणी काढले?'' फोटो चाळत त्याने विचारले.

''ते माझ्या मायक्रोस्कोप तंत्रज्ञाने, टॉम गिजबर्टने काढले आहेत.'' यारलिंग म्हणाला, ''हा एबोला आहे. इतर चाचण्यांतही त्याचे अस्तित्व आढळले आहे. चाचणीत एबोला झायरेची शक्यता दिसते आहे.''

सी.जे.ने मग एकूण परिस्थितीचा आढावा घेतला. त्याने जनरलला रेस्टनमधली माकडं आणि इतर गोष्टींची माहिती दिली. आपले बोलणे पूर्ण करताना तो म्हणाला, ''त्या माकडांमध्ये काहीतरी भयानक आहे, हे नक्की.''

''तो एबोला झायरे असावा, ह्याबद्दल तुमची खात्री आहे?'' रसेलने विचारलं, ''हा मारबर्ग असावा, असं मला वाटू लागलंय्.''

यारलिंगने आपल्याला मारबर्ग का वाटत नाही, ते सांगितलं. आपण दोन वेळा चाचणी केली होती नि दोन्ही वेळेस मेयिंगा प्रभेदाच्या प्रतिद्रव्याशी (antibody) रिॲक्शन झाली होती. तो जनरलशी अत्यंत काळजीपूर्वक बोलत होता आणि एकदाही, एबोला झायरेच आहे असे स्वतः मात्र म्हणाला नाही. हा विषाणू एबोला झायरेच्या जवळचा एखादा विषाणू असावा किंवा एबोला झायरेही असू शकेल. एबोला असेल किंवा तसाच एखादा नवीन विषाणूदेखील असण्याची शक्यता नाकारता येत नाही, असे तो म्हणाला.

''जर तो एबोलासारखाच असला, तरी आपल्याला फारच काळजीपूर्वक विचार करावा लागणार आहे.'' सी. जे. म्हणाला.

''आपल्याला फार काळजीपूर्वक काम करावं लागणार आहेच.'' रसेल म्हणाला, ''आपल्यासमोर राष्ट्रीय आणीबाणी उभी ठाकली आहे. ह्यामध्ये फार गंभीर परिणामांचा धोका संभवतो.'' तो म्हणाला, की, अशा तऱ्हेचा विषाणू ह्यापूर्वी कधीही अमेरिकेत आलेला नाही. आता तर तो चक्क वॉशिंग्टनजवळच उपटला होता. ''त्याचं आता काय करायचं?'' नंतर त्याने हा विषाणू हवेतून पसरतो की नाही, ह्यावर काही पुरावा आहे का, ते विचारलं. हा प्रश्न फारच महत्त्वाचा होता.

त्याबद्दलचा पुरावा उपलब्ध होता; पण तो अर्धवट होता. एबोला हवेतून पसरू शकत असल्याची अंधुक माहिती होती. नॅन्सी जॅक्सने तिच्या प्रयोगामधली दोन निरोगी माकडं मृत्युमुखी पडल्याचा प्रसंग सांगितला. कदाचित त्यावरून एबोला हवेतून पसरत असणे शक्य वाटत होते. १९८३ मध्ये ह्याच सुमारास तिच्या बाबतीत हातमोज्याला भोक पडल्याचा प्रसंग घडला होता. त्याशिवाय, आणखीही पुरावा होता. नॅन्सीने त्याबद्दलचीही माहिती सांगितली. १९८६ मध्ये तिने व जीन जॉन्सनने काही माकडांना मुद्दाम संसर्ग घडविण्याचा प्रयत्न केला होता. त्यासाठी त्यांनी माकडांनी विषाणू श्वासावाटे फुफ्फुसात घ्यावा, अशी व्यवस्था केली होती.

ह्या प्रकारे संसर्ग झालेल्यांपैकी फक्त एक माकड वगळता सगळी मेली होती. म्हणजेच मारबर्ग फुफ्फुसात शिरून रोग निर्माण करू शकत होता. तसेच, प्राणघातक डोस फारच अत्यल्प होता. अवघे ५०० घातक विषाणू रोग उत्पन्न करू शकत होते. एबोलासाठी ५०० विषाणू म्हणजे काहीच नाही. म्हणजे जवळपास काहीच नाही. एबोलाचे पाचशे कण तर एका पेशीतून सहज बाहेर पडू शकतात. अशा एबोलाचे अगदी थोडे कण जर का एअरकंडिशन यंत्रणेत शिरले, तर ते बिल्डिंगचं स्मशानात रूपांतर करू शकतील. हे म्हणजे प्लुटोनियमसारखेच संहारक होईल. कदाचित त्यापेक्षा कितीतरी जास्त! कारण प्लुटोनियमचे पुनरुत्पादन होत नाही, तर विषाणू बघता बघता वाढतात.

"संसर्ग हवेतून होऊ शकतो, हे ठीक आहे; पण तो किती संसर्गजन्य आहे, हे मात्र माहिती नाही." सी. जे. म्हणाला.

रसेल नॅन्सीकडे वळून म्हणाला, "हे प्रसिद्ध झालं आहे काय? तुमचे काम प्रसिद्ध केले आहे का?"

"नाही, सर." ती म्हणाली.

त्याने तिच्याकडे रोखून पाहिलं. त्याचे विचार तिला कळले. "हे का प्रसिद्ध केलं नाही? का?"

त्याची कारणे बरीच होती; पण ती आत्ता सांगण्यात काहीही फायदा नव्हता. तिच्या सहकाऱ्याला संशोधन प्रसिद्ध करण्यात मुख्य अडचण त्याच्या लेखन-क्षमतेची असावी, असे तिला वाटत असे. आणि त्यांनी प्रसिद्ध केलं नाही, हे खरं. बस्स. असं अनेकदा होतं. सगळेच लोक त्यांचे संशोधन प्रसिद्ध करीत नाहीत, एवढेच म्हणता येते.

तिथली सगळी चर्चा ऐकून पीटर यारलिंगने एक गोष्ट पक्की ठरवून टाकली. आपण त्या परीक्षानळीचा वास घेतल्याचे जनरलला अजिबात सांगायचे नाही आणि त्याने वास थोडाच घेतला होता? त्याने तर फक्त बाटलीवर हात हलवून केवळ हुंगण्याचा प्रयत्न केला होता. त्याने खोल श्वास अजिबात घेतला नव्हता किंवा पार

नाकपुड्यांमध्ये बाटलीचे तोंड खुपसून काही श्वास घेतलेला नव्हता. तरीही, जर जनरलला हा प्रसंग कळला, तर तो काय करेल, ह्याची त्याला पूर्ण कल्पना होती. जनरल एक स्फोट घडवून आणेल नि त्या दणक्याने तो जमिनीपासून वर उचलला जाऊन अलगद स्लॅमरमध्ये जाऊन पडेल.

शिवाय, आणखी एक मोठी भीती शिल्लक होतीच. वॉशिंग्टनजवळचा तो विषाणू एबोला झायरे नसून आणखीही वेगळा असण्याची शक्यता नाकारता येत नव्हती. विषुववृत्तीय जंगलातून बाहेर पडलेला आणखी एक हॉट विषाणू. अज्ञात मारेकरी. त्याचा कसा प्रसार होतो किंवा तो माणसांची काय दशा करतो, ते कोणालाच सांगता येत नव्हते. जनरल रसेल मोठ्या आवाजात स्वगताप्रमाणे बोलू लागला, ‘‘आपण एका महाभयानक प्रसंगाच्या जवळ आलो आहोत. हा अज्ञात एजंट माणसांना अतीव धोकादायक असू शकेल नि तो मंकी हाऊसमध्ये मोकाट सुटलेला आहे, हे गृहित धरून आता पुढे काय करावे लागेल? आपल्याला अचूक उपाय करावा लागेल आणि तो देखील अतिशय वेगात! ह्या एजंटचा धोका नेमका किती मोठा आहे? ह्यामध्ये प्राणहानी होईल का? आपल्याला ह्यामध्ये राष्ट्रीय संकटात वागतात, तसे करावे लागणार आहे. हा मोकाट मारेकरी संपूर्ण नष्ट करायला हवा.’’ तो कर्नल सी. जे. पीटर्सकडे वळून म्हणाला, ‘‘आपल्यापुढे काय काय पर्याय उपलब्ध आहेत?’’

कर्नल पीटर्स त्याबद्दल विचार करीतच होता. विषाणूचा संपूर्ण बंदोबस्त करण्याचे तीन मार्ग असतात- लसीकरण, औषधोपचार आणि जैविक प्रतिबंध. एबोलाच्या बाबतीत ह्यापैकी एकच मार्ग उपलब्ध होता- एबोलाविरुद्ध लसी तयार नाहीत. एबोलाविरुद्ध कोणतेही औषध लागू पडत नाही. अर्थातच, फक्त त्याला जैविक प्रतिबंध करणे, एवढेच आपल्याला करणे शक्य आहे.

पण जैविक प्रतिबंध नेमका कसा करणार? त्यामध्ये बरीच गुंतागुंत होती. सी. जे.च्या मते त्याचे दोन पर्याय होते. एक म्हणजे मंकी हाऊस संपूर्ण सीलबंद करून आतली सर्व माकडे मरू देणे. तसेच, तेथे काम केलेल्या लोकांवर नीट नजर ठेवणे किंवा सरळ त्यांना क्वारंटाईनमध्ये धाडणे. दुसरा पर्याय असा होता, की त्या इमारतींमध्ये जाणे व ती सगळी इमारतच निर्जंतुक करणे. माकडांना इंजेक्शने देऊन ठार मारणे. त्यांची शवे जाळून टाकणे व सगळी बिल्डिंग तीव्र रसायनांनी धुऊन टाकणे. अर्थात, हे करणे मोठीच गोष्ट होती.

जनरल रसेलने ऐकून घेतल्यावर तो म्हणाला, ‘‘म्हणजेच पहिला पर्याय हा माकडांचा बाह्य जगाशी संबंधच तोडून टाकणे व विषाणूला त्याचे काम पूर्ण करू देणे, हा आहे. तर दुसरा पर्याय विषाणूंवर हल्ला करून त्यांचा विनाश करणे. ह्यापेक्षा तिसरा एखादा पर्याय आहे का?’’

सर्वांनी असा तिसरा पर्याय नाही असे मान्य केले. नॅन्सी जॅक्स विचारात गढली होती. आत्ता विषाणू मंकी हाऊसमध्ये आहे, हे ठीक; पण तो फार काळ तिथेच राहील, हे कशावरून? तिने कधीही एबोलाने संसर्ग झालेले माकड जिवंत राहिलेले पाहिले नव्हते. एबोला हा जातींमध्ये भराभर उड्या मारणारा विषाणू होता. ती सर्व माकडे मरणार होती. त्यांच्या मरणाबद्दल नेमकी कल्पनाही करणे अवघड होते; कारण एबोला प्रायमेटच्या शरीरावर कसा परिणाम करतो, हे पाहिलेले अत्यंत थोडे लोक होते. सगळ्या जगात हे माहिती असणारे हाताच्या बोटावर मोजता आले असते. तिला मात्र त्याची नेमकी माहिती होती. म्हणूनच ह्या विषाणूचा प्रतिबंध कसा करता येईल, ह्याबद्दल तिला शंका होती.

जर सगळ्या मंकी हाऊसला स्वतंत्र, हवा गाळून पुरविणारी यंत्रणा बसविली, तरच हे होऊ शकेल, असे तिला वाटत होते. त्या प्राण्यांना बराच काळ मरणयातना सहन करणे, हे कितपत योग्य आहे? दरम्यान लोकांच्या सुरक्षिततेचे काय? मी माकडं एबोलाने मरताना पाहिली आहेत. ती माकडं आजारी आहेत. ते बिचारे प्राणी मरत असताना पाहवणार नव्हते. ''आपण तिथे आत जाऊन परिस्थिती पाहायलाच हवी. जर काय पाहायचं, ते माहिती नसेल, तर लक्षणं चटकन कळत नाहीत.'' ती म्हणाली, ''पण एकदा समजलं, की, मग स्वत:च्या चेहऱ्यावरच्या नाकाएवढं स्पष्ट कळू लागतं.''

तिला माकडांच्या उतींचे तुकडे मायक्रोस्कोपखाली बघायचे होते. तिथे क्रिस्टलॉइड दिसतात का, हे बघणे तिला आवश्यक वाटत होते. ब्रिक कशा दिसतात, त्याची तिला कल्पना होती. जर त्या माकडांच्या मांसात ब्रिक आढळल्या, तर ती हॉट असल्याचे नक्की होणार होते.

ह्या सगळ्यातून एक लहानसा राजकीय पेचप्रसंग उभा राहणार होता. छोटा कसला, मोठाच राजकीय पेचप्रसंग होणार होता. त्याचे मूळ अटलांटामधल्या सेंटर्स फॉर डिसीज कंट्रोल म्हणजेच CDC मध्ये असणार होते. CDC ही संस्था फेडरल सरकारची असून उद्भवणाऱ्या रोगांवर उपाय करायची जबाबदारी ह्या संस्थेची होती. हे काम करण्याची परवानगी तिला अमेरिकन कॉंग्रेसने ठरावाद्वारा दिलेली होती; पण लष्कराला मात्र अमेरिकन भूमीवर रोगाचा मुकाबला करण्याचा कायदेशीर अधिकार प्राप्त झालेला नव्हता.

पण, ते करण्याची क्षमता आणि मनुष्यबळ मात्र लष्कराकडे होतं. त्यातून CDC शी संघर्ष उडण्याची शक्यता त्या बैठकीत असणाऱ्या सर्वांनाच दिसत होती. जर लष्कराने मंकी हाऊसमध्ये काही कारवाई केली, तर CDC मध्ये मोठाच भडका उडणार होता. त्यांना ते नक्कीच आवडणार नव्हते. ते लोक रागाने जळफळू लागतील नि त्यातून काहीतरी वादविवाद होईल, हे सर्वांच्या लक्षात आले होते.

"ह्या अशा परिस्थितीचा मुकाबला करण्याची वैधानिक जबाबदारी आपली नाही, हे खरे." जनरल रसेल म्हणाला, "पण आपल्याकडे सर्व क्षमता उपलब्ध आहे. CDC कडे ताकद नाही; पण त्यांना अधिकार आहेत नि उलट आपल्याकडे ताकद आहे; पण अधिकार नाहीत. त्यातून मोठाच पेच उभा राहणार आहे."

जनरल रसेलचे मत असे होते, की, लष्करी कमांडमध्ये आज्ञा पाळण्याची सवय असणाऱ्या लोकांचं हे काम होतं. जैवप्रतिबंधनात विशेष तज्ज्ञ असणाऱ्या लोकांची गरज होती. हे लोक तरुण, कुटुंबाची जबाबदारी नसलेले आणि स्वत:चं आयुष्य धोक्यात घालायला न कचरणारे असायला हवेत. तसेच, हे लोक एकमेकांच्या ओळखीचे असणे जास्त चांगले; कारण त्यांना पथकांच्या स्वरूपात काम करावे लागणार होते. त्यांची मरायची तयारी असायला हवी.

खरं म्हणजे लष्कराने पूर्वी कधीही असलं मोठं जैवप्रतिबंधाचं काम केलेलं नव्हतं. हॉट विषाणूविरुद्धची ही मोहीम अक्षरश: शून्यातून सुरू करावी लागणार होती. अर्थातच, ह्या सगळ्यामध्ये कायद्याच्या बाबींचा गुंता होताच. वकिलांशी चर्चा करणे जरूर होते.

ही मोहीम कायदेशीर आहे का? लष्कराचे जैवप्रतिबंधक SWAT पथक सरळ तिथे पाठविता येईल का? हे पथक मंकी हाऊसमध्ये जाऊ शकेल का? जनरल रसेलला चिंता वाटली, की, जर लष्करी वकिलांना विचारलं, की ते नक्की सांगणार, की असे करता येणार नाही, तसे करता येणार नाही, वगैरे वगैरे. म्हणून मग जनरलने आपलं धोरण विषद करून सांगितलं. "जर कारवाई करायची असेल, तर सरळ करून टाकणे. नंतर लागल्यास माफी मागणे. आधी परवानगी मागत बसायचंच नाही; कारण ती मिळणार नाही. तुम्ही कधी 'काही' करायला वकिलाची कधी परवानगी मागता का? आपण जे करायचं आहे, ते करून टाकू नि त्यात काय काय, कसे कसे कायदेशीर आहे, ते वकील पाहून घेतील."

दरम्यान बैठकीतले लोक आरडाओरडा करू लागले होते नि मधेमधे एकमेकांचं बोलणं तोडत होते. ते पाहून जनरल रसेल गरजला, "आता महत्त्वाचा प्रश्न उरला, की ह्या सगळ्याला होणारा खर्च कोण करणार?" मग कोणी काही बोलायच्या आतच त्याने स्वत:च प्रश्नाचं उत्तर देऊन टाकलं, "मी पैसे उभे करतो. कुणाकडून तरी मी नक्कीच पैसे काढू शकेन."

त्यावर आणखी गरमागरम चर्चा झाली.

त्या सगळ्या गोंधळाच्या वर एक आवाज ऐकू आला. तो जनरलचाच होता, "हे सगळं फार जबरदस्त काम आहे. मंडळी, आपण कंबर कसून तयार व्हायला पाहिजे. आपण एक प्लॅन बनवू आणि तो अमलात आणू."

लष्करामध्ये एक 'मिशन' ही महत्त्वाची गोष्ट असते. हे काम पार पाडायला

नेहमी टीम लागते आणि अर्थातच त्यासाठी एक लीडर लागतो. ''ह्या सगळ्याचा प्रमुख कोण असावा? त्यावर आपलं एकमत व्हायला हवं.'' जनरल पुढे बोलत राहिला, ''सी.जे., पीटर्सला ह्यात सहभागी व्हायलाच पाहिजे. तो ह्या मोहिमेचा प्रमुख असेल. ओ. के. सगळ्यांना मान्य आहे?''

सर्वांनी मान्यता दिली. कर्नल सी.जे. पीटर्स हा मोहिमेचा प्रमुख ठरला होता. हा माणूस हातात एक जीनची बाटली नि नकाशा घेऊन कामाला लागा, असे म्हणत असे. हा माणूस अजून तयार न झालेल्या SWAT पथकाचा प्रमुख म्हणून नेमला गेला होता.

''सी.जे., आपल्याला आता एक मीटिंगची आवश्यकता आहे. उद्या आपण सर्व संबंधितांना बोलावू.'' जनरलने भिंतीवरच्या घड्याळाकडे नजर टाकली. साडेपाच वाजले होते. रस्त्यावरच्या ट्रॅफिकची ही महागर्दीची वेळ होती. लोक ऑफिस सोडून घरी जाण्याच्या घाईत होते नि माकडं रेस्टनच्या मंकी हाऊसमध्ये मरत होती. विषाणू आपलं काम करीतच होते. ते चर्चा करीत असतानाही माकडं मरत असतील. ''आपल्याला सगळ्या गोष्टींवर पडदा टाकायलाच हवा.'' जनरल म्हणाला, ''आपण सर्व संबंधितांना एकाच वेळी कळवायला हवं. ते देखील शक्य तितक्या लवकर! मला वाटतं, फ्रेड मर्फीपासूनच सुरुवात करावी. CDC मध्ये प्रथम त्याला कळवावं. मला मधल्या मध्ये त्याचे हाल व्हायला नको आहेत.''

एबोला विषाणूचा मूळ संशोधक हाच फ्रेड मर्फी होता. इलेक्ट्रॉन मायक्रोस्कोपमध्ये विलक्षण गती असणाऱ्या फ्रेडने सर्वप्रथम एबोलाचा फोटो काढला होता. त्याचे हे फोटो आर्ट म्युझियम्समध्ये लावले गेले होते. तो जनरल रसेलचा जुना मित्र होता.

रसेलने टेबलावरच्या फोनवर हात ठेवला. फोन उचलण्यापूर्वी त्याने एक खोलीभर नजर फिरविली. ''पुन्हा एकदा आणि शेवटचंच विचारतो- तुम्हाला आपण काय शोधलं, त्याबद्दल पक्की खात्री आहे? कारण मी हा फोन आता करणार आहे. जर तुम्ही खरोखरच फिलोव्हायरस शोधला नसेल, तर आपल्यासारखे गाढव फक्त आपणच ठरू.''

सर्वांनी एकापाठोपाठ एक आपली पक्की खात्री पटलेली असल्याचे सांगितले.

''ठीक आहे. तर मग माझीही खात्री पटली आहे.''

त्याने मर्फीचा नंबर लावला.

''सॉरी, दिवसाचं काम संपवून डॉ. मर्फी घरी गेले आहेत.''

जनरलने मग आपली मोठी काळी डायरी काढली. मर्फीच्या घरचा नंबर शोधून काढला. त्याचा फोन गेला, तेव्हा मर्फी बायकोबरोबर गप्पा मारीत बसला होता. ''फ्रेड, मी फिल रसेल... ग्रेट... तुझं कसं काय चाललंय?... फ्रेड, आम्ही एका

नमुन्यातून एबोला झायरेसारखा एजंट वेगळा काढलाय्. होय, वॉशिंग्टनच्या जवळून... होय. वॉशिंग्टनच्याच जवळून!...''

जनरलच्या चेहऱ्यावर हसू फुटलं. त्याने फोन कानाजवळून बाजूला करून खोलीत नजर टाकली. मर्फी फोनवरून जोरजोरात काहीतरी शिवराळ प्रतिक्रिया देत होता. नंतर जनरल फोनवर म्हणाला, ''नाही नाही फ्रेड, आम्ही शुद्धीवर आहोत. आम्ही नशेत नाही. इथे आमच्याजवळ एबोलासारख्या विषाणूचा पुरावा आहे. आमच्याजवळ त्याचे फोटो आहेत.'' मग एक क्षण काहीच बोलला नाही. त्याने माऊथपीसवर हात ठेवला. ''त्याला वाटतंय् की, आपल्या मायक्रोस्कोपमध्ये काहीतरी गडबड असावी.''

हे फोटो कोणी काढले, ते मर्फी विचारत होता.

''हे फोटो एका पोरानं काढलेत. आमच्या इथला तरुण तंत्रज्ञ आहे. काय बरं त्याचं नाव? हां, गिजबर्ट.''

मर्फी म्हणाला, की, तो उद्याच सकाळी विमानानं फोर्ट डिट्रिकला येतो आहे. त्याला स्वत:ला पुराव्याची खात्री करून घ्यायची होती. तो अत्यंत गंभीर झाला होता.

मंगळवार, सायंकाळी ६.३०

डन डलगार्डला फोन करायला हवा होता. तसेच, स्टेट हेल्थ अधिकाऱ्यांना कल्पना देणे आवश्यक होते. ''ते कोण लोक आहेत, हे देखील मला माहिती नाही.'' जनरल म्हणाला, ''आणि आत्ता ह्या क्षणी आपल्याला त्यांच्याशी फोनवर बोलायलाच हवे. कदाचित हे लोक आता घरी गेले असतील किंवा घरी निघाले असतील. त्यांना घरीच गाठले पाहिजे. हे मंकी हाऊस कोणत्या कंट्रीमध्ये आहे? फेअरफॅक्स कंट्री, व्हर्जिनिया... वा! काय देखणी जागा आहे. फेअरफॅक्स कंट्री!''

हा भाग अत्यंत सुंदर होता. गोल्फची मैदानं, महागडी घरं, अत्त्युत्तम शाळा, उत्कृष्ट तळी नि आता हा एबोला.''आपण त्या कंट्रीच्या आरोग्य विभागाला कळवायला हवं.'' जनरल म्हणाला. तसेच, त्यांनी हे सगळं अमेरिकन शेतकी खात्यालाही कळविणे अत्यावश्यक होते; कारण आयात केलेल्या माकडांवर त्यांचा अधिकार चालत होता. त्यांनी ही माहिती पर्यावरण संरक्षण विभागालाही द्यायला हवी. जैविक धोक्याचा विषय त्यांच्या अखत्यारीत होता. तसेच, जनरल रसेलने संरक्षण विभागाच्या उपसचिवाला कळवायला ठरविले. त्यामुळे पेंटॅगॉनला हे सगळं कळणार होतं.

लोक गटागटाने बाहेर पडले. आपापल्या रिकाम्या ऑफिसात जाऊन त्यांनी

फोन करायला प्रारंभ केला. सी.जे. पीटर्स, जो आता मोहिमेचा प्रमुख होता, त्याने खाली दुसऱ्या एका ऑफिसात जाऊन डन डलगार्डला फोन केला. पीटर यार्लिंग एक्स्टेंशन लाईनवर होताच. डलगार्ड घरी गेलेला होता. त्यांनी त्याच्या घरी फोन लावला. फोन डलगार्डच्या बायकोने घेतला. ती म्हणाली, की, डन अजून घरी पोहोचलेला नाही. मग त्यांनी साडेसहा वाजता पुन्हा त्याच्या घरी फोन लावला. ह्या वेळी तो घरी होता.

"सी.जे. पीटर्स बोलतोय. मी इथून USAMRIID मधून बोलतोय. मी डिसीज असेसमेंट विभागाचा प्रमुख आहे. हॅलो, कसं काय? मी फोन अशासाठी केला होता, की, तो दुसरा एजंट मारबर्ग नसावा. हा दुसरा एजंट एबोला विषाणू आहे."

"एबोला विषाणू... म्हणजे काय?" त्याने कधीही ह्या विषाणूचे नाव ऐकले नव्हते. त्या शब्दाचा त्याला काहीही अर्थबोध झाला नाही.

आपल्या मधाळ टेक्सास आवाजात सी.जे. म्हणाला, "हा एक तसा अपरिचित विषाणू आहे. हा विषाणू माणसांमध्ये प्राणघातक आहे. गेल्या दहा-बारा वर्षांमध्ये त्याची सुदान आणि झायरेमध्ये साथ आली होती."

डलगार्डला एकदम हायसे वाटले. हा मारबर्ग नव्हता, हे फार चांगलं झालं. "हा विषाणू काय स्वरूपाचा आहे?" त्याने विचारले.

सी.जे.ने शक्य तेवढ्या संदिग्ध शब्दांत एबोलाची माहिती दिली. "हा विषाणू आणि मारबर्गमध्ये साधर्म्य आहे. त्याचा प्रसार मारबर्गसारखाच संसर्गजन्य रक्तातून होतो किंवा रोगग्रस्त उती, अवयव वा पेशींच्या संपर्काने होतो. एकूण लक्षणं साधारणत: मारबर्गसारखीच आहेत."

"तो कितपत वाईट ठरू शकतो?"

"मरणाचे प्रमाण पन्नास ते नव्वद टक्के आहे."

ह्या सगळ्यामधून डलगार्डला जे कळायचे, ते बरोब्बर कळले. म्हणजे, हा मारबर्ग नाही. त्याच्यापेक्षा महाभयानक प्रकार झाला. सी.जे. पुढे सांगू लागला, "आमच्याकडे जेवढी माहिती आहे, त्यावरून आम्ही स्टेट अधिकाऱ्यांना व राष्ट्रीय आरोग्य अधिकाऱ्यांना कळविण्याचा निर्णय घेतला आहे."

"तुम्ही कळविणार आहात? कधी? तुम्ही सात वाजेपर्यंत प्लीज थांबू शकाल का? मी दरम्यान माझ्या कंपनीच्या वरिष्ठांना ह्या सगळ्या घडामोडींची माहिती देऊ इच्छितो." तो अत्यंत काळजीपूर्वक बोलत होता.

सी.जे.ने थोडं थांबायचं कबूल केलं; पण खरं म्हणजे जनरल रसेलने त्याआधीच CDC ला कळविले होते. आता सी. जे.ला डलगार्डकडून एक गोष्ट अपेक्षित होती.

"उद्या कोणाला तरी रेस्टनला पाठवून आम्ही मेलेल्या माकडांची काही सॅम्पल्स गोळा करून घेऊ का?"

पण डलगार्डने त्याला विरोध केला. काय घडू शकेल, त्याची त्याला कल्पना झाली. त्याने लष्कराकडे थोडेसे रक्त नि लिव्हरचे तुकडे पाठविले होते नि त्यातून हे काय उद्भवलं होतं? हा प्रकार हाताबाहेर जाणे शक्य होते. सी.जे. आपल्यापासून काहीतरी लपवितो आहे, असे त्याला वाटले. एबोला विषाणूबद्दल त्याला आणखी माहिती मिळणे जरूर होते. जर घाईघाईने ह्या लष्करी अधिकाऱ्यांना आपल्या मंकी हाऊसच्या भानगडीत पडू दिले, तर कदाचित सगळाच मामला बिघडण्याचा संभव होता. "आपण उद्या फोन करून भेटलो तर? आपण चर्चा करूनच काय ते ठरवू."

त्यानंतर सी.जे. पीटर्सने नॅन्सी जॅक्सला फोन केला. ती डलगार्डला भेटायला बरोबर येईल का? तिथे तिला माकडांच्या काही उतींची सॅम्पल्स बघता येतील. डलगार्ड त्यासाठी परवानगी देणारच, असे तो गृहित धरून चालला होता. नॅन्सीने बरोबर जायचे मान्य केले.

नॅन्सी परेड ग्राऊंडमधून चालत इन्स्टिट्यूटमध्ये आली. जेरी त्याच्या ऑफिसमध्ये होता. त्याने तिच्याकडे अत्यंत असह्य ताणाने नजर टाकली. तो बाहेर पाहत होता नि भावाबद्दल विचार करीत होता. खिडकीबाहेर अंधारून आलेले दिसत होते. बाहेर पाहण्यासारखं काहीच नव्हतं. फक्त इन्स्टिट्यूटमधली अंधारी भिंत होती. जेरीच्या तोंडात एक रबरबँडचा तुकडा होता नि तो दाताखाली उगाचच चावत बसला होता.

तिने दार बंद करून घेतलं. "मी तुला काहीतरी सांगणार आहे. हे जरा वेगळं आहे, खरं; पण ते शांत डोक्याने ऐक. तुझा विश्वास बसणार नाही; पण व्हर्जिनियातल्या माकडांच्या कॉलनीत एबोला सापडला आहे."

ते गाडीतून घरी जाताना चर्चा करीत होते. गाडी कॅटोक्टिन पर्वताच्या उतरणीवरून उत्तरेकडे जाऊ लागली.

"हा विषाणू माझा शेवट करणार आहे. मी त्याच्यापासून वाचू शकणार नाही." ती म्हणाली.

त्या दोघांना लष्कराच्या ह्या मोहिमेत सहभागी होणे भागच होते. ही मोहीम नेमकी कशी असणार आहे, हे अद्यापि स्पष्ट झालेले नव्हते; पण काहीतरी मोठं घडणार होतं. कदाचित संपूर्ण गुप्त! उद्या कदाचित ती सी.जे.बरोबर मंकी हाऊसमध्ये जाणार नसल्याचे नॅन्सीने जेरीच्या कानावर घातले. ती माकडाच्या उतींमध्ये काही ब्रिक किंवा एबोलाचे क्रिस्टलॉइड मिळतात का, ते पाहणार होती.

म्हणजे नॅन्सी पूर्वी अंतराळ पोशाख घालून काम करीत असे, त्यातून ती एवढी तज्ज्ञ झाली होती. जेरीला आपल्या बायकोच्या कर्तृत्वाचा अभिमान वाटला आणि परिस्थिती पाहून तो फार गोंधळलाही होता. त्याला तिच्याविषयी काळजी वाटू लागली होती; पण ती त्याने बाहेर दिसू दिली नाही.

ते पर्वतकडेने चढणाऱ्या एका वळणावरून वळून सफरचंदाच्या बागांमधून

त्यांच्या घराच्या रस्त्यावर आले. आठ वाजले होते. जॅसन घरी आला होता. जेम तिच्या जिमनॅशियमच्या प्रॅक्टिससाठी गेलेली होती. दोघांनाही आता स्वतंत्र वावरण्याची सवय होती. बारा-तेरा वर्षांच्या दोघा मुलांजवळ लॅच की होत्या.

जॅसन घरचा अभ्यास करीत बसला होता. त्याने मायक्रोवेव्हमध्ये स्वत:साठी काहीतरी पदार्थ बनवून घेतला होता. तो पहिल्यापासूनच स्वतंत्र होता. त्याला स्वत:चं स्वत: सर्व काही करायला फार आवडत असे. त्याला फक्त खाण्याची सोय नि पैसे दिले, की बस्स! तो स्वत:ची काळजी घेऊ शकत होता.

दोघा कर्नल्सनी युनिफॉर्म काढून घरचे जास्त सुटसुटीत कपडे घातले. नॅन्सीने तिने बनवून फ्रीजमध्ये टाकलेल्या स्ट्यूचा मोठा तुकडा काढला नि ओव्हनमध्ये टाकला. स्ट्यू गरम झाल्यावर ते तिने थर्मासमध्ये घातलं. थर्मासला आणि कुत्र्याला गाडीत घालून ती जेमला आणायला निघाली. जेमचा जिमनॅशियम थूरमॉन्टपासून अर्ध्या तासाच्या अंतरावर होता. नॅन्सीने तिला गाडीमध्ये स्ट्यू खायला दिलं. जेम ॲथलेट मुलगी होती- ठेंगणी, काळ्या केसांची. कधी कधी तिला विनाकारण कसल्याही चिंता पडायच्या. प्रॅक्टिसमुळे जेम थकली होती. तिने थर्मासमधला गरम पदार्थ खाल्ला नि झोपून गेली.

त्यांच्याकडे एक मोठा वॉटरबेड होता. घरी आल्यावर जेमने कपडे बदलले आणि ती नॅन्सीजवळच वॉटरबेडवर पडली. लगेच तिला झोपही लागली.

नॅन्सी आणि जेरी बेडवर पडून थोडा वेळ पुस्तकं वाचत राहिले. बेडरूममध्ये लाल वॉलपेपर बसविलेले होते. त्यांची बाल्कनी अशा ठिकाणी होती, की, खालचं सगळं गाव दिसत असे. त्यांनी थोडा वेळ मंकी हाऊसबद्दल गप्पा मारल्या. मग नॅन्सीने जेमला उचलून तिच्या बेडरूममध्ये नेऊन ठेवलं. मध्यरात्री नॅन्सीला झोप लागली.

जेरी मात्र वाचतच होता. त्याला लष्कराचा इतिहास वाचायला आवडत असे. ऐतिहासिक युद्धांमधल्या काही भीषण लढाया कॅटोक्टिन डोंगराच्या आसपास झालेल्या होत्या. तिथले मक्याचे प्रत्येक रोप हे बंदुकीच्या गोळ्यांनी पिंजून गेले होते. ॲन्टायटममधले मक्याचे शेत मृतदेहांनी गच्च भरून गेले होते. त्याने खिडकीतून बाहेर नजर टाकली. तिथे निळे नि करडे पोशाख घातलेल्या सैन्यांच्या हालचाली तो कल्पनेने पाहू लागला. त्या रात्री तो मायकेल शाराची 'किलर एंजल्स' ही कादंबरी वाचत होता. ती गॅटिसबर्गच्या लढाईवर होती :

> मग ली सावकाशपणे म्हणाला, 'सैनिकी पेशात एक मोठाच धोका असतो.' लाँगस्ट्रीटने लीच्या चेहऱ्याकडे वळून पाहिले. ली हळूहळू घोड्यावरून पुढे जात होता. त्याचा चेहरा निर्विकार होता. तो हळू आवाजातच बोलत

होता. ''चांगले सैनिक होण्यासाठी तुमचे लष्करावर प्रेम असायला हवे; पण चांगला अधिकारी होण्यासाठी तुम्ही ज्यांच्यावर प्रेम करता, त्यांना मरणाची ऑर्डर देण्याचे धैर्य तुमच्यामध्ये असायला हवं. ही गोष्ट करायला फार अवघड आहे. म्हणूनच तुम्हाला अनेक चांगले लोक दिसतील; पण चांगले अधिकारी मात्र फारच थोडे!''

त्याने दिवा बंद केला; पण झोप मात्र येईना. तो ह्या कुशीवरून त्या कुशीवर वळत राहिला. त्यामुळे वॉटरबेडचा गडगड असा आवाज येत होता. त्याने प्रत्येक वेळी डोळे बंद केले, की, त्याचा भाऊ जॉन त्याच्या डोळ्यांपुढे येत असे. पहाटेचे दोन वाजले होते नि जेरी अजूनही जागाच होता. त्याला जाणवले, की, आपण नुसतेच येथे अंधारात पडलो आहोत नि काहीही घडत नाहीये.

◆

बुधवार, २९ नोव्हेंबर

त्या रात्री डन डलगार्डला नेहमीप्रमाणे शांत झोप लागली. त्याची झोपेची कधीच तक्रार नव्हती. त्याने ह्या एबोला विषाणूचे नाव पूर्वी एकदाही ऐकलेले नव्हते; पण कर्नल पीटर्सबरोबरच्या बोलण्याने त्याला साधारण कल्पना मात्र आली होती. तो माकडं नि त्यांचे रोग ह्यांना गेल्या कित्येक वर्षांपासून जवळून पाहत होता आणि तो उगाच घाबरणारा माणूस नव्हता. संसर्गजन्य रोगांच्या संपर्कात तो गेले कित्येक वर्षे असून एकदाही आजारी पडला नव्हता.

सकाळी त्याच्या घरी फोनची घंटी वाजू लागली. कर्नल पीटर्स बोलत होता. पुन्हा एकदा पीटर्सने विचारलं, की, तो काही माणसं पाठवू देत का? माकडांच्या उती त्यांना पुन्हा पाहण्याची इच्छा होती. डनगार्डने ते तत्काळ मान्य केले. पीटर्सने पुन्हा एकदा मंकी हाऊस पाहण्याची विनंती केली. डलगार्डने खुबीने तो विषयच टाळला. पीटर्सला तो कधीही भेटलेला नव्हता. आजवर कधीही न बघितलेल्या माणसाला एकदम मंकी हाऊसमध्ये प्रवेश द्यायला त्याची तयारी नव्हती.

लीसबर्ग पाईकवरून वळून तो ऑफिसजवळ आला. मुख्य गेटमधून आत जाऊन गाडी पार्क केली नि तो हाझलेटन वॉशिंग्टनच्या बिल्डिंगमध्ये शिरला. त्याच्या ऑफिसमध्ये काचेच्या पार्टिशनची एक छोटीशी चौकोनी खोली होती. काचेबाहेर आवारामधली हिरवळ दिसत असे. दाराच्या समोर सेक्रेटरीयटचा भाग होता. इथे एवढी गर्दी असायची, की, कोणाला तरी धक्के मारल्याशिवाय किंवा धक्के खाल्ल्याशिवाय चालणे शक्यच नव्हते. डलगार्डच्या ऑफिसात अजिबात प्रायव्हसी नव्हती. तिथे सगळा मासळीबाजार होता. डलगार्ड अनेकदा काचेतून बाहेर पाहत बसे. आज तो मुद्दाम शांतपणाचा आव आणून बसला होता. कोणालाही त्याच्या मन:स्थितीची कल्पना येणे शक्य नव्हते.

त्याने बिल व्होल्टला फोन केला. मंकी हाऊसचा तो मॅनेजर होता. त्याने एक

भयंकर धक्कादायक बातमी दिली. माकडांची देखभाल करणाऱ्यांमधला एकजण आजारी होता. कदाचित मृत्युपंथाला लागलेला होता. रात्री त्याला हृदयविकाराचा झटका आला होता. त्याला जवळच्याच लाऊडॉन हॉस्पिटलमध्ये दाखल केले होते; पण त्याच्यापेक्षा जास्त माहिती नव्हती. व्होल्ट म्हणाला, की, आपण आणखी माहिती काढण्याचा प्रयत्न करीत आहोत. काय झालं, ते नेमकं कळायला हवं होतं. तो माणूस कार्डियाक केअरमध्ये अतिदक्षता विभागात होता. कोणाशीही तो बोलू शकण्याच्या परिस्थितीत नव्हता. त्या माणसाचे नाव आपण जॉर्विस पर्डी असे ठेवू. व्होल्टशिवाय जे इतर चार लोक तिथे काम करीत होते, त्यांच्यापैकी तो एक होता.

डलगार्ड अतिशय अस्वस्थ झाला. हा माणूस एबोलानेच आजारी पडला असल्याची दाट शक्यता होती. हृदयाच्या स्नायूंमध्ये रक्ताची गाठ आल्याने अशा प्रकारे हृदयविकाराचा झटका येऊ शकतो. एबोलाची ती करामत होती काय? कारण एबोला अशा तऱ्हेच्या रक्ताच्या गाठी निर्माण करू शकतो. एकदम डलगार्डला परिस्थिती हातातून निसटून चालली असल्यासारखे वाटू लागले.

त्याने तात्काळ मंकी हाऊसमध्ये अनावश्यक हालचाली टाळाव्यात असे बिल व्होल्टला फोन करून कळविले. नंतर त्याने डायरीत नोंद केली :

> सर्व हालचाली बंद करणे. फक्त माकडांना खाणे देणे चालू ठेवणे. त्याशिवाय, निरीक्षण व स्वच्छता देखील बंद करावी. त्या खोलीत प्रवेश करणाऱ्या प्रत्येकाने संपूर्ण काळजी घेणे अत्यावश्यक आहे. टायव्हेक सूट, हवेचे यंत्र आणि हातमोजे. मेलेली माकडे दोन पिशव्यांत बंद करून फ्रीजमध्ये ठेवण्यात यावीत.

त्याने बिल व्होल्टला अशीही सूचना केली, की, वार्ताहर मंडळींना नक्कीच ह्या गोष्टीचा वास लागलेला असणार. कंपनीच्या कोणाही माणसाने प्रतिबंधक पोशाख घालून दाराबाहेर कदापिही येता कामा नये, हे देखील त्याने बजावून सांगितले. जर कंपनीच्या माणसांची तोंडावर मास्क घातलेले फोटो जर का संध्याकाळच्या पेपरात प्रसिद्ध झाले, तर सगळीकडे प्रचंड घबराट उडेल.

डलगार्डने हॉस्पिटलमध्ये फोन केला. तिथल्या डॉक्टरने सांगितलं, की, पर्डीची प्रकृती स्थिर होती; पण त्यावर लक्ष मात्र ठेवणे अत्यावश्यक होते. डलगार्डने त्याला पर्डीच्या हृदयविकारात काही निराळे होते का, ते विचारलं. जर तसं काही वाटलं, तर त्याने ताबडतोब कर्नल पीटर्सला फोर्ट डिट्रिकला फोन

करण्याची विनंती केली. त्याने संभाषणात एकदाही एबोला हे नाव येऊ दिले नाही.

त्या दिवशी सकाळी नंतर नॅन्सी जॅक्स आणि कर्नल पीटर्स फोर्ट डिट्रिकमधून बाहेर पडले. त्यांच्याबरोबर जीन जॉन्सनदेखील होता. ते व्हर्जिनियाला जात होते. लष्करी अधिकारी त्यांच्या युनिफॉर्ममध्ये होते; पण गाड्या मात्र त्यांनी साध्याच घेतल्या होत्या. त्यांच्याकडे कुणाचे लक्ष वेधले जाऊ नये, हा त्यांचा हेतू होता. ट्रॅफिक फारच संथगतीने जात होता. तो दिवस स्वच्छ होता नि थंडगार वारे वाहत होते. रस्त्याकडेचे गवत ओले होते नि हिरवेगार दिसत होते. गवत अजून बर्फाचा स्पर्श न झाल्याने वाढतच होते. हाझलेटन ऑफिसकडे येण्यासाठी ते लीसबर्ग पाईकवरून आत वळले. डलगार्ड त्यांना लॉबीमध्ये भेटला. तेथून त्याने त्यांना दुसऱ्या बिल्डिंगकडे नेले. त्या इमारतीमध्ये प्रयोगशाळा होती. तिथे एका पॅथॉलॉजिस्टने काही स्लाइड्स तयार करून ठेवल्या होत्या. नॅन्सी त्या पाहू शकणार होती. मंकी हाऊसमध्ये मेलेल्या माकडांच्या लिव्हरचे तुकडे त्या स्लाइडमध्ये ठेवलेले होते.

नॅन्सी मायक्रोस्कोपसमोर बसली. डोळे आयपीसवर नीट ॲडजस्ट करून ती पाहू लागली. तिने मधेच एक दृश्य झूम केले नि ती थबकली. ती जे पाहत होती, तो सगळा सावळा गोंधळ वाटत होता. कोणीतरी पेशींवर जबरदस्त हल्ला केला होता. त्या फुटल्या होत्या नि त्यांची बाँबहल्ल्याप्रमाणे प्रचंड पडझड झालेली होती. नंतर तिला काही पेशींमध्ये मोठाले ठिपके दिसले. ह्या सावल्या मूळच्या तिथल्या नव्हत्या. ते क्रिस्टलॉइडच होते. त्यांचा आकार अनैसर्गिकरीत्या मोठा होता.

ही अतिप्रचंड वाढीचीच चिन्हं होती.

''ओह् फक!'' ती हलक्या आवाजात स्वत:शी बोलली. ब्रिकमध्ये स्फटिक मात्र दिसत नव्हते. एबोलाच्या ब्रिकमध्ये अनेक आकार असतात- नालासारखे, ठिपके, गोळे किंवा कड्यादेखील असू शकतात. काही पेशींमध्ये एक भलीमोठी ब्रिक होती. ही ब्रिक एवढी प्रचंड होती, की, तिने सगळीच पेशी व्यापून टाकलेली होती. ब्रिक असणाऱ्या पेशींचे मोठाले गठ्ठे तिला दिसले. काही ठिकाणी अनेक पेशी फुटून मेल्याने मोठाले गलिच्छ ठिपके दिसत होते. तिथे ब्रिक ठासून भरल्या होत्या.

नॅन्सी स्लाइड पाहत असताना पीटर्स आणि जॉन्सनने डलगार्डला बाजूला नेले. ते त्याला अनेक प्रश्न विचारीत होते. विशेषत: मंकी हाऊसमध्ये इंजेक्शनच्या सुयांबद्दल त्यांना आणखी माहिती हवी होती. झायरेमध्ये एबोला विषाणू अस्वच्छ सुयांमधूनच पसरला होता. कंपनीत अस्वच्छ सुयांनी माकडांना इंजेक्शने दिली जात होती काय?

डलगार्ड ह्याचे समाधानकारक उत्तर देऊ शकत नव्हता. कंपनीचे धोरण चांगल्या, स्वच्छ सुया वापराव्यात असेच होते.

''आम्ही प्रत्येक इंजेक्शनसाठी नवीन सुई घेतो.'' तो म्हणाला.

''पण हे प्रत्येक वेळी नीट पाळलं जातंच की नाही, ते मात्र कोणालाच सांगता येणार नाही.''

नॅन्सीने निर्जंतुक केलेल्या वॅक्स ब्लॉकमधल्या लिव्हरचे काही तुकडे गोळा करून थर्मोकोलच्या कपात टाकले. हे ती फोर्ट डिट्रिकला घेऊन जाणार होती. लष्कराच्या दृष्टीने ह्या नमुन्यांना फारच महत्त्व होते. जर ताज्या मांसात जिवंत विषाणू मिळाले, तर ते आणखीनच महत्त्वाचे ठरणार होते.

पीटर्सने पुन्हा विचारलं, ''सगळेजण मिळून मंकी हाऊस पाहायला जायचं का?''

''अं... मला वाटतं, की, आत्ता तेथे जाऊ नये.'' ती एक खासगी इमारत असल्याचे तो ध्वनित करू इच्छित होता.

''पण मग माकडांचं काय? आपल्याला काही नमुने मिळतील का?'' पीटर्सने विचारले.

''होय, जरूर.'' त्याने त्यांना लीसबर्ग पाईकच्या दिशेने मंकी हाऊसकडे गाड्या नेण्याची सूचना केली. तेथे एक पेट्रोल पंप होता. कर्नलनी गाड्या तेथे लावून वाट पाहायची होती. तेथे त्यांना एक माणूस भेटेल. तो त्याच्याबरोबर काही सॅम्पल्स आणेल. तो त्यांच्या प्रश्नांची उत्तरेही देऊ शकणार होता.

''सॅम्पल्स मात्र प्लॅस्टिकमध्ये गुंडाळून खोक्यात सुरक्षितपणे यायला हवीत. ही जबाबदारी तुझी!'' पीटर्स डलगार्डला म्हणाला. डलगार्डने ती जबाबदारी स्वीकारली.

मग कर्नल, नॅन्सी आणि जॉन्सन पेट्रोल पंपावर आले. तिथे हायवेजवळच्या मोकळ्या जागेत त्यांनी गाड्या पार्क केल्या. जवळच काही पे टेलिफोन्स दिसत होते. आता भर दुपार झालेली होती. त्यांना चांगली भूक लागली होती; कारण जेवणाची वेळ चुकली होती. नॅन्सीने पेट्रोल पंपावर जाऊन डायट कोकच्या बाटल्या आणल्या. बरोबर खाण्यासाठी तिथे चीझ क्रॅकर आणि कर्नलसाठी पीनट बटर क्रॅकर आणले. ते सर्वजण त्यांच्या दोन गाड्यांत बसून असलं काहीतरी चघळत बसले. बाहेर कमालीची थंडी होती. ती सॅम्पल घेऊन आता कोणीतरी लवकर आले तर बरे!

पीटर्स पेट्रोल पंपावर येणाऱ्या-जाणाऱ्या लोकांना न्याहाळत बसला होता. त्यामुळे वेळ जरा बरा जात होता नि थोडीफार करमणूकही होत होती. तिथल्या निवांत वातावरणाची त्याला मजा वाटत होती. कोक आणि डिझेलसाठी ट्रकवाले

थांबत होते, तर बिझिनेसवाले लोक सिगारेटसाठी पंपावर शिरत होते. एक सुंदर बाई गाडी पार्क करून पे फोन्सपाशी गेली नि तिथे बराच वेळ बोलत होती. त्याने गंमत म्हणून अशी कल्पना केली, की, ती कोणाची तरी बायको आपल्या लफडेबाज दोस्ताशी काहीतरी बोलत असावी. जर ह्या लोकांना पुढे काय होऊ शकेल, हे कळलं, तर काय होईल?

लष्करालाच ह्या संकटातून बाहेर काढण्यासाठी शर्थ करावी लागणार. तो पूर्वी बोलिव्हियात असताना तिथे माकूपो नावाचा हॉट एजंट आलेला होता, त्याची आठवण झाली. रक्ताने माखलेल्या तरुण स्त्रिया मरताना त्याने पाहिल्या होत्या. उत्तर अमेरिकेत मात्र अजून तरी असा खतरनाक रक्तपिपासू एजंट आलेला नव्हता. त्यामुळेच उत्तर अमेरिकेत अशा संकटाला तोंड देण्याची तयारीच नव्हती; पण वॉशिंग्टनजवळ मात्र एबोला मोकाट सुटण्याची नुसती शक्यताच अंगाचा थरकाप उडविणारी होती.

त्याला एड्सची आठवण झाली. जेव्हा तो प्रथम उघडकीस आला, तेव्हाच तो थांबविण्याचा निकराचा प्रयत्न कुणी केला असता तर? पण एड्स अगदी गुपचूपपणे, कसलीही पूर्वसूचना न देता आला. जेव्हा तो लक्षात आला, तोपर्यंत त्याला अटकाव करण्याची वेळ निघून गेली होती. जर मध्य आफ्रिकेत १९७०च्या सुमारास योग्य ती यंत्रणा असणारे एखादे संशोधन केंद्र असते तर? तो जंगलातून बाहेर पडत असतानाच नजरेस आला असता. जर तसं झालं असतं, तर कदाचित त्याचा प्रसार थांबविता आला असता किंवा निदान त्याला रोखणे तरी शक्य झाले असते. कदाचित आपण किमान दहा कोटी लोकांचे प्राण वाचवू शकलो असतो; पण माणसांमध्ये एड्स विषाणू घुसून अद्यापि फार काळ झालेला नाही. रोगाची ही तर कुठे सुरुवात आहे. एड्सच्या बाबतीत अनेक लोकांच्या हे लक्षात येत नाही, की, एड्स काय करणार आहे, त्याची ही फक्त नांदी आहे. पुढे काय होईल नि किती लोकांचा बळी पडेल, ते कोणीच सांगू शकत नाही; पण त्यात किमान काही अब्ज लोक बळी पडतील, असे त्याला वाटत होते. ही शक्यता सामान्य माणसांच्या लक्षात आलेली नाही. ह्याउलट समजा, जर एड्सच्या विषाणूची कल्पना लवकर आली असती तर? आफ्रिकेत प्रथम उद्भवलेल्या एड्स विषाणूचा 'नेमका' अभ्यास जर तज्ज्ञांनी केला असता; परंतु त्यांनी व सरकारी यंत्रणेने असाच निष्कर्ष काढला असता, की, हा विषाणू काही विशेष धोकादायक मात्र नाही. त्यापासून मानवी आरोग्याला फार मोठा धोका संभवत नाही, हे खरे; पण तरीही त्यावरच्या संशोधनासाठी फार कमी पैसा उपलब्ध करून देणे योग्य नाही; पण त्या वेळी तर एड्स फक्त झायरेमधल्या कितीतरी कमी लोकांना झालेला होता. म्हणून काय झालं? पण झालं असं, की, तो विषाणू सगळ्या जगात विलक्षण तीव्रतेने प्रचंड प्रमाणात वाढला.

अजूनही वणवा पसरतोच आहे. शेवट कोणाच्याही दृष्टीच्या टप्प्यात दिसत नाही.

एबोला विषाणू काय भूमिका बजावणार आहे, कोणास ठाऊक? तो हवेतून प्रसार करण्याची क्षमता मिळवेल, की माकडांमधला एबोला विषाणू आधीच हवेतून पसरणारा आहे? मुळात मंकी हाऊसमधला एजंट एबोला झायरे आहे, की आणखी काही, हेच नक्की सांगता येत नव्हतं. हा एबोलाचाच नवीन प्रभेद असू शकेल. खोकल्यातून बाहेर पसरणारा विषाणू! कदाचित तसं नसेल; पण ह्याबाबतही कोण खात्री देणार? कोणीतरी आत शिरून त्या एजंटला बाहेर काढायला हवं, असं त्याला वाटत होतं. आपण त्या बिल्डिंगपासून दूर राहून आतल्या आत विध्वंस होऊ देणं, हे त्याला गैर वाटत होतं. हा मानवीसंहारक विषाणू आहे, हे विसरता कामा नये; पण आत शिरून ते काम कोण करेल? कंपनीसाठी काम करणारे लोक माकडांना ठार करतील का?

लष्कराने आत सरळ कब्जा करून जैवप्रतिबंधक पथक- SWAT कामाला लावावं की काय, अशा विचारात तो पडला. असल्या कामासाठी तो त्याच्या भाषेत 'न्यूक' म्हणत असे. एखाद्या जागी न्यूक करणे म्हणजे ती जागा पूर्णपणे जंतुरहित करून टाकणे. तिथे कोणाही सजीवाला जगू न देणे. जर त्या ठिकाणी माणसं राहत असली, तर त्यांना बाहेर काढून स्लॅमरमध्ये टाकणे. जर तिथे प्राणी असतील, तर त्यांना ठार मारून त्यांची शरीरे जाळून भस्मसात करणे. मग ती जागा रसायनांनी अक्षरश: धुऊन टाकायची. लष्कराला मंकी हाऊस न्यूक करावे लागणार काय?

सी.जे. च्या पलीकडे जीन जॉन्सन बसलेला होता. त्याचे मन तिसऱ्याच ठिकाणी होते. त्याचे विचार आफ्रिकेमध्ये, विशेषत: किटुम गुहेत भरकटत होते.

जीन जॉन्सनला एकूण परिस्थिती फारच गंभीर वाटत होती. शिवाय, तो स्वत: प्रचंड घाबरलेला होता. ह्या सगळ्यातून काय होणार आहे? माणसं न मरता हे सगळं कसं संपणार आहे? दर मिनिटाला त्याची चिंता वाढत चालली होती. अमेरिकन लष्कर एका प्रचंड पेचप्रसंगात अडकते आहे. हा पेच मुळातच अत्यंत गहन बनलेला आहे. जर काही गडबड झाली नि लोक मरू लागले, तर त्याचं खापर लष्कराच्याच डोक्यावर फुटणार होतं.

तो एकदम सी.जे.कडे वळून मनातले विचार सांगू लागला. "सगळ्या माकडांना बाहेर काढणं, ह्याला काहीही पर्याय नाही. जैविक पातळी-४ वरच्या रोगाची साथ म्हणजे काही पोरखेळ नाही. ह्या सगळ्यामध्ये किती जबरदस्त सखोल विचार नि कृती करावी लागेल, हे मी तुला आत्ताच सांगून ठेवतो. ते करणं फार धोकादायक नि गुंतागुंतीचं आहे. त्याला वेळही बराच लागणार आहे. त्यातून सर्व काही सुरळीत होऊन बाहेर पडायचं असेल, तर आपल्याला अभूतपूर्व काळजी घ्यावी लागेल, हे देखील ऐकून ठेव. जर आपण हे करणारच असलो, तर सी.जे., कुठल्याही

परिस्थितीत आपल्याला महत्त्वाच्या जागांवर नवशिके, हौशी लोक अजिबात चालणार नाहीत. आपण काय करतो आहोत, ह्यांचे भान ठेवणारे अनुभवी लोकच लागतील. जर काही चूक झाली, तर काय होईल, हे तुला सांगायला नकोच. तो विचार करीत होता. पीटर्स? छे! पीटर्सला असल्या साथीचा अजिबात अनुभव नव्हता. इतकंच काय, कोणालाच तसा अनुभव नव्हता. हे गुंतागुंतीचं काम काहीसं किटुम गुहेतल्या मोहिमेसारखं होतं.

सी.जे. पीटर्स शांतपणाने जॉन्सनचं सगळं बोलणं ऐकत होता. त्याने काहीही उत्तर मात्र दिले नाही. जीन जॉन्सनकडून त्याला असला सल्ला घेण्याची गरज नव्हती. जे सगळं त्याला माहिती होतं, कळत होतं, ते जॉन्सनकडून ऐकून तो वैतागला.

सी.जे. पीटर्स आणि जीन जॉन्सनचे संबंध जरा ताणलेले होते. दोघांनी पूर्वी मध्य आफ्रिकेत ट्रकमधून प्रवास केला होता. एबोलाच्या मागावर फिरताना दोघांमध्ये बराच तणाव निर्माण झाला होता. प्रवास प्रचंड जिकिरीचा होता. रस्ते तर अस्तित्वातच नव्हते. पूल नव्हते. नकाशे तर एखाद्या आंधळ्याने काढले असावेत, अशी स्थिती होती. लोक काय भाषा बोलायचे, त्या स्थानिक लोकांनाही भाषांतर करून सांगता येत नव्हत्या. मोहिमेच्या सदस्यांना जेवणखाण मिळणेही मुश्कील झाले होते. सगळ्यात वाईट भाग असा होता, की, त्यांना एबोलाने ग्रस्त असा एकही रोगी मिळाला नाही. त्यांना विषाणूची नैसर्गिक यजमान प्रजाती व माणसांमधला वावर शोधून काढण्यात अपयश आलेले होते.

ह्याच मोहिमेत सततच्या उपासमारीला कंटाळूनच सी.जे.ने मुंग्या खायला सुरुवात केली होती. वारूळातून बाहेर पडलेल्या मुंग्या तो खात असे. ह्या मुंग्यांना पंख असायचे. जीन जॉन्सन सी.जे.पेक्षा कर्मठ होता. त्याची त्या मुंग्या खाण्याची तयारी नव्हती. तोंडात मुंग्या टाकून सी.जे. अशा प्रकारचं बोलायचा, ‘‘त्यांच्यामध्ये जास्त प्रमाणात...’’ स्मॅक स्मॅक... मग तोंड भरून मुंग्या दाताने कचाकचा फोडून खाल्ल्याचा आवाज, नंतर पंख थू थू करून बाहेर फेकणे... मोहिमेतल्या आफ्रिकन लोकांना मुंग्या खायला आवडत होत्या. ते जॉन्सनने पण खाव्यात, म्हणून त्याच्या मागे लागायचे. अखेर एकदा त्यानेही खाऊन पाहिल्या. त्याने एक मूठभर तोंडात टाकल्यावर तो आश्चर्यचकित झाला. त्यांची चव वॉलनटसारखी लागत होती. सी.जे. मुंग्यांच्या राणीबद्दल नेहमी बोलत असे. चांगली, जाडजूड, अर्धा फूट लांबीची, अंड्यांनी टच्च फुगलेली, पांढरी पिशवीसारखी राणी माशी! सी.जे. ती एक दिवस मिळविणारच, असे सारखा म्हणायचा. ती जिवंतच खायची असते, म्हणे. तिच्यातल्या चरबीची आठवण येऊन त्याच्या तोंडाला पाणी सुटत असे. हा विषय त्यांच्या मनोरंजनाचा ठरला होता. दोघांच्यात अनेकदा वादविवाद देखील होत

असत. वैज्ञानिक काम कसं करावं, विषाणूंचा शोध कसा लावावा, हे वादाचे मुख्य विषय! सी. जे. जीनचा बॉस होता. तो कर्नल होता, तर जीन केवळ एक नागरी सेवेतला शास्त्रज्ञ- आफ्रिकेतल्या मोहिमेचा सी.जे. बॉस होता नि त्या दरम्यान त्यांच्यामध्ये एवढे खटके उडाले, की, जीन जॉन्सनच्या वैतागाला सीमाच उरली नाही.

अचानक रस्त्याच्या कडेला एक निळी, खिडक्या नसलेली व्हॅन उभी राहिली. त्यावर काहीही चिन्हं नव्हती. ती अशा पद्धतीने उभी राहिली, की, दोघांमध्ये काय घडतेय, ते पेट्रोल पंपावरच्या किंवा रस्त्यावरच्या कोणालाही कळू नये. ड्रायव्हरच्या दारातून एक धिप्पाड मनुष्य खाली उतरला. तो बिल व्होल्ट होता. तो लष्कराच्या गाड्यांकडे आला. ते सगळे बाहेर आले.

''ती सगळी मी आत्ता इथे आणलेली आहेत.'' त्याने व्हॅनचे बाजूचे दार उघडले.

आतमध्ये त्यांना सात, काळ्या, कचरा भरण्यासाठी वापरायच्या मोठ्या थैल्या दिसल्या. आतमधल्या डोक्यांचे व हातापायांचे आकार त्यातून स्पष्ट दिसत होते.

''हे काय आहे इथं?'' सी.जे. दबक्या आवाजात थैल्यांकडे बोट दाखवत म्हणाला.

नॅन्सीने दात गच्च आवळून धरले. एक श्वास हलकेच सोडला. थैल्या मधेमधे चमत्कारिकरीत्या फुगलेल्या होत्या. जणू तिथे द्रवपदार्थ भरला असावा. ते रक्त नसावं, अशी तिने मनोमन इच्छा केली. ''हे आहे तरी काय?'' ती उद्गारली.

''ती सगळी काल रात्री खलास झाली होती. त्यांच्यावर दुहेरी वेष्टन आहे.'' बिल म्हणाला.

नॅन्सीला मळमळल्यासारखे वाटू लागले. संकटाची चाहूल लागली होती. ''त्यांच्याशी संपर्क आलेल्या कोणाला काही जखमा तर झाल्या नाहीत ना?'' तिने विचारले.

''नाही.'' व्होल्ट.

तिच्या लक्षात आलं, की, सी.जे. तिच्याकडे डोळ्याच्या कोपऱ्यातून पाहत होता. तशा बघण्याला खूप अर्थ होता. ही माकडं घेऊन फोर्ट डिट्रिकला कोण परत जाणार, हे तो विचारत होता.

नॅन्सीने त्याच्याकडे पाहिलं. सी.जे. नजरेनंच तिला जावे, असे सुचवत होता. तिला ते समजलं होतं. दोघेही इन्स्टिट्यूटमध्ये विभाग प्रमुखाच्या हुद्द्यावर होते. त्याचा लष्करी हुद्दा वरचा होता; पण तो काही तिचा बॉस नव्हता. ''त्याने असं केलं,

तर मी तेवढेच जोरात प्रत्युत्तर देईन.'' ती मनात म्हणाली, ''मी माझ्या डिकीत त्या थैल्या अजिबात ठेवणार नाही.'' ती उघडपणे म्हणाली, ''सी.जे., मी एक पशुवैद्यक आहे. मेलेले प्राणी वाहून नेण्याबद्दल माझ्यावर काही बंधनं आहेत, सर. मला माहिती असताना मी संसर्गजन्य मेलेले प्राणी एका राज्यातून दुसऱ्या राज्यात नेऊ शकणार नाही.''

क्षणभर संपूर्ण शांतता पसरली. सी.जे.च्या चेहऱ्यावर हसू दिसले. ''ते करायला पाहिजे, हे खरे. मला मान्यही आहे.'' नॅन्सी.

''तू देखील डॉक्टर आहेस. तुलाही त्या प्रश्नापासून दूर पळता येणार नाही.'' कर्नलच्या ह्या उद्गारांवर नॅन्सी म्हणाली, ''पण ते करण्यासाठीच तुझ्या खांद्यावर कर्नलची गरुडचिन्हे लावलेली आहेत.''

त्यावर दोघे अवघडून हसले.

एकेक क्षण जात होता. दरम्यान विषाणूची प्रजा वेगाने वाढत होती. मंकी हाऊसमध्ये विषाणू वाढतच होता. सी.जे.ने थैल्यांकडे नीट पाहिले. माकडे दुहेरी थैल्यांत घातलेली पाहून त्याला समाधान वाटले. काही काही तर तिहेरी आवरणात होती. त्याने ती स्वत: फोर्ट डिट्रिकला न्यायचं ठरविलं. कायद्याची फिकीर मागाहून करता येईल. त्याचे विचार नंतर त्याने माझ्याशी बोलताना सांगितले, ते असे होते: जर त्याने ही माकडं आणली होती, ती त्याने परत मंकी हाऊसमध्ये नेली असती, तर मला जास्त धोका होईल, असे वाटले. परत तिकडे जाताना बाजूच्या परिसराला धोका होईल. असे मला वाटले, की शिवाय त्यांचे निदान करायलाही वेळ लागेल. जर आम्ही एबोलाची लवकर खात्री पटवू शकलो, तर ते सर्वांच्याच फायद्याचे ठरणार होते. अर्थातच लष्कराच्या चलाख वकिलाने अशा प्रकारे मेलेली, संसर्ग करू शकणारी माकडे एका राज्यातून दुसऱ्या राज्यात नेणे, ती देखील खासगी गाड्यांमधून हे अगदी कायद्याला धरूनच असल्याचे सिद्ध करायला काहीच हरकत नव्हती! तसंच झालं; कारण पुढे त्याच्यावर काहीही चर्चा न होता सगळे काही सुरळीत पार पडलं.''

त्याची जुनी लाल टोयोटा अजिबात धड वाटत नव्हती. त्याला त्या गाडीच्या किमतीमध्ये वा विक्रीत काडीचाही रस नव्हता. त्याने डिकी उघडली. त्यात लाल कार्पेट होतं. आतमध्ये कुठेही थैल्या फाडू शकतील, अशा धारदार कडा नव्हत्या.

त्यांच्याजवळ रबरी हातमोजे नव्हते. त्यामुळे त्यांना त्या थैल्या उघड्या हातानेच उचलणे भाग होते. नॅन्सीने तोंड थैल्यांपासून जास्तीत जास्त लांब ठेवण्याचा प्रयत्न केला. व्हॅनमधली हवा देखील नाकात जाणार नाही, ह्याची दक्षता घेत त्या तिने बाहेरूनच नीट बघितल्या. बाहेर कुठे रक्ताचे थेंब नाहीत ना, हे ती पाहत होती. ''बाहेरच्या बाजूला निर्जंतुक केले आहे का?'' तिने व्होल्टला विचारले.

आपण थैल्या बाहेरून क्लोरॉक्स ब्लीचने धुतल्या आहेत, असं तो उत्तरला. थैल्यांमधली माकडं आतल्या आत इकडे-तिकडे डचमळत होती. त्यांनी काळजीपूर्वक टोयोटाच्या डिकीत सर्व थैल्या एकावर एक रचल्या. प्रत्येकाचे वजन अंदाजे दहा ते पंधरा पौंड होते. म्हणजे तेथे एकूणात जैविक धोका पातळी-४ मधील माकडांचे शंभर किलो मांस होते. त्यामुळे टोयोटाची मागली बाजू चांगलीच खाली दबली.

नॅन्सीला माकडांचे विच्छेदन त्वरेने करावे, असे वाटत होते. जर माकडांना तसेच एबोला विषाणूसकट प्लॅस्टिकमध्ये एक दिवस ठेवले असते, तर तेथे फक्त सूपच उरले असते. ''माझ्या मागून गाडी चालव नि पाठीमागे कुठे थेंब पडत नाही ना ह्यावर लक्ष ठेव.'' सी. जे. म्हणाला.

◆

बुधवार, दुपारी २ वाजता

ते दुपारी इन्स्टिटट्यूटमध्ये परत आले. सी.जे.ने गाडी बिल्डिंगच्या शेजारच्या लोडिंग बे मध्ये पार्क केली. त्याने काही सैनिकांना मदतीला घेऊन गाडीतल्या कचऱ्याच्या थैल्या बाहेर काढून मालाचा पुरवठा करणाऱ्या एअर लॉकमध्ये आणल्या. येथून माल एबोला विभागात जात असे. नॅन्सी तिच्याच एका सहकाऱ्याच्या ऑफिसात गेली. त्याचे नाव लेफ्टनंट कर्नल रॉन ट्रॉटर! तिने त्याला अंतराळ पोशाख घालून पुढे जाण्यास सांगितले. ती पाठोपाठ येणारच होती. हॉट झोनमध्ये ते एकत्र काम करीत असत.

नेहमीप्रमाणे जैविक पातळी-४ मध्ये शिरण्यापूर्वी तिने आपली वाङ्‌निश्चयाची अंगठी, लग्नातली अंगठी काढून त्या सोन्याच्या चेनला अडकविल्या. हे सगळं ड्रॉवरमध्ये टाकून तो बंद केला. ती आणि ट्रॉटर एकत्रच हॉलमधून पुढे गेले. तो लॉकररूममध्ये प्रथम गेला. तेथूनच AA-5 सूटमध्ये जाण्याचा रस्ता होता. नॅन्सी कॉरिडॉरमध्येच थांबली. दारावरचा दिवा लागला. ह्याचा अर्थ, तो पुढे गेला होता नि लॉकररूम रिकामी झाली होती. तिने तिचे सुरक्षा कार्ड दारावरच्या सेन्सरला लावले. त्यामुळे दार उघडले. नॅन्सी मग लॉकर रूममध्ये शिरली. तिने सगळे कपडे काढून टाकले नि लांब बाह्यांचा स्क्रबसूट घातला. तिचे कपडे लॉकरमध्ये टाकले नि सुरक्षा कार्डही आत ठेवून दिले. केस वरच्या टोपीत व्यवस्थित बसविले आणि ती समोरच्या दारापुढे उभी राहिली. तिथे तिच्या तोंडावर एका छोट्या झरोक्यातून निळा प्रकाश पडत होता. दाराजवळच आणखी एक सेन्सर होता; पण इथे सुरक्षा कार्ड नव्हते, तर तिथे नंबर टाईप करावे लागत होते. वरच्या जैविक पातळ्यांमध्ये सुरक्षा कार्ड आणायला परवानगी नव्हती. तुम्ही फक्त तुमचे शरीर नि स्क्रबसूट तिथे घेऊन जाऊ शकता. सुरक्षा कार्ड निरनिराळ्या रासायनिक प्रक्रियांमध्ये वितळून जाण्याची किंवा खराब होण्याची शक्यता असते. म्हणून इथे तुम्हाला तुमचा सांकेतिक क्रमांक

नीट लक्षात ठेवावा लागतो. तिने काही नंबर दाबले. बिल्डिंगच्या मुख्य कॉम्प्युटरमध्ये नॅन्सी जॅक्स आत प्रवेश करीत असल्याची नोंद झाली. तिला त्या ठिकाणी प्रवेश करण्याची परवानगी आहे, हे लक्षात आल्यावर कॉम्प्युटरने AA-5 सूटकडे जाणारे दार उघडले. बीप असा आवाज करून तिला प्रवेशाची परवानगी असल्याची सूचना केली. ती आत शिरल्यास आता धोक्याच्या घंटा वाजणार नव्हत्या. ती शॉवरच्या भागातून बाथरूममध्ये शिरली. पांढरे मोजे घातले नि पुढे गेली. ती आता पातळी-३ च्या स्टेजिंग विभागात जात होती.

तिथे तिला लेफ्टनंट कर्नल ट्रॉटर भेटला. ठेंगणा, आडव्या बांध्याचा नि दाट काळ्या केसांचा हा माणूस तिचा सहकारी होता. दोघांनी कितीतरी वर्षे एकत्र काम केले होते. त्यांनी त्यांचे आतले हातमोजे चढविले नि बाह्या चिकटपट्टीने जोडून टाकल्या. नॅन्सीने कानावर एक संरक्षक उपकरण चढविले. अंतराळ पोशाखात कानाभोवती रोरावणाऱ्या हवेमुळे कानांना इजा होते, अशी कल्पना सर्वजण व्यक्त करू लागले होते.

त्यांनी अंतराळ पोशाख चढविला नि झिपलॉक बंद करून टाकले. हे सगळे करताना ते दोन मल्लांप्रमाणे एकमेकांभोवती फिरत होते. अंतराळ पोशाखात काम करणारे लोक अशा प्रकारे एकमेकांच्या हालचालींवर लक्ष ठेवतात. विशेषत: हातात काही धारदार वस्तू तर घेतली नाही ना, हे ते नीट पाहत असतात. अनुभवानं हे सगळं आपोआप होत जातं.

त्यांनी अंतराळ पोशाख नीट बंद केले आणि ते एअरलॉक दाराकडे निघाले. ह्या दारामधून बाहेरून वस्तूंचा पुरवठा करता येत असे. ते दार बाहेरच्या जगातून आत उघडत असे. त्यांनी दार उघडलं. खाली जमिनीवर कचऱ्याच्या सात थैल्या ठेवलेल्या होत्या.

"जेवढ्या घेता येतील, तेवढ्या घे." ती ट्रॉटरला म्हणाली. तिने व त्याने काही थैल्या उचलल्या. ते पुन्हा स्टेजिंग भागात आले. आता ते दुसऱ्या एअरलॉककडे गेले. हे दार पातळी-४ मध्ये उघडत होते. नॅन्सीने उपकरणांचे भांडे घेतले. नॅन्सीला आता गरम वाटू लागले होते. तोंडापुढची काचपट्टी धुरकटली होती. त्यांनी एअरलॉक उघडून आत प्रवेश केला. नॅन्सीने एक दीर्घ श्वास घेतला नि विचार एकसंध करण्याचा प्रयत्न केला. अंतराळ पोशाख घालून ग्रे झोनमधून जैविक पातळीवर ४ मध्ये जाणे तिला अंतराळात चालण्यासारखे वाटत असे. फरक एवढाच, की, तेथे लोक 'बाह्य' अंतराळात वावरतात, तर इथे मात्र 'आतल्या' अंतराळात वावरावे लागते. दोन्हीकडे बाहेरून कोणाचा तरी आत शिरण्याचा प्रयत्न असतो. इथे कोणीतरी सजीव, तर तिथे निर्वात पोकळी! इन्स्टिट्यूटमध्ये लोक नेहमीच जैविक पातळी-४ मध्ये ये-जा करीत असत. विशेषत: प्राण्यांची देखभाल

करणाऱ्या नागरी सेवेतल्या लोकांना तर सतत जावे लागे; पण संसर्ग होऊ शकणाऱ्या भागात जाऊन माकडांचे शवविच्छेदन करण्याचे काम मात्र जरा विशेष होते. माकडांमध्ये प्रचंड वाढ झालेल्या अज्ञात हॉट एजंटचा मोठाच धोका होता.

नॅन्सीने मन एकाग्र करून स्वत:चा श्वासोच्छ्वास व्यवस्थित नियंत्रणात आणला. तिने ग्रे झोनमधले पलीकडचे दार उघडून हॉट झोनमध्ये प्रवेश केला. परत ती एअर लॉकमध्ये आली नि मागची साखळी ओढली. त्यामुळे एअर लॉकमध्ये बाहेरून काही छुपे घुसखोर जीवजंतू आले असतील, तर त्यांना मारण्यासाठी निर्जंतुक द्रवाचा फवारा सुरू झाला.

त्यांनी बूट चढविले नि ते कॉरिडॉरमधून पुढे निघाले. बरोबर ते माकडांच्या थैल्या ओढत नेत होते. त्याच्या पोशाखातली हवा आता शिळी होऊ लागली होती. त्यामुळे त्यांना ताबडतोब हवेचा होजपाईप जोडणे आवश्यक होते.

ते आता रेफ्रिजरेशन खोलीत आले. एक सोडून सगळ्या थैल्या त्यांनी फ्रीजमध्ये टाकल्या. उरलेली थैली घेऊन ते विच्छेदनाच्या खोलीत गेले. एकमेकांभोवती नीट फिरून, नजर ठेवून त्यांनी हवेचे पाईप आपापल्या पोशाखाला जोडले. कोरड्या हवेने तोंडावरची काचपट्टी स्वच्छ झाली. हवेचा नॅन्सीच्या संरक्षक उपकरणातूनही जोराने आवाज येतच होता.

त्यांनी आपल्या पोशाखाच्या हातमोज्यांवर सर्जिकल हातमोजे चढविले. नॅन्सीने उपकरणे आणि इतर वस्तू टेबलावर मांडून ठेवल्या. ठेवताना सगळ्या एक-एक करून मोजल्या. थैल्यांच्या गाठी ट्रॉटरने सोडल्या आणि त्यांची तोंडं मोकळी केली. त्याबरोबर थैल्यांमध्ये बंदिस्त झालेला हॉट झोन तिथल्या हॉट झोनमध्ये बाहेर पडला. तिने व त्याने मिळून माकड उचलून टेबलावर ठेवले. नॅन्सीने शस्त्रक्रियेसाठी लागणारा विशेष दिवा लावला.

आडपडदा नसणारे पिंगट डोळे त्यांच्याकडे एकटक पाहत होते. डोळे नैसर्गिक वाटत होते. त्यांच्यात लालसरपणा नव्हता. सर्व काही स्वच्छ आणि नैसर्गिक होते. वरच्या दिव्याचे प्रतिबिंब डोळ्यांत दिसत होते. डोळ्यांमध्ये आतवर काहीही जिवंतपणा नव्हता. मन नाही, अस्तित्व नाही, फक्त उघडे डोळे! तिथल्या पेशी मरून गेल्या होत्या.

एकदा का सजीव यंत्र थांबले, की, परत कधीही सुरू होऊ शकत नाही. शरीर मृत झाले, की, एकापाठोपाठ एक विनाशाची पायरी गाठली जाते. शेवटी तिथे फक्त अस्ताव्यस्तपणा (disorder) नि स्वैरपणा (randomness) उरतो. सर्व काही नष्ट होऊन जाते; पण विषाणूंच्या बाबतीत मात्र असं घडत नाही. विषाणूंचे यंत्र 'बंद' होते नि ते मृत होतात; पण जर त्यांचा संपर्क जिवंत पेशींशी आला, की, यंत्र पुन्हा चालू होतं. विषाणू वेगानं वाढू लागतात. आता ह्या मृत माकडांमध्ये फक्त

ते सजीव जिवंत होते; पण ते काही न करता होते तिथेच वाट पाहत होते. त्यांची वाढ होत नव्हती; कारण माकडांच्या पेशीच मरून गेलेल्या होत्या; पण जर त्या विषाणूंनी जिवंत पेशीला, नॅन्सीच्या पेशीला स्पर्श केला, तर त्यांच्यात चैतन्याचा संचार होईल नि वाढीस प्रारंभ होईल. तात्त्विक विचार केला, तर तो विषाणू सगळ्या मानवजातीला व्यापून टाकू शकतो.

नॅन्सीने स्काल्पेल घेऊन माकडाचे पोट कापले. कापताना तिने पुरेपूर काळजी घेतली होती. स्कापेलची धार आपल्या हातापासून शक्यतो लांबच राहायची दक्षता घेतली होती. माकडाची प्लीहा कडक झालेली नि चांगलीच फुगलेली होती. ती कातड्यासारखी भासली नि एकूण रागरंग धुरकटलेल्या सॅलॅमीसारखा दिसत होता. माकडाच्या शरीरात कुठेही रक्ताळलेले अवयव दिसले नाहीत. माकडाच्या पोटात रक्ताचे तळे अपेक्षित होते; पण तसं मात्र नव्हतं. हे माकड ठीक वाटत होतं. आतमध्ये कुठेही रक्तस्राव झालेला नव्हता. जर हा प्राणी एबोलामुळे मेला असावा, हे गृहित धरले, तर त्याला योग्य पुरावा मात्र मिळत नव्हता. तिने आतडे कापून उघडले; पण तिथेही रक्तस्रावाचा मागमूस नव्हता. आतले आवरण सुटून बाहेर पडले नव्हते. मग तिने जठर तपासले. तिथे मात्र जठर नि छोट्या आतड्याच्या जोडापाशी रक्ताची कडीसारखी रेघ आढळली. ही एबोलाची निशाणी असू शकते; पण खात्री मात्र देता येत नव्हती. ते सिमियन फिव्हर विषाणूचेही लक्षण असू शकते. म्हणजेच एबोलाच्या अस्तित्वाचा पक्का पुरावा मिळालेला नव्हता. विच्छेदनात एबोलाचे अस्तित्व सिद्ध होऊ शकले नाही.

बोथट टोकाची कात्री वापरून तिने लिव्हरच्या पाकळ्या दाबून थोडा भाग काचपट्टीवर घेतला. काचपट्ट्या नि नळ्या ह्या दोनच काचेच्या वस्तू हॉट झोनमध्ये चालत होत्या; कारण काही फुटले, तर काचेचे धारदार तुकडे उडण्याचा धोका असतो. तिथले सगळे बिकर्सही (beakers) प्लॅस्टिकचे होते.

ती अत्यंत सावकाश काम करीत होती. शक्यतो आपले हात माकडाच्या शरीराच्या पोकळीत जाणार नाहीत, ह्या बेताने ती काम करीत होती. ती पुन:पुन्हा आपले हात एन्व्हरोकेममध्ये बुचकळत होती. ती पुन:पुन्हा नवीन हातमोजे बदलत होती. रक्ताने बरबटलेले हातमोजे काढून टाकत होती. असे तिने बारा जोड बदलले. एक क्षणही तिने त्या रक्तात काय आहे, त्याचा विसर पडू दिला नव्हता.

ट्रॉटर मधूनमधून तिच्याकडे पाहत होता. त्याने कापलेले भाग ताणून धरले होते नि तोच रक्तवाहिन्यांना चिमटे लावत होता. तिने मागितली, की लागणारी हत्यारे तो तिच्या हाती देत होता. त्यांना आवाज न येता केवळ ओठांच्या हालचालींतून सर्व काही संवाद साधता येत होता.

"चिमटा!" ती हाताने इशारा करीत हळू म्हणाली. त्याने मान हलविली आणि

तिच्या हातात चिमटा सरकविला. ते बोलत नव्हतेच. तिच्या कानाजवळ फक्त घुसणाऱ्या हवेचा आवाज होता.

तिला असे वाटू लागले, की, ह्या माकडामध्ये एबोला नसावाच.

जीवशास्त्रात काहीही सरळसोपं मात्र कधीच नसतं. प्रत्येक गोष्टीत प्रचंड गुंतागुंत असते आणि जेव्हा तुम्हाला काही कळू लागतं, तेव्हा एकदम सर्व गोष्टी स्पष्ट दिसू लागतात.

तुम्ही वरचा भाग सोलला, की, आतली गुंतागुंत नीट दिसायला लागते.

निसर्गात साधेपणा सोडून सर्व काही असतं.

हा पिपाणू म्हणजे सांध्याकाळी आकाशात फिरणाऱ्या वटवाघळासारखा होता. तुम्हाला त्याची झलक दिसते न दिसते, तोच ते नजरेसमोरून अदृश्यही झालेले असते.

◆

बुधवार, दुपारी २ वाजता

नॅन्सी जॅक्स माकडांवर विच्छेदनाचे काम करीत होती, तेव्हा सी. जे. पीटर्स पोर्ट डिट्रिकच्या मुख्यालयातील कॉन्फरन्स रूममध्ये चर्चेत मग्न होता. तिथे अनेकांच्या उभ्या करियर पणाला लागल्या होत्या. जगात ज्या ज्या लोकांना एबोला म्हणजे काय ते समजत होतं, ते सर्वजण तिथे हजर होते. जगाचा नकाशावर आता आणखी एक ठिपका दिसत होता. तो हॉट ठिपका वॉशिंग्टन डी.सी. शहराजवळ होता. टेबलाच्या मध्यभागी जनरल रसेल बसलेला होता. तो दणकट, उंचापुरा जनरल त्याच्या युनिफॉर्ममध्ये होता. आजच्या मिटिंगचे अध्यक्षपद त्याच्याकडेच होते. ह्या मिटिंगचे नंतर सत्तासंघर्षात रूपांतर होणार आहे, हे त्याला माहिती होते. लष्कर आणि अटलांटाचे 'सेंटर्स फॉर डिसीज कंट्रोल' ह्यांच्या दरम्यान संघर्ष अटळ होता. अटलांटाच्या लोकांनी ह्या प्रकरणाचा ताबा घेऊ नये, अशी त्याची इच्छा होती.

गडद रंगाचा सूट घातलेला डन डलगार्ड तिथे हजर होता. तो शांत आणि काहीसा अंतर्मुख वाटत होता. प्रत्यक्षात तो खूप नर्व्हस झालेला होता नि मनामध्ये प्रचंड खळबळ माजलेली होती. जीन जॉन्सन टेबलावर अत्यंत वाईट मूडमध्ये वाकून बसला होता. तो बाहेरून शांत वाटत होता. तिथे व्हर्जिनियाच्या आरोग्य खात्याचे अधिकारी होते. तसेच, फेअरफॅक्स कंट्रीचेही अधिकारी होते. एबोलाचा सहसंशोधक फ्रेड मर्फीदेखील तिथे होता. CDC मधल्या ह्याच मित्राशी जनरल रसेलने प्रथम विचारविनिमय केला होता. त्याच्याच पलीकडे CDC मधला दुसरा अधिकारी कॅ. जोसेफ बी. मॅकॉर्मिक बसलेला होता.

जो मॅकॉर्मिक CDC मध्ये स्पेशल पॅथोजेन्स शाखेचा प्रमुख होता. ही शाखा कार्ल जॉन्सनने स्थापन केलेली होती. कार्ल जॉन्सननेच एबोलाचा शोध लावण्यात प्रमुख वाटा उचललेला होता. कार्ल जॉन्सन निवृत्त झाल्यावर त्या जागी जो मॅकॉर्मिकची नेमणूक झाली होती. तो जॉन्सनचा उत्तराधिकारी होता. तो आफ्रिकेत

खूप काळ राहिला नि हिंडलाही होता. तो हॅण्डसम आणि अत्यंत सफाईदार वागणारा मेडिकल डॉक्टर होता. केस काळे नि कुरळे, गोल फियोरुच्ची चष्मा, हुशार, मोहक नि लाघवी व्यक्तिमत्वाचा ज्यो अत्यंत महत्त्वाकांक्षी होता. त्याच्या वागण्यात एवढी सफाई होती, की, तो नुसत्या दिसण्यानेच लोकांमध्ये विश्वास निर्माण करू शकत असे. इथे बसलेल्या लोकांपैकी फक्त त्यानेच एबोलाचे रोगी प्रत्यक्ष पाहिले होते आणि त्यांच्यावर उपचार देखील केले होते.

जो मॅकॉर्मिकि आणि सी.जे. पीटर्सचा छत्तीसाचा आकडा होता. दोघांमधला खटका हा कितीतरी वर्षांपूर्वी उडून त्यातून शत्रुत्व निर्माण झाले होते. दोघांनी आफ्रिकेचे दुर्गम भाग पिंजून काढले होते. दोघांनी एबोलाचा कसून शोध घेऊनही त्या विषाणूचे लपण्याचे ठिकाण सापडले नव्हते. पीटर्सप्रमाणेच आता ज्यो मॅकॉर्मिकला देखील असे वाटू लागले होते, की, आता शोध संपत आला आहे नि एबोलाची मोठी शिकार साधायची संधी आलेली आहे.

मिटिंगची सुरुवात पीटर यारलिंगच्या भाषणाने झाली. माकडांमध्ये असणाऱ्या प्रभेदाचा शोध लावणाऱ्यांमध्ये तो एक होता. यारलिंगने उभे राहून त्याचे भाषण केले. तो मधेमधे फोटो आणि तक्ते दाखवीत होता. नंतर तो खाली बसला.

त्याच्या पाठोपाठ जो मॅकॉर्मिक बोलायला उभा राहिला. तो नेमका काय म्हणाला, त्यावर नंतर खूप वादविवाद झाला. लष्कराच्या लोकांच्या मते, तो पीटर यारलिंगकडे वळून असं काहीतरी म्हणाला : पीटर, धन्यवाद. आम्हाला सावध केल्याबद्दल धन्यवाद! पण खरा बिगबॉस आता इथे आला आहे. तेव्हा तुमचे काही नुकसान होण्याआधीच हे सगळं आमच्यावर सोपवून टाका कसे. अटलांटामध्ये जैविक प्रतिबंधाची आमची सुसज्ज तयारी आहे. आम्ही तुमचे सगळे नमुने नि सर्व काही घेऊन जाऊ. ह्या विषाणूवर उपाययोजना करण्याची सगळी यंत्रणा आमच्याजवळ आहे. तेव्हा इथून पुढे सगळं काही आम्ही पाहून घेऊ.

त्या मिटिंगमध्ये हजर असणाऱ्या एकाने नंतर मॅकॉर्मिक काय बोलला, ते सांगितलं, "हे सगळं माझ्या अधिकारात येतं." म्हणजेच लष्करी लोकांना वाटलं, की, मॅकॉर्मिक आपणच एकमेव महान एबोलातज्ज्ञ असल्याचे भासवायचा प्रयत्न करतोय्. तो ह्या सगळ्यातून आपल्या ताब्यातला विषाणू काढून घेऊन कुरघोडी करण्याच्या प्रयत्नात आहे.

मॅकॉर्मिकचं बोलणं चालू असताना सी. जे. पीटर्स आतल्या आत धुमसत होता. तो रागावूनच ऐकत होता. हे सारं त्याला फार उद्धटपणाचं आणि अपमानास्पद वाटलं.

मॅकॉर्मिकच्या मते मात्र त्याला काही वेगळंच आठवतं. "मी त्यांना काही मदत हवी का, म्हणून विचारलं, हे खरं. रेस्टनमधल्या माकडांची परिस्थिती हाताळण्यासाठी

मी माझा हात मदतीसाठी पुढे केला होता. मी त्याला फोन करून विचारलं, तेव्हा तो हे सांगत होता, मला वाटतं, की, तिथे काहीही संघर्ष मात्र नव्हता. कसलेही शत्रुत्व नव्हते. जर काही असलं, तर ते त्यांच्याच मनात असेल. ते जर असेल, तर का, ते त्यांचं त्यांनाच माहीत. आमचा एकूण अभिप्राय असा होता : वा! लोकहो छान छान!''

पूर्वी मॅकॉर्मिकने जीन जॉन्सनवर उघडउघड टीका केलेली होती. किटुम गुहेत संशोधन मोहिमेसाठी प्रचंड पैसा खर्च करूनही त्याबद्दल काहीही प्रकाशन न झाल्याबद्दल त्याचा तीव्र आक्षेप होता. मॅकॉर्मिक माझ्याशी बोलताना म्हणाला, ''ते तुला त्यांच्या प्रयोगाची माहिती देण्याचा उत्साह दाखवतील; पण लोकांना कळावं, ह्यासाठीच तर अहवाल प्रसिद्ध करायचे असतात.'' ह्यात काहीही फार कठोर टीका आहे, असं मला वाटत नाही. ते कर देणाऱ्यांचा पैसाच वापरत होते. शिवाय,''माझ्याएवढा त्यांच्यापैकी एकालाही फील्डमधला अनुभव नव्हता. एबोलाच्या प्रत्यक्ष रोग्यांना मीच फक्त पाहिलेले होते. त्यांच्यापैकी एकालाही हा अनुभव होता का?''

मॅकॉर्मिकने जे काम केलं होतं, ते असं होतं : १९७९ मध्ये CDC कडे रिपोर्ट आले होते, की, एबोला लपलेल्या ठिकाणाहून बाहेर पडला आहे. दक्षिण सुदानमध्ये त्याने आगडोंब पेटविला होता. पूर्वी जिथे उद्भवला होता, तिथे पुन्हा एबोला अवतरला होता. १९७६ मध्ये तो आला होता, तिथेच सुदानमध्ये ही नवीन साथ आली होती. परिस्थिती भयंकर होती. अर्थात त्याला विषाणूशिवाय इतरही कारण होतं. तिथे यादवी युद्धाने पेट घेतला होता. सुदानमध्ये जिथे एबोला आला होता, तो यादवीने उद्ध्वस्त झालेला प्रदेश होता.

मॅकॉर्मिकने स्वत:हून तिथे जाऊन मानवी रक्ताचे नमुने आणून जिवंत विषाणू अटलांटाला आणण्याची आपणहून तयारी दाखवली. त्याच्याबरोबर जायला कोणाचे धैर्य होईना. मग तो एकटाच सुदानला गेला. १९७६ मध्ये म्हणजे ह्या साथीच्या पूर्वी सुदानमध्ये जाताना एका डॉक्टरचे अवसान गळालेले व तो विमानातच बसला नसल्याचे आपल्या लक्षात असेलच. दक्षिण सुदानमध्ये जाण्यासाठी मॅकॉर्मिकने एक हलके विमान वापरले होते. त्याचे दोन पायलट प्रचंड घाबरलेले होते. संध्याकाळी सूर्यास्ताच्या सुमारास ते झांडे (Zande) नावाच्या गावाबाहेरच्या एका धावपट्टीवर उतरले. पायलट बाहेर उतरायला अजिबात तयार नव्हते. रात्र पडू लागली होती.

पायलटनी रात्र कॉकपीटमधेच बसून काढायचं ठरवलं. त्यांनी मॅकॉर्मिकला निक्षून बजावलं की आपण सूर्योदय होताच निघून जाणार आहोत. विषाणू शोधायला त्याच्याजवळ अख्खी एक रात्र होती.

मॅकॉर्मिक पाठीवरची पिशवी सांभाळत खेड्याकडे चालू लागला. त्याला

एबोलाचा शोध घ्यायचा होता. तो एका मातीच्या झोपड्याकडे आला. लोक झोपडीबाहेरच उभे होते. त्यांची आत जाण्याची तयारी नव्हती. आतमधून माणूस विव्हळल्याचा करुण आवाज येत होता. आत जाणारा मार्ग अंधारा होता. आतलं काही दिसत नव्हतं; पण आत एबोला आहे, हे त्याला जाणवत होतं. त्याने पाठपिशवीत हातानेच चाचपडून फ्लॅशलाईट काढला; पण तो बंद होता; कारण तो सेल आणायलाच विसरला होता. त्याने तिथल्या गर्दीला कोणाकडे बॅटरी आहे का, ते विचारलं. कोणीतरी एक कंदील आणून दिला. आपल्यापुढे कंदील धरून तो अंधाऱ्या झोपड्यात शिरला.

आतले दृश्य तो कधीच विसरू शकणार नव्हता. प्रथम दिसलं, ते म्हणजे आतमध्ये अनेक लालभडक डोळे त्याच्याकडे पाहत होते. आतल्या हवेला रक्ताचा दर्प येत होता. जमिनीवरच चटईवर लोक अस्ताव्यस्त पडले होते. काहीजणांना झटके येत होते. मृत्यू जवळ आला, की, अशी शेवटची तडफड सुरू होते. त्यांची कडक झालेली शरीरे गचके देत होती. डोळे केव्हाच वर झाले होते. नाकातून नि ढुंगणातून रक्ताचे लोट वाहत होते. कित्येकजण तर शेवटच्या बेशुद्धीत पोहोचले होते. ते निपचित पडले होते नि त्यांच्यामधूनही रक्ताचे पाट वाहतच होते. ती झोपडी म्हणजे धगधगता 'हॉट झोन' झालेला होता.

त्याने पाठीवरच्या पिशवीत हात घालून रबरी हातमोजे शोधून काढले. एक कागदी सर्जिकल गाऊन चढविला. कागदीच मास्क तोंडावर लावला. बुटावर कागद लावून पाय झाकून टाकले. मग त्याने सिरिंज आणि नळ्या चटईवर मांडल्या. नंतर त्याने लोकांचं रक्त काढायला सुरुवात केली. कितीतरी तास तो गुडघ्यावर बसून रक्ताचे नमुने गोळा करीत होता. त्यांच्यावर जे काही उपचार करणे शक्य होते, ते करण्याची रात्रभर शर्थ करीत होता.

त्याच्या गुडघ्याला सगळीकडे रक्त लागले होते.

रात्री केव्हातरी तो एका म्हाताऱ्या बाईचे रक्त काढत होता. एकदम तिने गचका दिला. जोरदार हालचाल झाली नि जणू शरीर एकदम 'लॉक' (lock) झाल्यासारखं वाटलं. त्यापूर्वी तिचा हात वेगानं उसळला होता. दंडात घुसविलेली सुई बाहेर पडली नि एकदम वेगात त्याच्या अंगठ्यात घुसली. 'ओ ! ओ!' हे पुरेसं होतं. हॉट एजंटने त्याच्या रक्तात प्रवेश मिळविला होता.

पहाट होऊ लागताच त्याने रक्ताच्या नमुन्याच्या सगळ्या नळ्या एकत्र केल्या आणि विमानाकडे धाव घेतली. त्याने ती सॅम्पल्स पायलटांच्या स्वाधीन केली. आता महत्त्वाचा प्रश्न असा होता, की, आपल्या स्वत:चं काय करावं? कारण आता त्याच्या अंगठ्यात रक्ताची दूषित सुई घुसली होती. हा एबोलाशी फारच घातक संपर्क होता. तो एबेलाने बळी पडायच्या आधी त्याच्या हातात फक्त तीन-चार

दिवसांचा अवधी होता. त्याने ताबडतोब सुदान सोडून हॉस्पिटलमध्ये दाखल व्हावे काय? त्याला तत्काळ निर्णय घेणे जरूर होते. पायलटांच्या बरोबर जावे की विषाणूच्या संपर्कात थांबावे? पायलट त्याला घ्यायला पुन्हा विमान घेऊन येणार नाहीत, हे उघड होतं. जर तिथून जाऊन त्याच्यावर काही उपचार करून घेणे जरूर असेल, तर ती वेळ आत्ताच होती.

शिवाय, आणखीही एक गोष्ट होती. तो एक डॉक्टर होता नि तिथे असणारे दुर्दैवी लोक त्याचे पेशंट होते.

तो परत त्या खेडेगावात आला. आपल्याला एबोलाचा संसर्ग झाला आहे, असे त्याला वाटत होते; पण त्याला अजून काही नमुने गोळा करायचे होते. त्याने असा विचार केला, की, जर त्याला डोके दुखू लागल्याचे जाणवले, तर तो रेडिओ संदेश पाठवून मदत मागवू शकेल. कदाचित त्याला घ्यायला एखादे विमान येईल. तो दिवस त्याने एका झोपडीत विश्रांती घेण्यात घालविला. त्याने स्वत:ला दोन बॅग रक्त दिले. हे रक्त त्याने बर्फात घालून आपल्याबरोबरच आणले होते. त्यामध्ये एबोलापासून कदाचित बचाव करू शकणाऱ्या ॲन्टीबॉडीज् होत्या. आता हे रक्त आपला जीव वाचवेल, अशी त्याला आशा होती. त्या रात्री तो झोपू शकला नाही. सतत त्याच्या डोक्यात अंगठ्यात घुसलेल्या सुईचाच विचार होता. त्या विषाणूने जणु कारखानाच स्वत:च्या शरीरात उघडला असावा. झोप यावी म्हणून त्याने स्कॉचची अर्धी बाटली रिकामी केली.

ते पुढचे चार दिवस एबोला-पेशंटवर उपचार करायचा निकराचा प्रयत्न करीत होता; पण अजूनतरी त्याला डोकेदुखी सुरू झाली नव्हती. दरम्यान त्याने त्या म्हातारीवर एखाद्या ससाण्याप्रमाणे नजर ठेवली होती. चार दिवसांनी एक अजब गोष्ट घडली. म्हातारी बरी व्हायच्या मार्गावर आली. बहुधा, तिला एबोलाचा संसर्ग नसून मलेरिया झालेला असावा. तिला कदाचित बसणारे गचके मलेरियाचे होते. ती बहुधा मलेरियाने थडथडत होती. तो फायरिंग स्क्वॉडच्या समोरून चालत आला होता.

आता फोर्ट डिट्रिकमधल्या मिटिंगमध्ये एबोलाचे प्रत्यक्ष रुग्ण फक्त आपणच पाहिले असल्याचे ज्योला पक्के माहिती होते. एवढेच नव्हे, तर तो त्या भयानक प्रसंगातून सहीसलामत परत आला होता. त्या हॉट झोपडीतली हवा कित्येक दिवस फुफ्फुसात जात असूनही तो आजारी पडला नव्हता. त्यामुळे एबोलाचा हवेतून प्रसार होत नाही, अशी त्याची पक्की खात्री होती. एबोला हा तसा सहजासहजी होणारा रोग नाही, असे त्याचे ठाम मत होते. म्हणूनच त्याच्या मते, लष्कराचे ते लोक उगाचच परिस्थितीचा बाऊ करीत होते. एकूण परिस्थिती त्यांना वाटते, तेवढी भयानक नव्हती.

डन डलगार्डने तिथे जमलेल्या सर्व तज्ज्ञांना एक प्रश्न विचारला, ‘‘आम्ही

तुमच्याकडे सॅम्पल पाठविल्यावर तुम्ही त्याच्या चाचण्यांचे निष्कर्ष किती वेळात देऊ शकता?''

''त्याला एक आठवडा लागतो.'' सी. जे. पीटर्स उत्तरला. ज्यो मॅकॉर्मिक म्हणाला, ''थांबा, एक मिनीट...''. त्याच्याजवळ एक नवीन चाचणी तयार होती. ही चाचणी चार तासांत एबोलाचे निदान करू शकत होती. त्याने पुन्हा एकदा विषाणू नि सर्व काही CDC वर सोपवावे, असा युक्तिवाद केला.

सी. जे. पीटर्सने वळून मॅकॉर्मिककडे पाहिलं. तो रागाने फणफणत होता, ''एबोलाची वेगवान चाचणी? हॅं, आचरटपणा...''

त्याचा मॅकॉर्मिकवर विश्वास बसेना. ज्यो मॅकॉर्मिक आपल्याला नुसती हूल देत असावा. त्याचा काहीही करून हे सगळं ढापायचा बेत होता. सगळं काही पणाला लागलेल्या त्या खेळातली ही फसवी हूल होती. परिस्थिती नाजूक बनली होती; कारण हे सगळं स्टेटच्या आरोग्य अधिकाऱ्यांसमोर बोलून चालणार नव्हतं. ''ज्यो, माझा नाही विश्वास बसत.'' त्याने आवाज वाढविला, ''ज्यो, प्रत्यक्ष साथीचा गंभीर धोका पुढे उभा असताना नवीन चाचणी वापरणे योग्य नाही.''

शिवाय, CDC अटलांटामध्ये होतं, तर त्यापेक्षा जिथे गरज होती, त्या जागेजवळ त्यांचीच इन्स्टिटयूट होती. म्हणूनच विषाणू मिळविणं नि वेगळा काढणं हे त्यांनीच करणे जास्त योग्य. त्यानं एक गोष्ट मात्र उघड केली नाही, की, ही चर्चा चालू असताना त्यांच्या ताब्यातल्या सात माकडांची नॅन्सी जॅक्स चिरफाड करीत होती. तिचे काम केव्हाच चालू झालेले होते. ज्याच्याकडे ताबा, कायदा त्याच्या नव्वद टक्के मुठीत असतो. लष्कराकडे सात माकडं आधीच पोहोचली होती.

मॅकॉर्मिकच्या शेजारी फ्रेड मर्फी बसला होता. त्याच्या लक्षात आले, की, CDC ने वादविवाद आणखी ताणण्यासारखी त्यांची परिस्थिती नाही. तो वाकून ज्योच्या कानात कुजबुजला, ''ज्यो, शांत हो! इथे आपल्यापेक्षा त्यांची संख्या जास्त आहे.''

जनरल फिलिप रसेल खुर्चीत मागे टेकून वाद ऐकत होता. तो काहीच बोलत नव्हता. आता तो शांत, पण गडगडाटी आवाजात बोलू लागला. त्याने काहीतरी तडजोड काढायची सूचना केली. त्या साथीमध्ये करायच्या कामाची जबाबदारी दोघांनीही वाटून घ्यावी.

तडजोड करणे हाच चांगला मार्ग होता. जनरल रसेल आणि फ्रेड मर्फीने तडजोडीचे सर्व मुद्दे भराभर विचारात घेतले. दरम्यान सी. जे. आणि मॅकॉर्मिक फक्त एकमेकांकडे पाहत बसले. बोलण्यासारखं काहीही नव्हतं. CDC ने मानवी आरोग्याच्या गोष्टींकडे लक्ष द्यावे. कोणाला संसर्ग झाला, तर त्यांच्यावरच्या उपचारांची जबाबदारी CDC ने उचलावी. लष्कर मंकी हाऊस व माकडांची जबाबदारी घेणार होते.

◆

बुधवार, दुपारी ४-३०

आता सर्व गोष्टी पुढे सरकायला हरकत नाही. तशी परवानगी आता मिळालेली आहे, असे कर्नल सी. जे. पीटर्सला वाटले. ज्यो मॅकॉर्मिकने माघार घेतली होती, असं म्हणण्यापेक्षा त्याला माघार घेणे भाग पडले होते, हे जास्त बरोबर! मिटिंग संपल्याबरोबर सी.जे.ने आपले भिडू गोळा करायला सुरुवात केली. त्याला आता लष्करी पद्धतीचे काम करणारे पथक हवे होते. त्यावर देखरेख करायला एक अधिकारी हवा होता. सैनिक आणि नागरी सेवेतल्या लोकांना मंकी हाऊसमध्ये जाऊ देण्याची सगळी व्यवस्था त्याने पाहायची होती.

हा अधिकारी कोण, ते त्याने केव्हाच मनाशी पक्के करून टाकले होते. कर्नल जेरी जॅक्स, नॅन्सीचा नवरा! जेरीने आजपर्यंत कधीही अंतराळ पोशाख घातलेला नव्हता; पण तो इन्स्टिटयूटच्या पशुवैद्यक विभागाचा प्रमुख होता नि त्याला माकडांबद्दलची चांगलीच माहिती होती. त्याच्या विभागातले लोक कामासाठी लागणारच होते; कारण माकडांना नीट हाताळण्याचे कौशल्य त्यांच्याशिवाय कोणाकडेच नव्हते.

जेरी त्याच्या ऑफिसातच होता. तो दाताखाली रबरबॅण्ड चावत खिडकीतून बाहेर पाहत बसला होता. ''जेरी...'' सी.जे. म्हणाला, ''आपल्यापुढे रेस्टनमध्ये गंभीर प्रसंग (situation) उद्भवला आहे.'' 'प्रसंग' हा हॉट एजंटसाठी सांकेतिक शब्द होता. ''त्यावर आपल्यालाच नियंत्रण करावे लागेल, असे दिसत आहे. तिथे जाऊन बहुधा त्या माकडांना बाहेर काढावे लागणार आहे. हे सगळं जैविक सुरक्षा पातळी-४ मध्ये पार पाडायचं आहे. त्याने जेरीला नागरी सेवेतल्या लोकांची व सैनिकांची जमवाजमव करायला सांगितले. त्यांच्या पथकाने चोवीस तासांत अंतराळ पोशाख घालून बाहेर पडायच्या तयारीत राहायचे होते.

जेरी जीन जॉन्सनच्या ऑफिसात आला नि आपल्याला ह्या कामाचे प्रमुखपद देण्यात आल्याचे सांगितले. त्यांनी लगेचच जैविक सुरक्षा उपायांची योजना बनवायला

सुरुवात केली. दोघेजण जॉन्सनच्या कागदाच्या ढिगाऱ्यांमध्येच बसून हे काम करू लागले. जेरीला ऑफिसची ती अवस्था पाहवत नसे. जॉन्सनसारखा भला धिप्पाड माणूस त्या पसाऱ्यात बसायला जागा तरी कशी काय मिळवितो, ह्याचेच जेरीला नवल वाटत असे. त्याला कुस्ती करणाऱ्या हिलीबीली बॉब ह्या प्रसिद्ध मल्लाची आठवण झाली; पण असा हा अजागळ वाटणारा जॉन्सन विषाणूंचा विषय निघाला, की, एकमेवाद्वितीय तज्ज्ञ होत असे.

सुरुवातीला छोटीशी कारवाई करावी, असे सर्वसाधारण मत होते. लष्करी पथकाने प्रथम एका खोलीचा ताबा घेऊन काम कसे काय होतेय, ते पाहायचं ठरलं. विशेषत: विषाणू पसरत नाही ना, ह्याकडे लक्ष देऊन पाहायचं होतं. त्यांनी प्राधान्यक्रम निश्चित केला.

प्रथम प्राधान्य : मानवी सुरक्षितता.
द्वितीय प्राधान्य : माकडांना कमीत कमी त्रासाचे दयामरण.
तृतीय प्राधान्य : शास्त्रीय उपयोगासाठी नमुने गोळा करणे.
हेतू : विषाणू नेमका कोण आहे नि त्याचा प्रसार कसा होतो, ते ओळखणे.

जीनला पक्की खात्री वाटत होती, की, जर त्यांच्या पथकाने बिनचूक काम केले, तर वॉशिंग्टनच्या रहिवाशांना काहीही धोका नव्हता. त्याने चष्मा चढविला नि कागदांच्या पसाऱ्यावर वाकून त्याने काही कागद शोधून काढले. त्याची दाढी त्याच्या छातीवर चिरडली जात होती. आपण त्या इमारतीत जाणार नाही, ह्याची त्याला खात्री होती. अजिबातच जायचं नाही. माकडं कोलमडून पडतानाचे करुण दृश्य त्याने अनेकदा पाहिले होते. ते त्याला आणखी पाहायची अजिबात इच्छा नव्हती. काहीही झालं, तरी लोक आणि उपकरणांची जमवाजमव करणे व त्यांना आत इमारतीत पाठविणे, एवढीच त्याची जबाबदारी होती. नंतर लोकांना, उपकरणे व मेलेली माकडे ह्यांना सुरक्षितपणे बाहेर काढणे.

त्याने याद्या केल्या होत्या. त्या लांबलचक याद्या तिथेच कागदाच्या ढिगाऱ्यात कुठेतरी होत्या. त्यामध्ये किटुम गुहेच्या मोहिमेवरून परत आलेल्या सामानाची जंत्री होती. त्याने कागद उस्कटले. तो स्वत:शी काहीतरी पुटपुटतदेखील होता. आफ्रिकेतून परत आलेले सामान अक्षरश: टनावरी होते. त्याने ते इन्स्टिट्यूटमध्ये अडगळीच्या ठिकाणी विखरून लपवून ठेवले होते. लोकांना ते सहज सापडणार नव्हतं.

जीन बराचसा उत्तेजित झाला होता आणि चिक्कार घाबरलाही होता. त्याला पडणारी भयानक स्वप्ने आठवू लागली होती- अंतराळ पोशाखाच्या छिद्रांमधून घुसलेला द्रव. ती स्वप्नं त्याचा कायम पिच्छा पुरवीत होती. रात्री अनेकदा तो एकदम

जागा होत असे. झोपेतही विचार चालूच असत. 'बाप, रे! आपल्याला संसर्ग झाला आहे...' त्याने एबोला आणि मारबर्ग शोधण्यासाठी आफ्रिकेत दहा वर्षे प्रयत्न केले होते; पण एकदाही यश दिसलं नव्हतं आणि आता त्यातला एक हरामखोर सरळ वॉशिंग्टनपाशीच उपटला होता. त्याचे स्वत:चे लाडके वचन, लुई पाश्चरचे शब्द त्याला आठवले- 'जे सर्व प्रकारे सुसज्ज असतात, त्यांनाच योगायोगाचा फायदा मिळतो.'

आता योगायोगाने संधी आली होती. जर ती उपकरणं किटुम गुहेत उपयोगी पडली होती, तर ती आत्ता मंकी हाऊसमध्येही उपयोगी पडायला काही हरकत नव्हती. जास्त विचार करता करता त्याच्या लक्षात आले, की, मंकी हाऊस हे एक प्रकारे किटुम गुहेसारखंच होतं. इथेही हवा सर्वत्र बंदिस्त स्वरूपात होती. शिळी, मेलेली हवा. इथे हवा खेळती ठेवण्याची यंत्रणा कामातून गेलेली होती. सगळीकडे घाण आणि माकडांचा मैला पसरलेला होता. माकडांच्या मूत्राची आणि रक्ताची थारोळी अनेक ठिकाणी असण्याची शक्यता होती. कदाचित भिंतीदेखील रक्ताने बरबटलेल्या असतील. वॉशिंग्टनजवळची एक हॉट गुहा. शिवाय, त्यात शिरलेले लोकही होते. कदाचित त्यांना एव्हाना विषाणूचा संसर्गही झाला असेल.

गुहेमध्ये प्रवेश करण्यासाठी व पथक बाहेर येण्यासाठी काय करावे लागेल? स्टेजिंग एरिया ठरवून घ्यायला हवा. तसेच, एक ग्रे एरियाही असायला हवा. एक एअरलॉक नि कसल्यातरी रासायनिक शॉवरची व्यवस्था करायला पाहिजे. त्या इमारतीत कुठेतरी जैविक पातळी-४ वरचा संशयित विषाणू वावरतो आहे. तो माकडांमध्ये वाढत होता, पसरत होता नि 'शिजत' होता. कदाचित त्याने माणसांमध्येही उडी एव्हाना मारलेली होती. त्यामध्ये सर्वात दाट शक्यता डॉ. डन डलगार्डची होती.

बुधवार, रात्री ८ वाजता

डन डलगार्ड USAMRIID मधून लीसबर्ग पाईकजवळच्या आपल्या ऑफिसात आला, तेव्हा साधारणत: आठ वाजलेले होते. ऑफिस रिकामे होते. लोक केव्हाच घरी गेलेले होते. त्याने स्वत:चे टेबल जरा नीट केले. कॉम्प्युटर बंद केला नि फ्लॉपी डिस्क बाहेर काढली. ह्या फ्लॉपीवरच त्याच्या डायरीच्या दैनंदिन नोंदी केलेल्या होत्या. त्याने फ्लॉपी डिस्क ब्रिफकेसमध्ये टाकली. दारावरच्या पहारेकऱ्याला गुडनाईट केले नि घरी निघाला. मधेच त्याच्या लक्षात आलं, की, आपण घरी फोन करून उशिरा येणार आहोत, हे बायकोला सांगायला पार विसरून गेलो आहोत.

तो रस्त्यावर एका मोठ्या सुपर मार्केटमध्ये शिरला आणि फुलांचा एक सुंदर गुच्छ विकत घेतला. तो घरी गेल्यावर त्याने त्याचे जेवण मायक्रोवेव्हमध्ये गरम केलं नि तो बायको ज्या खोलीत होती, तिथे गेला. आरामखुर्चीत बसून जेवण

संपविलं. तो थकून गेला होता. तरीही, त्याने शेगडीत एक-दोन ढलपे घातले नि घरच्या कॉम्प्युटरवर काम करायला बसला. त्याच्या घड्याळ-दुरुस्तीच्या टेबलाजवळच हे टेबल ठेवलेले होते. त्याने फ्लॉपी डिस्क कॉम्प्युटरमध्ये घालून टायपिंगला सुरुवात केली. तो आपल्या नोंदी अप-टु-डेट करीत होता.

त्या दिवसांत एवढं काही घडलं होतं, की, ते सगळं सुसंगत लावायला फारच प्रयास पडत होते. सकाळी त्याला जार्विस पर्डी हॉस्पिटलमध्ये असल्याची बातमी कळली होती. त्याला बहुधा हृदयविकाराचा झटका आला होता. जार्विस आता ठीक होता. त्याची प्रकृती खालावत असल्याची बातमी कळलेली नव्हती. मी हॉस्पिटलमध्ये फोन करून त्यांना एबोला संसर्गाविषयी शक्यता कळवायला हवी होती, की नाही? जर त्याला एबोला संसर्ग असेल, तर तो हॉस्पिटलमध्ये पसरेल. त्याला मी जबाबदार ठरेन? जीझस! सकाळी प्रथम कोणालातरी हॉस्पिटलमध्ये पाठवून जार्विसला सर्व घडामोडींची कल्पना द्यायला हवी. जर त्याला हे सगळं कळलं, तर आणखी एखादा झटका यायचा नाहीतर!

त्याने इतर सर्व केअरटेकर लोकांना श्वसनयंत्रे पुरविली होती. त्याने एबोलाच्या प्रसारपद्धतीविषयी जे काही माहिती होतं, ते त्यांना सांगितलं होतं. एबोला नि मारबर्ग काय उत्पात घडवू शकतात, ह्याची कल्पना दिली होती. दिवसातून एकदा खाणे देण्याशिवाय इतर सर्व कामे त्याने थांबविली होती. माकडांचे निरीक्षण आणि स्वच्छतादेखील बंद ठेवली. त्याने लीसबर्ग पाईकवरच्या प्रयोगशाळेतल्या सर्वांना माहिती दिली होती. इथले लोक तपासणी करण्याच्या वेळी माकडांच्या उती व रक्ताच्या संपर्कात आले होते. ती सर्व सॅम्पल्स जणू एड्सने ग्रस्त आहेत, अशा तऱ्हेने काळजीपूर्वक हाताळण्याच्या सूचना दिल्या.

आपल्याकडून ज्या प्रयोगशाळांकडे माकडांची सॅम्पल्स गेली आहेत, त्यांना कळवायला हवं. जर त्यांच्या प्रयोगशाळेत काही अनैसर्गिक मृत्यू झाले, तर त्यांनी तात्काळ CDC शी संपर्क साधावा, अशी सूचना करायला हवी. हवा खेळती राहणाऱ्या यंत्राची दुरुस्ती करणाऱ्या माणसांचं काय? लाँड्रीचे काम करणाऱ्या लोकांचं काय करायचं? तिथे बहुधा नुकताच एक फोन दुरुस्तही केला होता. कदाचित मागच्याच आठवड्यात कोणीतरी माणूस येऊन गेला होता. आठवत नाही, नेमका केव्हा बरं आला होता? होली ख्राइस्ट! मी काही विसरत नाही ना?

तो डायरीत नोंदी करीत असतानाच फोन वाजला. फोनवर नॅन्सी जॅक्स बोलत होती. ती प्रचंड थकलेली वाटत होती. तिने आपण आत्ताच माकडांची विच्छेदने पूर्ण केली आहेत, असे सांगितले. तिने सात प्राण्यांचे विच्छेदन केले होते. त्यातले निरीक्षण एबोला किंवा SHF असावा, हेच दर्शवीत होते. ती म्हणाली, की, ह्यामधला एक किंवा दोन्ही विषाणू असू शकतील. तिचे निष्कर्ष धूसर होते.

◆

गुरुवार, ३० नोव्हेंबर

गुरुवार ३० नोव्हेंबर थँक्सगिव्हिंग दिवसानंतर बरोबर एक आठवडा उलटला होता. सकाळी तो उठला आणि त्याच दिवशी आपण लष्कराला मंकी हाऊसमध्ये येण्याची परवानगी देण्याचे डन डलगार्डने ठरवून टाकले. तो त्यांना H खोली स्वच्छ करण्यासाठी बोलावणार होता. रोग मुख्यत: इथेच जोरात होता. त्याने सी.जे. पीटर्सला फोन केला नि मंकी हाऊसमध्ये येण्याची परवानगी दिली. त्याने मंकी हाऊसमध्ये प्रवेशाची परवानगी दिली, ही गोष्ट इन्स्टिट्यूटमध्ये झपाट्याने पसरली.

कर्नल जेरी जॅक्सने आपल्या स्टाफमधल्या सर्व कमिशन्ड ऑफिसरची एक मिटिंग बोलावली. शिवाय, दोन सार्जंटनादेखील निमंत्रणे दिली. मेजर नाथनील (नेट) पॉवेल, कॅप्टन मार्क हेन्स, कॅप्टन स्टीव्हन्स, डेनी, सार्जंट कर्टिस क्लेगस आणि सार्जंट थॉमस आमेन हे एवढेजण उपस्थित होते. शिवाय, त्याने नागरी सेवेतल्या मर्ल गिब्सन ह्या, प्राण्यांची देखभाल करणाऱ्यालाही बोलाविलं. हे लोक त्याच्या पथकाचा मुख्य गाभा असणार होते. त्याने सहजगत्या प्रश्न केला, “तुम्हाला रेस्टनला जायचं आहे का?” पण त्यापैकी काहीजणांनी रेस्टन हे नाव ऐकलेलं नव्हतं.

त्याने रेस्टनमध्ये काय चाललं आहे, ते सविस्तर स्पष्ट करून सांगितलं, “तिथे काही माकडं आहेत. त्यांना दयामरण देणे जरूर आहे. ते तुम्हाला करायचं आहे. तुम्ही करणार का? तुमची जायची तयारी आंहे का?” त्यांनी आपली तयारी असल्याचे सांगितले. जेरीने नॅन्सीदेखील त्यात सहभागी होणार आहे, असं सांगितलं. ह्याचा अर्थ, तो नि नॅन्सी दोघेही एकाच वेळी मंकी हाऊसमध्ये काम करणार होते. अर्थातच मुलांना स्वत:च्या जबाबदारीवर राहावे लागणार होते.

ते मंकी हाऊसमध्ये घुसून एका खोलीतली सर्व माकडे ठार करणार होते व त्यांच्या अवयवांचे नमुने इन्स्टिट्यूटमध्ये घेऊन येणार होते. हे सगळं अंतराळ पोशाखात करायचं होतं. ह्या कामाला सकाळी पाच वाजता प्रारंभ होणार होता.

म्हणजेच, तयारीसाठी त्यांच्याजवळ चोवीस तासांपेक्षा कमी अवधी होता. जीन जॉन्सन आपली सर्व सामग्री ताबडतोब गोळा करणार होता.

जॉन्सन त्या दिवशी सकाळी थोडा उशिरा व्हर्जिनियाला गेला. मंकी हाऊस बाहेरून पाहून त्याची जास्त माहिती काढणे, हा त्याचा हेतू होता. बिल्डिंगचा एकूण आराखडा माहीत झाला, की, मग ग्रे झोन कुठे ठेवावा, एअरलॉक कुठे असावा नि पथकाने नेमके आत कुठून शिरावे, ह्या सर्व गोष्टी ठरविता येणार होत्या. त्याच्या बरोबर सार्जंट क्लेगस होता. सार्जंटच्या अंगावर सैनिकी पोशाख होता. ते मंकी हाऊसपाशी जात असताना व गाडी पार्क करीत असतानाच त्यांना दारापुढे एक टेलिव्हिजनची व्हॅन आहे, असे दिसले. तिथे वार्ताहरांचे एक पथक कॉफी पीत, काहीतरी होण्याची वाट पाहत बसलेले दिसले. त्यामुळे जीन जॉन्सन नर्व्हस झाला. त्यांनी बाजूच्या झाडाखाली गाडी पार्क केली नि ते पुढच्या दारातून आत शिरले.

त्यांनी दार उघडताच माकडांचा उग्र दर्प आला. 'ऑय- ऑय' सार्जंट क्लेगसला वाटले, की, आपण असे उघडे अंतराळ पोशाखाशिवाय येथे येणेही योग्य नाही. वास फारच तीव्र होता नि सगळी जागाच त्यानं भरली होती. आता नक्कीच काहीतरी भयानक घडत होते. ही सगळी जागाच हॉट असणार होती. प्रत्येक पृष्ठभाग हॉट असू शकतो. माकडांच्या पिंजऱ्यांची सफाई केव्हाच बंद झालेली होती; कारण ते काम करणारे आत जायला बिलकूल तयार नव्हते.

तिथे त्यांना बिल व्होल्ट भेटला. आपल्याला उद्याच्या कारवाईसाठी योग्य आखणी करायला म्हणून ही बिल्डिंग सगळी नीट पाहायची असल्याचे त्याच्या कानावर घातले. त्याने त्यांना बसायला खुर्च्या दिल्या; पण ते बसणार नव्हते. त्या ठिकाणी कशालाही स्पर्श करायला ते घाबरत होते. बिल व्होल्ट गोडखाऊ असावा. त्याने त्यांना बिट-ओ-हनी नि स्निकर्स चॉकलेटे दिली. "प्लीज घ्या" तो म्हणाला. सार्जंट क्लेगसने त्यांच्याकडे पाहिले. तो घाबरलेला होताच. "नको, थँक्स."

जीनला मंकी हाऊसमधल्या H खोलीत जाऊन तो हॉट भाग प्रत्यक्ष पाहायची इच्छा होती. ही खोली इमारतीत मागच्या बाजूला होती. त्याला सर्व इमारतींतून चालत जाऊन तिथे पोहोचायचं नव्हतं; कारण ती हवा फार काळ फुफ्फुसात घ्यायची त्याची इच्छा नव्हती. इकडे-तिकडे डोकावल्यावर त्याला मागे जाण्याचा दुसरा रस्ता दिसला. त्याच्या लक्षात आले, की, खोलीजवळच एक मोकळं ऑफिस होतं. तिथे पूर्वी कधीतरी ऑफिस रूम असावी; पण आता काहीच नव्हतं. तिथे लाईटदेखील नव्हता. खोलीतल्या छताचेही काही ढलपे पडू लागले होते. त्याने फ्लॅशलाईट घेऊन त्या भागात चक्कर मारली. "हा भाग तर बॉंबने उद्ध्वस्त झाल्यासारखा दिसतोय." त्याच्या मनात विचार आला.

त्याला पुन्हा माकडांच्या भागात जाण्यासाठी एक दार आहे, हे दिसले. ते दार

प्रत्यक्षात एका स्टोअर रूममध्ये उघडत होते. पलीकडे एक कॉरिडॉर होता. हा कॉरिडॉर सरळ माकडांच्या बाजूला खूप आतपर्यंत जात होता. हा कॉरिडॉर बंदिस्त होता. आता त्याच्यासमोर चित्र स्पष्ट होऊ लागले. हा कॉरिडॉर एअरलॉक म्हणून वापरायचा, तर स्टोअर रूमचा स्टेजिंग एरिया तयार होईल. पथकातले लोक इथेच अंतराळ पोशाख चढवतील. इथे टी.व्ही.च्या कॅमेरावाल्यांची नजर पोहोचणार नव्हती. त्याने एका कागदावर इमारतीचा नकाशा रेखाटला.

एकदा सगळा नकाशा स्पष्ट झाल्यावर जॉन्सन परत पुढच्या बाजूला आला. त्याने तिथल्या लोकांना स्पष्टपणे बजावलं, की, मागचा भाग पूर्णपणे बंद व्हायला हवा. त्यातून निसटणारा एजंट इकडे ऑफिसच्या बाजूला येऊन चालणार नव्हते. प्रदूषित हवा कमीत कमी ऑफिसच्या भागात यावी, अशासाठी दक्षता घेणे जरूर होते.

तिथे मागच्या बाजूला माकडांच्या खोल्यांकडे जाणारे एक दार होते. त्यांनी दरवाजा बंद करून सर्व फटींवर लष्कराची तपकिरी चिकटपट्टी लावली. आता हॉट एजंटविरुद्ध पहिला अडथळा तयार होणार होता. त्याने तिथल्या सर्वांना बजावून सांगितले, की, ही चिकटपट्टी आता कोणीही काढायची नाही. लष्कराचे लोक वगळता H खोली स्वच्छ होईपर्यंत कोणीही आत जाणार नाही; पण तिकडे जाण्यासाठी आणखी एक रस्ता होता, हे त्याच्या तेव्हा लक्षात आले नाही. चिकटपट्टी न काढताही माकडांपाशी जाणे शक्य होते.

सकाळी साडेअकराला लेफ्टनंट कर्नल नॅन्सी जॅक्स आणि कर्नल सी.जे. पीटर्स हाझलेटन कंपनीच्या लीसबर्ग पाईकवरच्या ऑफिसात आले. डन डलगार्ड आणि प्रयोगशाळेतल्या कर्मचाऱ्यांशी त्यांना बोलायचं होतं. ह्या लोकांचा माकडांच्या उतींशी किंवा रक्ताशी संपर्क आला होता. आता एबोलाच्या रोगाचा माणसात होऊ शकणारा प्रभाव थांबविण्याची जबाबदारी CDC ची असल्याने त्यांच्याबरोबर ज्यो मॅकॉर्मिक देखील उपस्थित होता.

हाझलेटनच्या प्रयोगशाळेतले लोक माकडांवर चाचण्या घेत असल्याने त्यांनी रक्त आणि उती हाताळणे साहजिकच होते. त्यांच्यामध्ये मुख्यत: बायका होत्या. त्या विलक्षण घाबरलेल्या होत्या. त्याच दिवशी सकाळी कामावर येत असताना त्यांनी रेडिओ रिपोर्ट ऐकला होता. एबोलाने आफ्रिकेत शेकडो लोक मृत्युमुखी पडत असल्याचे त्यात म्हटलेले होते. ही अर्थातच अतिशयोक्ती होती; पण बातम्या देणाऱ्यांना काही नेमकी कल्पना नव्हती. आपल्या बातमीचा काय परिणाम होणार आहे, हे त्यांना काय माहिती, म्हणा! पण इथे तर आता ह्या बायका आपण मरणार, म्हणून घाबरून गेल्या होत्या. ''आपण हे सगळं रेडिओवर ऐकलं आहे.'' त्यांनी जॅक्स आणि मॅकॉर्मिकला सांगितलं.

नॅन्सी जॅक्स म्हणाली, की त्या दिवशी मॅकॉर्मिक खूपच बोलत होता. त्याने त्यांना

शांत करायचा प्रयत्न केला. त्याने त्यांना आपले आफ्रिकेमधले अनुभव सांगितले; पण त्याचा उलटाच परिणाम दिसू लागला. त्याचे बोलणे ऐकता ऐकता त्या जास्तीच घाबरत जात होत्या. नॅन्सीने सांगितले, की, मॅकॉर्मिकने आपण आफ्रिकेत पाहिलेल्या एबोला रुग्णांचे वर्णन केले. आपल्याला एबोलाची भीती वाटत नाही, हे सुद्धा त्याने सांगितले; पण काही का कारण असेना, बायका जास्तच घाबरून गेल्या.

एक बाई उठून म्हणाली, ‘‘तुम्ही तिथे गेला होता की नाही, ह्याबद्दल आम्हाला काही कर्तव्य नाही. आम्ही आजारी पडणार की नाही, हे एवढेच आम्हाला सांगा!’’

पण आपण कधीही त्या बायकांशी बोललो नाही, असे मॅकॉर्मिक म्हणाला. तो माझ्याशी बोलताना म्हणाला, ‘‘मी त्यांच्याशी अजिबात बोललो नाही. नॅन्सी जॅक्स त्यांच्याशी एबोलाविषयी चर्चा करीत होती. मी कोण आहे, तिला कदाचित माहिती होतं, की नाही, कोणास ठाऊक?’’

नॅन्सी त्या बायकांशी बोलली होती, ह्यात काहीही शंका नाही. नॅन्सीच्या सांगण्यानुसार जेव्हा त्यांनी लष्करी युनिफॉर्ममध्ये एका कर्नल बाईला पाहिलं, तेव्हा त्या जरा शांत होऊ लागल्या. नॅन्सीने त्यांना आठवायला सांगितलं, ‘‘कधी एखादी परीक्षानळी तुमच्या हातून फुटल्याचे आठवतं का? कुणाच्या हातात सुई घुसली होती का, कोणाच्या हाताला लहानशी जखम झाली होती का?’’

कोणीही हात वर केला नाही.

‘‘मग काळजी करू नका. तुम्हाला काही होणार नाही.’’ नॅन्सी.

त्यानंतर काही मिनिटांनी डन डलगार्ड सी.जे. पीटर्सकडे वळून असं काहीतरी म्हणाला, ‘‘जोवर डॉ. मॅकॉर्मिक इथे लोकांशी बोलतोय्, तोवर तुम्ही माझ्याबरोबर मंकी हाऊसमध्ये येऊन काही माकडांवर नजर का टाकत नाही?’’

म्हणजे आता माकडांना पाहण्याची संधी आलेली होती, तर!

ते मंकी हाऊसकडे गेले. दरम्यान जीन जॉन्सनने मागच्या खोल्या बंद करून टाकल्या होत्या नि तिकडे जाणारं मुख्य दार चिकटपट्ट्या लावून बंद करून टाकलं होतं. नॅन्सी नि पीटर्स डलगार्डबरोबर मागच्या बाजूने चक्कर मारून आले. त्यांनी रबरी हातमोजे घालून, तोंडावर सर्जिकल मास्क घालून H खोलीत प्रवेश केला. नॅन्सी आणि पीटर्सच्या लक्षात आले, की, डलगार्डने सूचना देऊनही मंकी हाऊसमध्ये काम करणारे लोक तसेच वावरत होते. त्यांनी नॅन्सी किंवा सी. जे. पीटर्स दोघांनाही रेस्पिरेटर देऊ केलाही नाही. त्यामुळे दोघं नर्व्हस झाले; पण काही बोलले मात्र नाहीत. तिथे लोक जसे काम करीत होते, तसंच करावं. त्यांना श्वसनयंत्र मागून तिथल्या लोकांना शक्यतो दुखवायचे नव्हते. तसेच, आत्ता ह्या नाजूक क्षणी तसं करणं योग्य नव्हतं. विशेषतः आत्ता तर त्यांना माकडं पाहायची पहिली संधी मिळालेली होती.

H खोलीत गेल्यावर डलगार्डने आजारी माकडे दाखविली. "हे आजारी आहे... ते आजारी वाटतंय्... हे इथे असलेलेही जरा आजारी दिसतंय्... वगैरे..." माकडं जरा मलूलच वाटत होती; पण तरीही ती पिंजरे धडाधडा हलवत होतीच. पिंजऱ्यापासून जरा दूरच उभी राहिली. तसेच, ती अगदी वरवर श्वास घेत होती. माकडांचा दर्प शक्यतो फुफ्फुसात फार खोलवर जाऊ नये, असा तिचा प्रयत्न होता. अनेक माकडं आधीच मेल्यामुळे बरेच पिंजरे रिकामे होते. तसेच, बरेच प्राणी निश्चितच आजारी होते.

ती माकडं पिंजऱ्यात मागच्या बाजूला आळशीपणानं बसली होती आणि शून्य नजरेनं पाहत होती. अनेकांनी त्यांना टाकलेली बिस्किटेही खाल्ली नव्हती. काही माकडांची नाकं वाहत असल्याचं तिच्या लक्षात आलं. ती अत्यंत काळजीपूर्वक वावरत होती. शक्यतो ती त्यांची नजर टाळत होती; कारण एखाद्या माकडाने तोंडावर लांब पिचकारी मारण्याचा धोका तिला पत्करायचा नव्हता. ही माकडं नेम धरून तोंडावर थुंकतात. त्यांचा नेम अचूक असतो. तिला कशाही इतर गोष्टीपेक्षा डोळ्यांविषयी जास्त काळजी वाटत होती; कारण एबोला विषाणूला डोळ्यांबद्दल जास्त आकर्षण वाटतं. चार-पाच विषाणू कण सगळा उत्पात करायला पुरेसे होतात.

तिने आणखी एक गोष्ट पाहिली. ती तिला जास्तच धोकादायक वाटली. त्या माकडांचे सुळे चांगले होते. कंपनीने त्यांचे सुळे घासून बारीक करायला हवे होते; पण त्यांनी तसं केलेलं नव्हतं. हे सुळे तर पहारेकरी कुत्र्यांसारखे जबरदस्त होते. ही गोष्ट भयंकर ठरू शकली असती. माकडं फार लांबवर उड्या मारू शकतात नि वेगही कल्पनेपेक्षा जास्त असतो. माकडं शेपटीचा उपयोग पायाप्रमाणे करतात. त्यांना डोकंही भारातं. नॅन्सीला वाटलं, चिडलेले माकड हे पाच पायांचे जळते अस्त्रच समजा.

हे प्राणी तुमच्यावर केव्हाही हल्ला करू शकतात. माकडाचा हल्ला तोंडावर आणि डोक्यावरच होतो. चारही पाय वापरून माकड डोके गच्च पकडते. मग ते शेपटी गळ्याभोवती गुंडाळून चांगली पकड मिळविते. नंतर ते सर्वशक्तिनिशी दातांनी तोंडावर जोरदार हल्ला करते. विशेषत: त्यांचा रोख डोळ्यांवर असतो. जर असं माकड एबोला विषाणूने ग्रस्त असेल, तर ही परिस्थिती फारच भयानक म्हणायला हवी. ह्या लढाईत सहा फुटी माणूस आणि पंधरा पौंडी माकड ह्यांच्यात माकड सरस ठरतं. शेवटी त्या माणसाला शेकडो टाके घालून उपचार करावे लागतात. बिचारा माणूस कदाचित आंधळा होऊन गेला असेल. जेरीच्या पथकाला ह्या माकडांच्या बाबतीत फारच दक्षता बाळगायला हवी.

त्या दिवशी संध्याकाळी जेरी एकटाच घरी गेला. नॅन्सी अंतराळ पोशाख घालून पुन्हा तिच्या प्रयोगशाळेत गेली. माकडांची सॅम्पल्स तिला अभ्यासावयाची होती. तिला किती वेळ लागेल, ते काही सांगता येत नव्हते. जेरीने घरी येऊन युनिफॉर्म

बदलला. एवढ्यात फोन वाजला. नॅन्सीचा भाऊ कान्सासहून बोलत होता. नॅन्सीचे वडील आता शेवटच्या स्टेजमध्ये गेले आहेत नि सर्व काही संपण्याच्या मार्गावर होतं. नॅन्सीला केव्हाही अंतिम संस्कारासाठी येण्याचा निरोप येईल. आपण नॅन्सीला निरोप देऊ, असे जेरीने सांगितले. ती अजून घरी परतलेली नाही, हे सुद्धा सांगितले.

मग तो आणि जॅसन गाडीतून वॉशिंग्टनच्या दिशेने गेले. अर्ध्या तासाच्या प्रवासानंतर त्यांनी जेमला तिच्या जिमनॅशियममधून घेतले. त्यांनी जेवण मॅक्डोनाल्डमध्ये घ्यायचं ठरविलं. जॅक्स कुटुंब वजा आई हे सगळे एका टेबलावर बसले. खात असताना जेरीने त्यांना नॅन्सीच्या उशिरा येण्याचे कारण समजावून सांगितलं. तो म्हणाला, ''उद्या भल्या पहाटे आम्ही अंतराळ पोशाख चढवून एका खासगी, नागरी भागात कारवाई करणार आहोत. तिथे एक अत्यंत महत्त्वाची गोष्ट घडते आहे. तिथली काही माकडं फार आजारी आहेत. ही आणीबाणीची परिस्थिती आहे. आम्हाला फारच लवकर काम सुरू करावे लागेल नि बहुधा परतायला फार उशीर होईल. तुम्हाला स्वत:ची काळजी घ्यावी लागेल.'' त्यांनी ह्या बोलण्यावर काहीही प्रतिक्रिया व्यक्त केली नाही. मुलांना कधीही आपण त्यांच्यासाठी जे करतो, ते कधीच नीट समजत नाही, असे जेरीला वाटले.

''ह्या रोगाने माणसांना काही धोका होऊ शकतो.'' जेरी म्हणाला.

''पण खरंच काही धोका होईल का?'' जेम चिकन नगेट्स चघळत म्हणाली.

''अं... नाही, तेवढा मोठा धोका काही नाही.'' जेरी म्हणाला.

''धोक्यापेक्षा त्या कामात उत्तेजना जास्त आहे. आणि काहीही असो. मी, आई दोघे मिळून ते काम करणार आहोत.''

जॅसन म्हणाला, की, त्याने टी.व्ही.वर एक प्रोग्रॅम बघितला होता. आज त्या विषयावर बातम्यांमध्ये दाखविणार होते.

''तुमची आई जे काम करते आहे, ते जरा निराळ्या प्रकारचे आहे.'' जेरी जॅसनला म्हणाला. हे म्हणतानाच त्याच्या लक्षात आलं, की, आपण त्याचे पूर्ण समाधान कधीच करू शकणार नाही.

रात्री साडेनऊच्या सुमारास ते घरी आले. पोरं पटकन झोपायला जाईनात. बहुधा, ते दोघे घाबरले होते; पण कसं सांगावं, ते त्यांना कळत नव्हतं. जेरीला असं वाटलं; पण नक्की काही समजेना किंवा आई नाही, म्हणून आपण स्वतंत्र झालो आहोत, हे त्यांना मनोमन कळलं असावं. ते म्हणाले, की, आपण आईची वाट पाहणार आहोत. त्यानेही तिची वाट पाहायचं ठरविलं.

त्याने दोघांना रात्रीचे कपडे, पायजमा घालायला लावले आणि दोघांना स्वत:च्या बेडमध्ये घेऊन गेला. दोघं नॅन्सीच्या जागेवर लोळू लागले. खोलीतल्या टी.व्ही.वर त्याने रात्री अकराच्या बातम्या ऐकल्या. एक बातमीदार मंकी हाऊसच्या दारापुढे उभा

होता आणि तो आफ्रिकेत मरणाऱ्या लोकांबद्दल बोलत होता. दरम्यान पोरे झोपून गेली होती. मधेच त्याच्या मनात जॉनबद्दलचे विचार आले. त्याने एक पुस्तक काढून वाचायचा प्रयत्न केला.

नॅन्सी पहाटे एक वाजता परत आली, तेव्हा तो जागाच होता. ती स्वच्छ आणि ताजीतवानी वाटत होती; कारण पातळी-४ वरून बाहेर पडताना तिने चांगली शाम्पू लावून आंघोळ केली होती.

तिने घरात इकडे-तिकडे नजर फिरवून काही करायचे बाकी आहे का, ते पाहिलं. जेरीने घरच्या प्राण्यांकडे लक्ष दिलेले नाही, ते ध्यानात येताच तिने कुत्र्याला नि मांजराला खायला घातले. त्यांच्या भांड्यात नवीन, स्वच्छ पाणी घातले. तिने हर्कीकडे नजर टाकली. तो तिला पाहताच नि मांजरांना खायला मिळालेले पाहताच आरडाओरडा करू लागला, "मॉम - मॉम" हर्की पिंजऱ्यात उलटा टांगून बसलेला होता. तो वेड्यासारखा खिदळू लागला.

ती ओरडली, "शी! काय पण पक्षी आहे?" तिने त्याला बाहेर काढून डोक्यावर हलकेच थोपटलं. तो तिच्या खांद्यावर चढून बसला. तिने त्याच्या पिसांवर हात फिरवून ती जरा नीट केली.

वरच्या बेडरूममध्ये तिला जेरीच्या पलीकडे झोपलेली पोरं दिसली. तिने जेमला उचलून तिच्या खोलीत नेऊन ठेवले नि व्यवस्थित पांघरूण घातले. जेरीने जॅसनला उचलून त्याच्या खोलीत ठेवले. नॅन्सी आता त्याला उचलू शकत नव्हती.

नॅन्सी बिछान्यात पडली. ती जेरीला म्हणाली, "मला नाही वाटत, त्या विषाणूला त्याच खोलीत डांबून ठेवता येईल." आपल्याला तो हवेतून इतर खोल्यांमध्ये पसरणार आहे, असे वाटते, हे देखील ती म्हणाली, "तो एवढा आक्रमक विषाणू एका खोलीत कसा राहील, ते कळत नाही." कधीतरी जीन जॉन्सन तिला म्हणालेली एक गोष्ट तिला आठवली, "पूर्वी एबोलानं काय काय केलय्, ते आपल्याला नक्की माहिती नाही. तो भविष्यात काय काय करणार, हे देखील सांगता येत नाही."

मग जेरीने तिच्या वडिलांबद्दलचा निरोप तिला सांगितला. नॅन्सीला आपण घरी जाऊन वडिलांच्या जवळ राहत नसल्यामुळे फार अपराधी वाटू लागले. आपण ही सगळी माकडांची गोष्ट पार गुंडाळून कान्सासला ताबडतोब जावे, असे तिला वाटू लागले. ही एबोलाची कारवाई फक्त स्वयंसेवकांसाठी होती. तिला जर वाटलं, तर ती त्यातून बाहेर पडू शकणार होती; पण इन्स्टिट्यूटमध्ये ती पॅथॉलॉजी विभागाची प्रमुख होती. त्यामुळे मंकी हाऊसमधल्या कामात आपण सहभागी होणं, हे आपलं कर्तव्य आहे. तिने आपले वडील जास्त वेळ जिवंत राहतील, अशी आशा केली.

◆

भाग ३

अखेरचा प्रहार

शुक्रवार, १ डिसेंबर

घड्याळाचा साडेचारला गजर झाला. जेरी उठला. त्याने दाढी केली, दात घासले आणि कपडे करून तो बाहेर पडला. आज सर्वजण नागरी पोशाखातच जाणार, असं ठरलं होतं. प्रसिद्धीमाध्यमांचं जादा लक्ष वेधून न घेण्यासाठी हे ठरविण्यात आलं होतं. लष्करी युनिफॉर्ममधले अधिकारी, कॅमॉफ्लाज आणि अंतराळ पोशाख घालून काम करणे... प्रसिद्धीमाध्यमातले लोक पिसाळायला आणखी काय हवं?

पहाटे पाच वाजता तो इन्स्टिट्यूटमध्ये आला. अजून कुठेही तांबडं फुटलं नव्हतं. इन्स्टिट्यूटमध्ये लोडिंग विभागात मोठाले फ्लडलाईट लावलेले होते. तिथे बरेच लोक जमले होते. ती रात्र फारच थंड होती. सर्वांच्या तोंडातून वाफा येत होत्या. ह्या जैविक युद्धाचा हीरो असणारा जीन जॉन्सन येरझाऱ्या घालीत होता. तिथे सगळीकडे सामानाच्या पेट्या पडलेल्या होत्या. हे सगळे कित्मु गुहेच्या मोहिमेवरून परत आणून लपविलेले सामान होते. पेट्यांमध्ये फील्डमध्ये वापरायचे अंतराळ पोशाख होते, बॅटऱ्या होत्या, रबरी हातमोजे, सर्जिकल स्क्रबसूट, सीरिंज, सुया, औषधं, विच्छेदनाची हत्यारं, फ्लॅशलाईट, बोथट कात्र्या, एक-दोन माणसांच्या शस्त्रक्रियेची उपकरणे, सॅम्पल गोळा करायच्या पिशव्या, प्लॅस्टिकच्या बाटल्या, साठवून ठेवण्यासाठी लागणारी रसायने, लाल फुलांची चिन्हे असणाऱ्या जैविक धोका दर्शविणाऱ्या पिशव्या, पोशाखांवर रसायने फवारण्यासाठी लागणारे हातपंप इत्यादी वस्तू होत्या. हातात कॉफीचा कप घेऊन जीन सैनिकांवर गुरगुरत होता, ''माझ्या पेटीला हात लावू नका.''

एक कोणतेही चिन्ह नसलेली पांढरी व्हॅन आली. जीन जॉन्सनने स्वत:च्या पेट्या आपल्या हाताने व्हॅनमध्ये ठेवल्या. व्हॅन रेस्टनकडे निघाली. ही पहिली बॅच होती.

दरम्यान वॉशिंग्टन पोस्टच्या प्रती सगळीकडे पोहोचल्या होत्या. त्यात पहिल्या पानावरच ठळक बातमी होती :

महाभयानक एबोला विषाणू
व्हर्जिनियातल्या प्रयोगशाळेत माकडात सापडला.

जगातल्या महाभयानक विषाणूंपैकी एक विषाणू पहिल्यांदाच अमेरिकेत आढळला आहे. रेस्टनमधल्या एका कंपनीने फिलिपाईन्समधून काही माकडे आयात केली होती. त्यामध्ये हा विषाणू सापडला आहे.

स्टेटच्या उच्च अधिकाऱ्यांनी व फेडरल तज्ज्ञांनी कालचा दिवस काय करावं, ह्यावर विचारात घालविला. ह्या विषाणूचा शोध घेण्यासाठी तज्ज्ञांनी योजना आखली आहे. त्याचा ससर्ग कोणाकोणाला झाला आहे, ते पाहणार आहेत. त्याचाच भाग म्हणून त्यांनी चार-पाच प्रयोगशाळा कामगारांच्या मुलाखती घेतल्या. ज्या प्राण्यांना संसर्ग झाला, असे वाटले, त्यांचा दक्षता म्हणून नाश करण्यात आला आहे.

फेडरल आणि स्टेट अधिकाऱ्यांनी काही लोकांना संसर्ग झाला असण्याची शक्यताही पडताळून पाहिली आहे. हा विषाणू संसर्ग झालेल्यांपैकी ५०-९० % लोकांचा बळी घेतो. रोग्याच्या संपर्कात आलेल्यांमध्ये रोगाचा लवकर प्रसार होतो. ह्या विषाणूवर कोणतीही लस उपलब्ध नाही.

'नेहमीच प्रत्येक गोष्टीत काहीतरी चिंता करण्यासारखं असतंच; पण फार घबराट मात्र झालेली नाही' असं ह्या विषाणूचा तज्ज्ञ असणाऱ्या डॉक्टर कर्नल सी. जे. पीटर्स ह्यांनी सांगितलं.

जर लोकांना एबोला खरोखर काय करू शकतो, हे जर कळलं असतं, तर रेस्टनमधून पळापळ करणाऱ्यांमुळे सगळीकडे ट्रॅफिक जॅम झाला असता. आया टेलिव्हिजन कॅमेरासमोर किंचाळत आहेत, ''माझी पोरं कुठे आहेत?''

जेव्हा पीटर्स वॉशिंग्टन पोस्टच्या बातमीदारांशी बोलला, तेव्हा त्याने त्यांना आपण ह्या कामाच्या जास्त नाट्यपूर्ण भागाविषयी बोलणार नाही, असे सांगितले. (''मला वाटलं, की त्यांना अंतराळ पोशाखाबद्दल काही सांगू नये.'' त्याने नंतर माझ्याशी बोलताना हे मत व्यक्त केले.) तो शक्यतो घाबरून जायला मदत करणाऱ्या, 'वृद्धी', 'संसर्गाची जीवघेणी मालिका', 'रक्तस्रावाने चिरडणे' अशा शब्दांचा वापर करणे टाळत होता. लष्कराची जैविक प्रतिबंधाची मोठी मोहीम वॉशिंग्टनच्या उपनगरात सुरू होणार होती. वॉशिंग्टन पोस्टच्या लोकांना त्याचा वास लागू नये, ही त्याची इच्छा होती.

ह्या जैवप्रतिबंधक कारवाईमधला निम्मा भाग बातमीची व्याप्ती मर्यादित ठेवणे, हा होता. सी. जे. पीटर्सने वॉशिंग्टन पोस्टशी बोलताना वापरलेले शब्द मुद्दाम निवडलेले होते- परिस्थिती नियंत्रणात आहे, सर्व काही सुरक्षित आहे आणि ह्यात विशेष काही नाही, असाच त्याचा एकूण सूर होता. पीटर्सला परिस्थितीच्या गांभीर्याची अर्थातच कल्पना होती; पण जरूर पडेल, तेव्हा तो अत्यंत सफाईदारपणे सूर बदलू शकत असे. आत्ताही त्याने त्याचा स्वर जास्तीत जास्त स्नेहशील ठेवला होता. फोनवरून तो बातमीदारांना खात्री देत होता, की, विशेष काहीही प्रॉब्लेम नव्हताच. हे सगळं तर रूटिन कामच होतं. बातमीदारांची मात्र अशी समजूत झाली होती, की, 'आजारी माकडांचा दक्षतेसाठी नाश करण्यात आला आहे' ह्यातच काहीतरी गडबड आहे. माकडं नष्ट न झाल्यामुळे तिथे लष्करी पथके पाठविण्यात येत होती, असं काहीतरी त्यांना वाटत होतं.

ही कारवाई सुरक्षित आहे की नाही, हे ठरविण्याचा ती करून पाहणे हा एकच मार्ग होता. पीटर्सला वाटत होतं, की, माकडांना आहे तसंच सोडून ती मरण्याची वाट पाहत बसणे, हा जास्त खतरनाक भाग होता. त्या इमारतीमध्ये ५०० माकडं होती. म्हणजे तीन टन माकडांचं मांस होतं. हा जैविक अणुविभाजनक्षम पदार्थांचा स्फोटक साठा होता. ह्या पदार्थाचा गाभा वितळत होता. त्याचबरोबर विषाणूची स्फोटक वाढ होत जाणार होती.

इन्स्टिट्यूटच्या लोडिंग विभागापाशी सी. जे. सकाळी पाच वाजता हजर झाला. तो पहिल्या पथकाबरोबर रेस्टनला जाणार होता. जेरीचे पथक आत शिरले, की, तो परत इन्स्टिट्यूटमध्ये येणार होता आणि सरकारी एजन्सी व प्रसिद्धी माध्यमांना तोंड देणार होता. सकाळी साडेसहाला त्याने हालचाल सुरू करण्याची ऑर्डर दिली. वाहनांच्या रांगा फोर्ट डिट्रिक्टच्या मुख्य दारातून बाहेर पडून दक्षिणेकडे पोटोमॅक नदीच्या दिशेने चालू लागल्या. त्यामध्ये अधिकाऱ्यांच्या साध्या गाड्या होत्या. त्यामध्ये नागरी पोशाखात बसलेले लष्करी अधिकारी सर्वसामान्य प्रवाशांसारखे वाटत होते. त्यामागे कोणतेही चिन्ह नसलेल्या दोन लष्कराच्या गाड्या होत्या. एक पांढऱ्या रंगाची ॲम्ब्युलन्स होती. ती प्रत्यक्षात जैविक पातळी-४ वर असणारी प्रतिबंधक ॲम्ब्युलन्स होती. त्यामध्ये लष्करी डॉक्टरांची एक तुकडी सुसज्ज होती. त्यांच्याजवळ एक विशेष जैवप्रतिबंधक स्ट्रेचर होतं. त्याला बबल स्ट्रेचर म्हणत असत. हे प्रत्यक्षात लढाईमध्ये वापरले जाणारेच स्ट्रेचर होते. त्याच्याभोवती स्वच्छ प्लॅस्टिकचे जैवप्रतिबंधक आवरण घातलेले होते. हे स्ट्रेचर अर्थातच रिकामे होते. जर कोणाला माकड चावले असते, तर त्याच्यासाठी हे बबल स्ट्रेचर तयार होते. तेथून तो माणूस सरळ स्लॅमरमध्ये जाणार होता आणि कदाचित मग सबमरीनमध्ये व शेवटी पातळी-४ मधल्या दफनभूमीत त्याचा प्रवास संपणार होता. दुसरी गाडी

पांढऱ्या रंगाची फ्रीजची गाडी होती. मेलेली माकडं आणि सॅम्पल्सच्या नळ्या ठेवण्यासाठी ती वापरली जाणार होती.

ह्या तुकडीतले लोक युनिफॉर्म घालून आलेले नव्हते. फक्त काहीजण कॅमॉफ्लाजचे कपडे घातलेले दिसत होते. वाहनांनी पॉईंट ऑफ रॉक्सपाशी पोटोमॅक ओलांडली आणि ती लीसबर्ग पाईकच्या दिशेने चालू लागली. सकाळच्या गर्दीची वेळ सुरू झाली होती. ट्रॅफिक जास्तच अवघड व्हायला लागला. त्यामुळे गाड्यांमधले अधिकारी अस्वस्थ होऊ लागले. त्यांना मंकी हाऊसपाशी पोहोचायला दोन तास लागले. वाटेत अनेकदा तिरसट लोकांशी वादविवादही करावे लागले. अखेर सगळी वाहने पार्कमध्ये शिरली. ती जागा दरम्यान काम करणाऱ्यांनी भरून गेली होती. लष्कराने आपली वाहने सरळ आत नेऊन लॉनवरच इमारतीच्या अगदी जवळ लावली. सर्वांत मोठी वाहने बाहेरून सहज दिसू नयेत, हा उद्देश त्यात होता. मंकी हाऊसच्या मागे त्यांनी एका आडबाजूला सर्व गाड्या एका ओळीत उभ्या केल्या. त्या बाजूला इमारतीची भिंत विटांची होती. त्यात काही खिडक्या होत्या आणि एक काचेचे दार होते. ह्याच दारातून आत प्रवेश करायचा होता. त्यांनी कोठीची व्हॅन दाराच्या जास्तीत जास्त जवळ लावली.

लॉनच्या कडेला, इमारतीच्या मागे झाडांची व झुडपांची एक रांग होती. ही रांग टेकडीच्या उतारावरून खाली उतरत होती. त्याच्यापलीकडे एक मैदान आणि पाळणाघर होते. त्यांना त्या बाजूने खेळणाऱ्या मुलांचा गलका ऐकू येत होता. खेळणारी चार-पाच वर्षांची मुलंही त्यांना तिथून दिसत होती. म्हणजे ही धोकादायक कारवाई मुलांच्या जवळच होणार होती.

जेरीने इमारतीच्या नकाशाचे नीट निरीक्षण केले. त्याने व जीन जॉन्सनने असं ठरविलं होतं, की, लोकांनी बाहेर लॉनवर अंतराळ पोशाख चढविण्यापेक्षा ते काम आत केले, तर जास्त चांगले. म्हणजे मग टी.व्ही.चे लोक आले, तरी त्यांना चित्रण करण्यायोग्य काही मिळणार नाही. लोक दारातून आत शिरले. ते आता त्या मोकळ्या स्टोअर रूममध्ये होते. हा त्यांचा स्टेजिंग एरिया असणार होता. भिंतीपलीकडच्या माकडांचे चीत्कार त्यांना हलके ऐकू येत होते. आतमध्ये माणसं मात्र कोणी नसावीत.

आत शिरणारा पहिला माणूस जेरी जॅक्स असणार होता. त्याने आपल्याबरोबर कॅप्टन मार्क हेन्सला न्यायचे ठरविले. कॅप्टन हेन्स हा ठेंगणा, सडसडीत आणि उत्साही माणूस होता. तो ग्रीन बेरेट स्कूबा डायव्हिंग स्कूलमधून प्रशिक्षण घेऊन आला होता. त्याने स्कूबा पोशाखात मध्यरात्री विमानातून उघड्या समुद्रात उड्या मारल्या होत्या. (''मी तुला एक गोष्ट सांगतो.'' हेन्स मला सांगत होता, ''मी कधीही नागरी विभागात स्कूबा डायव्हिंग केलेले नाही. मी सगळं काम मध्यपूर्वेत

केलय्.'') कॅप्टन हेन्सला अंतराळ पोशाखात एकाकी वाटण्याचा काहीही संभव नव्हता. शिवाय, कॅप्टन हेन्स स्वत: पशुवैद्य असल्याने त्याला माकडांची उत्तम माहिती होती.

जॅक्स आणि हेन्सने कोठीच्या व्हॅनमधून मागच्या बाजूला प्लॅस्टिकचे मोठे आवरण टाकले. त्यामुळे थोडासा आडोसा होणार होता. त्यांनी सगळे कपडे काढून टाकले. थंडीमुळे अंग थरथरत होते. सर्जिकल स्क्रबसूट चढवून लॉनवरून चालत जाऊन ते स्टेजिंग एरियात शिरले. तिथे ॲम्ब्युलन्समधली तुकडी उपस्थित होती. ह्या तुकडीचे नेतृत्व कॅटन एलिझाबेथ हिलकडे होते. त्यांनी दोघांना अंतराळ पोशाख चढवायला मदत केली. जेरी व हेन्स दोघांनाही फील्डमधले अंतराळ पोशाख म्हणजे काय, ह्याची अजिबात कल्पना नव्हती.

हे पोशाख नारिंगी रंगाचे रॅकॅल सूट होते. ह्यांची रचना प्रत्यक्ष फील्डमध्ये जैविक कामासाठी उपयोगी पडावी, अशीच होती. असेच पोशाख किटुम गुहेतल्या मोहिमेत वापरले होते. त्यातले काही तर पूर्वी आफ्रिकेत वापरलेलेच होते. जीन जॉन्सनने ते आपल्या पेट्यांमध्ये नीट जपून ठेवलेले होते. पोशाखात हेल्मेटसाठी स्वच्छ प्लॅस्टिकचा फुगा होता.

ह्या पोशाखात हवा दाबाखाली असते. ह्यासाठी एक इलेक्ट्रिक मोटार असते. ही मोटार बाहेरून हवा आत खेचते आणि ती विषाणूच्या विशेष गाळणीतून गाळून आतमध्ये पुरविली जाते. ह्या मोटारमुळे पोशाखातली हवा बाहेरपेक्षा जास्त दाबाखाली ठेवली जाते. त्यामुळे बाहेर उडणाऱ्या विषाणू कणांना सहजासहजी आत शिरण्यापासून प्रतिबंध होतो. रॅकॅल सूट हे काम केमट्यूरिऑन सूटप्रमाणेच करतात. त्यामध्ये संपूर्ण शरीराचे हॉट एजंटपासून संरक्षण होते. शरीराभोवती सर्वत्र संपूर्ण सुरक्षित, स्वच्छ हवा खेळती राहते. लष्करात ह्या पोशाखांना सहसा अंतराळ पोशाख न म्हणता रॅकॅल सूटच म्हणायची पद्धत आहे किंवा ते त्याला सरळ फील्ड-जैविक सूट म्हणतात. अर्थातच प्रत्यक्षात हे अंतराळ पोशाखच असतात.

जॅक्स आणि हेन्सने रबरी हातमोजे चढविले. त्यांनी हात सरळ धरले. मग मदत करणाऱ्या पथकाने त्यांच्या बाह्यांना हातमोजे चिकटवून टाकले. त्यांनी पायांत सपाता घातल्या. त्यावर भडक पिवळ्या रंगाचे रबरी बूट चढविले. मदतनीसांनी बूटदेखील अंतराळ पोशाखाला चिकटवून टाकले. आता ते हवाबंद झाले होते. जेरीची परिस्थिती चमत्कारिक झाली होती. कित्येक वर्षे तो अंतराळ पोशाख घालून काम करण्याबद्दल व एबोलाच्या धोक्याबद्दल नॅन्सीला लेक्चर देत असे. तिथे तर सर्व काही व्यवस्थित नियंत्रणात असणाऱ्या जैविक पातळी-४ मध्ये नॅन्सी काम करीत असे आणि आता तो स्वत:च तशा एका तुकडीचे नेतृत्व करीत होता.

इथे तर एबोलाशी उघड्यावरचा सामना होता; पण आता त्याला कशाचीही

पर्वा वाटत नव्हती. त्याला स्वत:चीही पर्वा नव्हती. आता तर तो काही वेळ जॉनलाही विसरला. त्याचा जीव धोक्यात आला, तर हरकत नव्हती. त्याने सूटचा इलेक्ट्रिक ब्लोअर चालू केला. सूटमध्ये हवा भरून तो फुगला. आतमध्ये फारसं त्रासदायक वाटत नव्हतं; पण घाम मात्र प्रचंडच येत होता. दार समोरच होतं. त्याने इमारतीचा नकाशा पाहून त्याच्या सहकाऱ्याच्या दिशेने मान हलविली. कॅप्टन हेन्स तयारच होता. जेरीने दार उघडले नि दोघे आत शिरले. माकडांचा आवाज मोठा झाला.

माकडं कॉरिडॉरच्या दोन्ही बाजूंच्या खोल्यांत राहत होती. त्या खोल्यांना खिडक्या नव्हत्या आणि त्यात उजेडही नव्हता. हा कॉरिडॉर म्हणजे कामचलाऊ एअरलॉक किंवा ग्रे झोन होता. एअरलॉकचा नियम असा असतो, की, कॉरिडॉरचे इकडचे आणि पलीकडची दोन्ही दारे कधीही एकाच वेळी उघडता कामा नये. स्टेजिंग एरियामध्ये दूषित हवा येऊ नये, ह्यासाठी ही काळजी घेणे जरूर असते. त्यांनी पाठीमागे दार बंद केल्यावर कॉरिडॉरमध्ये अंधार झाला. अंधार एवढा गडद होता- ''ऑ- सन ऑफ ए बीच!'' आपण फ्लॅशलाईट आणायला विसरलो आहोत; पण आता फार उशीर झाला आहे, हे त्यांच्या लक्षात आलं. ही जागा एखाद्या गुहेसारखी काळोखी होती. त्यांनी भिंती चाचपडत मार्ग काढायला सुरुवात केली.

नॅन्सीने साडेसात वाजता मुलांना जागे केले. नेहमीप्रमाणे जॅसनला उठविण्यासाठी गदागदा हलवावे लागले; पण त्याचाही उपयोग झाला नाही. मग तिने एका कुत्र्याला मोकळे सोडले. हा कुत्रा बुव्हिएर जातीचा दांडगा होता. त्याचे नाव ब्लॅकजॅक. कुत्र्याला काय करायचे, ते नेमके माहिती होते. त्याने अंथरुणावर उडी मारून जॅसनच्या अंगावर धिंगाणा सुरू केला. त्याचा चेहरा चाटायला सुरुवात केली. त्यामुळे अर्थातच जॅसनला उठणे भागच पडले.

तिने स्वेटशर्ट-पँट चढवून खाली स्वयंपाकघरात जाऊन रेडिओ लावला. एक रॉक-ॲन्ड रोल संगीत वाजवणारे स्टेशन लावले नि फ्रीजमधून एक डायटकोक काढला. त्या संगीतामुळे पोपट एकदम जागा झाला. हर्की पण जॉन कॉगर मेलेनकॅम्पप्रमाणे किंचाळू लागला. पोपटांना इलेक्ट्रिक गिटार ऐकायला फार आवडते, हे तिच्या लक्षात आले.

मुलं किचन टेबलावर बसून ओटमिल खाऊ लागली. आपण आज घरी उशिरा परतणार असल्याचे तिने त्यांना सांगितले. रात्री जेवण त्यांचे त्यांनीच घ्यायचे होते. तिने फ्रीजमधून स्ट्यू शोधून काढले. त्यांना रात्रीसाठी ते पुरेसे होते. त्यांनी मायक्रोवेव्हमध्ये ते टाकायचं होतं, की जेवण तयार! मुलं खाली उतरून टेकडीच्या पायथ्याशी

शाळेच्या बसची वाट पाहत उभी राहिली. नॅन्सीने किचनच्या खिडकीतून ते पाहिलं. ...हे काम लग्न झालेल्या बायकांसाठी नाही... तू एक तर तुझ्या कामाकडे किंवा कुटुंबाकडे दुर्लक्ष करशील... तिच्या बॉसचे फार वर्षांपूर्वीचे शब्द तिला आठवले.

तिने स्वत:साठी बॅगलचा एक तुकडा काढला. एक सफरचंद बरोबर घेतलं. ती ते गाडी चालविता चालविता खाणार होती. ती मंकी हाऊसपाशी पोहोचली, त्याच्याआधीच जेरी त्याच्या पोशाखात केव्हाच आत गेला होता.

स्टेजिंग रूममध्ये बरीच गर्दी होती. तिथे एक कोलाहल होता आणि प्रचंड गोंधळ उडालेला दिसत होता. एवढ्या लोकांमुळे खोली गरमही झाली होती. अंतराळ पोशाख घालणाऱ्यांना त्या विषयातले तज्ज्ञ सल्ला देत होते. नॅन्सीने स्वत: कधीही रॅकॅल सूट वापरलेला नव्हता; पण त्याची तत्त्वं ही तिच्या नेहमीच्या पोशाखासारखीच होती. केमट्यूरिऑन व ह्या पोशाखाचे मुख्य हेच होते, की, तुम्ही तुमच्या शरीराभोवती बाहेरच्या जगाचा एक लहानसा अंश आणता. त्यात एखाद्या किड्याप्रमाणे तुम्ही कोशात गुरफटून घेता. जर पोशाखात कुठे भोक पडलं, की, नेहमीचे जग नष्ट होऊन ते हॉट झोनमध्ये विलीन होते. म्हणजेच तुम्ही हॉट एजंटच्या संपर्कात येता.

लोक पोशाख चढवत असताना ती त्यांच्याशी गप्पा मारू लागली, ''तुमचे पोशाख हवेच्या दाबाने नियंत्रित केलेले आहेत. जर कुठे भोक पडलं, तर ते तत्काळ टेपने बंद करा. नाही तर तुमच्या पोशाखाचा दाब कमी होऊन बाहेरची दूषित हवा आत घुसायला प्रारंभ होईल.'' तिने हातात एक तपकिरी चिकटपट्टीचा रोल घेतला. ''हे पाहा, आत जाण्यापूर्वी मी माझ्या घोट्याभोवती भरपूर जादा चिकटपट्टी ही अशी लावणार आहे.'' तिने घोट्याभोवती भरपूर वेढे देऊन टेप कसा लावायचा, ते दाखविले. ''तुम्ही आपल्या दुखावलेल्या घोट्याभोवती पट्टी बांधता तसं. तुम्ही ही पट्टी लांबीत फाडून भोकावर सहज चिकटवू शकाल. किमान शंभर प्रकारांनी पोशाखाला एखादे भोक पडू शकते.'' ती म्हणाली.

तिने सर्वांना एबोलाची कल्पना दिली. ''जर त्या माकडांमध्ये एबोला असेल, तर तो एवढ्या प्रमाणात असेल, की, माकडाचा एखादा चावादेखील प्राणघातक संसर्ग ठरेल.'' ती पुढे सांगू लागली, ''जे प्राणी एबोलाग्रस्त आहेत, त्यांच्यातून अक्षरश: प्रचंड प्रमाणात एबोला बाहेर फेकला जात असेल. माकडं फार चपळ असतात. एक चावा म्हणजे मृत्यूचे फर्मानच! म्हणून अतिशय सावध राहा. आपले हात नि शरीर कुठे आहे, त्याचे सतत भान ठेवा. जर पोशाखावर कुठेही रक्त लागले, तर तत्काळ हातातले काम बाजूला ठेवून ते प्रथम साफ करा. हातमोजावर कधी रक्त लागू देऊ नका. ताबडतोब ते धुऊन टाका. रक्त लागलेल्या मोज्यावर आणखी रक्त लागले, तर त्यावरची भोकं लक्षात येत नाहीत. तसेच, आत

जाण्यापूर्वी कॉफी किंवा जास्त पेय पिऊ नका. तुम्हाला पोशाख घालून फार वेळ वावरायचे आहे, हे लक्षात ठेवा.

ज्या बॅटरीमुळे पोशाखात हवेचा दाब राहतो, त्या फक्त सहा तास चालतात. त्यामुळे हॉट झोनमधलं काम संपवून डीकॉन होऊन त्याच्या आतच बाहेर पडावं लागतं. नाहीतर कठीण प्रसंग उद्भवतो.''

जेरी जॅक्स आणि कॅप्टन हेन्सने अंदाजाने कॉरिडॉरमधून मार्ग काढीत पलीकडच्या दाराकडे चालायला सुरुवात केली. ह्या दारामधून ते आता हॉट झोनमध्ये प्रवेश करणार होते. दार उघडल्यावर त्यांना दोन कॉरिडॉरच्या मध्यावर आपण उभे असल्याचे लक्षात आले. आतमध्ये माकडांचे चीत्कार घुमत होते. तिथली हवा खेळती ठेवणारी यंत्रणा बिघडल्याने आतले तापमान जवळपास ९० डिग्रीच्या जवळ आलेले होते. बाहेर मात्र खूप थंडी होती. जेरीच्या डोक्यावरचा फुगा वाफेने भरला. तो काढण्यासाठी त्याने फुगा तोंडाजवळ आणून तोंडावरची काचपट्टी साफ केली. आता त्याला स्वच्छ दिसू लागले. भिंती लाकडी फळ्यांच्या होत्या आणि जमीन काँक्रीटची होती.

तेवढ्यात त्याला डोळ्याच्या कोपऱ्यातून हालचाल दिसली. हाझलेटन कंपनीचे दोन कामगार तिथे येत होते. त्यांनी तिथे बसायला पाहिजे होतं. हा सगळा भाग सीलबंद केलेला होता; पण ते स्टोअररूमच्या बाजूच्या निराळ्याच दारातून आत शिरले होते. त्यांनी तोंडावर श्वसनयंत्रे लावलेली होती; पण डोळे उघडेच होते. अंतराळ पोशाखातली दोन माणसे पाहताच ते जागच्या जागी थबकले. जेरीला त्यांच्या डोळ्यातले आश्चर्य स्पष्ट दिसले. जणू, आपण एकदम चंद्रावर आलो आहोत, असे त्यांना वाटले की काय?

जेरीला काय बोलावे तेच समजेना. अखेर तो म्हणाला, ''H खोली कुठे आहे?'' आपल्या पोशाखातल्या हवेच्या पंपाच्या पेक्षा जास्त आवाजात तो ओरडला.

त्यांनी त्याला कॉरिडॉरमधून पुढे नेले व संसर्गग्रस्त खोल्या दाखविल्या. मग ते दोघे इमारतीच्या पुढच्या भागात परतले. डन डलगार्ड तेथे ऑफिसात बसून लष्कराचे पथक येण्याची वाट पाहत होता. थोड्या वेळाने H खोलीपाशी काय चाललं आहे, हे पाहण्यासाठी फक्त श्वसनयंत्रे लावून डन डलगार्ड तिथे आला. त्याला पाहून जेरी अवाक झाला. आपण समजा एखाद्या औपचारिक भेटीसाठी गेलो नि समोरचा माणूस नागडा दिसला, तर काय होईल?

डलगार्डला अंतराळ पोशाख आवडला नाही. बहुधा, लष्करी पथक काय पोशाख वापरणार आहेत, ह्याची त्याला नेमकी कल्पना नसावी. डलगार्डने त्यांना H खोली फिरून दाखविली; पण तो स्वत: अत्यंत अस्वस्थ झाला होता. ''ही माकडं आजारी असावीत, असं दिसतंय्...'' अंतराळ पोशाखातली माणसं पाहताच

काही माकडं पिसाळली. त्यांनी धडाधडा पिंजऱ्यात गोल गोल फेऱ्या मारल्या किंवा मागच्या कोपऱ्यात घाबरून बसली. काही मात्र निर्विकार चेहऱ्याने त्यांच्याकडे पाहत बसली होती.

''तुम्ही त्यांच्यात रोगाच्या खुणा पाहा.'' एका माकडाकडे बोट दाखवून डलगार्ड म्हणाला, ''एखादे माकड आजारी पडणार असेल, तर मला ते आधीच कळू शकतं. ती माकडं जराशी निराश वाटतात. खाणंपिणं सोडतात आणि एकदोन दिवसांनी मरून पडतात.''

जेरीला मंकी हाऊसमधली सगळीच्या सगळी माकडं पाहायची होती. तो आणि कॅप्टन हेन्स कॉरिडॉरमध्ये परत आले आणि मग एकापाठोपाठ एक सर्व खोल्यांमध्ये फिरले. कित्येक खोल्यांमध्ये त्यांना निराश वाटणारी माकडं दिसली. त्यांच्या तोंडावर तसलेच निर्विकार भाव होते नि डोळे काचेसारखे होते. जॅक्स आणि हेन्स दोघांनाही माकडांची चांगली जाण होती. त्यांना त्या इमारतीमधले एकूण चित्र आवडले नाही. इथे माणसं आणि माकडांशिवाय आणखी कुणाचा तरी वावर होता.

नॅन्सी जॅक्सने आत जाण्याची तयारी केली. तिने व्हॅनमध्येच स्क्रबसूट अंगावर चढविला. लॉनवरून धावतच ती स्टेजिंग एरियात शिरली. मदतनीसांनी तिला पोशाख चढवायला मदत केली. तिने सीरिंजची बरीच खोकी उचलली आणि ती व कॅप्टन स्टीव्हन डेनी आत शिरले. एअरलॉक कॉरिडॉर पार करून ते पलीकडच्या दारापाशी आले. दार उघडताच ते एका लांबलचक कॉरिडॉरमध्ये उभे असल्याचे त्यांच्या लक्षात आले. तिथे कुणीही नव्हतं. सगळेजण त्या वेळी H खोलीमध्ये होते.

नॅन्सीने निरीक्षण केले. काही माकडांच्या नाकातून शेंबूड येत असल्याचे तिच्या लक्षात आले. डॅन डलगार्डने ठार करण्यासाठी चार माकडांची निवड केली. त्याला ती सर्वात जास्त आजारी वाटली. त्याने पिंजऱ्यात शिरून त्यांना इंजेक्शने दिली. ती बसल्याजागी लुढकली आणि गाढ झोपी गेली. मग त्याने त्यांना आणखी एक इंजेक्शन दिले. त्यामुळे त्यांची हृदयक्रिया बंद पडली.

खोलीत आता अंतराळ पोशाख घातलेल्या लोकांची गर्दी झाली होती. ते जोडीजोडीने येत होते. ते उगाच इकडे-तिकडे काही न करता फिरत होते. त्यामधला एक सार्जंट कर्टिस क्लेगस होता. तो कोणाकडे तरी वळून म्हणाला, ''हा प्रकार तर चार्ली फॉक्सट्रॉट वाटतोय्. हा शब्द सांकेतिक होता. त्याचा अर्थ 'क्लस्टर फक!' म्हणजे अनेक लोकांचा सावळा गोंधळ. लष्करी मोहिमेचा तो एक निराळा नमुना होता.गोंधळ, गडबड आणि प्रत्येकजण एकमेकांवर धडपडताना आरडाओरडा करून कशाचे तरी स्पष्टीकरण मागतोय.

नॅन्सीने त्याच्याकडे पाहिले. ती त्याच्या पोशाखाकडे पाहत होती. एकदम तिच्या लक्षात आले, की, सार्जंटच्या पोशाखाला एक छोटे भोक आहे. त्याच्या

ढुंगणापाशी एका ठिकाणी लहानशी भेग पडली होती. तिने सार्जंटच्या दंडाला स्पर्श करून भोक पडल्याचे सुचविले. तिने स्वत:च्या घोट्यावरून चिकटपट्टी फाडून काढली आणि ती भेग बंद करून टाकली. मेलेली चारही माकडं तिने पिंजऱ्यांमधून ओढून बाहेर काढली. त्यांना हाताच्या मागच्या बाजूने पकडून प्लॅस्टिकच्या जैवप्रतिबंधक थैल्यांमध्ये टाकले. ह्या थैल्या घेऊन ती पुढच्या दारापाशी आली.

तिथे कोणीतरी आणखी काही थैल्या आणि बागेत वापरायचा स्प्रे ठेवलेला होता. तो घेऊन क्लोरॉक्स ब्लीचचा फवारा मारून तिने प्रत्येक माकड दोन थैल्यांमध्ये बंद करून टाकले. मग सर्व थैल्या तिने पुठ्ठ्याच्या खोक्यांत भरल्या. ही खोकी म्हणजे हॅटबॉक्स, ही जैवप्रतिबंधक खोकी होती. तिने त्यांच्यावर डीकॉन रसायनांचा फवारा मारला. मग सगळी खोकी तिने एकेका प्लॅस्टिकच्या पिशवीत भरली. त्यावरही रसायन फवारले.

हे सगळं झाल्यावर तिने दारावर धपके मारले. ''मी... नॅन्सी जॅक... बाहेर येतेय्.'' दाराबाहेर उभ्या असणाऱ्या सार्जंटने दार उघडले. हा निर्जंतुक करणाऱ्या तुकडीमधला माणूस होता. त्यानेही रॅकेल सूट घातलेला होता. त्याच्या हातात एक हातपंप होता. तो ब्लीचचा फवारा उडविणार होता. ती एअरलॉकमध्ये गेली. आपल्यापुढे ती हॅटबॉक्स सरकवत नेत होती.

अंधारात स्वत:च्या हवेच्या यंत्रांच्या आवाजातच तो ओरडून तिला म्हणाला, ''हात लांब ठेवून उभी राहा. आता हळूहळू गिरकी घे.'' पाच मिनीटे त्याने फवारा मारला. एअरलॉकमध्ये सगळीकडे ब्लीचचा वास भरून राहिला. तिथे गार वाटलं; पण हवेच्या गाळणीतून तो उग्र वास शिरून तिचा घसा खवखवू लागला. त्याने सर्व पिशव्यांवरही फवारा मारला. मग त्याने स्टेजिंग एरियाकडे जाणारे दार उघडले. पिशव्या पुढे ढकलत ढकलत ती बाहेर आली. बाहेरच्या उजेडाने तिचे डोळे मिचकले. मदतनीस पथकाने तिचा पोशाख काढला. ती आतून घामाने डबडबली होती. तिचा स्क्रबसूट तर घामाने भिजला होता. आता तो बाहेर येताच गोठू लागला. ती लॉनवरून धावतच व्हॅनमध्ये शिरली आणि तिने आपले साधे कपडे घातले.

दरम्यान तिने बाहेर काढलेल्या पिशव्या इतर लोकांनी फ्रीजच्या व्हॅनमध्ये चढविल्या होत्या. नॅन्सी ते घेऊन फोर्ट डिट्रिककडे निघाली. तिथे लवकरात लवकर जाऊन पातळी-४ मध्ये त्यांचे विच्छेदन करावयाचे होते.

नॅन्सीने बाहेर नेलेली चार माकडं सोडून तिथे पासष्ट माकडे जेरीने मोजली. जीन जॉन्सनने आफ्रिकेत एक खास इंजेक्शनची सीरिंज वापरली होती. ती त्याच्या खास पेटीत त्याने व्यवस्थित जपून ठेवली होती. ती वापरून जेरीने माकडांना इंजेक्शने दिली. ही सीरिंज एका लांब काठीच्या टोकापाशी बसविलेली होती. टोकापाशी सॉकेटमध्ये ही बसवायची होती. ही काठी पिंजऱ्यात घालून इंजेक्शने देता येत

असत. तसेच, माकडाला एका जागी डांबून ठेवायला आणखी काहीतरी वस्तू वापरावी लागे; कारण एखाद्या काठीच्या टोकावर सुई आपल्याजवळ येताना पाहून माकडे चवताळतात. म्हणून त्यांनी एक लांब काठीसारखी वस्तू तयार केली होती. त्याच्या एका टोकाला 'ळ' आकाराचे पॅड लावलेले होते. दुसऱ्या बाजूला एक हँडल लावलेले होते. कॅप्टन हेन्सने हँडल पकडून माकडाला एका जागी खिळवून ठेवले, की, जेरी चपळाईने पिंजऱ्यात सीरिंज घालून माकडांच्या मांडीत इंजेक्शन देई.

तो केटामाइनचा डबल डोस देत होता. त्यामुळे सर्वसाधारण भूल चढत असे. त्यांनी सगळ्या खोलीत प्रत्येक पिंजऱ्यापाशी जाऊन हे पार पाडले. सगळ्या माकडांना इंजेक्शने देऊन झाली. माकडे बसल्या जागी पेंगून कोलमडून पडू लागली. माकड खाली पडले, की जेरी त्याला रोम्पून नावाचे झोपेचे इंजेक्शन टोचत गेला. त्यामुळे माकडे गाढ झोपी जात होती.

जेव्हा सर्व माकडे झोपी गेली, तेव्हा त्यांनी स्टेनलेस स्टीलच्या नळ्या मांडल्या. मग एकेक करून त्यांनी बेशुद्ध पडलेल्या माकडांच्या रक्ताचे नमुने काढले. आता त्यांनी माकडांना तिसरे इंजेक्शन टोचले. आता त्यांनी 'T-६१' ह्या नावाचे विषारी औषध टोचले होते. ते माकडांना ठार करीत होते. माकड मेलेले पाहताच कॅप्टन स्टीव्ह डेनी त्याचे पोट उघडायचा. तो त्यांच्या प्लीहेची व लिव्हरची सॅम्पल्स गोळा करीत होता. त्यासाठी तो कात्र्या वापरून तुकडे प्लॅस्टिकच्या बाटल्यांत टाकत जात होता. त्यांनी मेलेली माकडं हॅटबॉक्समध्ये भरली आणि ती खोकी एकावर एक रचून ठेवली. ही सगळी खोकी कॉरिडॉरमध्ये ठेवून दिली. दरम्यान, डन डलगार्ड तेथून बाहेर पडला आणि नंतर उरलेला सगळा दिवस तो त्याच्या इमारतीतल्या पुढील भागात असणाऱ्या ऑफिसातच होता.

दुपारच्या सुमारास H खोलीतल्या सर्व माकडांना दयामरण देऊन झाले होते. इमारतीच्या मागे झुडुपांच्या मागे असणाऱ्या मैदानावर मुले खेळतच होती. डिसेंबरच्या विरळ हवेत त्यांचा आरडाओरडा लांबपर्यंत ऐकू येत होता. त्यांचे आई-बाप येऊन त्यांना घेऊन जात होते. लष्करी पथक हॉट झोनमधून जोडीजोडीने बाहेर पडले. बाहेर आलेले लोक कपडे बदलून लॉनवर रेंगाळत राहिले. त्यांचे चेहरे म्लान, थकलेले आणि विचाराने व्यग्र वाटत होते. खूप दूर अंतरावरच्या वॉशिंग्टनमधल्या स्मारकांमधले फ्लडलाईट लागले. थँक्सगिव्हिंगनंतरच्या पहिल्या आठवड्याचा शेवट आला होता. ही शुक्रवारची संध्याकाळ होती. ख्रिसमस जवळ आला, की येणारे वीकएंड शांत असतात. बाहेर वारा जोरदार होत होता नि त्यामुळे पार्किंग लॉटमध्ये पडलेले कागदी पेले नि सिगारेटची पाकिटे इतस्ततः उडत होती. तिथून जवळच असणाऱ्या हॉस्पिटलमध्ये हृदयविकाराचा झटका आलेला जार्विस पर्डी आराम करीत होता.

त्याची प्रकृती स्थिर होती.

इन्स्टिट्यूटमध्ये नॅन्सी जॅक्स कालच्याप्रमाणे आजही रात्री एक वाजेपर्यंत काम करीत होती. ती आणि तिचा सहकारी रॉन ट्रॉटर मिळून माकडांचे विच्छेदन करीत होते. त्यांनी पोशाख चढवून हॉट झोनच्या दिशेने प्रयाण केले, तेव्हा तिथे पाच मेलेली माकडे पडलेली होती.

आता मात्र ह्या माकडांमध्ये एबोलाची लक्षणे अगदी स्पष्टपणे दिसत होती. नॅन्सीने नंतर त्यांचे वर्णन केले- "अन्नमार्गातल्या भयंकर जखमा" काही प्राण्यांच्या आतड्यांतले आतले आवरण पूर्णपणे सोलून बाहेर पडलेले होते. हे एबोलाचे विशिष्ट लक्षण होते. आतड्यांमधली पोकळी न गोठलेल्या रक्ताने पूर्ण भरली होती. हे रक्त प्रवाही होतं. त्याच वेळी आतड्यांमधल्या स्नायूंमध्ये मोठमोठाल्या रक्ताच्या गुठळ्या दिसत होत्या. त्यामुळेच तिथला रक्तप्रवाह बंद पडला होता. पेशी अर्थातच मरून गेल्या होत्या. म्हणजे आतडी मृत झालेली होती. त्या मृत आतड्यात रक्त भरलेले होते. असे लक्षण खरे म्हणजे कुजणाऱ्या प्रेतांमध्ये दिसते.

तिच्या शब्दांत सांगायचे, तर ती माकडे तीन-चार दिवसांपूर्वीच मेल्यासारखी वाटत होती. प्रत्यक्षात त्यांना काही तासांपूर्वी दयामरण देण्यात आले होते. काही माकडं तर एवढी लिबलिबित झाली होती, की, दोघांनी विच्छेदन न करण्याचेच ठरविले. त्यांनी फक्त पोटातून लिव्हर आणि प्लीहा हे अवयव वेचून काढले. त्या मंकी हाऊसमधल्या H खोलीतली काही माकडे म्हणजे त्वचेच्या पिशवीत भरलेले मांस आणि हाडे होती. अर्थात, त्यांच्यात अब्जावधीच्या संख्येत वाढलेले विषाणू होते.

सोमवार, ४ डिसेंबर, सकाळी ७-३० वाजता

सूर्य उगवला. वीकएंड आला आणि गेला होता. सोमवारी सकाळी हवेत आणखी गारवा आला. वाऱ्याचा वेग वाढला होता. त्यामध्ये बर्फाचा वास येत होता. आकाशाचा रंग लोखंडासारखा काळसर झाला होता. वॉशिंग्टनभोवतीच्या शॉपिंग सेंटरमध्ये ख्रिसमसची रोषणाई सुरू झाली होती. पार्किंगच्या जागा मोकळ्या होत्या; पण दिवसाच्या उत्तरार्धात तिथे गाड्या भरून जाणार होत्या. शॉपिंग सेंटरवर मुलांना घेऊन लोक गर्दी करणार होते. मुलं सांताक्लॉज पाहण्यासाठी रांगा लावणार होती. डन डलगार्ड मंकी हाऊसकडे निघाला. माणसांच्या समुद्रात जाणारा आणखी एक प्रवासी!

तो पार्किंगच्या जागी आला. तो इमारतीजवळ आला, तेव्हा त्याला पुढच्या दारापाशी जंपिंग सूट घातलेला एक माणूस उभा आहे, हे लक्षात आले. त्यांच्याच

कंपनीतला हा माणूस माकडांची देखभाल करीत असे. त्याला तिथे पाहून डलगार्डचा पारा एकदम चढला. त्याने कुणीही मास्क घालून किंवा संरक्षक पोशाखात बाहेर यायचं नाही, अशी सक्त ताकीद दिलेली होती. डलगार्ड रागाने बेभान होऊन उडी मारून बाहेर पडला. गाडीचं दार जोराने आपटलं. तो भराभरा चालत पुढच्या दाराजवळ आला. त्याने त्या माणसाला ओळखलं. आपण त्याला मिल्टन फ्रांटिग म्हणू या. मिल्टन फ्रांटिग गुडघ्यावर हात ठेवून वाकलेला होता. त्याने अद्याप डलगार्डला पाहिलेले नव्हते. तो गवताकडे पाहत होता. एकदम मिल्टनचे शरीर थडथडले. त्याच्या तोंडातून ओकारी बाहेर पडली. त्याला पुन:पुन्हा ओकारी येत होती. त्याचा आवाज रिकाम्या पार्किंग लॉटमध्ये घुमत होता.

◆

आजारी माणूस

डन डलगार्डने त्याच्या कंपनीतल्या माणसाला लॉनवर ओकताना पाहिल्यावर तो मुळापासून हादरला. बहुधा, पहिल्यांदाच त्या प्रायमेट प्राणी ठेवलेल्या इमारतीमधल्या पेचप्रसंगाची भयानक परिस्थिती त्याच्या अंगावर आली. फ्रांटिग उलटी झाल्याने थकला होता नि जोरजोरात धापा टाकत होता. डलगार्डने त्याला नीट उभे राहायला मदत केली. आत नेले आणि कोचावर पडून राहायला सांगितले. कंपनीचे जार्विस पर्डी आणि मिल्टन फ्रांटिग हे आता आजारी होते. जार्विस पर्डी अजून बरा झालेला नव्हता. तो हृदयविकाराच्या झटक्यानंतर हॉस्पिटलमध्येच होता.

विल्यम फ्रांटिग पन्नास वर्षाचा होता. त्याला कायमचा खोकल्याचा त्रास होता. तरी बरं, तो सिगारेट ओढत नसे. तो माकडे सांभाळण्याचे काम ह्या हाझलेटन कंपनीत डलगार्डबरोबर गेली पंचवीस वर्षे करीत होता. साहजिकच, डलगार्डला त्याची पूर्ण माहिती होती. त्याला तो आवडत देखील असे. डलगार्ड हादरून गेला होता. त्यामध्ये भीती आणि अपराधीपणा दोन्ही गोष्टी होत्या. ती सगळी इमारत काही आठवड्यांपूर्वीच रिकामी करायला हवी होती काय? मी माकडांच्या हिताचा विचार माणसांपेक्षा जास्त महत्त्वाचा मानला काय?

मिल्टनचा चेहरा फिकुटला होता. तो श्रमाने थरथरत होता आणि त्याला भोवळ येत होती. त्याला आता कोरडे उमासे येत होते. डलगार्डने त्याला एक प्लॅस्टिकची बादली आणून दिली. मधूनच त्याला खोकल्याची मोठी ढास लागत होती. जंपसूट घालून बाहेर गेल्याबद्दल फ्रांटिगने दिलगिरी व्यक्त केली. तो म्हणाला, की, आपण जंपसूट चढवून आणि श्वसनयंत्र लावून आत जायच्या तयारीत असतानाच त्याला पोटात ढवळल्यासारखे वाटू लागले. कदाचित इमारतीमधल्या आत्यंतिक दुर्गंधीचा त्याला त्रास झाला असावा; कारण आता तिथली स्वच्छता रोजच्या रोज होत नव्हती. त्याला उलटी होणार, असे वाटू लागले; पण त्याला उलटी करायला बादली किंवा

काही मिळाले नाही. उलटी एवढ्या जोरात येत होती, की, त्याला बाथरूमकडे जाण्याएवढाही वेळ मिळाला नाही, म्हणून मग तो तसाच बाहेर धावला.

डलगार्डला त्याला ताप आहे का, ते बघायचं होतं; पण तिथे एकही चांगला थर्मामीटर मिळणे शक्य नव्हते. तिथले थर्मामीटर माकडांची ढुंगणातली तापमाने पाहण्यासाठी वापरलेले होते. म्हणून मग त्याने बिल व्होल्टला ड्रग स्टोअरमधून नवीन थर्मामीटर आणायला पाठविले. बिल परत आल्यावर त्यांनी त्याचा ताप पाहिला- १०१ डिग्री फॅरनहीट. बिल थरथरत जवळजवळ जागच्या जागी बसायचाच बाकी राहिला. डन डलगार्डला नंतर आठवलं- तो एवढा प्रचंड थरथरत होता, की, जणू स्पॅस्टिक पेशंटच असावा; पण डलगार्डची अवस्थाही त्याच्यापेक्षा फार वेगळी मात्र नव्हती.

त्या खोलीत मिल्टन फ्रांटिग हा सर्वात शांत माणूस होता. डलगार्ड आणि व्होल्टप्रमाणे तो अजिबात घाबरला नव्हता. तो एक पक्का ख्रिश्चन होता. त्याची स्वत:च्या विश्वासावर श्रद्धा होती. तो आपण बरे होणार आहोत, हे अगदी सहजपणे सांगत होता. जर देवाच्या मनात त्याला माकडांचा रोग व्हावा, ही इच्छा असेल आणि त्याला आपल्याकडे बोलाविले असेल, तर तो तयार होता. तो मनोमन बायबलमधल्या त्याच्या आवडत्या भागांची वचने स्मरत होता. हळूहळू त्याचे कोरडे उमासे बंद झाले. आता तो शांतपणे कोचावर पडून राहिला होता.

"आपल्याला आता बरे वाटते आहे." असेही म्हणाला.

"तू आहेस तिथेच पडून राहा." डलगार्डने बजावले, "ही इमारत सोडून बाहेर जायचं नाही." तो कारमध्ये बसला नि जास्तीत जास्त वेगाने लीसबर्ग पाईकवरच्या हाझलेटन वॉशिंग्टनच्या ऑफिसात आला. त्याला फार वेळ लागला नाही. दरम्यान त्याचा निश्चय झालेला होता: मंकी हाऊस रिकामे करायचे- तात्काळ.

मंकी हाऊसच्या इमारतीमध्ये एकूण चार लोक काम करीत होते. त्यातले दोन तर आजारी पडले होते. दोघेजण हॉस्पिटलमध्ये असणार होते. एकाला हृदयविकार झाला होता नि आता एकाला उलट्या-ताप आलेला होता. डलगार्डला एबोला विषाणूची जेवढी माहिती होती, त्यानुसार ही दोन्ही लक्षणे एबोलाची असण्याचीच शक्यता होती. त्यांनी गेल्या काही दिवसांत शॉपिंग सेंटरमध्ये खरेदी केली असणार, मित्रमंडळींना भेटले असणार, हॉटेलात खाल्लंही असणार आणि कदाचित बायकांबरोबर झोपलेही असणार... ह्यातून काय होईल, त्याची कल्पना न केलेलीच बरी!

हाझलेटनमध्ये वॉशिंग्टन येताच तो तडक जनरल मॅनेजरकडे गेला. एकूण परिस्थिती काय आहे, हे त्याला मॅनेजरच्या कानावर घालायचं होतं आणि इमारत रिकामी करण्याच्या त्याच्या प्रस्तावाला मंजुरी घ्यायची होती. डलगार्ड मॅनेजरला म्हणाला, "आपले दोन कामगार हॉस्पिटलमध्ये गेले आहेत." काय घडले आहे,

ते सांगू लागला आणि अचानक त्याचा बांध फुटला. तो एकदम रडू लागला. त्याला ते आवरेना. तो स्वत:ला सावरण्याचा आटोकाट प्रयत्न करीत होता. त्यामुळे त्याचा घसा दाटून आला.

तो म्हणाला, ''माझी अशी शिफारस आहे, की, आपण मंकी हाऊस बंद करून ते लष्कराच्या हवाली करावे. हा रोग आपल्या इथे ऑक्टोबरपासून धुमाकूळ घालतो आहे. आपल्याला आत्तापर्यंत काही झळ पोहोचलेली नाही; पण आता आपले दोन लोक हॉस्पिटलमध्ये आहेत. माणसांना खरोखर काही धोका आहे की नाही, हे मात्र माझ्या लक्षात आलं नाही. माझा विचार असा होता, की, जर खरोखर काही धोका असता, तर आपल्याला आत्तापर्यंत ते कळलं असतं, असं मला वाटत होतं. आपण फार काळ विस्तवाशी खेळ करीत आहोत. माझी शिफारस अशी आहे, की, आपण मंकी हाऊस शक्य तेवढ्या लवकर बंद करावे. तात्काळ केल्यास उत्तम! ते सरळ लष्कराच्या स्वाधीन करावे.''

जनरल मॅनेजरने डलगार्डच्या विचारांशी सहमती दर्शविली व त्याला सहानुभूती दाखविली. मंकी हाऊस तत्काळ रिकामे करावे, ही कल्पना त्याला मान्य होती., डलगार्डने अश्रू पुसले नि तो ताबडतोब आपल्या ऑफिसात आला. CDC चे काही अधिकारी तिथे त्याची वाट पाहत बसले होते. आपल्यावरचा दबाव कधीच कमी होणार नाही, असे त्याला वाटले.

CDC चे लोक हाझलेटन कंपनीमधल्या कोणाकोणाला संसर्ग झाला असण्याची शक्यता आहे, हे पाहण्यासाठी तिथे आले होते. नुकताच काय घडले आहे, हे डलगार्डने त्यांच्या कानावर घातले. मंकी हाऊसमधला एक कामगार आत्ताच उलट्या होऊन आजारी पडला आहे. तो म्हणाला, ''मी थोड्याच वेळापूर्वी मंकी हाऊस रिकामे करण्याची शिफारस केली आहे. माझे असे मत आहे, की, माकडं आणि सगळी इमारत व माणसं USAMRIID च्या ताब्यात द्यावीत. त्यांच्याजवळ सुरक्षिततेसाठी सर्व सोयी व उपकरणे आहेत.'' CDC च्या लोकांनी त्याचं ऐकून घेतलं; पण काहीही असहमती दाखविली नाही.

मग मिल्टन फ्रांटिगचं काय करायचं, असा प्रश्न चर्चेला आला. तो तर अजून कोचावर तसाच पडलेला होता. डलगार्डने त्याला हलू नकोस, अशी ऑर्डर दिलेली होती. CDC ह्यांच्यावर साथीच्या मानवी पैलूंची जबाबदारी होती. म्हणजेच फ्रांटिगची जबाबदारी त्यांच्यावर होती- CDCने त्याला वॉशिंग्टन बेल्ट वे मध्ये असणाऱ्या फेअरफॅक्स हॉस्पिटलमध्ये हलवायचे ठरविले.

सकाळचे साडेनऊ वाजले होते. डलगार्ड स्वत:च्या ऑफिसात बसून फोनवर सगळं हाताळण्याचा प्रयत्न करीत होता. त्याने फोर्ट डिट्रिकमध्ये सी. जे. पीटर्सला फोन केला. आपल्या इथे माकडांची देखभाल करणारा एकजण आजारी पडल्याची

वार्ता त्याच्या कानावर घातली. त्याचा आवाज स्वच्छ, शांत आणि कोरडा होता. थोड्याच वेळापूर्वी रडल्याचे काहीही चिन्ह दिसत नव्हते. तो पीटर्सला म्हणाला, ''तुम्हाला मंकी हाऊस व तिथले सर्व प्राणी ही तुमची जबाबदारी असल्याचे समजायला परवानगी देण्यात येत आहे.''

कर्नल पीटर्सला 'तुमची जबाबदारी' ह्या शब्दाबद्दल शंका वाटली. त्याचा गर्भित अर्थ असा होता, की, जर काही वेडंवाकडं झालं, तर लष्कराला जबाबदार धरण्यात येईल व त्यांच्यावर केस देखील करता येईल. पीटर्सला तर ती इमारत ताब्यात घेऊन ती पूर्णत: निर्जंतुक करायची इच्छा होती; पण त्याला कसलाही कज्जा नको होता. म्हणून तो डलगार्डला म्हणाला, की, त्याचे लोक नि सर्वसाधारण लोकांची सुरक्षितता ह्या गोष्टीला त्याच्या लेखी सर्वोच्च प्राधान्य होते. अर्थात त्याला त्याच्या वरिष्ठांशी बोलून मगच काय ते ठरविता येणार होते. आपण लवकरच त्याला फोन करू, असे त्याने डलगार्डला सांगितले.

मग त्यांनी आजारी माणसाविषयी चर्चा केली. पीटर्सला कळले, की, त्याला फेअरफॅक्स हॉस्पिटलमध्ये नेले जाणार आहे. त्यामुळे पीटर्स अत्यंत अस्वस्थ झाला. त्याचे मत असे पडले, की, त्या माणसाला एबोलाचा संसर्ग झाला आहे, हे गृहित धरायला हवे. असं असताना त्या माणसाला सार्वजनिक हॉस्पिटलमध्ये नेणे योग्य आहे का? एबोलाने आफ्रिकेमधल्या हॉस्पिटलांमध्ये काय धिंगाणा घातला होता, ते माहिती आहे ना? पीटर्सच्या मतानुसार तो माणूस इन्स्टिट्यूटच्या स्लॅमरमध्येच आणायला हवा होता.

डलगार्डशी बोलणे पूर्ण होताच पीटर्सने ज्यो मॅकॉर्मिकला फोन केला. मॅकॉर्मिक CDC मध्ये ह्या भानगडीसाठी प्रमुख म्हणून नेमला गेला होता. पीटर्स मॅकॉर्मिकला असे काहीतरी म्हणाला, ''मला हे पक्कं ठाऊक आहे, की, एबोलाच्या रुग्णांवर उपचार करायला फक्त एक सर्जिकल गाऊन आणि मास्क पुरतात, अशी तुझी समजूत आहे; पण माझ्या मते, त्याच्यापेक्षा जास्त प्रतिबंधक उपाय योजायला हवेत.'' मग त्याने लष्करी ॲम्ब्युलन्समधून त्या माणसाला जैवप्रतिबंधक सुरक्षा पुरवून त्यांच्या स्लॅमरमध्ये ठेवण्याची तयारी दर्शविली.

पीटर्सला असे काहीतरी आठवले : मॅकॉर्मिक त्याला म्हणाला, ''तो माणूस फेअरफॅक्स हॉस्पिटलमध्येच जाईल.''

''ठीक आहे. ज्यो, तुझा एका गोष्टीवर विश्वास आहे नि मी त्याच्या नेमका विरोधी विचार करतो. आपले ह्यावर मतभेद आहेत. असो! पण जर एबोला विषाणू फेअरफॅक्स हॉस्पिटलमध्ये शिरला, तर तिथल्या वैद्यकीय लोकांचे आणि तुमचेही काय होईल?''

पण मॅकॉर्मिक त्याचा निर्णय बदलणार नव्हता. त्याने आफ्रिकेत एबोलाशी

आमनेसामने मुकाबला केला होता. त्याला काहीही झालं नव्हतं. झोपडीत सगळीकडे एबोला रक्त पसरले असताना त्याने कितीतरी दिवस काम केलं होतं. लोक रक्ताचे फवारे उडवून मरताना त्या ठिकाणी तो वावरला होता. त्याचे पाय गुडघ्यांपर्यंत रक्ताने बरबटले होते. एबोला हाताळायला फक्त गाऊन आणि मास्क पुरेसे असतात. तो माणूस फेअरफॅक्स हॉस्पिटलातच जाईल. मॅकॉर्मिक ह्या निर्णयाची संपूर्ण जबाबदारी घ्यायला तयार होता. पीटर्सला हा माणूस आवडत नव्हता; पण तरीही अत्यंत गुंतागुंतीच्या व अवघड परिस्थितीत खंबीरपणाने निर्णय घेण्याच्या त्याच्या क्षमतेचे त्याला कौतुक वाटल्याशिवाय राहिले नाही.

वॉशिंग्टनच्या चॅनेल फोरची टी.व्ही व्हॅन मंकी हाऊसच्या दारापाशी आली. आत काम करणाऱ्यांनी पडद्याआडून व्हॅन पाहिली होती; पण व्हॅनमधल्या लोकांनी येऊन दारावरची बेल दाबली, तेव्हा त्यांच्यापैकी कोणी दार उघडायला गेले नाही; कारण प्रसिद्धी माध्यमांशी कोणी एक शब्दही बोलणार नाही, अशी सक्त ताकीद डलगार्डने त्यांना दिली होती. नेमकी त्याच वेळी फेअरफॅक्स हॉस्पिटलची ॲम्ब्युलन्स तिथे आली. ती फ्रांटिगला घेऊन जाण्यासाठी आलेली होती. चॅनेल फोरच्या लोकांना ह्यापेक्षा जास्त चांगली संधी शोधूनही मिळाली नसती. त्यांनी भराभरा लाईट्स लावले नि फिल्म घ्यायला सुरुवात केली. मंकी हाऊसचे दार उघडले. मिल्टन फ्रांटिग लडखडत्या पावलांनी बाहेर आला. त्याच्या अंगावर अजून जंपसूट होता. हे सगळं पाहून तो बुजला. तो ॲम्ब्युलन्सपर्यंत चालत गेला. आतल्या लोकांनी दार उघडलं. तो स्वत:हून वर चढून स्ट्रेचरवर जाऊन झोपला.

ॲम्ब्युलन्सचे दार बंद झाले नि ती निघाली. पाठोपाठ चॅनेल फोरची गाडीही निघाली. काही वेळाने ॲम्ब्युलन्स नि चॅनेल फोरची गाडी- दोन्ही फेअरफॅक्सच्या आवारात आल्या. फ्रांटिगला त्यांनी एका अगदी स्वतंत्र खोलीत ठेवले. खोलीत फक्त मास्क लावलेल्या व गाऊन घातलेल्या डॉक्टरांना नि नर्सेसनाच प्रवेश होता. तिथे रबरी हातमोजे घातल्याशिवाय कोणीही जायचे नव्हते. आपल्याला आता बरे वाटत असल्याचे त्याने सांगितले. त्याने थोडीशी प्रार्थना केली आणि थोडासा टी.व्ही.देखील पाहिला.

इकडे मंकी हाऊसमध्ये उरलेल्या लोकांना परिस्थिती असह्य झाली. त्यांनी अंतराळ पोशाखात वावरणारे लोक पाहिले होते. त्यांनी आपला एक सहकारी लॉनवर ओकलेलाही पाहिला होता. त्यांनी चॅनेल फोरच्या लोकांनी ॲम्ब्युलन्सचा केलेला पाठलागही बघितला होता. त्यांनी इमारत बंद करून टाकली आणि ते तिथून गडबडीने स्वत:च्या भरवशावर बाहेर पडले.

इमारतीमध्ये ४५० माकडे होती. रिकाम्या खोल्या नि कॉरिडॉरमध्ये त्यांचे आवाज घुमत होते. सकाळचे अकरा वाजले होते. मधेच थोडासा बर्फ पडला नि

थांबला. बाहेर आता आणखी गारवा आला होता. मंकी हाऊसमध्ये मात्र हवा खेळती ठेवणारी यंत्रणा बंद पडल्याने आतले तापमान ९० अंश फॅरनहीटच्या वर गेले होते. आतमध्ये दुर्गंधी सुटलेली होती. सगळीकडे वाफा भरल्या होत्या. त्यातच माकडांच्या आरडाओरड्याची भर पडली होती. सगळे प्राणी आता भुकेले होते. त्यांना त्यांची सकाळची बिस्किटे मिळालेली नव्हती. कित्येक खोल्यांमध्ये मधून मधून काही माकडं मुखवट्यासारख्या चेहऱ्यांनी काचेसारख्या गोठल्या नजरेने पाहत गप्प बसली होती. काही माकडांच्या सर्व रंध्रांमधून रक्त बाहेर झिरपू लागले होते. ते खालच्या धातूच्या ट्रेमध्ये पडत होते... पिंग... पिंग... पिंग.

◆

सोमवार, सकाळी १०-३० वाजता

रेस्टनमधला पेचप्रसंग आणखी गंभीर होत चालला होता. डलगार्डला आपले नियंत्रण निसटत चालल्याची जाणीव झाली. त्याने सर्व वरिष्ठ मॅनेजर लोकांशी फोनवर चर्चा केली. त्यांना परिस्थितीची कल्पना दिली- दोन माणसे आजारी होती. त्यातला एकजण एबोलाने ग्रस्त असण्याची शक्यता होती. तसेच, आपण लष्कराने इमारत ताब्यात घेण्याची ऑफर दिली असल्याचेही त्यांच्या कानावर घातले. त्यांनी ह्या निर्णयाला मान्यता दिली; पण लष्कराने तोंडी स्वीकार केलेली गोष्ट त्यांना लेखी स्वरूपात हवी होती. तसेच, लष्कराने कायदेशीर जबाबदारी स्वीकारावी, असे त्यांचे मत पडले.

डलगार्डने मग सी. जे. पीटर्सला फोन करून लष्कराने सर्व जबाबदारी उचलावी व काही नुकसान झाले, तर त्याचीही जबाबदारी घ्यावी, हे सुचविले. सी.जे.ने त्याची ही सूचना तात्काळ फेटाळली. त्याला घटना वेगाने घडणे व स्वच्छपणे घडणे जरूर वाटत होते. त्याला कायदेशीर गुंतागुंत नको होती. त्याच्या विचारानुसार हा पेचप्रसंग अशा अवस्थेत आला होता, की, त्यावर ताबडतोब निर्णय घेणे आवश्यक झाले होते. डलगार्डने आपण मंकी हाऊस ताब्यात घ्यावे, अशी विनंती करणारे पत्र फॅक्सने पाठवायचे कबूल केले. त्यांनी चर्चा करून पत्राची भाषा निश्चित केली. सी.जे.ने ते पत्र स्वत: जनरल फिलिप रसेलकडे नेले. त्यांनी पत्रावर भरपूर चर्चा केली. अखेर हे पत्र आपण आपल्या वकिलांना दाखवायचे नाही, असे ठरले. रसेल म्हणाला, ''वकिलांना आपण केलेली गोष्ट योग्य आहे, हे पटवून देऊ.'' त्यांनी पत्रावर सह्या केल्या नि ते परत फॅक्सनेच डलगार्डला पाठविले.

आता मंकी हाऊसचा ताबा लष्कराकडे आला होता. आता जेरी जॅक्सला फार मोठ्या जैवप्रतिबंधक मोहिमेचे नेतृत्व करावे लागणार होते. ज्या प्राण्यांना मारावे लागणार होते, त्यांची संख्या फार मोठी होती; पण त्याच्या पथकाची एवढी तयारी

होती की नाही, ते सिद्ध झालेले नव्हते. तो स्वत: कधीही लढाईवर गेलेला नव्हता. त्याचे अधिकारी आणि सैनिक अशा आव्हानाला कसे तोंड देणार, हे सांगता येत नव्हते. विशेषत: इथे तर अत्यंत भीषण मृत्यू सामोरा येण्याचा धोका होता.

इन्स्टिट्यूटमधल्या ९१ टँगो ह्या तुकडीचा जेरी प्रमुख होता. लष्करात प्राण्याची देखभाल करणाऱ्या तंत्रज्ञांना ९१-टी असे नाव होते. ते खास लष्करी भाषेत ९१ टँगो झालं. त्यांचे मुख्य काम म्हणजे लष्करातील पहारेकरी कुत्र्यांची देखभाल करणे. USAMRIID मध्ये ते घोडे, मेंढ्या, ससे, उंदीर आणि माकडं अशा इतर प्राण्यांच्या देखभालीची जबाबदारी सांभाळत असत. ह्या तुकडीमधले सर्वात तरुण लोक १९ वर्षांचे असत आणि ते प्रायव्हेट ह्या हुद्द्यावर असत. तिकडे ॲम्ब्युलन्स मिल्टन फ्रांटिगला घेऊन जात असताना इकडे जेरीने ९१ टँगोची बैठक बोलाविली. तसेच, त्याने असैनिकी तंत्रज्ञांनाही बोलाविले होते.

तिथे हजर लोक बरेचसे तरुण होते नि त्यांना अंतराळ पोशाख वापरायचा फारच थोडा अनुभव होता किंवा अजिबातच नव्हता. मात्र असैनिकी तंत्रज्ञांमध्ये वयाने मोठे असणारे लोक अनुभवी होते. त्यांना दररोजचे केमट्यूरिऑन सूट घालायचा अनुभव होता. कॉन्फरन्सची खोली गच्च भरून गेली होती. कित्येकजण तर जमिनीवर बसले होते.

''हा विषाणू एबोला किंवा एबोलासारखा काहीतरी आहे.'' जेरी त्यांना सांगू लागला, ''त्यामध्ये सार्वजनिक आरोग्याला गंभीर धोका निर्माण होण्याची शक्यता आंहे. विशेषत: त्या उपनगरात राहणाऱ्या लोकांना तो होऊ शकेल. आपण ही परिस्थिती सांभाळणार आहोत. तुमच्यापैकी अनेकांना माहिती आहेच, की, आपण इन्स्टिट्यूटमध्ये एबोला हाताळलेला आहे. त्यामुळे होणाऱ्या मृत्यूचे प्रमाण मोठे आहे आणि एबोलावर कसलेही औषध व उपचार उपलब्धच नाहीत; परंतु त्याचा संसर्ग मात्र फार लवकर होत नाही. जोवर तुमचा रोग्याच्या रक्ताशी प्रत्यक्ष संपर्क येत नाही, तोवर काहीही काळजी नाही; परंतु हवेतून संसर्ग होत असल्याची शक्यता आपण नाकारू शकत नाही. आपण तर आता मोठ्या प्रमाणावर रक्ताच्या संपर्कात येणार आहोत. तसेच, आपण खूप धारदार उपकरणे देखील वापरणार आहोत. त्या कामासाठी आपण डिस्पोजेबल (disposable) पोशाख वापरणार आहोत.''

तो बोलत असताना खोलीत शांतता होती. एका माणसाला काहीतरी झालं आहे, असं त्यानं सांगितलं नाही; कारण त्याला त्याची कल्पनाच नव्हती. सी. जे. पीटर्स ह्या बाबतीत गप्प राहिलेला होता. जेरी म्हणाला, ''ह्या कामासाठी आपण स्वयंसेवक घेणार आहोत. इथे हजर असणाऱ्या कुणाला यायचं नसेल, तर सांगा. आम्ही तुमच्यावर सक्ती करू शकत नाही.'' कोणीही काही बोललं नाही. मग जेरीने सगळीकडे नजर फिरवून भराभरा माणसांची निवड केली. ''हं, ती जाईल... हा

जाणार आहे. होय, तू सुद्धा जाशील.'' खोलीमध्ये सार्जंट स्वीडरस्की होती. जेरीने ती जाणार नाही, म्हणून जाहीर केले; कारण ती गर्भार होती. एबोलाचे गर्भवती स्त्रियांवरील परिणाम अधिकच भयानक असतात.

लष्कराचे नेहमीचे पथक हे काम करू शकणार नव्हते. शिवाय, इथे वेगळा, धोक्याची भरपाई देणारा भत्ता मिळणार नव्हता. लष्कराची जैविक अंतराळ पोशाखाची कल्पना अशी होती: तो पोशाख घालून केलेले काम धोकादायक नसते; कारण तुम्ही पोशाख वापरता. जर तुम्ही पोशाख न घालता हॉट एजंट हाताळलात, तर मात्र ते धोकादायक आहे. सर्वांना नेहमीचा पगार मिळणार होता : प्रायव्हेटना ताशी सात डॉलर. ह्या कामाबद्दल कोणीही बाहेर काही चर्चा करायची नाही, असे जेरीने स्पष्ट सांगितले. अगदी घरीही त्याबद्दल चकार शब्द काढायचा नाही. तो पुढे म्हणाला, ''तुम्हाला जर अंधारात काम करायची भीती वाटत असेल, तर आत्ताच विचार करा.'' त्याने त्यांना साधे कपडे घालून सकाळी पाच वाजता इन्स्टिट्यूटमध्ये हजर होण्यास सांगितले.

सोमवार-मंगळवार, ४-५ डिसेंबर

त्या रात्री सैनिकांपैकी कोणीही झोपू शकले नाही. तसेच, त्या रात्री जीन जॉन्सनदेखील नीट झोपू शकला नाही. तो त्याच्या लोकांबद्दल- त्यांना तो 'पोरं' म्हणे, त्यांच्याबद्दल फारच चिंतित होता. त्याला हॉट एजंटविषयी धोक्याची कल्पना असल्यानेच चिंता वाटत होती. एकदा झायरेमध्ये असताना उंदराचे रक्त काढताना त्याच्या बोटात रक्ताळलेली सुई घुसली होती. तो उंदीर हॉट असावा, हा दाट संशय असल्याने त्यांनी जॉन्सनला हवाईमार्गाने आणून इन्स्टिट्यूटमध्ये स्लॅमरमध्ये ठेवले. जॉन्सन तिथे ३० दिवस होता.

''ती काही फार गमतीची गोष्ट नव्हती.'' तो माझ्याशी बोलताना म्हणाला, ''मी आता निश्चित मरणार आहे, अशीच वागणूक मला दिली जात होती. मला दाढी नीट करायला ते कात्री देत नसत. मी आत्महत्या करीन, अशी भीती त्यांना पडे. रात्री तर मला चक्क कुलूप लावून कोंडून ठेवले जात असे.'' किटुम गुहेमध्ये अंतराळ पोशाख घालून प्राण्यांची विच्छेदने करीत असताना त्याला तीन वेळा हत्यारे लागली होती. तीन वेळा त्याच्या पोशाखाचा भेद होऊन त्याला जखम झाली होती. जखमेवर प्राण्यांचे रक्तही लागलेले होते. आपल्यामध्ये मारबर्ग किंवा तसलं काही शिरलं नाही, ह्याबद्दल तो स्वत:ला सुदैवी समजत असे. हॉट एजंटशी एवढा जवळचा सामना झाल्यामुळेच मंकी हाऊसमध्ये जो सजीव वाढत होता, त्याबद्दल त्याला प्रचंड भीती वाटत होती.

कॅटोक्टिन डोंगराच्या बाजूला असणाऱ्या एका जुन्या, मोडकळीस आलेल्या व्हिक्टोरियन घरात जॉन्सन राहत असे. सर्व रात्र त्याने आपल्या स्टडीमध्ये काढली. काम कसे करावे, ह्यावर तो रात्रभर विचार करीत होता. हॉट झोनमध्ये वावरताना शरीराची प्रत्येक हालचाल विचारपूर्वक करायला पाहिजे. तो स्वत:शी बोलत होता, ‘‘विषाणू तुमच्या शरीरात शिरण्याचा प्रयत्न कुठून करेल?... तो तुमच्या हातातून आत शिरेल. हात हा त्यातला सर्वांत कमकुवत दुवा ठरेल. म्हणूनच सगळ्यापेक्षा हातांची जास्त काळजी घ्यायला हवी.’’

तो आरामखुर्चीत बसला होता. त्याने आपला एक हात डोळ्यासमोर आणून नीट पाहिला. चार बोटं आणि त्याच्या विरुद्ध बाजूला असणारा अंगठा. हाताची रचना माकडाच्या हातासारखीच. फरक हाच, की, हाताची डोक्याशी सांगड घातलेली आहे. हा हात म्हणजे तंत्रज्ञानाचे प्रतीक आहे. ह्या हातामुळेच माणूस निराळा झाला आहे. अशा त्या हाताला बाहेरच्या निसर्गापासून सुरक्षित राखण्याचं काम अंतराळ पोशाख करीत असतो.

तो उभा राहिला आणि हवेत काही हातवारे केले. तो आता माकडांना इंजेक्शन देणार होता. तो माकडांना टेबलावर असे उचलून ठेवणार होता. टेबलावर माकड असे झोपविणार होता. तो जणू काही आत्ताच हॉट झोनमध्ये वावरत होता. तो माकडाचे पोट असे उघडणार व त्याच्या शरीरात हे असे हात घालणार. त्याचे हात विषाणूने भरलेल्या रक्ताच्या थारोळ्यात जाणार होते. हातावर तीन रबरी थर असणार होते आणि त्याच्याबाहेर तो हॉट एजंट!

त्याने मधेच थांबून भराभरा काही टिपणे काढली. मग तो पुन्हा आपल्या काल्पनिक हॉट झोनकडे वळला. त्याने माकडाच्या पोटात कात्री खुपसण्याची क्रिया केली. त्याने आतली प्लीहा उपसून काढल्याची क्रिया केली. ती त्याने कोणाच्या तरी हातात दिली. हा माणूस कुठे उभा असेल?... मागच्या बाजूला? आता त्याच्या हातात सुई होती. ‘ओके! माझ्या हातात आता सुई आहे. सुई ही फारच घातक वस्तू आहे. ती माझ्या उजव्या हातात आहे. मी उजव्या हाताचा माणूस आहे. म्हणजेच माझा सहकारी माझ्या उजव्या बाजूला उभा राहून चालणार नाही. तो डाव्या बाजूला असायला हवा. तो सुईपासून खूप दूर उभा राहायला हवा. माझ्या सहकाऱ्याचे हात तेव्हा काय करीत असतील? प्रत्येकाचे हात नेमके काय करीत असतील? पहाटे पहाटे त्याच्याजवळ टिपणांचा एक लहानसा गठ्ठा तयार झाला होता. जैवप्रतिबंधक मोहिमेची ती पटकथा होती.

जेरी त्या दिवशी सकाळी चार वाजताच घराबाहेर पडला. नॅन्सी अजून झोपलेली होती. लोडिंग डॉकपाशी त्याची जॉन्सनशी भेट झाली. त्यांनी जॉन्सनच्या टिपणांची चर्चा केली. जेरीने त्या सर्व सूचना तोंडपाठ केल्या. दरम्यान पथकातले लोक येऊ

लागले होते. बरेचजण तर सरळ त्यांच्या बराकीतून चालत आले होते. ते ऑर्डरची वाट पाहत इकडेतिकडे फिरत होते. बाहेर गडद अंधार होता. फक्त फ्लडलाईटचाच प्रकाश होता. इमारतीत कामासाठी दोघांची जोडी असेल, असे जेरीने ठरविले. ही पद्धत उपयुक्त ठरेल, असे त्याला वाटले.

त्याने एक कागद घेऊन त्यावर जोड्या कोण कोण असतील, ते ठरवायला सुरुवात केली. त्याने सर्व जोड्यांचे काम करण्याचे वेळापत्रक बनविले. तसेच, कोणती जोडी इमारतीत केव्हा शिरेल, हे त्याने नोंदवून ठेवले. त्याने सर्वांपुढे उभे राहून ते वेळापत्रक त्यांना वाचून दाखविले. मग सर्वजण पांढऱ्या फ्रीज व्हॅनमध्ये खूण नसलेल्या पिकअप-ट्रकमध्ये आणि काही खासगी गाड्यांमध्ये बसले. बबल स्ट्रेचर असणारी पांढरी ॲम्ब्युलन्स त्यांच्या होतीच. सर्व गाड्या रेस्टनकडे निघाल्या. नंतर ते गर्दीच्या वेळी होणाऱ्या ट्रॅफिक जॅममध्ये अडकले. ट्रॅफिक अत्यंत हळू पुढे सरकत होता. गाड्यांमध्ये सूट घातलेले लोक अर्धवट झोपाळलेले दिसत होते. त्यातले काहीजण कागदी कपातून कॉफी पीत रेडिओवरची ट्रॅफिकची बातमीपत्रं ऐकत होते. काही जणांच्या गाड्यांत रॉक ॲण्ड रोलचे सूर ऐकू येत होते.

सगळी वाहने मंकी हाऊसच्या मागच्या बाजूला येऊन थांबली. तिथे सर्वजण आपापल्या तुकडीत जमा झाले. जीन जॉन्सनने सर्वांचे लक्ष वेधून घेतले. त्याचे डोळे खोल गेलेले दिसत होते. तो अनेक रात्री झोपलेला नाही, हे स्पष्ट कळत होते. "आपण इथे खेळायला आलो नाही." तो म्हणाला, "हे खरंखुरं अवघड काम आहे. जैविक पातळी-४ मधल्या रोगाची साथ हा प्रशिक्षणाचा कार्यक्रम नसतो. इथे घडलेल्या एका गोष्टीची मी तुम्हाला माहिती देतो. ती गोष्ट तुम्हालाही माहिती असायला हवी. विषाणूचे माणसात संक्रमण आधीच झाले असण्याची शक्यता दिसते आहे. दोन माणसं आजारी पडून हॉस्पिटलात आहेत. दोघेहीजण ह्या इमारतीतल्या प्राण्यांची देखभाल करीत होते. त्यांच्यापैकी एकाबद्दल आम्हाला जास्त काळजी वाटते आहे. काल सकाळी तो आजारी पडला. त्याला उलट्या झाल्या नि तापही आला. त्याला एबोलाचा संसर्ग झाला आहे, की नाही, ह्याबद्दल कोणालाच खात्री देता येत नाही. तुम्हाला एक गोष्ट व्यवस्थित समजायला हवी. त्याला माकड चावले नव्हते किंवा जखम झाली नव्हती, की त्याला सुईही लागलेली नव्हती. जर त्यांना एबोलाचा संसर्ग झाला असेल, तर त्याचा अर्थ असा, की, एबोलाचा हल्ला हवेमधूनच झालेला आहे."

जेरी जॅक्स हे ऐकताना भयचकित झाला होता. त्याला ह्या आजारी माणसाबद्दल काहीच माहिती नव्हती. त्याला कोणीच काही बोललं नव्हतं. आता सगळ्यामध्ये माणसांचा बळी पडणार, असं त्याला वाटू लागलं.

तो दिवस फारच गार, बर्फाळ होता. मंकी हाऊसच्या मागे असणाऱ्या झाडांची

पानं पार झडून गेली होती. वाळलेली पानं लॉनवर इकडेतिकडे उडत होती. पलीकडच्या, टेकडीच्या पायथ्याशी असणाऱ्या पाळणाघरात लोक मुलांना आणून सोडत होते. मुलं झोपाळ्यावर खेळत होती. त्यांचे आवाज अस्पष्ट ऐकू येत होते. जॉन्सनने आपले बोलणे पुढे चालू केले, "प्रत्येकजण काम करताना हे गृहित धरेल, की, एबोलाचा हवेतून संसर्ग होऊ शकेल... तुम्हाला सगळ्या धोक्याची कल्पना आहे आणि तुम्ही चांगले अनुभवी आहात." एवढ्यात त्याची नजर प्रायव्हेट - फर्स्ट क्लास निकोल बर्केवर गेली. ती अठरा वर्षांची, सोनेरी केसांची पोरगी फारच सुंदर होती- त्याच्या मनात विचार आला, ही कोण आहे? आपण तिला पूर्वी पाहिले असल्याचे आठवत नाही. कदाचित जेरीच्या पथकामधली असेल. ही तर अगदी कोवळी पोरं आहेत. पुढे काय आहे, ह्याची त्यांना अजिबात कल्पना नाही. "तुम्ही सर्व सूचनांचे तंतोतंत पालन करायला हवे." तो पुढे म्हणाला, "जर तुमच्या मनात काही शंका असतील, तर त्या विचारा."

जेरी उठून म्हणाला, "कोणताही प्रश्न कधीच मूर्खपणाचा असत नाही. काही प्रश्न असेल, तर जरूर विचारा."

प्रायव्हेट निकोल बर्केला आपल्याला इमारतीत जायला मिळेल की नाही, त्याची कल्पना नव्हती. "तर... हे काम आपण किती काळ करणार आहोत?"

"सगळी माकडे ठार मारून होईपर्यंत... तिथे चारशे पन्नास माकडं आहेत."

"बाप, रे! चारशे पन्नास माकडं म्हणजे काम कधीच संपणार नाही." तिला वाटलं. काही लोकांनी शंका विचारल्या; पण एकूण सर्वजण तणावाखाली होते नि गप्पगप्पच बसले होते.

जेरी जॅक्स स्टेजिंग एरियात शिरला. मदतनीस तुकडीने त्याला रॅकल सूट चढवायला मदत केली. त्यांनी चेन लावून घेतली. बूट दिले, हातमोजे चढविले आणि चिकटपट्ट्यांनी सर्व काही सीलबंद करून टाकले. त्याच्या डोक्यावर प्लॅस्टिकचा फुगा घातला. हवेच्या यंत्राचा घरघराट सुरू झाला. आपण आत भेटू, असे त्याने इतरांना सांगितले. मग त्याने व त्याचा सहकारी सार्जंट आमेन एअरलॉकमध्ये शिरले. त्यांच्या पाठीमागे दार बंद झाले. ते आता अंधारात उभे होते. समोर अदृश्य अमानवी शत्रू होता. त्यांनी अंदाजाने कॉरिडॉर ओलांडून पलीकडचे दार उघडले. ते आता हॉट झोनमध्ये आले होते.

आतमध्ये सगळीकडे निव्वळ उकिरडा झालेला होता. तिथे कित्येक दिवसांत स्वच्छता झालेली नव्हती. कामगारांनी अत्यंत गडबडीने पळ काढला होता. सगळीकडे बिस्किटे विखुरलेली होती. ऑफिसमध्ये खुर्च्या उलट्यापालट्या झालेल्या होत्या. कागद सगळीकडे पसरलेले दिसत होते. माणसांनी एखादी जागा कायमची सोडल्याचे ते दृश्य होते. जेरी व सार्जंट डावीकडे वळून इमारतीत निरीक्षण करू लागले. ते

सावधगिरीने व अत्यंत सावकाश चालत होते. जणू, ते बुडलेल्या जहाजाचा शोध घेणारे पाणबुडेच होते. जेरीला एक कॉरिडॉर सापडला. त्याच्या दोन्ही बाजूंना माकडांच्या खोल्या होत्या. त्याने एका खोलीत बरीच माकडं पाहिली. ते सर्व प्राणी त्यांच्याकडेच पाहत होते.

माकडांच्या डोळ्यांच्या सत्तर जोड्या एकाच वेळी दोन मानवी डोळ्यांशी नजर भिडवीत होत्या. अंतराळ पोशाखातल्या माणसांना पाहून ती वेडी झाली. त्या भुकेल्या प्राण्यांना आपल्याला खायला मिळेल, अशी अपेक्षा होती. त्यांच्या खोल्यांमध्ये सगळी कचराकुंडी झालेली होती. खोलीत बंद केलेल्या त्या माकडांनी खोलीचा पार उकिरडा करून टाकला होता. त्यांनी बिस्किटं सगळीकडे फेकून दिली होती नि भिंती सगळ्या आपल्याच गुवाने रेखाटल्या होत्या. माकडांनी सगळी भिंत वरपर्यंत बरबटून टाकली होती. माणसाला त्यांच्या प्रायमेट मेंदूमधून दिलेला तो विलक्षण संदेश होता.

जेरी व सार्जंटला तिथे बिस्किटाच्या काही पिशव्या सापडल्या. त्यांनी काही बिस्किटं माकडांना खाऊ घातली. ही माकडे आता लवकरच मरणार होती; पण त्यांचे हाल होणे जेरीला मानवणारं नव्हतं. त्यांना खायला घालतानाच त्याने माकडांमध्ये एबोलाच्या काही खुणा दिसतात का, ते बघितलं. अनेक खोल्यांमध्ये त्यांना मलूल झालेली, झोपाळलेल्या डोळ्यांनी बघणारी माकडं आढळली. काहींची नाकं वाहत होती. काही माकडांच्या नाकपुड्यांवर रक्त वाळून गेल्याप्रमाणे हिरवट खरपुडी आल्यासारखी दिसत होती. काही पिंजऱ्यांखाली रक्ताची थारोळीही दिसली. ते शौचावाटे पडलेलं होतं. ही सारी लक्षणं पाहून त्याला चिंता वाटू लागली; कारण हॉट एजंट सगळ्या इमारतीत पसरला असल्याची ती चिन्हं होती. काही माकडं खोकत व शिंकत असल्याचे दिसून आले. त्यांना फ्ल्यू झाल्यासारखे वाटत होते. आपण एबोलाचा एक वेगळाच बदललेला प्रकार तर पाहत नाही ना, अशी त्याला शंका आली. हवेतून प्रसार होणारा 'एबोला फ्ल्यू'. त्याने ती कल्पना अगदी घाईघाईने झटकून टाकली.

त्याने मन इतर गोष्टींकडे वळविण्याचा प्रयत्न केला; कारण ही कल्पना म्हणूनही महाभयानक होती. ती कल्पना म्हणजे अणुयुद्धाची कल्पना करण्यासारखंच होतं. त्याच्या प्लॅस्टिक फुग्यामध्ये घामाचे थेंब चमकू लागले. त्यामुळे त्याला समोरचे नीट दिसेना. त्याला माकडांचे चीत्कार ऐकू येत होते. आजवर त्याला कधीही एकटेपणाची भीती वाटली नव्हती, की तो कधीही गर्भगळीत झालेला नव्हता. आत्ताही तो अजिबात धैर्य गमावणार नव्हता.

पथकामधल्या अनेक लोकांनी पुढचा अर्धा तास स्टेजिंग एरियात घालविला.

ते निर्जंतुक पाकिटांमधून सुया काढून त्या सीरिंजना बसवीत होते. आता सीरिंज औषध भरायला तयार झाल्या होत्या. त्याच्याजवळच कॅप्टन मार्क हेन्स पोशाख घालून तयार होत होता. मदतनीस त्याला पोशाख घालायला मदत करीत असताना तो त्यांना लेक्चर देत होता. सैनिकांनी काम करताना काय लक्षात ठेवायला हवे, ते तो त्यांना समजावून सांगत होता.

तो म्हणाला, "तुम्ही अख्ख्या इमारतीमधल्या माकडांना दयामरण देणार आहात. ही अजिबात गंमतगोष्ट नाही. कोणत्याही प्राण्याच्या प्रेमात पडू नका. त्यांचे मरण आता अत्यावश्यकच आहे. त्यांना सर्वांनाच मरण देणे क्रमप्राप्तच आहे; पण आपण मारत आहोत, असा विचार मात्र मनात आणू नका. तुम्ही विषाणूचा प्रसार रोखत आहात, हे लक्षात ठेवा. माकडांशी कसलाही खेळ चालणार नाही. तुम्ही माकडांकडे एक वस्तू म्हणून बघा. तिथे काम करताना मला कोणीही विनोद केलेले, हसलेले आवडणार नाही. मी फार कठोर होऊ शकतो. आपली पशुवैद्यकीय भूमिका विसरू नका : तुमची प्राण्यांविषयी काही एक नैतिक जबाबदारी आहे. तुमची वैज्ञानिक जबाबदारीदेखील आहे. हे प्राणी शास्त्रीय प्रगतीसाठी बलिदान करीत आहेत. ते ह्या प्रसंगात आपल्यामुळे सापडले आहेत. त्यात त्यांचा काहीही दोष नाही. त्यांचे ह्या सगळ्या प्रकाराशी काही देणेघेणे नाही. तुमच्या सहकाऱ्यावर नीट लक्ष ठेवा. वापरलेली सुई कधीही कोणाच्या हातात देऊ नका. जर एखादी सुई तिच्या कॅपमधून बाहेर आली असेल, तर ती तात्काळ माकडाच्या शरीरात शिरली पाहिजे. वापरून झालेल्या सुया व्यवस्थित खोक्यातच गेल्या पाहिजेत. जर तुम्ही थकलात, तर तुमच्या वरिष्ठाला सांगा. आम्ही तुम्हाला बाहेर पाठवून देऊ." तो वळून त्याच्या सहकाऱ्यासह आत शिरला. "पुढची जोडी कोण आहे?" जॉन्सन यादी वाचत म्हणाला, "गॉडविन! आता तुझी पाळी."

शार्लट गॉडविन, प्रायव्हेट - फर्स्टक्लास धावतच बाहेरच्या व्हॅनमध्ये चढली. तिने सर्व कपडे काढून टाकले. स्क्रबसूट घातला, पायमोजे, टोपी वगैरे घातली. व्हॅनमध्ये हाडं फोडणारी थंडी होती. तिला फारच अस्वस्थ वाटले. एक प्रकारचा असुरक्षितपणा वाटू लागला.

स्टेजिंग एरियात लोक तिला अंतराळ पोशाख चढवू लागले. कोणीतरी तिला म्हणाले, "तुझी शरीरठेवण लहानखुरी आहे. आपल्याकडे एक स्पेशल पोशाख आहे." खरं तर तो स्पेशल वगैरे काही नव्हता. तो एका मोठ्या, धिप्पाड माणसाला योग्य असा अवाढव्य रॅकॅलसूट होता. ती तर फक्त पाच फूट उंच होती. तो तिच्या शरीरावर एखाद्या मोठ्या पोत्यासारखा दिसत होता. सहकाऱ्यांनी त्या पोशाखाला चिकटपट्ट्या लावल्या. तिच्या मनगटांवर व ढोपरांवर चिकटपट्ट्या गुंडाळल्या. हवा खेळविणारे यंत्र चालू झाले. लष्कराचा एक फोटोग्राफर पुढे झाला नि त्याने तिचा

एक फोटो काढला. आपल्या फाईलीत लावण्यासाठी. फोटोचा फ्लॅश उडताना तिला आपल्या डोक्यावरच्या टोपीची आठवण झाली. ही तर विदूषकाची टोपी आहे. ही एक बोझो टोपी आहे. फोटोत माझे केस दिसणार नाहीत. शिवाय, हा पोशाख माझ्यापेक्षा फारच मोठा, बेंगरूळ आहे. मी त्यात फार लठ्ठ दिसतेय्. मी एखाद्या ॲक्शन फोटोमध्ये पसरलेल्या धूसर पट्ट्यासारखी दिसतेय, हे माझं भाग्यच म्हणायचं.''

ग्रे झोनमध्ये ती जराशी अडखळली. तिच्या हातात काही खोकी होती. तिच्या शरीरात एकदम ॲडरेनल हार्मोनची पातळी वाढली. भावभावना उचंबळल्या की शरिरात हे हॉर्मोन तयार होतं. तिच्या मनात ह्या असल्या कामासाठी आपण फारच लहान असल्याचा विचार चमकून गेला. तशी ती फक्त अठरा वर्षांची होती. तिला अचानक वास आला. हा वास फारच घाण होता नि तिच्या हवा गाळणीतूनही चांगलाच जाणवला. तिच्या सहकाऱ्याने पलीकडच्या दारावर धक्का दिला. दोघे आत शिरले. तिच्या तोंडावरच्या प्लॅस्टिकवर घामाचे थेंब जमल्याने तिच्या आरसे महालात आल्यासारखे दिसले. माकडांचा वास पोशाखात भरून गेला होता. तिथे सगळीकडे फारच शांतता होती. खरं तर माकडांच्या वसाहतीत अशी शांतता अपेक्षित नसते. ह्या अनपेक्षित शांततेने ती जास्तच अस्वस्थ झाली.

दार उघडून कर्नल जॅक्स तिथे आला. तो म्हणाला, ''सीरिंज भरायला सुरुवात कर. केटामाइनचा डबल डोस भर.''

''येस्, सर.'' तिने उत्तर दिले.

''मी आणि सार्जंट इथे माकडांना पाडतो.'' तो म्हणाला. शार्लटने केटामाइनने सीरिंज भरायला सुरुवात केली. हे गुंगीचे औषध आहे. त्यासाठी तिने बाटल्यांमध्ये सुई खुपसली. जेरी जॅक्सने भरलेली सीरिंज माकडांच्या खोलीत नेली व ती लांब काठीवरच्या सॉकेटमध्ये बसविली. ही सीरिंज खास ह्या कामासाठीच बनविलेली होती. त्यामुळे माकडांपासून लांब राहूनही इंजेक्शन देता येई. सार्जंटने हँडलवाली काठी घेऊन माकडाला कोपऱ्यात दाबले. जेरीने पिंजऱ्याचे दार उघडले. माकड आपल्या अंगावर उडी मारत नाही ना, हे पाहत त्याने पिंजऱ्यात काठी घुसवून माकडाला इंजेक्शन दिले. दार पुन्हा घट्ट लावून घेतले. पिंजऱ्याचे दार उघडून हे काम करायचे असल्याने ह्या गोष्टीत फार धोका होता; कारण माकड हल्ला करून पळण्याचा प्रयत्न करू शकते. सार्जंट आणि जेरी एकापाठोपाठ एक पिंजऱ्यापाशी जाऊन इंजेक्शने देत गेले. गुंगीच्या औषधाच्या प्रभावाने माकडं झोपी जाऊ लागली.

त्या खोलीत पिंजऱ्यांच्या दोन रांगा होत्या. खालची रांग काहीशी अंधारी होती. आत डोकवण्यासाठी जेरीला गुडघ्यावर वाकावे लागत होते. त्याला त्याच्या प्लॅस्टिकच्या आवरणातून फारसे नीट दिसत नव्हते. त्याने दार उघडले, की, सार्जंट हँडल आत घुसवायचा. माकड निसटण्यासाठी इकडे तिकडे पळापळ करीत असे.

मग सार्जंट आमेन म्हणे, ''ओके, मी धरलंय्, आता हालचाल नाही.'' मग जेरी काठीला लावलेली सीरिंज आत खुपसायचा. त्याचा नेम माकडाच्या मांडीकडे असे. मग धडपड आणि प्रचंड कर्कश्श आवाज येई. ''क्रा- क्रा-'' सुई मांडीत आत घुसे. जेरीने त्याच्या पशुवैद्यकीय करियरमध्ये केलेल्या सर्व कामांपेक्षा हे जास्त अवघड होते.

आता पथकातले आणखी लोक इमारतीत शिरले होते. जेरीने त्यांची नीट व्यवस्था लावण्याचा प्रयत्न केला. तो त्यांना म्हणाला, ''दर पाच-दहा मिनिटांनी थांबा. तुमच्या शेजाऱ्याच्या पोशाखात कुठे काही फट नाही ना, ते तपासा. जास्तीत जास्त काळजी घ्या. तुम्ही मधूनमधून विश्रांतीसाठी थांबा. दर एका तासाने दहा मिनीटे विश्रांती घ्या. आपण दमलो, की निष्काळजी होतो.''

त्याने प्रत्येक खोलीत नजर टाकली, की, त्याच्याकडे अनेक डोळे बघत आहेत, हे दिसत होते. काही माकडं पिंजरा धडाधडा हलवीत होती. हा आवाज एखाद्या लाटेसारखा खोलीत इकडून तिकडे पसरत होता. इथले प्राणी नक्कीच आजारी होते. त्यांचे केस विरळ आणि खडखडीत झाले होते. काही माकडं मात्र तिथे नुसतीच बसून राहिली होती. ती त्यांच्याकडे अगदी निर्विकार चेहऱ्याने, काचेसारख्या भावविहीन डोळ्यांनी पाहत होती. काही माकडं कोपऱ्यात मुटकुळी करून बसलेली होती. कित्येक माकडांची नाकं रक्ताळलेली होती. रक्त चमकत होतं नि गोठलेलं नव्हतं. ते त्यांच्या ओठांवर व दातांवर ठिबकत होतं. इतर काही माकडांच्या नाकातून रक्त येत नव्हतं. मात्र नाकातून पांढरा द्रव सतत गळत होता. जणू, त्यांना सर्दी झाली होती वा त्यांना 'एबोला फ्ल्यू' झाला असावा.

जेरीने इमारतीच्या पुढच्या एका खोलीत रक्त काढायचा विभाग उघडायचं ठरविलं. ही खोली ऑफिसजवळ होती. तिथे त्यांना रक्ताळलेल्या वस्तू ब्लीचने धुवायच्या होत्या. तिथे एक शॉवर आणि पाणी जाण्यासाठी भोक होते. दरवेळी रक्त वाहून गेले, की, त्यावर ते ब्लीच ओतून देत असत. त्यांना रक्त रेस्टनच्या सांडपाणी नेणाऱ्या गटारांमध्ये तसेच जाऊ द्यायचे नव्हते. त्यांना चाकं लावलेली तीन धातूंची टेबलं आढळली. ती त्यांनी ढकलत ढकलत तिकडे नेली. जेरीने पथकाचे उपविभाग पाडले. एका पथकाला 'ब्लीड टीम' म्हटले, ह्यांनी रक्त काढायचे होते. एक पथक 'युथनासिया टीम' झाले. ह्याने माकडांना ठार करायचे होते. एक विभाग 'नेक्रोस्कोपी'चा होता. ह्या लोकांनी माकडांचे विच्छेदन करून नमुने काढून माकडांची शरीरे जैवप्रतिबंधक थैल्यांमध्ये भरायची होती.

त्यांनी कारखान्याप्रमाणे 'असेंब्ली लाईन' रचना करून घेतली. दर पाच-दहा मिनिटांनी जेरी जॅक्स खोलीतून बेशुद्ध माकड उचलून आणायचा. ते ब्लीड एरियात आणले, की, ते टेबलावर आडवे टाकले जाई. मग हात मागे घट्ट दाबून ठेवलेल्या

माकडाच्या मांडीत सुई खुपसून कॅप्टन मार्क हेन्स रक्त काढे. हे रक्त तो निरनिराळ्या नळ्यांमध्ये भरे. मग तो बेशुद्ध प्राणी मेजर नॅट पॉवेलच्या हाती सोपवायचा. तो त्या माकडाला T- ६१ ह्या जहाल विषाचे इंजेक्शन टोचायचा. हे इंजेक्शन तो हृदयातच देई. त्याला 'हार्ट स्टिक' असे नाव होते. जेव्हा प्राणी पूर्णपणे मेलेला आहे, ह्याची खात्री झाली, की तो त्याला कॅप्टन स्टीव्ह डेनीकडे देत होता. कॅप्टन डेनी नेक्रोस्कोपी पूर्ण करी. तो माकडाचे पोट फाडून आतून लिव्हर आणि प्लीहा कापून काढे. लिव्हर अतिशय बारक्या आणि फारच विचित्र दिसत होत्या.

प्रायवहेट शार्लट गॉडविन कॅप्टन डेनीच्या बाजूला उभी राहून त्याला हत्यारे देत होती. तिला डेनी नर्व्हस, अस्थिर वाटत होता. त्याने माकडाच्या पोटातून एक प्लीहा बाहेर काढली. त्यावर पांढरे ठिपके होते. ती एखाद्या खडकासारखी कडक झालेली होती. हा जैविक बॉम्ब हॉट एजंटमुळे टिकटिक करू लागला होता. थोड्या वेळाने त्याने कात्री तिच्या हातात दिली व तिला माकडाचे विच्छेदन करायची संधी दिली. ती त्यामुळे जरा घाबरली. एकदम रक्तप्रवाह वाहू लागला. ती जैविक पातळी-४ मध्ये धोकादायक नेक्रोस्कोपी करीत होती. त्यामुळे तिला एकदम थ्रिल वाटू लागले.

तिचे हात एका मेलेल्या आवरणाला स्पर्श करीत होते. ती आपले काम भराभरा करीत होती. आपण कॅप्टन डेनीला आपले काम किती चांगले असते, हे दाखवून देऊ. आपले काम त्याच्यापेक्षाही वेगवान आहे, हे तिला त्याला दाखवायचे होते. तिला माकडाचे उघडे डोळे दिसले. जणू, ते माकड तिच्या कामावर नजर ठेवून बसले होते. डोळे स्वच्छ नि चकचकीत होते. बुबुळे तपकिरी होती. त्यात गढूळपणा नव्हता. माकडाचे डोळे बंद करावेत, असे तिला वाटले. ते डोळे माझा चेहरा शेवटचाच पाहत आहेत? तसे होऊ नये, ही आशा ती करू लागली. तिला एकदम सिगारेट ओढायची हुक्की आली.

◆

मंगळवारी संध्याकाळी

दिवस मावळतीला आला. लोकांच्या बॅटऱ्या संपू लागल्या. दिवस मावळतोय्, हे लोकांच्या लक्षात येऊ लागलं; कारण कॉरिडॉरच्या टोकापाशी एक खिडकी होती. त्यातून बाहेरचा प्रकाश दिसत होता. जेरी सतत लोकांच्या विश्रांतीची काळजी घेत होता. लोक जमिनीवर बसून विश्रांती घेत होते. दमलेल्या लोकांच्या चेहऱ्यावर दमणूक दिसत होती. ते भकास चेहऱ्याने बघत बसले होते. काहीजण बसल्याबसल्या सीरिंज भरून देत होते. जेरी प्रत्येकाजवळ जाऊन विचारपूस करीत होता आणि प्रत्येकजण किती दमला आहे, ते पाहत होता. "कसं काय?... किती दमला आहात? बाहेर जायचं आहे?"

पण कोणीही बाहेर गेले नाही.

आतल्या पथकाचा बाहेर बसलेल्या जीन जॉन्सनशी रेडिओवर संपर्क होता. त्याने पथकाजवळ हातातले रेडिओसेट दिले होते. हे रेडिओ लष्करी बँडवर काम करीत होते. त्याने मुद्दामच त्यांना वॉकीटॉकी दिलेले नव्हते; कारण त्यांच्यामधलं संभाषण कुणीही ऐकू नये, अशी त्याची इच्छा होती. विशेषत: बातमीदार त्यावरून संभाषण टेप करण्याची शक्यता होती; पण लष्करी बँडवरचे संभाषण कुणी ऐकण्याचा संभव फारसा नव्हता.

आतमध्ये एका सैनिकाच्या पोशाखात काहीतरी गडबड झाली. तिचे नाव ऱ्होंडा विल्यम्स. तिचे हवेचे यंत्र बंद पडले नि तिचा पोशाख चुरगळू लागला. शेवटी हवा संपून पोशाख तिच्या स्क्रबसूटला चिकटला. बाहेरची दूषित हवा आत घुसली असावी, असे तिला वाटू लागले. "माझ्या पोशाखातली हवा निघून चाललीय्." ती मोठ्याने ओरडली. ती काम करीतच राहिली. ती तिची जागा सोडू शकत नव्हती. तिची बॅटरी संपू लागली. आपल्या बेल्टमध्ये आणखी एक बॅटरी नाही, हे तिच्या लक्षात आले. तसेच, सर्वजणांच्या जादा बॅटऱ्यादेखील संपून गेल्या होत्या.

आतल्या पोशाखातली हवा निघून जाऊ लागलेली आहे, हे तिने ओरडून सांगताच तिथे एकदम प्रचंड गडबड उडाली. जेरीला तिला ताबडतोब बाहेर काढायचं होतं. तो एअरलॉकच्या दाराकडे धावला. तिथे हातात रेडिओ घातलेला एक सैनिक उभा होता. जेरीने त्याचा रेडिओ खेचून घेतला नि जॉन्सनशी बोलू लागला. तो हेल्मेटमधून उच्च स्वरात ओरडला, ''इथे एक प्रॉब्लेम आलाय्. एका स्त्री-सैनिकाची बॅटरी संपत आलीय्.''

जीन म्हणाला, ''आपल्याला नवीन बॅटरी पाठवायला हवी. तू थोडा वेळ थांबू शकतोस का?''

''नाही. ती बाहेर येण्याच्या मार्गावरच आहे.'' जेरी म्हणाला. मधेच दारावरच्या सैनिकाने आपल्याजवळ जादा बॅटरी आहे, असे सांगितले. ते ऐकून जेरी फोनवर म्हणाला, ''थांब, थांब... इथे एकाजवळ जादा बॅटरी मिळालीय्.''

सैनिक ऱ्होंडाकडे धावला. त्याने हसून तिच्या हातात बॅटरी दिली. ''ही घे तुझी बॅटरी.''

लोक हसू लागले. त्या सैनिकाने तिच्या पट्ट्यामध्ये बॅटरी बसविली.

''ओह् माय गॉड. ते आता माझी जुनी बॅटरी बदलणार. म्हणजे हवेचा प्रवाह बंद पडणार.'' ती ओरडली, ''थांबा, एक मिनीट. माझे हवेचे यंत्र बंद पडायला लागलेय्.''

''काळजी नको. फक्त एकच सेकंद लागेल बॅटरी बदलायला.'' ऱ्होंडा हादरली होती. तिला बाहेर पडायचं होतं. आपल्याला विषाणूचा संसर्ग तर झाला नाही ना, अशी तिला शंका आली; कारण दरम्यान थोड्या वेळेपुरता तिच्या पोशाखातला हवेचा दाब कमी झाला होता. जेरीने तिला शार्लट गॉडविनबरोबर बाहेर पाठवायचं ठरविलं. शार्लट दमली होती. रेडिओवर त्याने सांगितले, ''जीन, दोघीजणी बाहेर येत आहेत.''

जीन जिथे होता, तिथे कमालीची आणीबाणी उद्भवली होती. बाहेर टी.व्ही.ची एक व्हॅन नुकतीच तिथे आलेली होती. जीन चडफडला. दोघी बायका अंतराळ पोशाख घालून बाहेर पडताना नेमके त्याच वेळी टी.व्ही.चे कॅमेरे चालू लागणं, हे महाभयंकर होतं. जेरीला तो म्हणाला, ''इथे सगळीच गोची झालीय्. त्यांना बाहेर पाठवू नको. इथे टी.व्ही.वाले कॅमेरे रोखून बसलेत.''

''त्याला इलाज नाही. मी त्यांना बाहेर पाठवितोय्.'' जेरी.

''ठीक आहे तर, पाठव.'' जेरी म्हणाला, ''त्यांना चांगला शो बघायला मिळेल, आयताच.''

जेरीने ग्रे एरियाच्या दारावर धपके दिले. दारावरच्या माणसाने दार उघडले. दारावर एक सार्जंट उभा होता. त्यानेही अंतराळ पोशाख घातलेला होता. त्याच्या

हातात फवारणीचा पंप होता नि एक फ्लॅशलाईट. ऱ्होंडा व शार्लट तिथे आल्या. सार्जंटने त्यांना हात शरीरापासून दूर ठेवून उभे राहायला सांगितले. त्याने त्यांच्या पोशाखावर प्रकाश टाकून ते तपासले.

त्याच्या चेहऱ्यावर विलक्षण भाव उमटलेले तिला दिसून आले.

"तुझ्या पोशाखाला भोक पडलेय्." तो म्हणाला.

"हे होणार आहे, हे मला नक्की माहिती होतं." तिच्या मनात आलं.

"हे कसं काय पडलं?" त्याने विचारले.

"कुणास ठाऊक?"

त्याने त्या भोकावर एक चिकटपट्टी लावून टाकली. मग त्याने पंपाने दोघींच्या अंगावर ब्लीचचा फवारा मारला आणि बाहेर जाणाऱ्या दारावर धपके मारले. स्टेजिंग एरियातल्या कोणीतरी दार उघडले. दोघी स्टेजिंग एरियात आल्या. लगेच मदतनीस पथकाने त्यांच्या डोक्यावरचे हेल्मेट काढले. त्यांचे पोशाख उतरविले. आतले स्क्रबसूट घामाने संपूर्ण भिजून गेले होते. त्या गारव्याने काकडू लागल्या.

"बाहेर टी.व्ही.ची व्हॅन आहे." जीन म्हणाला.

"माझ्या अंतराळ पोशाखाला भोक पडले होते." ऱ्होंडाने त्याला सांगितले, "मला विषाणू संसर्ग झाला की काय?"

"नाही, तुझ्या पोशाखातली हवा कधीही एवढी कमी झाली नव्हती. तुझे संरक्षक कवच कायमच होते. तेव्हा काळजी नको." जीन घाईघाईने बाहेर गेला.

त्याने दोघींना बाहेर पिटाळलं. "जा, लवकरात लवकर व्हॅनमध्ये घुसा." तो म्हणाला, "खाली पडून रहा. जर कोणी काही विचारलं, तर तोंड उघडायचं नाही."

त्यांना व्हॅनमध्ये त्यांचे कपडे सापडले नाहीत. त्या मग तशाच दोन-चार ओव्हरकोट गुंडाळून कुणाला दिसणार नाही, अशा बेताने पडून राहिल्या.

मंकी हाऊसच्या समोर टी.व्ही.ची व्हॅन येऊन थडकली. एक वार्ताहर, काही कॅमेरामन बरोबर घेऊन इकडेतिकडे भोचकपणे शोधू लागला. त्या वार्ताहराने दारावरची बेल दाबली. ती आत वाजत राहिली; पण कोणी उत्तर दिले नाही. त्याने पुढच्या बाजूच्या खिडक्यांकडे नजर टाकली. पडदे लावून घेतलेले होते. आतलं काहीही दिसत नव्हतं. चला, म्हणजे इथे काहीच घडत नाहीये, असं त्याला वाटलं. ही जागा पूर्णपणे ओसाड वाटत होती. त्याला व कॅमेरामनला पाठीमागे उभ्या असणाऱ्या गाड्या दिसल्या; पण त्यात त्यांना काहीही चमत्कारिक वाटले नाही. इथे काहीच घडत नव्हते, अशी त्यांची समजूत कायम राहिली.

टेलिव्हिजनवाले आपल्या व्हॅनमध्ये परत येऊन थोडा वेळ थांबले. काहीतरी होईल, ही त्यांची अपेक्षा होती. दारावर कोणीतरी येईल वा आतून कोणीतरी बाहेर येईल. मग त्यांना संध्याकाळच्या बातमीसाठी थोडासा माल मिळाला, तर हवाच

होता. तिथे कमालीची थंडी होती आणि सगळं काही बोअर करणारं होतं.

संध्याकाळ संपून अंधारही वाढू लागला होता. इमारतीच्या मागे जायचं त्यांच्या डोक्यात आलं नाही. जर ते तिकडे गेले असते व खिडकीतून आतले दृश्य चित्रित केले असते, तर त्यांना संध्याकाळच्या बातमीपत्राची सगळी वेळ भरण्याएवढा मालमसाला मिळाला असता. त्यांना अंतराळ पोशाख घातलेले सैनिक दिसले असते. एबोला रक्ताने माखलेले ते लोक जगातली पहिली मोठी जैवप्रतिबंधक मोहीम पार पाडताना त्यांना दिसले असते. दोघेदोघेजण आतून स्टेजिंग एरियात बाहेर येताना व तिथे असणारे मदतनीस पथक त्यांचे पोशाख उतरवीत असतानाची दृश्ये त्यांना मिळाली असती; पण टी.व्ही.वाले काही इमारतीच्या मागे गेले नाहीत. माझ्या माहितीनुसार तरी रेस्टनच्या मोहिमेची व्हिडियो फिल्म कुठेही उपलब्ध नाही.

दरम्यान दोघीजणी व्हॅनमध्ये पडून राहिल्या होत्या. थोड्या वेळाने टी.व्ही.ची व्हॅन निघून गेली. जीन जॉन्सनने हळूच कोपऱ्यावरून डोकावून पाहिले. तिथे आता सर्व काही 'सुरक्षित' झाले असल्याचे जाहीर केले. दोघींनी भराभरा कपडे घातले आणि त्या इमारतीच्या मागे असणाऱ्या झुडपांकडे धावल्या. तिथेच त्यांना टाकून दिलेल्या दोन सीरिंज व सुया सापडल्या. दोन्ही सुयांवर टोपण नव्हते. ह्याचाच अर्थ, त्या वापरलेल्या असणार. त्या तिथे केव्हापासून पडल्या होत्या, ते नक्की कळत नव्हतं. मग सुरक्षा पथकातल्या कोणीतरी हातात रबरी मोजे घालून त्या उचलल्या. त्यांनी त्या ठिकाणी आणखी नीट पाहिल्यावर त्यांना आणखी सुया सापडल्या.

शेवटी जेरी जॅक्स बाहेर पडला. तो बाहेर पडला, तेव्हा सहा वाजले होते. त्याचे वजन पाच-दहा पौंडांनी कमी झाले होते. घामामुळे शरीरातले पाणी कमी झाले होते. त्याचा चेहरा खूपच ओढलेला दिसत होता. त्याचे केस चंदेरी न दिसता पांढरे दिसू लागलेले होते.

सैनिकांना प्रचंड भूक नि तहान लागली होती; पण खायला काहीच नव्हते. रस्त्याच्या पलीकडे मॅकडोनाल्ड होते. त्याच्यापलीकडे टॅकोबेल होते. सैनिकांनी पटापट मतदान केले. त्यांचा कल टॅकोबेलकडे झुकला. जीन जॉन्सन त्यांना म्हणाला, ''कोणालाही काही सांगायचे नाही... तुम्ही येथे का आला आहात, त्याबद्दल चकार शब्द निघता कामा नये. कोणत्याही प्रश्नाला कोणी उत्तर देणार नाही.''

गाड्यांचा ताफा निघाला. रस्ता ओलांडून ते टॅकोबेलच्या पार्किंग एरियात आले. सैनिक आत गेले. त्यांनी खूप सॉफ्ट टॅको व कितीतरी जंबो कोकची ऑर्डर दिली. घामातून गेलेल्या पाण्यावर हा उपाय त्यांनी केला होता. त्याच्याबरोबर खूप प्रमाणात सिनामोन ट्विस्टची ऑर्डरपण दिली. ते सगळ्या वस्तू बाहेर घेऊन जाणार होते. होय, लवकर! त्यांची ऑर्डर एवढी प्रचंड होती, की, कंपनीचे लोकही पाहत

राहिले. सैनिक सैनिकांसारखेच दिसतात. हे लोक स्वेटशर्ट आणि जीनमध्ये असले, तरी ते लक्षात येत होतं. पुरुष टणक नि पिळदार होते. त्यांचे केस खास सैनिक थाटाने कापलेले होते नि खास लष्करी चष्म्याच्या फ्रेम! बायकाही एवढ्या दणदणीत होत्या, की, त्या पन्नास जोर मारतील आणि हत्यारे चालवतील. खाण्याचे पदार्थ येण्याची वाट पाहत उभ्या राहिलेल्या सार्जंट स्लेगसजवळ एक माणूस आला. "तुम्ही तिथे काय करीत होता? मी तिथे ह्या व्हॅन पाहिल्या होत्या." क्लेगसने एक चकार शब्द न काढता सरळ पाठ फिरविली.

मध्यरात्री जेरी व नॅन्सी आपल्या वॉटरबेडवर विश्रांती घेत असताना दिवसभरात घडलेल्या गोष्टींची खबरबात घेण्याचा प्रयत्न करीत होते. बाजूला जेम झोपली होती. नॅन्सीने त्या दिवशी रात्रीपर्यंत AA-5 सूटमध्ये काम केले होते. आपण आज माकडांमध्ये एबोलाची पक्की लक्षणे पाहू शकलो, असे तिने जेरीला सांगितले. विषाणू सगळ्या इमारतीत पसरला असावा, असे तिला वाटू लागले होते.

जेरीने सगळ्या दिवसभरात मोहीम चांगली व सुरळीत झाली, असे सांगितले. कोणालाही सुई लागली नव्हती. जैवप्रतिबंधक पोशाखात काम करताना किती एकाकी वाटतं, ह्याची पूर्वी आपल्याला कल्पना नव्हती, असे जेरी म्हणाला.

नॅन्सीने आपले हात त्याच्या गळ्याभोवती गुंफले व डोके मानेवर टेकविले. पूर्वीपासून ती तसे करी. त्यांच्या कॉलेजच्या दिवसांपासूनची ती सवय होती. तो फारच रोडका वाटू लागला आहे, असं तिला वाटलं. त्याचे वजन पूर्वीएवढे होण्याएवढा द्रव त्याने घेतला नव्हता. त्याला एवढा कधीही दमलेला तिने एवढ्या वर्षांत पाहिलेले नव्हते. तिने जेमला उचलून तिच्या खोलीत नेऊन ठेवले. परत येऊन तिने पुन्हा त्याच्या गळ्यात हात टाकले. तिचे केस त्यांच्या तोंडावर विखुरले होते. दोघांना तशाच अवस्थेत झोप लागली.

◆

बुधवार, ६ डिसेंबर

गेले कित्येक दिवस दिवस-रात्र एक करून लष्कराचा एक शास्त्रज्ञ काम करीत होता. जैविक पातळी-४ वरच्या प्रयोगशाळेत अंतराळ पोशाख चढवून तो एबोलासाठी एक झटपट चाचणी तयार करायचा प्रयत्न करीत होता. रक्त आणि उतींची तपासणी करण्यासाठी त्याचा प्रयास चालू होता. चाचणी आता जवळपास तयार झाली होती. ही चाचणी सक्षम आणि करायला सोपी होती. त्याला रॅपिड एलिझा (Rapid ELISA) टेस्ट असे म्हणतात. त्याने मिल्टन फ्रांटिगच्या रक्ताचे व मूत्राचे नमुने घेऊन तपासले. ह्याच माणसाला मंकी हाऊसबाहेरच्या लॉनवर ओकाऱ्या झाल्यानंतर फेअरफॅक्स हॉस्पिटलमध्ये दाखल केले होते व वेगळे ठेवलेले होते. दोन्ही नमुन्यांमध्ये एबोलाचा सुगावा लागला नाही. त्याला बहुधा खरोखरच फ्ल्यू झाला असावा; पण हे देखील एक कोडेच होते. मंकी हाऊसमध्ये काम करणारे एबोलाला बळी का पडत नव्हते?

हवा आता थोडीशी गरम झाली होती. जरासं ऊन पडलं होतं. वाऱ्याची दिशा बदलत बदलत जाऊन वारा आता दक्षिणेकडून वाहू लागलेला होता. मंकी हाऊसमधल्या मोहिमेच्या दुसऱ्या दिवशी म्हणजे बुधवारी नेहमीच्या ट्रॅफिकमध्ये घुसून लष्करी वाहनांचा ताफा रेस्टन मंकी हाऊसपाशी येऊन उभा राहिला. आज सर्व गोष्टी जास्त सुरळीत चालल्या होत्या. सकाळी आठ वाजायच्या सुमारास पथके आत शिरायची तयारी पूर्ण झाली होती. जीन जॉन्सनने एक फ्लडलाईट आणून कॉरिडॉरमध्ये बसविला.

जेरी प्रथम आत शिरला. त्याने माकडांना खायला घातले. त्याने व सार्जंट आमेनने सगळ्या खोल्यांमधून फिरून सर्व काही ठीक आहे ना, ते पाहून घेतले. मधूनमधून काही माकडे पडलेली, तर नाकातून रक्त वाहणारी काही दिसत होती. लाउंजमध्ये त्याला काही खुर्च्या पडलेल्या दिसल्या. त्या दोघांनी ओढून आणून

हॉलमध्ये टाकल्या. त्यांची अर्धवर्तुळाकार रचना केली. आता दमल्यामुळे विश्रांती घेणारे सैनिक वा सीरिंज भरून देणारे लोक तिथे बसू शकणार होते. दिवस उलटू लागल्यानंतर तिथे अनेक दमलेले सैनिक दिसू लागले. नारिंगी रंगाच्या पोशाखातल्या माणसांच्या व स्त्रियांच्या हेल्मेटवरील काचपट्टीवर घामाचे थेंब जमलेले दिसू लागले. हे लोक खुर्च्यांवर बसून विश्रांती घेत असत किंवा बसल्या बसल्या रक्ताच्या नमुन्याने भरलेल्या खोक्यांची वर्गवारी करीत होते. काहीजण सीरिंजमध्ये औषधे भरून देत होते. काहीजण जोरजोराने ओरडत एकमेकांशी बोलत होते, तर काहीजण शांतपणे भिंतीकडे नजर लावून बसले होते.

सकाळ संपत आली, तेव्हा जेरी C खोलीत काम करीत होता. त्याने मधेच सुट्टी घेऊन जरा आपल्या लोकांची विचारपूस करायचे ठरविले. त्याने C खोलीची जबाबदारी सार्जंट क्लेगस व सार्जंट आमेन ह्या दोघांवर सोपविली. तो हॉलकडे आला. अचानक C खोलीत प्रचंड धावपळ नि धडाधडा आवाज ऐकू आले.

जेरी तिकडे धावला. तिथून कर्णकटू किंकाळ्या ऐकू येत होत्या. तिथे दारावर सार्जंट उभे होते. ते आतमध्ये सावधपणे पाहत होते.

"काय झालं?"

"एक माकड निसटलं आहे, सर."

"ओह... शीट!" जेरी ओरडला.

सार्जंट आमेनने पिंजऱ्याचे दार उघडताच त्या माकडाने त्याच्या बाजूने धूम ठोकली होती. दोघांनी मग दाराबाहेर येऊन दार बंद करून घेतलं होतं.

निसटलेलं माकड?... ह्याच गोष्टीची जेरीला भीती वाटत होती. माकडं खूप लांब उड्या ठोकू शकतात. त्याला पूर्वी माकडे चावलेली होती. त्यांचा चावा किती भयंकर असतो, ते त्याने चांगले अनुभवले होते. माकडांचे दात मांसात चांगले जोरदार रुततात.

त्यांनी दारामधल्या झरोक्यातून खोलीत नजर टाकली. आतमध्ये सर्वत्र स्फोटक वातावरण होते. माकडं पिंजऱ्यात गरागरा फेऱ्या मारत होती, धडाधडा पिंजरे हलवीत होती आणि कर्णकटू आरोळ्या ठोकत होती. त्या खोलीत सुमारे शंभर माकडं तारस्वरात मोठ्या आवाजात किंचाळत होती; पण निसटलेलं माकड कुठे होतं? त्यांना ते नीट दिसू शकलं नाही.

त्यांनी एक काठी आणि जाळं आणलं. दार उघडून ते एका कडेने सावधपणे आत शिरले.

माकडाने दार उघडून माणसं आत शिरलेली पाहिली होती. त्याचा नेमका अर्थ त्याच्या लक्षात आला होता. ते वेगाने दाराकडे धावलं. माकड चावू नये, म्हणून किंचित मागे सरकलेल्या माणसांना चकित करीत ते बाहेर पडलं. हे माकड म्हणजे

एक नर होता. तो ह्या लोकांच्या हातात सापडणार नव्हता. जाळं घेऊन आलेल्या लोकांना जवळ येण्याचीही संधी त्याने दिली नाही.

माकडाने हॉलमध्ये धाव घेतली. (ही घटना एवढ्या वेगाने घडली, की, नंतर नेमकं काय घडलं, त्याच्या कितीतरी निरनिराळ्या गोष्टी लोक सांगू लागले.) ऱ्होंडा विल्यम्स त्या वेळी विश्रांती घेत होती. एका खुर्चीत बसल्या बसल्या ती सीरिंज भरून देत होती. तिने गडबडीचा आवाज ऐकला आणि अचानक ते माकड तिथे आलं. ते सरळ तिच्याच दिशेने धावलं. निमिषार्धात माकडाने सरळ तिच्याकडे झेप घेतली. भीतीने ती जागच्या जागी खिळून गेली. हे एखाद्या भयंकर स्वप्नासारखं वाटत होतं. माकडाने तिच्या पायांमधून पलीकडे धाव घेतली नि ते हॉलमध्ये पुढे पळू लागलं. ती एकदम नर्व्हसपणे हसू लागली. हसणं जवळजवळ उन्माद झाल्यासारखं वाटत होतं. आता दोघेतिघे धावत तिथे आले. त्यांच्या हातात जाळं होतं. ते तिच्याजवळून पुढे गेले. अंतराळ पोशाखातले ते लोक किस्टोन कॉपसारखे वाटत होते. पाठीमागून जेरी जॅक्स धावत आला. तो डोकं जोरजोराने हलवीत होता. त्याचा आवाज हेल्मेटमधून बाहेर ऐकू येत होता. "गॉड, डॅम इट! सन ऑफ अ बीच!"

काहीतरी करून दोघांनी त्या माकडाला पाठलाग करून एका खोलीत घालवून दिले व खोली बंद करून टाकली. माकड फार घाबरलेलं होतं. त्यापेक्षाही जास्त सैनिक घाबरून गेलेले होते. माकड त्या खोलीत काही वेळ इकडे-तिकडे फिरत राहिलं. त्यामुळे तिथली माकडं चिडली. हे माकड पिंजऱ्यांवरून उड्या मारीत असताना ती माकडं त्याच्या पायांना चावे घेऊ लागली. त्यामुळे माकडाच्या पायातून रक्त वाहू लागले. त्यामुळे थोड्याच वेळात खोलीभर रक्ताचा सडा पडला. जेरीने रेडिओवरून एक माकड सुटल्याचे आणि त्याच्या पायातून रक्त वाहत असल्याचे कळविले. जीन जॉन्सनने त्याला जे काही करायचं आहे, ते करायला सांगितलं. बंदूक आणायची का? लष्कराचे ०.४५ बोअरचं पिस्तूल आणून त्याला ठार करायला काय हरकत आहे? पण जेरीला मात्र ही कल्पना आवडली नाही.

जेरीने खोलीमध्ये नीट निरीक्षण केले. निसटलेले माकड बराच वेळ पिंजऱ्यांच्या मागे दडून बसत होते. जर त्याला गोळी घालायची असेल, तर पिंजऱ्यांमधूनच गोळीबार करणे भाग होते. हे करताना गोळी पिंजऱ्यांवरून किंवा भिंतीवरून उलटी येण्याचा धोका होता. ह्या असल्या परिस्थितीत गोळीची जखम होणं, हे फारच वाईट ठरलं असतं. इथे तर एखादी लहानशी जखमही प्राणघातक ठरू शकते. त्याने ठरविले, की, खोलीत शिरून माकडाला जाळ्यात पकडणे, हाच सर्वात कमी धोकादायक मार्ग होता. त्याने सार्जंट आमेनला बरोबर घेतले.

त्यांनी खोलीत प्रवेश केला; पण माकड त्यांना सापडलं नाही. जेरी सावधपणे

हळूहळू पुढे सरकू लागला. तो हातात जाळं अत्यंत सावधपणे धरून चालत होता. माकड दिसताच तो ते त्याच्यावर टाकणार होता; पण माकड होतं कुठे? त्याच्या तोंडापुढच्या पट्टीवर घामाचे थेंब जमा झाले होते. खोलीत प्रकाशही फारच कमी होता. जणू, पाण्याखाली पोहत असावे, असे वाटत होते. तो कडेकडेने, सावधगिरी बाळगत पुढे सरकू लागला. दोन्ही बाजूच्या पिंजऱ्यामधल्या, उन्मादाने थयथयाट करणाऱ्या माकडांपासून त्याला स्वत:ला दूर ठेवणे आवश्यक होते. गज हलविणाऱ्या व किंचाळ्या मारणाऱ्या माकडांचा आवाज कान बधिर करून टाकणारा होता. जर तो पिंजऱ्याजवळ आला असता, तर माकडांनी त्याला चावण्याचा मोठाच धोका होता. म्हणून तो बरोब्बर मध्यभागातून पुढे जात होता. पाठोपाठ सार्जंट आमेन येत होता. त्याच्या हातात काठीच्या टोकापाशी बसविलेली सीरिंज होती.

''सार्जंट, नीट काळजी घे.'' जेरी म्हणाला, ''पिंजऱ्याच्या जवळ जाऊ नको. माकड चावून घेऊ नकोस.''

त्याने प्रत्येक पिंजऱ्यात नीट पाहत हलके हलके खोली पार केली. पिंजऱ्यापाठीमागे असणाऱ्या सावल्यांवर त्याने विशेष लक्ष ठेवले होते. अचानक डोळ्याच्या कोपऱ्यातून त्याला काहीतरी हालचाल जाणवली. त्याने जाळे हलविले. त्याच क्षणी माकडाने त्याच्या डोक्यावरून जोरात उडी मारली. त्याने एका बाजूकडून दुसऱ्या बाजूला सरळ म्हणजे बारा फुटाची झेप घेतली होती.

''पकडा त्याला. इथे आहे ते!'' जेरी म्हणाला.

त्याने जाळे वेगाने हलविले व ते पिंजऱ्यावर दाबले; पण तेवढ्यात माकड तिथून निघून गेलं होतं.

जेरी पुन्हा खोलीतून चालत निघाला. पुन्हा एकदा माकडाने इकडून तिकडे झेप घेतली. ही उडी फारच जोरदार होती. हे माकड फक्त हवेतूनच उड्या मारत हालचाली करीत होते. जेरीने जाळे हलविले, की, ते शिताफीने चुकवीत होते. ''सन ऑफ अ बीच!'' जेरी ओरडला. माकडाचा वेग त्याच्यापेक्षा जास्त होता. त्याने दहा-पंधरा मिनिटे खोलीभर शोध घेतला. डोळ्याच्या कोपऱ्यातून त्याने दोन्ही बाजूंना नीट लक्ष ठेवले होते. माकड त्याला दिसताच, त्याच क्षणी ते इकडून तिकडे झेपावत होतं. हे छोटंसं माकड झाडांमध्ये राहणारे असल्याने तो त्याचा हातखंडा प्रयोग होता. जेरीला वाटले, इथले वातावरण आपल्यापेक्षा माकडाला अनुकूल आहे. ह्या परिस्थितीचा सामना करण्यासाठी आपल्याजवळ काहीही नैसर्गिक रचना नाही. इथे आपला ताबा परिस्थितीवर नसून, परिस्थितीच आपल्यावर वर्चस्व गाजवीत आहे.

इमारतीच्या बाहेर सी. जे. पीटर्स आला होता. काम कसे चालले आहे, ते त्याला बघायचे होते. त्याने जीन व स्वेटर घातला होता. बाहेर गारठा असूनदेखील पायांत सॉक्स नि सँडल होते. पायांतले सँडल, मिशा नि पोटाचा आकार पाहून तो

कुणीतरी साठच्या दरम्यान सैन्यातून बाहेर पडलेला, खालच्या दर्जाच्या नोकरीतला एखादा इसम वाटत होता. इमारतीच्या समोर त्याला कोणीतरी अनोळखी माणूस रेंगाळत असल्याचे दिसले. कोण आहे हा? तो माणूस वळून इमारतीच्या पुढच्या बाजूला आला. हा माणूस नक्कीच काहीतरी शोधायच्या मागे होता. तो लष्करी कारवाईच्या फारच जवळ येत होता. सी.जे.ने घाईघाईने जाऊन, त्याला थांबवून तो इथे काय करीत आहे, ते विचारलं.

तो वॉशिंग्टन पोस्टचा वार्ताहर होता. ''इथे काय चाललं आहे?'' त्याने सी.जे.ला प्रश्न केला.

''वेल... अं... तसं काहीच चाललं नाही.'' सी.जे.ने उत्तर दिले. आपण आज कर्नलच्या पोशाखात नाही, हे फार बरं झालं, असं त्याला वाटलं. त्याच्या गैरशिस्तीचा निदान आजतरी उपयोग झाला, म्हणायचा. त्याने वार्ताहराने इमारतीच्या इतर बाजूंकडे न फिरकण्यासाठी प्रयत्न केला. त्याने खिडकीतून डोकावून चालणार नव्हते. विशेष महत्त्वाचे काहीच न दिसल्याने तो वार्ताहर थोड्या वेळाने निघून गेला. मंकी हाऊसमध्ये काहीतरी गमतीशीर घडतंय, ह्याचा वॉशिंग्टन पोस्टला वास लागला होता; पण त्या स्टोरीवर काम करणाऱ्यांना त्याची भक्कम माहिती काही मिळत नव्हती.

''ह्या माकडाला जाळ्याची कल्पना आलेली आहे.'' जेरी सार्जंटला ओरडून म्हणाला. माकडं सहसा स्वभावत: आक्रमक नसतात; पण जर त्यांना काही संशय आला, तर मात्र ती हल्लेखोर होऊ शकतात. येथे तर आपण त्याला पकडणार आहोत. जेरीच्या मनात विचार आला. त्या माकडाला इथे काय चाललंय्, त्याची नेमकी समज आलेली होती. डोक्यावर प्लॅस्टिकची टोपी घातलेल्या नि हातातले जाळे सतत फिरविणाऱ्या मूर्ख माणसांच्या तावडीत ते अजिबात येणार नव्हते. अखेर त्यांनी माकड पकडण्याचा विचार सोडला. ते फारच दमले होते. त्यांनी माकडाला आहे तिथेच रात्रभर राहू देण्याचे ठरविले. सकाळी ते पुन्हा जाऊन पाहणार होते.

दरम्यान वाचलेली इतर माकडे फारच प्रक्षोभक झालेली होती. त्या दिवशी पथकाने दिवसभरात बहुतेक माकडांना ठार केले होते. आता अंधार पडू लागला होता. काही सैनिक आपल्याला जास्त जबाबदारीचे काम दिले नाही, म्हणून कुरकूर करू लागले. म्हणून मग जेरीने अधिकाऱ्यांकडून काही काम काढून ते सैनिकांकडे सोपविण्याचे ठरविले. त्याने ऱ्होंडा विल्यम्सला नॅट पॉवेलबरोबर माकडांना ठार मारण्याची कामगिरी सोपविली. मेजर नॅट पॉवेल माकडाला टेबलावर उचलून ठेवू लागला. ते माकड चुकून जागे होऊ नये व गोंधळ उडू नये, म्हणून त्याचे हात मागे दाबून ठेवी. दरम्यान ऱ्होंडा सीरिंजची कॅप काढून तयार होऊन माकडाच्या हृदयात

इंजेक्शन देत असे. बरगड्यांमधून सुई खुपसून ती इंजेक्शनची सीरिंज हृदयात रिकामी करीत जाई. माकड तात्काळ मरत असे. सुई बाहेर काढताना त्याच्या मागोमाग खूप रक्त वाहू लागे. ह्याचा अर्थ, सुई थेट हृदयात घुसलेली होती. हातावर रक्त लागले, की, हात ती तात्काळ ब्लीचमध्ये बुचकळून काढत असे. जर पोशाखाला रक्त लागले, तर ती ब्लीचमध्ये स्पंजाचा तुकडा ओला करून त्याने साफ करून टाकत असे.

पण जर सुई हृदयात शिरली नाही, तर मात्र गडबड होत असे. जर सुई हृदयात शिरली नसेल, तर सीरिंजमधले विष छातीच्या पोकळीत भरून जाई. माकड एकदम उसळी मारत असे. त्याचे डोळे गरागरा फिरत व ते धडपडू लागे. ही मरताना होणारी नैसर्गिक प्रतिक्रिया होती; पण ते पाहून ती दचकायची. तिचे स्वत:चे हृदय धडधडू लागे.

नंतर कर्नल जॅक्सने तिची रवानगी रक्त काढायच्या कामावर केली. तिथे ती कॅप्टन हेन्सला मदत करू लागली. तिथे बेशुद्ध माकडाचे रक्त काढण्याचे काम ती करू लागली. त्यासाठी ती पायातल्या एका शिरेत सुई खुपसून रक्त काढून घेत होती. ह्या बेशुद्ध माकडांचे डोळे उघडे होते. तिला ते आवडत नव्हते. माकडं आपल्याकडे टक लावून पाहत असावीत, असे तिला वाटत होते.

ती एका माकडाचे रक्त काढत असताना अचानक ते उठून बसले. त्याचे डोळे हलले. ते जागे झाले होते. त्याने तिच्याकडे रोखून पाहिले नि क्षणार्धात तिचा हात पकडला. ह्याच हातात सीरिंज होती. हे माकड चांगलेच दांडगे होते. सीरिंज पायातून बाहेर आली. तिथून रक्त वाहू लागले. माकडाने तिचा हात पकडून तो तोंडाकडे न्यायला सुरुवात केली. ते चावणार, हे लक्षात येताच ती ओरडली, ''तो उठला आहे. प्लीज त्याला कोणीतरी पकडा.'' कॅप्टन हेन्सने माकडाचे हात मागे दाबून धरले आणि तो ओरडला, ''इथे एक माकड जागे झाले आहे. तात्काळ केटामाइन पाहिजे.''

जिथे सुई बाहेर पडली होती, तिथे पायात रक्ताचे मोठे थारोळे जमा होऊ लागले. बघता बघता त्वचेखाली बेसबॉलएवढा रक्ताचा गोळा जमा झाला. न्होंडाने तसे होऊ नये, म्हणून आटोकाट प्रयत्न केला; पण त्वचेखाली आलेला फुगा फुगतच गेला. हा फुगा एबोला रक्ताने भरलेला होता.

एका सैनिकाने धावत येऊन माकडाला केटामाइनचा डबल डोस टोचला. माकड तात्काळ गलितगात्र होऊन पडले.

ह्या कारवाईच्या काळात पीटर यारलिंग दररोज अंतराळ पोशाख घालून प्रयोगशाळेत दिवसभर काम करीत होता. तो माकडांच्या नमुन्यांवर निरनिराळ्या चाचण्या घेत होता. रोगाचा प्रसार किती व कसा झाला आहे, हे तो पाहत होता. तसेच, विषाणू शुद्ध स्वरूपात मिळविण्याचाही प्रयत्न करीत होता. दरम्यान प्रत्येक

रात्र टॉम गिजबर्ट त्याच्या मायक्रोस्कोपमध्ये पाहत पेशींचे दृश्य पाहत असे. मधूनमधून दोघे ऑफिसात एकत्र भेटत असत. मग ते दार लावून घेत.

"तुला कसं काय वाटतंय?"

"थकलोय्; पण बाकी ठीक आहे."

"डोकेदुखी?"

"नाही, तुझं कसं काय?"

'झकास."

एबोलाचा तो प्रकार त्यांनी शोधून काढलेला होता. त्यांनी जर विषाणू वेगळा करण्यात यश मिळविले, तर त्याला नवीन नाव देण्याचा मान त्यांना मिळणार होता. अर्थातच विषाणूने त्यांचा बळी आधी घेतला नाही, तरच!

यारलिंग जेवणासाठी घरी जाई. सर्वांबरोबर जेवण घेऊन, मुलांना गोष्टी वाचून दाखविल्यावर ती झोपी गेली, की, परत इन्स्टिटट्यूटमध्ये जाऊन खूप वेळ काम करीत असे. त्या वेळी इन्स्टिटट्यूटमध्ये सर्वत्र कामाची गडबड चालू होती. सर्व हॉट प्रयोगशाळांमध्ये रात्रंदिवस लोक काम करीत होते.

लॉकररूममधे कपडे काढून त्याने अंतराळ पोशाख चढविला, की त्याला सुस्ती येई. आता एकही पाऊल पुढे टाकू नये, असे वाटत असे. लोखंडी दारावर चितारलेल्या तांबड्या फुलांकडे पाहताना त्याला झोपाळल्यासारखे वाटत होते. दार उघडून तो पलीकडच्या हॉट बाजूला गेला.

आपल्या किंवा गिजबर्टच्या रक्तामध्ये विषाणू आढळेल की काय, असे त्याला राहून राहून वाटत होते; पण ती शक्यता फार कमी आहे, हे सुद्धा त्याला वाटत होते. मी काही ती बाटली फार नाकाजवळ आणली नव्हती. मी तर फक्त त्यावर हलका हात फिरवून बघितला होता. जीवाणू नेमके ओळखण्यासाठी हॉस्पिटलमध्ये तर नेहमीच असे करतात. जीवाणू ओळखण्यासाठी वास हा मुख्य घटक असतो. नेहमीच लोक जीवाणूंचा वास घेतात नि ते काही आजारी पडत नाहीत. प्रयोगशाळेत तर ही सर्वमान्य पद्धत आहे. ह्या पद्धतीनेच आपण जीवाणू ओळखायला शिकतो. नाहीतर काहींचा वास वेल्श द्राक्षासवासारखा येतो, हे कसे समजणार? पण मंकी हाऊसमधला माकडांची देखभाल करणारा आजारी पडल्याने पीटर यारलिंगला संसर्ग झाला आहे, की नाही, हा प्रश्न फारच गंभीर बनला होता. त्या माणसाला कधीही सुई लागली नव्हती, की जखमही झाली नव्हती. जर तो एबोलाने आजारी पडला असेल, तर त्याचा अर्थ एबोला श्वासावाटेच शिरला होता, हे उघड होते.

यारलिंगने त्याच्या रक्ताचे काही थेंब टाकलेल्या काचपट्ट्या बरोबर घेतल्या. दार लावून घेतले. दिवे बंद केले. डोळे सरावायला त्याला थोडा वेळ लागला. शिवाय, तोंडापुढच्या पट्टीतून पुढचे दिसायला जरासा त्रास होत होताच. मायक्रोस्कोपखाली

एकदम वेगळेच विश्व दिसू लागले. त्याच्याच रक्ताचा तो महासागर सर्व दिशांना पसरलेला होता. तिथे अगदी मंद असा हिरवा प्रकाश गूढपणे चमकत होता; पण त्यात काहीही नवीन नव्हते. त्या रंगामुळे घाबरून जायचे काही कारण नव्हते. जर भडक हिरवा रंग दिसला असता, तर गोष्ट वेगळी होती. मग त्याच्या रक्तात एबोला असल्याची ती खूण ठरली असती.

जर तिथे हिरवा प्रकाश चमकला तर? खरंच, हिरवा प्रकाश भडक आहे, की नाही? हिरवा रंग किती भडक चमकतो? आपण आपल्या ज्ञानेंद्रियांवर कितपत भरवसा ठेवावा? जर आपल्या रक्तात हिरवी चमक दिसली, तर हे निष्कर्ष आपण सी.जे.च्या कानांवर जाऊन कसे सांगणार आहोत? सी.जे.ला तर सांगावे लागेलच. कदाचित आपल्याला स्लॅमरमध्ये टाकणार नाहीत. इथेच आपल्याच प्रयोगशाळेत प्रतिबंधक उपाय म्हणून ठेवतील. आपण मुळातच जैविक सुरक्षा पातळी-४ वर आहोत. इथे हे एक प्रकारचे वेगळेच ठेवलेले आहे, म्हणा. इथे मी आणखी कुणाला कसला संसर्ग करू शकेल? मी इथेच राहून काम करीत बसेन. जर माझ्या रक्तात एबोला सापडला, तर असे करायला काय हरकत आहे?

पण कुठेही हिरवा प्रकाश दिसत नव्हता. त्याचे रक्त नॉर्मल होते. तीच गोष्ट टॉम गिजबर्टच्या रक्ताची, पण उद्या-परवा कधीतरी त्यांचे रक्त हिरव्या रंगाचे चमकू लागेल, की नाही, ह्याचे उत्तर काळच देणार होता; पण तो आणि टॉम धोक्याच्या काळातून हळूहळू बाहेर मात्र पडू लागले होते.

रात्री अकरा वाजता तो एअरलॉकमध्ये आला. निर्जंतुक होण्यासाठी डीकॉनची साखळी ओढली. तो ग्रे झोनमधल्या करड्या प्रकाशात एकटाच स्वत:च्या विचारात मग्न होता. तिथल्या रासायनिक धुरकट वातावरणात काहीही दिसत नव्हतं. त्याला ते चक्र पूर्ण होण्यासाठी सात मिनिटे थांबणे भाग होते. त्याचे पाय तर मरणाचे दुखत होते. त्याला उभे राहण्याएवढीही शक्ती नव्हती. म्हणून मग त्याने पाईपला धरून कसेबसे उभे राहण्याचा प्रयत्न केला. अंगावर गरम रसायनाचे फवारे उडत असल्याने त्याला उबदार वाटत होते व सुरक्षितदेखील. बाजूला विषाणूंचा नाश करणाऱ्या रसायनांच्या फवाऱ्यांचा हिस्स्हिस्स असा आवाज येत होता. त्याला तशा स्थितीतच झोप लागली.

शेवटी पाण्याचे फवारे अंगावर उडू लागल्यावर त्याला जाग आली. तो पाईपला धरून भिंतीला टेकून कसाबसा उभा होता. जर पाण्याच्या जोरदार फवाऱ्यांची सोय नसती, तर तो जागा झाला नसता. तो भिंतीच्या आधाराने घसरत एअरलॉकमध्ये कोपऱ्यात पडून झोपी गेलेला आढळला असता. कदाचित तो रात्रभर तिथेच गाढ झोपला असता. आजूबाजूच्या निर्जंतुक हवेत, अंतराळ पोशाखात एखाद्या किड्याप्रमाणे कोषात गाढ झोपलेला सापडला असता.

सकाळी ऱ्होंडा विल्यम्स व पथकातले इतर लोक पुन्हा मंकी हाऊसपाशी हजर झाले. आता मोहिमेचा पुढचा टप्पा सुरू होणार होता. तिथे हॉलमध्ये उभी राहिलेली असताना आपण स्लॅमरमध्ये जाणार आहोत, असे तिला उगीचच वाटून गेले. ही सगळी जागाच दूषित होती. आपण रॅकॅल सूट घातलेला आहे, ह्याचे तिला मनोमन समाधान वाटले. तिच्या कानात फक्त घुसणाऱ्या हवेचा आवाज होता. कॉरिडॉर दोन्ही बाजूंना जणू अनंतापर्यंत पोहोचला होता. दोन्ही बाजूला खोकी, बिस्किटे आणि इतर अडगळ पडलेली होती. अधिकारी मंडळी कुठे होती? कर्नल जॅक्स काय करीत होता? इतर सगळेजण काय करीत होते? तिला माकडांच्या खोल्यांकडे जाणारे दरवाजे दिसले. कदाचित अधिकारी तिथे असतील.

अचानक तिला तिच्याकडे एक फरचे गाठोडे येताना दिसले. ते तेच निसटलेले माकड होते. तो नर तिच्या दिशेने धावत येत होता. त्याचे डोळे तिच्यावरच रोखलेले होते. त्याच्या हातात काहीतरी चमकताना दिसले- ती सीरिंज होती. त्याला ती कुठेतरी सापडली होती. त्याने ती तिच्या दिशेने उडविली. त्याच्या डोळ्यांत सूडाची भावना डोकावत होती. माकडाचा इरादा तिला इंजेक्शन देण्याचा होता. ती सीरिंज अज्ञात विषाणूंमुळे हॉट झालेली होती. ती पळू लागली; पण तिला पळता येईना. कारण तिच्या सूटमुळे तिच्या हालचालींवर मर्यादा पडलेल्या होत्या. तरीही ती कशीबशी पळू लागली. कॉरिडॉर तर अनंतापर्यंत पसरलेला होता. ती टोकापाशी पोहोचू शकेल? तिथे त्या बाजूला दार होतं की नाही? पण तिथे दार नव्हतं. हॉट झोनला तिथून बाहेर प्रवेश नव्हताच. माकड चारही पायांवर तिच्याकडेच येऊ लागलं. शेपटी जोरजोरात हलत होती. चमकदार डोळे तिच्यावरच रोखलेले, सुई पोशाखात शिरली.... ''नको, नको प्लीज.'' ती तिच्या बराकीमधल्या खोलीत जागी झाली.

◆

गुरुवार, ७ डिसेंबर

सकाळी चार वाजता नॅन्सी व जेरी जॅक्स फोनच्या आवाजाने जागे झाले. नॅन्सीचा भाऊ विशितामधल्या हॉस्पिटलमधून एका पे-फोनवरून बोलत होता. तो म्हणाला, की वडिलांची प्रकृती फारच गंभीर होती. "त्याची परिस्थिती काही खरी नाही. ह्यातून तो आता वाचेल, असं काही वाटत नाही." त्याची हृदयक्रिया बंद पडू लागली होती. त्याला जीव वाचवायच्या अंतिम साधनांवर ठेवावे की नाही, हे डॉक्टर विचारीत होते. नॅन्सीने क्षणभर विचार केला आणि तसे करू नये, असे सांगितले. तिचे वडील आता फारच खंगलेले होते. फक्त हाडे आणि त्वचा उरली होती. ते अत्यंत वेदनांचा सामना करीत होते.

तिने जेरीला उठविले. आपले वडील कदाचित आज मरणार आहेत, हे त्याला सांगितले. तिला घरी जावे लागणार होतेच. आज विमानाने जावे काय? ती विचार करू लागली. विमानाने ती दुपारपर्यंत घरी पोहोचली असती. कदाचित वडील जिवंत असतील. तिला त्यांची शेवटची भेट घेता येणे शक्य होते; पण तिने घरी न जाण्याचे ठरविले. रेस्टनमधली गंभीर मोहीम अर्धवट सोडून जाणे तिच्या जबाबदारीच्या पदाला शोभणारे नव्हते.

पुन्हा एकदा फोन वाजला. नॅन्सीचे वडीलच त्यांच्या हॉस्पिटलमधल्या खोलीतून कसेबसे बोलत होते. "नॅन्सी, तू आता इकडे येशील का?" त्यांचा आवाज अत्यंत अस्पष्ट आणि थरथरणारा होता.

"डॅड, मला शक्य नाही. मी इथे एका गंभीर रोगाच्या साथीवरच्या मोहिमेत गुंतले आहे."

"मी समजू शकतो." वडील.

"मी ख्रिसमसच्या वेळी येऊन भेटेन."

"मी तेवढा काळ काढीन, असं काही वाटत नाही; पण कदाचित काढीनही,

कुणास ठाऊक?''

''तुम्ही नक्कीच जगणार आहात, डॅड.''

''नॅन्सी, आय लव्ह यू.''

''आय लव्ह यू टू.''

पहाटेच्या अंधारात जेरी व नॅन्सीने कपडे केले. नॅन्सीने युनिफॉर्म घातला, तर जेरी नेहमीच्या साध्या वेषात होता. जेरी मंकी हाऊसकडे गेला. नॅन्सी मात्र मुले उठेपर्यंत घरीच थांबली. तिने त्यांना खाण्यासाठी काहीतरी तयार करून दिले. मुलांना शाळेच्या बससाठी सोडून ती आपल्या कामावर निघाली. वडिलांबद्दल कोणाशीतरी बोलायला हवे होते. ती कर्नल सी. जे. पीटर्सकडे गेली व आपले वडील मृत्युपंथाला लागले असल्याचे त्याला सांगितले.

''नॅन्सी, घरी जा.'' तो म्हणाला.

''नाही, मी जाणार नाही.'' ती उत्तरली.

दुपारी लंच अवरनंतर इन्स्टिट्यूटमध्ये मेलेली माकडे यायला सुरुवात झाली. एका ट्रकमधून दिवसातून दोनदा ती रेस्टनहून इकडे पाठविली जात होती. पहिला ट्रक आणून माकडं नॅन्सीच्या एअरलॉकमध्ये आणून ठेवत असे. दरम्यान नॅन्सी पोशाख घालून तयार होत असे. दरवेळी दहा-बारा माकडं हॅटबॉक्समध्ये घालून पाठविली जात असत.

मंकी हाऊसमधून बाहेर येणारी इतर माकडं जैवप्रतिबंधक पिशव्यांमध्ये तिहेरी आवरणात घालून निर्जंतुक करून बाहेर आणली जात. दोन-तीन टन वजनाची ती मेलेली माकडं लोखंडी पेटाऱ्यात भरली जात व हाझलेटनचे लोक ती घेऊन जात. कंपनीच्या मालकीच्या भट्टीमध्ये त्यांची उच्च तापमानाला जाळून विल्हेवाट लावली जात होती. ह्या क्रियेमुळे एबोला विषाणू वाचण्याची शक्यता नसे.

काही माकडांची मात्र तपासणी करण्याची जरूरी असे. इमारतीत इतरत्र रोग पसरतो आहे काय, ते पाहण्यासाठी काही माकडांचे विच्छेदन करावे लागे. नॅन्सी हॅटबॉक्स घेऊन AA-5 ह्या सूटमध्ये जाई व तिथे मध्यरात्रीपर्यंत काम करीत असे. तिला तिचा सहकारी व एक नागरी सेवेतला सहाय्यक मदत करीत असत. त्यांच्यात क्वचितच संभाषण होई. एखादे हत्यार देणे वा रोगाचे लक्षण दाखविण्यापुरते बोलणे होत असे.

दिवसभर नॅन्सीला आपल्या वडिलांच्या व आपल्या लहानपणाच्या आठवणी येत होत्या. नॅन्सी ही दत्तक मुलगी होती. नॅन्सीचे वडील डन कर्टिस ह्यांच्याजवळ अफाट श्रीमंत होण्याच्या खूप कल्पना होत्या; पण त्या प्रत्यक्षात येणे शक्य नव्हते.

दुसऱ्या महायुद्धात ते लष्करात मेस-हॉल सार्जंट होते. युद्ध संपल्यावर त्यांना निरोप देण्यात आला, तेव्हा डोक्यात कितीतरी कल्पना घोळत होत्या. त्यांना एक रेस्टॉरंट विकत घ्यायचे होते. त्याच वेळी गहू, भाजीपाला पिकविणे आणि गुरे-डुकरे पाळणे हे उद्योगदेखील करायचे होते.

कर्टिस बायकांपासून दूर राहू शकत नसे. त्याचे पहिले लग्न फारच लवकर संपुष्टात आले होते. त्याच्या दुसऱ्या बायकोने व त्यानेच नॅन्सीला दत्तक घेतले होते. त्यानंतरही कर्टिसने आणखी दोन लग्नं केली. नॅन्सीला बापाच्या पहिल्या लग्नाची माहिती कित्येक वर्षे नव्हती. कर्टिसची दुसरी बायको म्हणजे नॅन्सीची दत्तक आई लवकरच मानसिक रुग्ण बनली व झपाट्याने तिची मानसिक प्रकृती खालावत गेली. नॅन्सी सहा वर्षांची असताना तिला पोलीस स्टेशन व इमर्जन्सी रूमचे फोन नंबर पाठ झाले होते. घरात आई-बापांमध्ये हिंसक वादावादी होणे नित्याचेच झालेले होते. नॅन्सी म्हणे, ''मी फार लवकर मोठी झाले.'' तिची आई मनोरुग्ण वॉर्डात आणि शॉक घेण्यात गुंतली होती. तिने तर तीनपेक्षा जास्त वेळा सुरी घेऊन कर्टिसवर हल्ला केलेला होता.

कर्टिसच्या मते, हम्बर्गर विकणे, हाच श्रीमंत होण्याचा मार्ग होता. म्हणून मग त्याने 'डन्स ग्रिल' ह्या नावाने हम्बर्गर विकणारी रेस्टॉरंटची एक साखळी विशितामध्ये सुरू केली होती. सुरुवातीला धंदा नीट चालला; पण नंतर आईबापांमधल्या भांडणांची तीव्रता वाढली. नॅन्सीच्या आईने ठरविले, की, आपण एखाद्या शेतावर जायला हवे. तिथले जीवन शांत असेल, अशी तिची अपेक्षा होती. नॅन्सी व तिच्या भावासह (हा दत्तकच होता) कर्टिस आणि त्याची बायको बेले प्लेन ह्या छोट्या गावात राहायला गेले. नॅन्सी तेव्हा अकरा वर्षांची होती; पण इथे येऊनही काही फायदा झाला नाही. मग नॅन्सीची आई त्यांना कायमची सोडून गेली. नॅन्सीने आईबरोबर जायला सरळ नकार दिला. नॅन्सी व भाऊ बापाजवळच राहिले. नंतर आईबद्दल विशेष काही कधी कळलंच नाही.

मुलंच भाजीपाल्याच्या शेताची देखभाल करीत होती. शेतातील तण काढणे नि रेस्टॉरंटसाठी भाजीपाला काढणे, ही त्यांची कामे होती. नॅन्सी पहाटे उजाडण्यापूर्वी उठून गुरांना खायला घाले व डुकरांची घाण साफ करून टाकायची. मग एक नोकर त्यांना दोघांना शाळेत नेऊन सोडी. दुपारी परतल्यावर ती शेतात नांगरणी करी किंवा सुगीच्या दिवसांत ती ट्रॅक्टर चालवून गव्हाचे शेत नांगरून काढत असे.

नॅन्सीला आजी होती. कर्टिसची ही विधवा आई म्हणे, की, आपण म्हाताऱ्या झाल्यावर आपण कधीही काळी गाडी किंवा फोर्ड कधीही घेणार नाही. हा मुद्दा ठसविण्यासाठीच म्हणून की काय, तिने एक पांढरी कॅडिलॅक विकत घेतली. आतमध्ये लाल-गुलाबी उशागाद्या होत्या. एक दिवस कर्टिसने आपल्याला एक

महिनाभर कॅडिलॅक उसनी मिळावी, असे आईला सांगितले. त्याच्या आईचे नाव ममी डन होते. त्या वेळी कर्टिस कान्सासमध्ये एक मोटेल खरेदी करण्याचा विचार करीत होता. त्याला व्यवहार ठरविण्यासाठी जाताना तिथे छाप पाडण्यासाठी चांगली गाडी हवी होती. ममीने गाडी देण्याचे कबूल केले. हा सगळा व्यवहार ठरत असताना कर्टिसच्या हालचाली जास्तीत जास्त गुप्त स्वरूपाच्या होऊ लागल्या. तो घरचा फोन वापरत नसे. त्याऐवजी तो कॅडिलॅक घेऊन गावात जाई. तिथे मेनस्ट्रीटवर एक पे-फोन होता. तिथून तो फोन करीत असे. ह्या वसंत ऋतूत तो कित्येक दिवस घरातून बाहेर होता. मोटेल खरेदीचा व्यवहार फारच गुंतागुंतीचा होत चालला होता. इकडे शेतावर गाई वासरांना जन्म देताना मरत होत्या; कारण त्यांच्याकडे लक्ष देण्यासाठी कोणीच नव्हतं. ममीला फारच काळजी वाटू लागली. ती मग मुलांबरोबर शेतावरच राहू लागली. एक दिवस आता गाडीचे ऑईल बदलणे आवश्यक आहे, असे तिला वाटले. म्हणून तिने कॅडिलॅकचा ओडोमीटर पाहिला. तिला धक्काच बसला; कारण कर्टिसने गाडी फार वापरलेली नव्हती. तो महिनाभर गाडी लिबरल, कान्सास ह्या गावी नेत होता, असे म्हणत होता खरा; पण त्यामध्ये काहीतरी गडबड होती.

आपला पोरगा कसा आहे, ह्याची तिला पूर्ण कल्पना असल्याने काय चाललं आहे, हे तिच्या लक्षात आलं. कर्टिस लिबरलला जातो, म्हणून गाडी घेऊन जात होता नि कुणातरी पोरीबरोबर कॅडिलॅकमध्ये मजा मारत होता. ममी आत आली नि नॅन्सीला म्हणाली, ''वर जा आणि तुझी बॅग भर. आपण विशिताला जाणार आहोत.'' तिने मुलांना आपल्याबरोबर घरी नेले. पोरं त्यानंतर कधीही कायमस्वरूपी बापाजवळ राहिली नाहीत. ते मधूनमधून बापाच्या घरी राहायला जात असत. कर्टिस एका लफड्यात अडकला होता. तो मोटेलचा व्यवहार निव्वळ फोनवरच करीत होता. त्याची मैत्रीण विशितामध्ये कॉकटेल वेट्रेस म्हणून काम करीत होती. लवकरच दोघांचे लग्नही झाले.

आजीच्या घरी नॅन्सी मजेत होती. तिचे घर लिटल अर्कान्सास नदीकाठी होते. जवळच हायस्कूल होते. नॅन्सीला ममीच आपली आई वाटू लागली. ममी दिसायला सुंदर आणि सौष्ठव राखलेली होती. तिला घोडेस्वारी करायला फार आवडत असे. नॅन्सी तिच्याबरोबर घोडदौड करीत बापाच्या शेतावर जाई. नॅन्सी हायस्कूलमध्ये शिकत असताना बऱ्याच वेळा बापाच्या शेतावर व रेस्टॉरंटमध्ये काम करीत असे. तो शेतावरच्या कामासाठी तिच्यावर अवलंबून राहत असे. त्याचे शेत १८० एकर होते नि ते ट्रॅक्टरने नांगरावे लागे. त्यासाठी कित्येक दिवस लागत. ट्रॅक्टर छोटा नि फार हळू चालत असे. त्यामुळे दिवसरात्र तो चालवावा लागे.

त्या वेळी नॅन्सी वडिलांजवळ राहत होती व ती दुपारपासून रात्रीपर्यंत ट्रॅक्टर चालवीत असे. हा ट्रॅक्टर एखाद्या खेचराएवढाच हळू चाले. तसल्या ट्रॅक्टरने ती

अर्धा मैल लांबीच्या पट्ट्यात नांगरणी करी. ती अर्धी विजार नि सँडल्स वापरत असे. ट्रॅक्टरवर बसले, की, भयंकर गरम होत असे व तिथे फार आवाज येत असे. कान्सासच्या त्या नीरव एकाकीपणात तिच्या मनात कसलाही विचार येत नसे. फक्त ट्रॅक्टरचा रोरावणारा आवाज येई. ती त्या आवाजात बुडून जात असे. सूर्य क्षितिजापार जाताना आणि चंद्र उगवताना तिला दिसे. तिचे काम चालूच राही. रात्री दहाच्या सुमारास तिचे वडील तिला मोकळे करीत व रात्रभर नांगरणी करीत राहत. ती मग झोपी जाई. सकाळी सूर्य उगवला, की, तो तिला उठवी. मग ती ट्रॅक्टरवर चढे आणि पुन्हा कामाला सुरुवात करीत असे.

"स्पंज दे." ती आपल्या जोडीदाराला म्हणाली. त्याने माकडामधले थोडेसे रक्त टिपून घेतले. नॅन्सीने आपले हात एनव्हिरोकेमच्या भांड्यात धुऊन घेतले.

त्याच दिवशी कर्टिसडन मरण पावला. नॅन्सी तेव्हा अंतराळ पोशाखात हॉट झोनमध्ये काम करीत होती. ती त्याच दिवशी विमानाने कान्सासला गेली. टॅक्सी करून ती त्यांच्या दफनभूमीत पोहोचली, तेव्हा नुकतेच अंतिम संस्कार सुरू होत होते. त्या दिवशी पाऊस पडत होता नि गारठा होता. दगडी भिंतीजवळ खणलेल्या खड्ड्याजवळ मूठभर लोक हातात छत्र्या घेऊन उभे होऊन खड्ड्याकडे पाहत होते. लेफ्टनंट कर्नल नॅन्सी जॅक्स नीट दिसावे, म्हणून थोडी पुढे सरकली. तिला मृतदेह राष्ट्रध्वजात गुंडाळलेला दिसला. तो अखेर एक सन्माननीय वृद्ध सैनिक होता. ते पाहून तिचा बांध फुटला. ती ढसाढसा रडू लागली.

मंगळवारी, ७ डिसेंबरला दुपारी चार वाजता माकडांना दयामरण देण्याचे काम पूर्ण झाले. त्यांना बॅगांमध्ये भरून निर्जंतुक करायचे काम सुरू झाले होते. निसटलेले माकड पकडण्यात त्यांना जरा त्रास पडला. त्या कामाला कित्येक तास लागले. ते ज्या खोलीत शिरून लपून बसले होते, तिथे हातात जाळे फिरवत जेरी दोन-तीन तास प्रयत्न करीत होता. अखेर माकड स्वत:च पिंजऱ्यांमधल्या एका फटीत शिरून बसले. त्याची शेपटी तेवढी बाहेर लोंबत होती. मग सार्जंट आमेनने त्याच्या शेपटीत बरोब्बर भूलीच्या औषधाचा मोठा डोस टोचला. पंधरा मिनिटांनी माकडाचे हलणे बंद झाले. मग त्यांनी ते ओढून बाहेर काढले नि इतर माकडांप्रमाणेच ते पुढच्या प्रवाहात मिसळून गेले.

त्यांनी जीन जॉन्सनला रेडिओवरून सर्व माकडे मारली गेली असल्याचा संदेश दिला. त्याने सार्जंट क्लेगसला इमारतीत फिरून कुठेही जिवंत माकड शिल्लक राहिले नसल्याची खात्री करायला सांगितले. क्लेगसने सगळीकडे फिरून पाहिले. त्याला एक भला थोरला फ्रीज आढळला. तो पाहून त्याने जॉन्सनला विचारले, ''जीन, इथे एक फ्रीज आहे.''

''त्यात काय आहे, ते पाहा.'' जॉन्सन उत्तरला.

सार्जंट क्लेगसने फ्रीज उघडला, तर आतले माकडांचे गोठलेले डोळे त्याच्याकडे पाहताना दिसले. ही माकडं स्वच्छ, पारदर्शक, प्लॅस्टिकच्या पिशव्यांमध्ये भरलेली होती. त्यांची पोटं उघडी होती आणि हातपाय वेडेवाकडे वळविलेले होते. त्यांच्या शरीराभोवती रक्ताचे बर्फ झालेले दिसत होते. ही F खोलीतली माकडं होती. ही खोलीच प्रथम हॉट झालेली होती. डन डलगार्डने मारलेली हीच ती माकडं होती. क्लेगसने दार बंद केले नि रेडिओवरून जॉन्सनला कळविले, ''जीन, फ्रीजमध्ये काय मिळालंय्, त्यावर तुझा विश्वास बसणार नाही. इथे दहा-पंधरा माकडं आहेत.''

''ऑ, शीट! क्लेगस.''

''मी काय करू त्यांचं?''

''मला आता माकडांमुळे आणखी काही प्रॉब्लेम नकोय्. आणखी सॅम्पल्स नकोत. त्यांना डीकॉन करून टाका.''

''इथे झोपेच्या औषधाच्याही काही कुप्या सापडल्या आहेत.''

''डीकॉन करून टाक. त्यात घाणेरड्या सुया खुपसलेल्या असतील, की नाही, हे सांगता येणार नाही. इथल्या सगळ्या वस्तू डीकॉन करूनच बाहेर पडतील. सर्व काही!''

सार्जंट क्लेगस व मर्ल गिब्सनने मिळून माकडांच्या पिशव्या बाहेर काढल्या. त्यांनी त्या पिशव्या हॅटबॉक्समध्ये कोंबायचा प्रयत्न केला; पण माकडं त्यात बसेनात. कारण त्यांचे हातपाय वेडेवाकडे गोठलेले होते. त्यांचे तापमान थोडे वाढण्यासाठी त्यांनी माकडांना हॉलमध्येच ठेवून दिले. डीकॉन करणारे लोक उद्या त्यांच्याकडे बघतील.

९१ टँगो पथक एअरलॉकमधून जोडीजोडीने बाहेर पडले. लोक कल्पनेबाहेर दमलेले होते. त्यांची शरीरे घामाने भिजून चिंब झाली होती नि काहीही न समजण्याएवढे ते बधिर झाले होते. त्यांनी ३५०० सॅम्पल्स जमा केली होती. त्यांना एकमेकांशी किंवा अधिकाऱ्यांशी बोलायचीदेखील शक्ती उरलेली नव्हती.

पथकातले लोक फोर्ट डिट्रिककडे परतू लागले. जीन जॉन्सन तेव्हा एका झाडाखाली गवतावर बसला होता. त्याला कोणाशी काही बोलायची इच्छा नव्हती. कोणालाही त्याच्याजवळ जाऊन काही बोलायचं धैर्य नव्हतं. इतका तो उास्त

झाल्यासारखा दिसत होता. त्याचे मन अजून इमारतीमधल्या विध्वंसावरच विचार करीत होते. त्याच्या लोकांची काम करताना काय काय केलं, त्याची तो मनोमन सतत उजळणी करीत होता. जर एखाद्याच्या उजव्या हातात सुई असेल, तर तुम्ही त्याच्या डावीकडे उभे राहा. तुम्ही माकडाचे हात मागे दाबून धरा म्हणजे मग ते वळून तुमच्यावर हल्ला करू शकणार नाही. कोणाच्या बोटाला कापले काय? अजूनतरी कोणालाही काही इजा न होता सर्व काही ठीक पार पडलेले दिसत होते.

डीकॉन पथक लगोलग पोशाख चढवून सज्ज झाले. आता चांगलाच अंधार झाला होता; पण जीन जॉन्सनला एबोलाची एवढी भीती वाटत होती, की, तो इमारत रात्रभर तशीच सोडून द्यायला तयार नव्हता.

डीकॉन पथकाचे नेतृत्व मर्ल गिब्सनकडे होते. त्याने पोशाख चढविला आणि तो आत शिरून काय काय करायला पाहिजे, हे पाहून परत आला. त्याचा आपल्या डोळ्यांवर विश्वास बसेना. सगळीकडे रक्ताचे मोठमोठाले डाग पडलेले होते. सगळीकडे वैद्यकीय सामानाची पुडकी पडलेली होती. माकडांना खायला घालायची बिस्किटे सगळीकडे विखुरलेली होती आणि पायाखाली फुटत होती. माकडांची विष्ठा सर्वत्र होती. शिवाय, भिंतीवर विष्ठेत बुडविलेले हाताचे ठसे आणि चित्रविचित्र आकृत्या दिसत होत्या. त्याच्याजवळ ब्लीचने भरलेली एक बादली नि ब्रश होता. त्याने एका ठिकाणी ते धुऊन टाकायचा प्रयत्न केला.

त्याने जीनशी रेडिओवरून संपर्क साधला.

"जीन... माकडांची विष्ठा सिमेंटसारखी कडक झाली आहे. निघत नाही."

"तुला जे योग्य वाटेल, ते कर. आपल्याला ही जागा स्वच्छ करायची ऑर्डर आहे."

"आपण त्यांचे टवके उडवून काढू." गिब्सन म्हणाला.

दुसऱ्या दिवशी ते एका हार्डवेयरच्या दुकानात गेले. तिथे त्यांनी पट्टीसारख्या सुऱ्या व लोखंडी स्पॅचुला खरेदी केले. मग डीकॉन पथक भिंतींचे टवके काढायच्या कामाला लागले. उष्णतेने त्यांना गुदमरण्याची वेळ आली.

ज्या माणसाला लॉनवर उलटी झाली होती, त्या मिल्टन फ्रांटिगला फेअरफॅक्स हॉस्पिटलमध्ये वेगळे ठेवलेले होते. त्याला आता कितीतरी दिवस झाले होते. त्याला आता बरे वाटत होते. त्याचा ताप उतरला होता. अजूनतरी त्याच्यामध्ये नाकातून रक्त येण्याचे लक्षण दिसले नव्हते. तो आता बेचैन होऊ लागला. त्याला एबोलाचा संसर्ग झाला नसावा, असे वाटत होते. त्याच्या रक्ताच्या चाचण्यांमध्येही एबोलाचे चिन्ह नव्हते. बहुधा, त्याला खरोखरच फ्ल्यू झाला असावा. CDC ने त्याला घरी पाठवायचे ठरविले.

एबोलाच्या संवर्धनाचा वास घेतल्याच्या प्रसंगाला आता एकोणीस दिवस झाले

होते. पीटर यारलिंग व टॉम गिजबर्टला काहीही त्रास झालेला नव्हता. आता आपण वाचलो, असे दोघांना खात्रीपूर्वक वाटू लागले. इतकेच नव्हे, तर डलगार्ड आणि तिथे काम करणाऱ्या इतरांमध्येही एबोलाची काहीही लक्षणे आढळलेली नव्हती; पण ही गोष्ट फारच कोड्यात टाकणारी होती. ह्या विषाणूचा प्रकार तरी काय होता? तो माकडांचा माशा मारल्याप्रमाणे बळी घेत होता. माकडांच्या शरीरातून प्रत्येक रंध्रांतून एबोलाने भरलेले हॉट रक्त बाहेर पडत होते; पण एकाही माणसाला त्याच्यापासून काही धोका झाला नव्हता.

जर हा एबोला झायरे नव्हता, तर मग हा कोणता विषाणू होता? तो हा आला तरी कुठून? यारलिंगला वाटत होते, की, तो आफ्रिकेतूनच आला असावा. कारण त्याचे मेयिंगा नर्समधल्या विषाणूशी साधर्म्य होते. हा विषाणूदेखील तसाच वाटत होता. म्हणूनच तो एबोला झायरेशी फारच जवळच्या नातेसंबंधातला असावा; पण हा विषाणू कादंबरीतल्या त्या सुप्रसिद्ध ॲन्ड्रोमिडा प्रकारासारखा वागत होता. जगाचा अंत जवळ आला आंहे, असे वाटत असतानाच विषाणूने रहस्यमय रीतीने दडी मारली होती. मानवजात बचावली होती.

CDC ने हा विषाणू नेमका कुठून आला असावा, ह्याचा शोध घेण्यावर लक्ष केंद्रित केले. अर्थातच त्यांचे शोधकार्य त्यांना फिलिपाइन्समधल्या फरलाईट फार्मवर घेऊन गेले. रेस्टनमधली सगळी माकडं मनिलाजवळच्या ह्याच फार्मवरून आयात करण्यात आलेली होती. मिन्डानाओ ते वॉशिंग्टनच्या प्रवासात ही माकडं फरलाईट फार्मवर तात्पुरती ठेवली जात असत. शोध करताना असे लक्षात आले, की, तिथेही माकडे मोठ्या संख्येने मरत होती; पण इथेही कोणी फिलिपानो कामगार आजारी मात्र पडलेला नव्हता.

जर हा आफ्रिकन विषाणू असेल, तर तो फिलिपाईन्समध्ये काय करीत होता? माकडांची प्रत्यक्ष देखभाल करणारे मृत्युमुखी का बरं पडत नव्हते? हा विषाणू माकडांचा सर्वनाश घडवत होता. काहीतरी चमत्कारिक घडत होतं खरं. जणू, निसर्ग आपले सावज हेरून आपल्यावर झडप घालणार, एवढ्यात त्याने दिशा बदलली व एक स्मितहास्य केलं. हे स्मितहास्य मोनालिसाच्या गूढ हास्याप्रमाणे होतं, त्याचा नेमका अर्थ कोणालाच लावता येणार नाही.

सोमवार, १८ डिसेंबर

डीकॉन पथकाने सगळी इमारत ब्लीच घेऊन खरवडून काढली. पार जमिनीचा टंग निघून जाईपर्यंत ते टवके उडवत, घासत होते. जेव्हा त्यांचं समाधान झालं, तेव्हाच ते थांबले. इमारतीमध्ये असणारे सर्व पृष्ठभाग संपूर्ण खरवडून काढले

आहेत, याची पक्की खात्री होईपर्यंत ते काम करीतच राहिले. आता धूर करण्याची अंतिम प्रक्रिया बाकी होती. त्यांनी सर्व खिडक्या, दारे व इमारतीची हवा खेळविणारी सर्व भोके सिल्व्हर डक्ट टेप लावून बंद केली. हवा खेळविणाऱ्या यंत्रणेच्या खिडक्यांवर प्लॅस्टिकचे कागद चिकटवून त्यांनी सगळी इमारत हवाबंद केली. मंकी हाऊसमध्ये ठिकठिकाणी त्यांनी कागदाचे काही तुकडे ठेवले. त्यावर बॅसिलस बॅसिलस नायगर ह्या जातीचे अगदी निरुपद्रवी जीवाणू ठेवले होते. ह्या जीवाणूचे हे स्पोअर अत्यंत कठीण मानले जातात. त्यांना मारणे हे फार कर्मकठीण काम असते. जर एखाद्या निर्जंतुक करण्याच्या प्रक्रियेत ह्या जीवाणूचे स्पोअर मेले, तर सर्व काही सूक्ष्म जीवांचा नाश झाला, असे समजण्यात येते.

डीकॉन पथकाने मंकी हाऊसमध्ये एकोणचाळीस इलेक्ट्रिक सनबीम फ्राइंग पॅन आणली. निर्जंतुक करण्यासाठी लष्कराचे लोक ही पॅन्स वापरणे पसंत करतात. पथकाने संपूर्ण इमारतीत एक लांबच लांब वायर टाकली. त्याच्या दोन्ही बाजूला ठिकठिकाणी पॉईंट लावले व फ्राइंग पॅन त्याला जोडून दिली. ही रचना एखाद्या ख्रिसमस ट्रीसारखी वाटत होती. त्यांनी मग पॅनमध्ये पांढरे स्फटिक टाकले. हे पांढरे स्फटिक मिठासारखे दिसतात. ते जंतुनाशकाचे स्फटिक होते. पॅन सर्वोच्च तापमानाला ठेवून सकाळी ६ वाजता कोणीतरी वायरला जोडलेले मुख्य बटण चालू केले. स्फटिक वितळून तिथे वायू उत्पन्न होऊ लागला. इमारतीची सर्व बाजूने हवाबंदी केलेली असल्याने वायू कुठेही जाऊ शकत नव्हता. त्यांनी तीन दिवस तसेच जाऊ दिले.

दरम्यान वायू सर्व हवेच्या नळ्या ऑफिसमध्ये, टेबलाच्या ड्रॉवरमध्ये, पेन्सिल शार्पनरमध्ये असा सर्वत्र पसरला. तो झेरॉक्स मशीन, कॉम्प्युटर, अशा अशा सगळ्यात पुरेपूर घुसून अखेर खाली जमिनीवरच्या ब्लीचच्या थारोळ्यापर्यंत येऊन पोहोचला. तीन दिवसांनी अंतराळ पोशाख केलेले डीकॉन पथकाचे लोक आत शिरले. त्यांनी जीवाणूच्या स्पोअरचे कागद गोळा केले. त्यांनी केलेल्या उपायाने स्पोअर मेले होते.

जैवप्रतिबंधक उपाययोजनेत एक जुने वचन आहे, की, सर्व सजीवांचा विनाश कधीही होत नाही. सजीव कुठल्याही परिस्थितीत जगू शकतात. सर्वमान्य, संपूर्ण निर्जंतुक करणे ही सर्वथा अशक्यप्राय गोष्ट आहे. शिवाय, तसे झाले, होते, की नाही, हे नंतर सिद्ध करणेही अत्यंत दुरापास्त आहे; पण सनबीम पॅनवरून निर्माण केलेला वायू तीन दिवस एखाद्या ठिकाणी कोंडलेला राहिल्याने नायगर जीवाणूचे सर्व स्पोअर मारू शकला होता, म्हणजेच प्रक्रिया यशस्वी झाली होती. मंकी हाऊसचे निर्जंतुकीकरण पूर्ण झाले होते. एबोलाची चढाई रोखली होती. तिथे पुन्हा सजीवाने पाऊल टाकेपर्यंत रेस्टन प्रायमेट क्वारंटाईन युनिट ही जगातली कोणतेही जीवन नसलेली एकमात्र जागा होती.

◆

जानेवारी, १९९०

वॉशिंग्टनजवळ एबोलाचा जो प्रकार आढळला होता, तो उष्णकटिबंधात दाट जंगलात कुठेतरी लपून बसला होता आणि अज्ञात जातींमध्ये चक्राकार फिरत होता. जर विषाणूला आपले अस्तित्व टिकवायचे असेल, तर असे चक्राकार जीवन चालवावे लागते. दरम्यान, लष्कराने मंकी हाऊस पूर्णत: निर्जंतुक झाल्याचे प्रमाणपत्र जारी केले. त्यांनी ते हाझलेटन रिसर्च प्रॉडक्ट कंपनीला परतदेखील दिले. हाझलेटन कंपनीने पुन्हा एकदा फिलिपाईन्समधून माकडं आयात करायला सुरुवात केली. ही माकडं त्याच कंपनीकडून मनीलाजवळच्या फार्मवरून विकत घेतली जाऊ लागली. मिन्दानाओच्या रेनफॉरेस्टमधून आणलेल्या क्रॅब इटिंग माकडांनी रेस्टनची इमारत पुन्हा भरून गेली. १२ जानेवारी १९९०ला म्हणजे पूर्वीच्या प्रसंगानंतर एक महिना उलटण्याच्या आतच डन डलगार्डच्या लक्षात आले, की, C खोलीतली माकडं मरायला लागली आहेत. त्यांच्या नाकातून रक्त वाहू लागले होते.

त्याने पीटर यारलिंगला फोन केला. ''आमच्या इथे पुन्हा संसर्ग झाला असावा, असे वाटतेय्...''

''आपल्याला माकडांची सर्व प्रकारे चाचणी करावी लागेल.'' पीटर यारलिंग म्हणाला.

पुन्हा एकदा एबोलाच आलेला होता. ह्या वेळी देखील त्याचा उगम फिलिपाईन्समध्येच होता. पूर्वीच्या प्रसंगात कोणाचाही मृत्यू झालेला नसल्याने त्या वेळी CDC आणि लष्कराने संयुक्त निर्णय घेतला. त्या वेळी ते माकडांनाच वेगळे काढणार होते. माकडांना वेगळे ठेवून विषाणू सर्वांचा बळी देऊन ते त्यालाच संपविणार होते. डन डलगार्डची निदान काही माकडे वाचविण्याची इच्छा होती. त्या वेळी कंपनीला पुन्हा एकदा लष्कराचा प्रवेश तिथे व्हायला नको होता.

ह्या वेळी मंकी हाऊसमध्ये एक प्रयोग करण्यात आला. एबोला नैसर्गिकरीत्या

माकडांमध्ये कसा कसा पसरतो, ते पाहण्यासाठी हा प्रयोग होता. जणू, माकडांच्या बंदिस्त वसाहतीत विषाणूची सर्व हालचाल ते पाहणार होते. एबोला रेस्टन विषाणूने त्या बंदिस्त इमारतीतल्या निरनिराळ्या खोल्यांमध्ये झपाट्याने उड्या घेतल्या.

माकडांमध्ये पसरत जाताना त्याच्यात काही बदल आपोआप होत गेले होते. त्याचे स्वरूप आता सर्दीच्या विकारासारखे झाले होते; पण ही एबोलाची सर्दी होती. माकडं मरताना त्यांच्या नाकातून स्वच्छ पाणी गळत होते व हिरवट शेंबूड येत होता. त्यातच रक्तही मिसळत होते. हे रक्त गोठत नव्हते. माकडांची फुफ्फुसे पार खलास झाली होती आणि आतून कुजून गेली होती. फुफ्फुसे एबोला विषाणूने गच्च भरून जात होती. त्यांना हिमोरेजिक न्यूमोनिया झाला होता व त्यामुळे फुफ्फुसांमध्ये आतल्या आत रक्तस्राव होत होता. जेव्हा खोलीत एखाद्या माकडात नाकातून रक्त येण्याचे लक्षण प्रथम दिसून येई, त्यानंतर लवकरच त्या खोलीतली ८०% माकडं मृत्युमुखी पडत असत. विषाणू माकडांमध्ये अतिशय संसर्गक्षम होता.

आपण एबोलाचा नवीनच उत्परिवर्तित प्रकार पाहत आहोत, असे इन्स्टिट्यूटमधल्या शास्त्रज्ञांना वाटत होते. त्यांनी अवघ्या एका महिन्यापूर्वी पाहिलेल्या एबोला विषाणूपेक्षा हा नवीनच प्रकार होता. लष्कराने डिसेंबरमधेच त्याचा संपूर्ण नायनाट केला होता. हे फारच भयानक होतं- एबोला आपले रूप एवढ्या झपाट्याने बदलू शकत होता. एका महिन्यात एबोला विषाणू स्वत:मध्ये आमूलाग्र फरक करीत होता! नवीन स्वरूपात आढळलेल्या एबोला विषाणूमुळे एक गोष्ट लक्षात आली, की, एबोला आणि सर्दीच्या विषाणूमध्ये साम्य आहे. तसेच, हा विषाणू भराभरा यजमान प्रजातींमध्ये उड्या मारू शकतो. तसेच, नवीन प्राण्यांमध्ये शिरल्यावर तो झपाट्याने स्वरूप बदलत होता.

बहुधा, एबोला मंकी हाऊसमधल्या हवेच्या यंत्रणेतून पसरत होता. २४ जानेवारीला तो B खोलीत आला होता. त्या खोलीतल्या माकडांचे डोळे लालभडक झाले, नाकातून रक्त वाहू लागले. ही माकडं शेवटचे झटके देत मरू लागली. त्यांचे चेहरे मुखवट्यांप्रमाणे निर्विकार दिसत होते. नंतरच्या काही आठवड्यांमध्ये विषाणू I, F, E व D खोल्यांमध्ये घुसला होता. ह्या सगळ्या खोल्यांमधली सर्व माकडं मृत्युमुखी पडली. नंतर फेब्रुवारीच्या मध्याला हाझलेटन कंपनीत प्राण्यांची देखभाल करणारा एकजण अवघड पेचप्रसंगात सापडला. त्याला आपण जॉन कोलियस म्हणू.

माकडांचे विच्छेदन करताना त्याच्या बोटाला जखम झाली. एबोला ज्या विशिष्ट अवयवात राहतो, त्या लिव्हरचे तो तुकडे करीत असताना स्काल्पेलच्या धारेने अंगठा कापला गेला. स्काल्पेलला लिव्हरच्या पेशी आणि रक्त लागलेले

होते. जखम चांगली खोलवर होती, म्हणजेच एबोलाशी फारच थेट घातक संपर्क आला होता.

तो ज्या लिव्हरचे तुकडे करीत होता, ती ताबडतोब पृथक्करणासाठी USAMRIID मध्ये नेण्यात आली. टॉम गिजबर्टने तो तुकडा त्याच्या मायक्रोस्कोपखाली पाहिला. ते पाहून तो चकित झाला. ''भयंकरच हॉट... म्हणजे पेशी विषाणूंनी टच्च फुगलेल्या होत्या.'' इन्स्टिट्यूटमधल्या प्रत्येकालाच जॉन कोलियस मरणार, असे वाटले. ''आम्हाला सगळ्यांनाच, खरं सांगायचं तर, असंच वाटलं, की, त्याची दफनभूमीची जागा आता निश्चित झाली होती.'' परंतु CDC ने त्याला गिराळे न ठेवण्याचे ठरविले. कोलयस नेहमीप्रमाणे बारमध्ये जात राहिला आणि मित्रांबरोबर ड्रिंक्स घेत राहिला.

यारलिंग म्हणाला, ''इथे इन्स्टिट्यूटमध्ये आम्ही सर्वजण ते पाहून उद्विग्न झालो होतो. हा माणूस बारमध्ये जाऊन ड्रिंक्स घेताना आम्ही पाहत होतो. CDCने असं करायला नको होतं. हा फार भयंकर विषाणू होता आणि त्यातून भीषण परिस्थिती उद्भवली असती. ह्या विषाणूबद्दल मुळातच आपल्याला फारशी माहिती नाही. हा विषाणू सर्दीसारखा असू शकेल- त्याला संसर्गानंतर मधे काही काळ 'शांत' बसायची सवय असेल, तर तुमच्या शरीरातून विषाणू बाहेर पडू लागेपर्यंत कदाचित तुमच्यामध्ये रोगाची लक्षणेदेखील दिसणार नाहीत. जोपर्यंत तुम्ही आजारी आहात, असे कळले असेल, त्याच्याआधीच तुम्ही इतर सोळा लोकांना संसर्ग घडविला असेल. आपल्याला त्या विषाणूची फारशी माहितीच नाही. हा रोग नेमका कुठून आला, ते देखील माहिती नाही. पुन्हा एकदा उद्भवला, की, ह्याचे रूप काय असेल, हे देखील आपल्याला नक्की सांगता येणार नाही.

जॉन कोलियसवर एक छोटीशी शस्त्रक्रिया करण्याची आवश्यकता होती. त्याला संसर्ग झाल्याची शक्यता असतानाच त्याच्यावर शस्त्रक्रिया करण्यात आली; पण त्या वेळी त्याला फार रक्तस्राव झाला असावा, असे कुठेही नमूद केलेले आढळत नाही. सर्व काही सुरळीत पार पडले. तो आता जिवंत आहे. त्याच्यावर संसर्गाचा काहीही परिणाम झालेला नाही.

मंकी हाऊसमधली सगळीच्या सगळी माकडं मेली. लष्कराला ह्या वेळी निर्जंतुक करण्याची मोहीम काढावी लागली नाही. सगळी इमारत एबोलानेच रिकामी केली. ह्या वेळीही कोणाही माणसाला इजा झाली नाही. तथापि, काहीतरी चमत्कारिक आणि धक्कादायक मात्र घडलं होतं. मंकी हाऊसमध्ये एकूण चारजण प्राण्यांची देखभाल करीत असत. जार्विस पर्डीला हृदयविकाराचा झटका आला होता, मिल्टन फ्रांटिगला लॉनवर ओकाऱ्या येऊन हॉस्पिटलात दाखल केले होते. जॉन कोलियसच्या अंगठ्याला जखम झालेली होती आणि आणखी एकजण होता. ह्या चौघांच्याही

रक्तामध्ये एबोला विषाणू असल्याचे चाचणीतून दिसून आले. चारही जणांना संसर्ग झालेला होता आणि विषाणू त्यांच्या रक्तप्रवाहात घुसलेला होता. त्यांच्या शरीरात एबोला विषाणूची वाढ झाली होती. तो त्यांच्या पेशींमध्ये आपले जीवनचक्र चालवत होता; पण त्यामुळे हे चौघे आजारी मात्र पडले नव्हते. त्यांच्या शरीरात विषाणूची वाढ होत असूनही त्याचा वाईट परिणाम मात्र झालेला नव्हता. त्यांना तेव्हा डोकेदुखी किंवा तत्सम काही होत होते, की नाही, हे आता त्यांना आठवत नाही. कालांतराने त्यांच्या रक्तातून विषाणूचा मागमूस राहिला नाही. एबोला रक्तात शिरूनही जिवंत राहिलेल्या अतिशय कमी लोकांपैकी हे ते चारजण आहेत. जॉन कोलियसला संसर्ग नक्कीच अंगठ्याच्या जखमेतून झाला होता. त्याबद्दल काहीही संशय घ्यायला जागा नाही; पण इतर जणांना मात्र जखम झाली नव्हती व त्यांचा एबोला रक्ताशी संबंध आलेला नव्हता, ही गोष्ट जास्तच काळजी करण्यासारखी होती. तो कोणत्यातरी मार्गाने त्यांच्या शरीरात शिरला होता. कदाचित तो हवेमधून त्यांच्या फुफ्फुसात शिरला असण्याची शक्यता होती. चौघांपैकी तिघांमध्ये जखमेतून संसर्ग झालेला नाही, ही गोष्ट स्पष्ट होताच इन्स्टिट्यूटमधल्या सर्वांची एबोलाचा हवेतून संचार होऊ शकत असल्याबद्दल खात्री पटली.

ज्याने प्रथम लष्कराचे पथक पाठवून एबोलाचा हल्ला परतविण्याचा निर्णय घेतला होता, तो जनरल डॉ. फिलीप रसेल अलीकडेच माझ्याशी बोलताना म्हणाला, की, ''तेव्हा तो एबोलाबद्दल प्रचंड भीती बाळगून वावरत होता; पण जेव्हा हा विषाणू हवेतून पसरू शकतो, हे स्पष्ट झाल्यावर खऱ्या अर्थाने भीती म्हणजे काय, ते समजलं. ''मी प्रचंड घाबरून गेलो होतो. जेव्हा मंकी हाऊसमधल्या प्रयोगातून एबोला हवेतून पसरण्याबद्दलचा पुरावा मिळाला ना, तेव्हा मी मनाशी म्हणालो, 'माय गॉड! ह्या विषाणूत अगदी जरासा बदल झाला आणि हा हवेतून श्वसनमार्गाने संसर्ग करू लागला, तर... मी भयाण मृत्यूच्या शक्यतेबद्दल बोलतोय्... फ्ल्यूसारखा संसर्गजन्य आणि मध्ययुगातील प्लेगसारख्या प्रचंड बळी घेणाऱ्या विषाणूची नुसती कल्पना तर करून पाहा. म्हणजे आपण कशाबद्दल बोलतोय, त्याची थोडीशी कल्पना येईल.''

रेस्टनमध्ये काम करणाऱ्या चौघांमध्ये एबोलाने कोणतीही लक्षणं दाखविलेली नव्हती. त्याने त्यांचा बळी का घेतला नाही? अजूनतरी कोणीही ह्या प्रश्नाचे उत्तर देऊ शकलेले नाही. लक्षणं न दाखविणारा एबोला- त्या चौघांना एबोला सर्दीसारखा काहीतरी प्रकार झालेला होता. विषाणूच्या जीन्समध्ये एक छोटासा बदल झालेला असावा. कदाचित रचनेत काहीतरी लहानसा बदल घडला असावा. त्यामुळे त्या सात गूढ प्रथिनांपैकी एखाद्या प्रथिनाच्या रचनेत काहीतरी फरक पडला असेल. त्यामुळे त्याच्या जीवनशैलीत प्रचंड बदल घडून आला. तो माणसांसाठी एकदम

निरुपद्रवी झाला; पण ह्याच विषाणूने बघता बघता माकडांचा विनाश घडविला होता. एबोलाच्या ह्या विषाणूला माकड व माणूस ह्यांच्यामध्ये फरक कळत होता; परंतु जर बदल विरुद्ध दिशेने झाला तर....

एका वसंत ऋतूमध्ये मी कर्नल नॅन्सी जॅक्सला भेटायला गेलो. मला तिच्या रेस्टनमधल्या कामाची माहिती हवी होती. मी तिची मुलाखत घेण्यासाठी गेलो. आम्ही तिच्याच ऑफिसमध्ये बोललो. तिने काळा फौजी स्वेटर घातला होता. खांद्यावर चंदेरी गरुडाची मानचिन्हं होती. तिला अलीकडेच बढती देऊन कर्नल करण्यात आले होते. एका बाजूला पेटीत एक पोपटाचे पिल्लू झोपलेले होते. मधेच त्याला जाग आली व ते केकाटले.

"भूक लागली की काय तुला?" तिने त्याला विचारले, "हो हो, मला माहिती आहे..." तिने एका बॅगेतून थोडे खाणे बाहेर काढले. पोपटाच्या चोचीत खाण्याचा एक गोळा घातला नि दाबून टाकला. पोपटाने समाधानाने डोळे मिटले.

तिने काही कपाटांकडे हात दाखविला, "एबोला पाहायचा आहे?"

"होय, प्लीज दाखवा मला."

तिने कपाटात काही ठिकाणी हात घालून दोन-चार काचपट्ट्या बाहेर काढल्या. त्या घेऊन ती दुसऱ्या खोलीत गेली. तिथे टेबलावर एक मायक्रोस्कोप ठेवलेला होता. त्याला दोघाजणांनी एकदम पाहण्याची सोय होती.

मी एका बाजूला बसून मायक्रोस्कोपला डोळे लावले; पण खाली काहीच दिसलं नाही. खाली फक्त पांढरा रंग पसरलेला दिसला.

"हं, हं, इथे चांगलं दिसतंय पाहा." तिने आणखी एक काचपट्टी काढून ती मायक्रोस्कोपमध्ये घातली.

मला आता खूप पेशी दिसल्या. सगळीकडे पेशीच पेशी पसरलेल्या होत्या. हे पेशीदृश्य होते. ठिकठिकाणी पेशी फुटून द्रवासारख्या पातळ झाल्या होत्या.

"ही नराची जननउती आहे." ती म्हणाली, "ह्या पेशींमध्ये विषाणू प्रचंड प्रमाणात आहेत. हा एबोला झायरेचा प्रकार आहे. १९८६ मध्ये मी व जीन जॉन्सनने फुफ्फुसातून संसर्ग घडविलेल्या माकडाच्या ह्या पेशी आहेत."

त्या माकडाच्या जननपेशी मायक्रोस्कोपखाली पाहून मला फार चमत्कारिक वाटलं. "म्हणजे विषाणू फुफ्फुसातून शरीरात प्रवेश करून इथे..."

"होय, तसंच आहे ते. आता तर मी जे दाखवेन, त्यामुळे तुला चक्करच येईल. मी आता तुला फुफ्फुसाचे दृश्य दाखविते."

आता दृश्य बदलले. आम्ही आता बेल्जियन लेससारख्या वाटणाऱ्या गुलाबी पट्टीकडे पाहत होतो.

"हा फुफ्फुसाच्या एका भागाचा छेद आहे. ह्या माकडामध्ये आम्ही फुफ्फुसातूनच

मुद्दाम संसर्ग घडवून आणला होता. फुफ्फुसात विषाणू कसा वाढलाय पाहा... हा एबोला झायरे विषाणू आहे.''

मला पेशी दिसत होत्या. काही पेशी फुगलेल्या होत्या आणि त्यांच्यावर काळे ठिपके दिसत होते.

''आपण आता पेशी आणखी मोठ्या करून पाहू.''

आता पेशींचा आकार आणखी मोठा दिसू लागला होता. ठिपके आता मोठे काळसर दिसत होते. त्यांच्या कडा धारदार दिसू लागल्या होत्या. काही ठिपके पेशींमधून बाहेर पडत होते. जणू, अंड्यातून पिल्ले बाहेर पडावीत, तसे दिसत होते.

''ह्या इथे पाहा... त्या जाडजूड ब्रिक आहेत.'' ती म्हणाली.

एबोलाचे स्फटिक फुफ्फुसाच्या पेशींतून फुटून बाहेर पडत होते. फुफ्फुसातून एबोलाचे कण हवेत उडणार होते. माझ्या अंगावर एकदम काटा आला. जणू, मी जे पाहायला नको होतं, ते अखेर पाहिलं होतं.

''ही फुफ्फुसे फारच हॉट आहेत.'' ती माहिती देण्याच्या सहजपणे म्हणाली. तिच्या खांद्यावरचे चंदेरी गरूड चमकत होते. ''ते पाहा, ब्रिक पेशींमधून सरळ फुफ्फुसातल्या पोकळीमध्ये पडत आहेत. म्हणजे खोकला आला, की, हे विषाणू खाकऱ्यात येणार. म्हणूनच एबोला विषाणू वाहकाने तोंडासमोर खोकणे फार फार धोकादायक आहे.''

''बाप, रे! म्हणजे एबोलाला फुफ्फुसाच्या रचनेची संपूर्ण माहिती आहे, म्हणायचं की काय?''

''नाही, कदाचित नाही; कारण एबोला एखाद्या कीटकामध्येही जगत असेल. त्यांना तर फुफ्फुसे नसतात; पण इथे एबोलाने स्वत:ला फुफ्फुसांमध्ये कसे व्यवस्थित जुळवून घेतले आहे, ते बघ. तो वाढून सरळ फुफ्फुसातल्या पोकळीत येतो नि तेथून थेट हवेत!''

''आपण एका अतिउच्च दर्जाच्या तंत्राचा अवलंब करणाऱ्या सजीवाकडे तर पाहत नाही ना?'' मी म्हणालो.

''अगदी योग्य बोललास. ह्या विषाणूचे जीवनचक्र नीट बसलेले आहे. आपण जर-तरच्या भाषेत बोलू... जर तो माणसाच्या फुफ्फुसात शिरला नि त्याच्यात उत्परिवर्तन झाले, तर... त्यातून अभूतपूर्व पेचप्रसंग निर्माण होईल.''

१९९० मध्ये रेस्टनमध्ये मंकी हाऊसमध्ये दुसऱ्या वेळी जेव्हा विषाणूची साथ आली, त्यानंतर CDC ने माकडं आयात करण्यावर कितीतरी नवीन निर्बंध बसविले. त्यांनी क्वारंटाईनची पद्धत अधिक कडक केली व तपासण्या करणे बंधनकारक केले. त्यांनी तीन कंपन्यांची लायसेन्स तात्पुरती रद्द केली. हाझलेटन रिसर्च प्रॉडक्टस्, चार्लस् रिव्हर प्रायमेट कॉर्पोरेशन व वर्ल्डवाइड प्रायमेट्स ह्या तीन

कंपन्यांनी क्वारंटाईन नियमांचा भंग केल्याचा आरोप त्यांच्यावर ठेवण्यात आला. ह्या तिन्ही कंपन्यांची लायसेन्स नंतर परत करण्यात आली. त्यामुळे अमेरिकेत कित्येक महिने माकडांची आयात पूर्णत: बंद झाली. एकट्या हाझलेटन कंपनीचेच लक्षावधी डॉलर्सचे नुकसान झाले. माकडांची आयात म्हणजे पैशाची खाणच असते. CDC ने बंदी घातली होती; पण इन्स्टिटट्यूटमधल्या लोकांनी मात्र हाझलेटन कंपनीने, विशेषत: डलगार्डने मंकी हाऊस योग्य वेळी लष्कराकडे सोपविण्याच्या निर्णयाचे कौतुकच केले. CDC मधल्या काही लोकांनाही हे योग्यच वाटले होते. "हाझलेटनच्या दृष्टीने असा निर्णय घेणे, ही खरोखर अवघड गोष्ट होती; पण त्यांनी तसा निर्णय घेतला." ह्या विषयावरच्या तज्ज्ञांच्या मतांचा गोषवारा सांगताना पीटर यारलिंगने मला हे सांगितले.

हाझलेटनने मंकी हाऊसची इमारत व्यापारी उपयोगासाठी भाड्याने घेतलेली होती. अर्थातच एबोला साथीदरम्यान मालक व कंपनीचे संबंध चांगले राहिले नाहीत, हे उघडच आहे. कंपनीने नंतर तेथील मंकी हाऊस बंद केले. अजूनतरी ती इमारत रिकामीच राहिलेली आहे.

ज्याने एबोलाचा वास घेतला होता व तरीही त्याची माहिती द्यायला जो जिवंत राहिला, तो पीटर यारलिंग आता USAMRIID मध्ये मुख्य शास्त्रज्ञ आहे. त्याला व टॉम गिजबर्टला एबोला रेस्टन ही जात शोधण्याचे श्रेय देण्यात आले. नवीन विषाणूचे नामकरण करण्याच्या पद्धतीला अनुसरून त्या विषाणूचे नाव ठेवण्याचा अधिकार त्यांचा होता. त्यांनीच त्याला रेस्टन हे नाव नक्की केले. सहज संभाषणात त्याचा उल्लेख ते एबोला रेस्टन असाच करतात.

एक दिवस पीटर यारलिंगने मला एबोला विषाणूचे काही फोटो दाखविले. त्यामध्ये एबोला जास्त शिजविलेल्या स्पॅघेतीप्रमाणे वाटत होते. "हा पाहा, हा खतरनाक... हा आणखी एक..." एका वेटोळ्यावर बोट दाखवीत तो म्हणाला, "हा, हा रेस्टन पाहा... अरे, मी त्याला पटकन् रेस्टन म्हणालो खरा; पण हा एबोला झायरे आहे. खरी गोष्ट अशी आहे, की, नुसते पाहून त्यांच्यामध्ये फरक करता येत नाही. त्यातून आपण पुन्हा एकदा एका महत्त्वाच्या सैद्धांतिक प्रश्नाकडे वळू शकतो: एबोला झायरे धोकादायक का आहे? दोन्हींत एवढे प्रचंड साम्य असूनही एबोला रेस्टन निरुपद्रवी का आहे?"

"आपण गोळीचा नेम चुकविला का?" मी विचारलं.

"नाही, मला तसं वाटत नाही." पीटर यारलिंग म्हणाला, "गोळीचा नेम बरोबर बसला; पण आपण तसे सुदैवी ठरलो; कारण गोळी ०.४५ची खरी नव्हती, तर ०.२२ ची रबरी गोळी होती... माझी काळजी मात्र निराळीच आहे. जेव्हा लोक म्हणतात ना, की, 'आपण गोळीचा नेम चुकविला' तेव्हा मला ह्यातला धोका

जाणवतो. आता पुन्हा जर मायक्रोस्कोपखाली कोणी एबोला पाहिला, तर ते म्हणतील, ''हँ... हा तर रेस्टन आहे.' ते मग त्याला जैवप्रतिबंधक कक्षेबाहेर नेतील. मग आपल्या कपाळी सोटा बसेल. जर तो रेस्टन नसून त्याचा आणखी एखादा महाप्रतापी भाऊ निघाला, तर...''

सी. जे. पीटर्सने नंतर लष्कराची नोकरी सोडली. तो CDC मध्ये स्पेशल पॅथोजेन्स ब्रँचचा प्रमुख म्हणून काम करू लागला. रेस्टनमधल्या एबोलाची साथ आता त्याला आठवली, की, तो म्हणतो, एबोलाचा हवेतून प्रसार होत असावा, ह्याची त्याला स्वत:ला खात्री वाटत होती. ''माझ्या मते, मंकी हाऊसमध्ये एका खोलीतून दुसरीत एबोला ज्या पद्धतीने पसरत होता, त्यावरून असे कळते, की एबोला धूलीकणांवर स्वार होत असावा. ते कण इमारतीत फिरत होते.''

तो म्हणाला, ''तू ती एबोलाची फुफ्फुसातली कामगिरी बघ. ते फोटो पाहा. फुफ्फुसे एबोला झायरेने गच्च भरून गेली आहेत. तू ते फोटो पाहिलेस का?''

''होय, नॅन्सी जॅक्सने मला दाखविले होते.''

''मग ठीकच. फुफ्फुसातल्या हवेच्या पोकळीत सगळीकडे विषाणूचे कण भरलेले तू पाहिले होतेसच.''

''तुम्ही कधी एबोला रेस्टनला मुद्दाम हवेत सोडून तो माकडांमध्ये संसर्ग घडवितो का, ते पाहिलं का?'' मी विचारलं.

''नाही.'' तो ठामपणे म्हणाला, ''मला काही ती कल्पना आवडली नाही. जर कोणाला आमचे हे प्रयोग चालले आहेत, हे कळलं असतं, तर... आम्ही एबोलाचा श्वसनमार्गाने संसर्ग होतो का, ह्यावर प्रयोग करतोय, हे जर समजलं असतं, तर आम्ही जैविक शस्त्राचा विकास करतो आहोत, असा आरोप झाला असता. आम्ही जगाचा अंत करू शकणाऱ्या सजीवाची निर्मिती करीत आहोत, असा ठपका आला असता. म्हणून आम्ही हा मार्ग स्वीकारला नाही.''

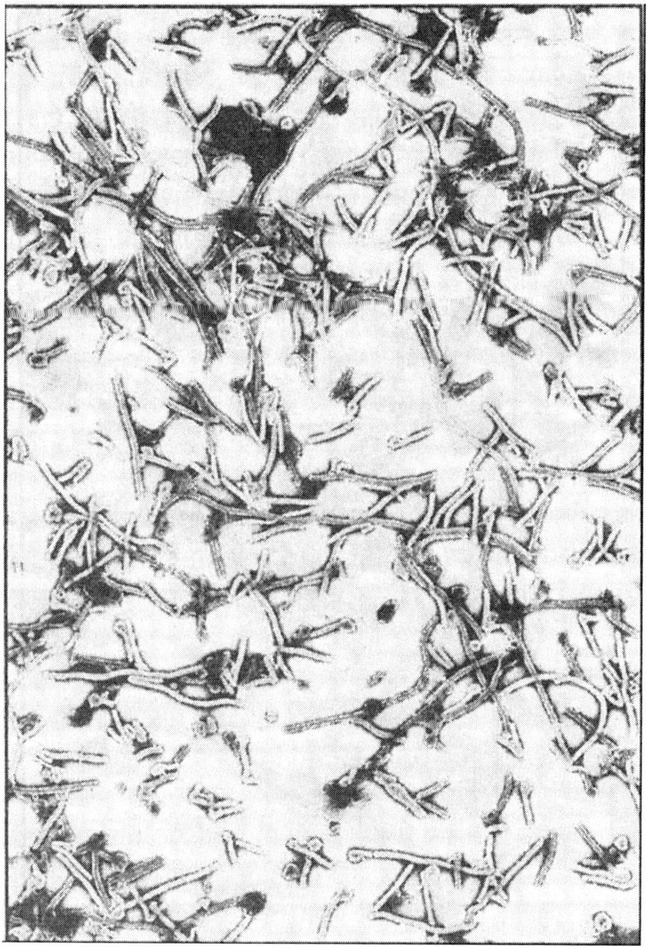

१७,००० पट मोठे केलेले एबोला झायरे विषाणूचे कण. काही कणांमध्ये शेवटी असणारे आकडे पाहा. ह्यांनाच शेफर्डस् क्रूक किंवा आयबॉल्ड म्हणतात. हे एबोला झायरे व त्याच्या भावंडांचे वैशिष्ट्य आहे.

हा फोटो USAMRIID मधल्या थॉमस डब्ल्यू. गिजबर्टने घेतलेला आहे.

''म्हणजेच एबोला नक्की हवेतून पसरतो की नाही, हे ठामपणे सांगता येत

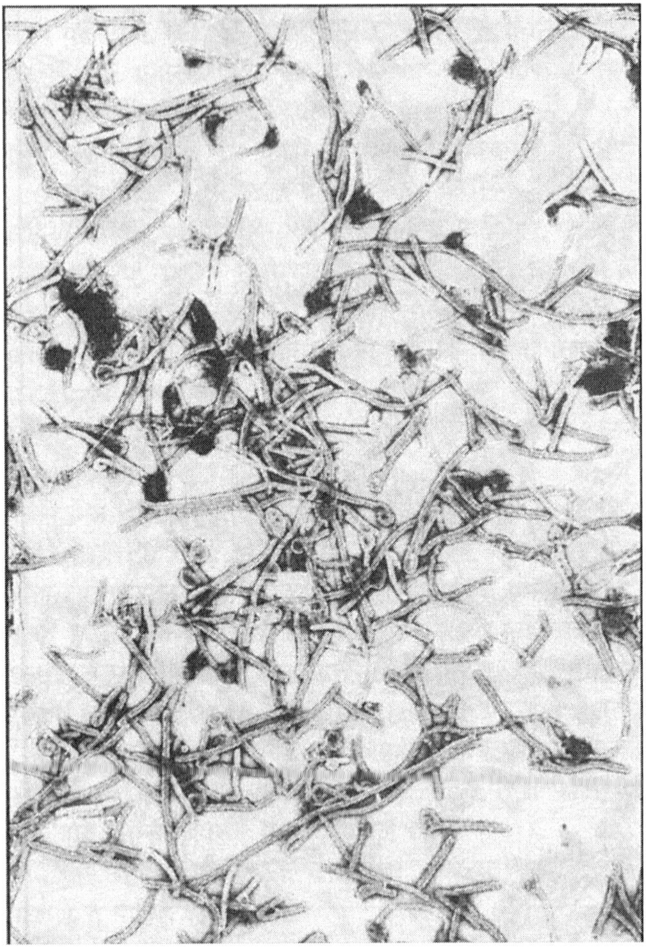

नाही, असा त्याचा अर्थ आहे का?''

एबोला रेस्टन विषाणूचे कण. ''खरा मुद्दा असा आहे, की, दोघांमधला फरक नुसता पाहून करताच येत नाही.'' पीटर यारलिंग.

फोटो USAMRIID मधल्या थॉमस डब्ल्यू. गिजबर्टने घेतलेला आहे.

''होय. आपल्याला नक्की माहिती नाही. विषाणू तसा पसरतो, की नाही, हे तुम्ही ठरवायचं. जर तो पसरतो, अशी कल्पना केली, तर ती सर्वांत भीषण कल्पना ठरू शकेल.''

म्हणजे आता मारबर्ग, एबोला सुदान आणि एबोला झायरे ह्या तिघांमध्ये चौथ्याची- रेस्टनची भर पडली होती. CDC मधल्या संशोधकांनी ह्या सर्वांच्या जीन्सचा अभ्यास केला. त्यांनी असे दाखवून दिले, की, रेस्टन आणि झायरे प्रकारात एवढे प्रचंड साम्य आहे, की, दोघांमध्ये सहजासहजी फरक करता येत नाही. जणू, दोघे जुळे भाऊच असावेत, एवढे साम्य आहे. दोघांमध्ये फरक काय आहे, ते सांगणं जवळजवळ अशक्यच आहे. दोन्ही विषाणूंमध्ये सात प्रथिने असतात. त्यांपैकी चार आपल्याला सर्वस्वी अनोळखी आहेत. कदाचित रेस्टन विषाणूंमध्ये एखाद्या प्रथिनांत असा काहीतरी लहानसा फरक असावा, की, म्हणूनच त्याचा वणव्यासारखा प्रसार वॉशिंग्टनपाशी झाला नाही. लष्करी व CDC च्या तज्ज्ञांनी कधीही रेस्टनचा धोकादायक दर्जा कमी केला नाही. त्याची जैविक सुरक्षा पातळी-४ ही वर्गवारी कायम आहे. जर तुम्हाला ह्या विषाणूशी हस्तांदोलन करायचे असेल, तर तुम्हाला अंतराळ पोशाखच वापरावा लागेल.

विषाणूच्या धोक्याबद्दल तज्ज्ञांचे मत असे आहे, की, रेस्टन प्रकारचा विषाणू फारसा धोकादायक नाही, हे म्हणण्याएवढा पुरावा उपलब्ध नाही. कदाचित फिलोव्हायरस भावंडांपैकी तोच सगळ्यात प्रचंड धोकादायक ठरण्याची शक्यता आहे; कारण तो बहुधा हवेतून सहज पसरू शकतो. त्याच्या जीन्समध्ये एक लहानसा बदल व्हायचा अवकाश, की, तो कफात येईल आणि मग मानव जातीत हाहाकार उडवेल.

रेस्टन विषाणू खरं तर आशियामधून आला होता, तरीही त्याच्यात आणि एबोला झायरे ह्या आफ्रिकेतून आलेल्या विषाणूमध्ये एवढे साम्य का आहे? दोन्ही खंडांमध्ये असणारे हे प्रकार खरं म्हणजे भिन्न असायला हवेत; परंतु आणखी एक शक्यता अशी आहे, की, रेस्टन प्रकारही कदाचित आफ्रिकेतलाच असावा व काही वर्षांमध्ये विमानांवर बसून तो फिलिपाईन्समध्ये पोहोचला असावा. विषाणू काही दिवसांच्या अवधीत जगात कुठेही उड्या मारू शकतो, त्याबद्दल विषाणूतज्ज्ञांना अजिबात शंका वाटत नाही. कदाचित काही वर्षांपूर्वीच हा विषाणू आशियात आला असावा. अर्थात, हा फक्त एक अंदाजच आहे.

कदाचित विषाणू आफ्रिकन प्राण्यांमधून दडूनच फिलिपाईन्समध्ये शिरला असावा. फिलिपाईन्समध्ये अशी वदंता आहे, की, तेथील काही श्रीमंत लोक अवैध रीतीने आफ्रिकेतल्या रेनफॉरेस्टमधून प्राणी आणून तिथे सोडतात व त्यांची शिकार करण्याची आपली हौस पुरवितात. जर आफ्रिकेत चित्ता, सिंह किंवा केप बफेलोमध्ये एबोला नैसर्गिकरीत्या दडून बसलेला असेल, तर तो अशा प्राण्यांमधूनच एखाद्या अवैध जहाजातून फिलिपाईन्समध्ये पोहोचला असावा; पण हा एक अंदाजच आहे. इतर फिलोव्हायरसप्रमाणे एबोला रेस्टनचे नैसर्गिक वसतिस्थानदेखील अज्ञात आहे. एबोलाची रेस्टनमधली साथ कदाचित अवघ्या एका माकडापासून सुरू झाली

असावी. अवघे एक आजारी माकड... त्या अज्ञात आजारी माकडात कदाचित चार-पाच विषाणू कुठून तरी गेले असावेत. कुठून आले असतील? कुणालाच नक्की काही सांगता येणार नाही.

◆

भाग ४

किटुम गुहा

"...काही लोकांना वाटतं की मी वेड्यासारखा काहीतरी बरळतोय. पण खरा सर्वनाश पुढे भविष्यात होणार आहे."

योशुआ लेडेरबर्ग

१९९३ चा उन्हाळा

नैरोबीकडून वायव्येला जाणारा रस्ता केनियाच्या उंच प्रदेशातून एल्गॉन पर्वताकडे जातो. रस्ता हिरव्या टेकड्यांमधून वळसे घेत वरवर चढत जातो. वाटेवर सेडरचे जंगल आणि शेतांचे काही पट्टे लागतात. एकदम रस्ता एका शिखरावर संपल्यासारखा होतो. जणू, येथे रस्ता सरळ आकाशात झेप घेत आहे, असे वाटते. ही झेप पिवळसर, धुरकट रंगाच्या रिफ्ट व्हॅलीमध्ये आपल्याला घेऊन जाते.

रस्ता हळूहळू उतरत जात रिफ्ट व्हॅलीत पोहोचतो. वाटेवर अनेक कडेकपारी आणि अचानक अंगावर येणारी वळणे लागतात. रस्ता खाली पोहोचतो, तिथे आपल्याला बाभळीची झाडे असणारा सव्हाना गवताळ प्रदेश आढळतो. रस्त्याच्या कडेला काही तळी लागतात नि बाजूच्या जंगलात फिवर ट्रीचे वृक्ष हिरव्या-पिवळ्या रंगाचे चमकताना दिसतात. रस्ता मधेच गावांमध्ये गडप होतो आणि मग पुन्हा बाहेर पडून पश्चिमेकडे व्हिक्टोरिया जलाशयाकडे व निळसर टेकड्यांकडे जातो. रिफ्ट व्हॅलीची ही पश्चिम बाजू आहे. हा रस्ता छोटा, दोन भागांत विभागलेला आणि प्रचंड गर्दीचा आहे. त्यावर धापा टाकत जाणारे ट्रक युगांडा व झायरेकडे धूर सोडत जाताना दिसतात.

एल्गॉन पर्वताकडे जाणारा रस्ता हा एड्स हायवेचा म्हणजेच किन्शासा हायवेचा एक भाग आहे. हा रस्ता आफ्रिका खंडाला दोन भागांत विभागतो. ह्याच रस्त्यावरून एड्सचा प्रसार झाला. आफ्रिकेच्या रेनफॉरेस्टमधून कुठेतरी बाहेर पडलेला एड्सचा विषाणू ह्याच रस्त्यावरून सगळ्या जगभर पोहोचला. हा रस्ता पूर्वी कच्चा होता नि तो मध्य आफ्रिकेत फिरफिरून येई. त्यावर प्रवास करणे जवळपास अशक्य होते; परंतु १९७० मध्ये त्याचे नूतनीकरण करण्यात आले. त्यावरून ट्रकची ये-जा सुरू झाली. त्यानंतर लवकरच ह्या रस्त्यावरच्या एका गावात एड्स विषाणू आढळला. हा विषाणू नेमका कुठून आला, ते एक मोठे कोडेच आहे.

एल्गॉन पर्वताकडे जाणारा रस्ता माझ्या परिचयाचा आहे. तो जेव्हा अगदी कच्चा, धुळीचा होता, तेव्हा मी लहान असताना त्यावरून गेलो आहे. माझे आईवडील आणि भाऊ असे आम्ही तिथल्या लुओ कुटुंबात राहिलो होतो. त्यांचे शेत व्हिक्टोरिया जलाशयाजवळच होते. शेतावर मातीच्या पारंपरिक झोपड्या आणि गुरांसाठी 'बोमा' होत्या. मी बारा वर्षांचा असताना आफ्रिकेतून गेलो व त्यानंतर परत आलो नव्हतो; पण जर तुमचे बालपण आफ्रिकेत गेले असेल, तर तो तुमच्या मनाचा एक अविभाज्य भाग होऊन जातो. मी तेव्हा उघड्या पावलांनी नदीच्या गरम गाळूत भटकलो होतो आणि सुसरींना माग काढला होता.

डोक्यावरच्या केसात चावे घेणाऱ्या त्सेत्से माशांचे डंख अजूनही मला स्पष्ट आठवतात. अजूनही तिथे लुओ ढंगाने उच्चारलेले इंग्रजी शब्द जणू माझ्या कानात ऐकू येतात, असे वाटते. निवांतपणे राहा आणि बकऱ्याच्या शेपटीचा मांसाचा तुकडा खा, असे कोणीतरी प्रेमळपणाने हलक्या आवाजात म्हणत आहे. मातीच्या घरात राहून सकाळी उजाडल्यावर मी जेव्हा उठलो, तेव्हा मी कुठे आहे, ते प्रथम लक्षात येईना. समोर मातीची भिंत होती. त्याला एक भोक होते नि त्या भोकातून बाहेरून मुले मला न्याहाळत होती. मी पुन्हा आफ्रिकेला आलो आणि माझ्यापुढे आफ्रिका जिवंत, रसरशीतपणे उभी राहिली.

प्रथम जाणवला, तो आफ्रिकन गंध. बाभळीची झाडे व निळसर डिंक जळताना येणारा वास. स्वयंपाकासाठी ह्याच काटेरी झाडाचे लाकूड सरपणासाठी वापरतात, त्याचा वास. शिवाय, आणखी एक दृश्य एकदम पूर्वीची ओळख पटवून देणारे होते. रस्त्याच्या कडेला लोकांचे घोळके चालत होते. जणू, ते अनंतकाळ तसेच चालत राहिले होते. दिशाहीन, निरुद्देश आणि उघड्या पावलांनी चालणारे घोळके! केनियात उंचावरील भागात हे लोक चालताना यांच्या उघड्या पायांनी किंवा सँडल्सनी हायवेच्या कडेला लाल धुळीचे पट्टे उमटतात. बायका चालताना ख्रिसमसची गाणी म्हणतात. काहीजणांच्या जवळ गिटारदेखील आहे किंवा काहीजण डोक्यावर कोळसा आणि मिठाची पोती घेऊन जात आहेत.

लँड रोव्हर एका खड्ड्यात उडाली आणि तिने डिझेलच्या धुराचा एक ढग बाहेर सोडला. गाडी माझा वाटाड्या रॉबिन मॅकडोनाल्ड चालवत होता. "हा रस्ता आता चांगला झाला आहे. मागच्या वेळी येथे मी आलो होतो ना, तेव्हा तर तू एव्हाना रडायलाच लागला असतास. मी कित्येक वर्षांत एल्गॉन पर्वतावर गेलेलो नाही. मी लहान होतो, तेव्हा जात होतो. माझ्या वडिलांच्या एका दोस्ताचे तिथे शेत- 'शाबा' होते. आम्ही नेहमी त्याच्या शेतावर जात होतो. ते शेत आता नाही... क्विशा... म्हणजे खलास." त्याने बकऱ्यांच्या एका कळपातून हॉर्न वाजवत गाडी बाहेर

काढली. ''बाजूला व्हा!'' तो एका बकऱ्यावर खेकसला. ''पहा, हलतोय का तरी?'' लँडरोव्हरचा एकदम गुरगुराट झाला नि त्याने वेगाने गाडी बाहेर काढली.

रस्त्याच्या बाजूला मक्याची लहानलहान शेते होती. प्रत्येक शेतात मध्यभागी एखादी मातीची किंवा सिमेंटची झोपडी असे. शेतात हातानेच मक्याची मळणी करताना लोक दिसत होते. सगळी जमीन, अगदी थराच्या पायरीपर्यंत सर्व ठिकाणी लागवड केलेली दिसत होती. रस्त्याच्या कडेला एकजण उभा होता. हातात दोरीने बांधलेली सूटकेस होती. त्याने आमच्याकडे पाहून हात हलविला. नंतर पुढे गेल्यावर आम्हाला आणखी एक दिसला. त्याच्या डोक्यावर फेडोरा हॅट होती आणि अंगावर ब्रिटिश पद्धतीचा रेनकोट होता. हातात काही घेतलेली त्याची करडी आकृती प्रखर उन्हामध्ये तळपत होती. काहीजण आम्हाला पाहून हात हलवीत होते, तर काहीजण तोंड वळवून नंतर आमच्याकडे पाहत असत. मधेच आम्हाला थांबावे लागले. हातात चाबूक घेतलेली किकुयु पोरं गुरांचा एक कळप हाकत रस्ता ओलांडत होती.

''ऑ...'' रॉबिन स्वप्नात असल्यासारखा म्हणाला, ''मी लहान असताना इथे कुठेही जायचं म्हणजे तीन दिवसांची निश्चिंती असायची. आम्ही जाता जाता थॉमसन गॅझेल मारून त्याच्यावरच तीन दिवस घालवायचो. वीस वर्षांपूर्वी येथे सगळीकडे मुबलक झाडी नि गवत होतं. आता इथे मक्याची शेतं आहेत. सगळीकडे नुसता मका... गेली ती जंगलं!''

रॉबिन मॅकडोनाल्ड हा व्यावसायिक शिकारी आहे. शिवाय, सफारीसाठी तो वाटाड्याचे काम करतो. पूर्व आफ्रिकेत जे काय वीस-पंचवीस व्यावसायिक शिकारी आता उरले आहेत, त्यांच्यामधला हा एक. हे लोक आपल्याकडे येणाऱ्या पर्यटकांची मोठ्या जनावराच्या शिकारीसाठी सगळी व्यवस्था करतात. रॉबिनचा चेहरा राकट, रुंद होता. पातळ ओठांचा रॉबिन धातूच्या फ्रेमचा चष्मा वापरत होता. त्याचे डोळे भेदक वाटत असत. त्याचे काळे, कुरळे केस कपाळावर इतस्ततः विखुरलेले असायचे. रानात वावरताना तो काळा टी शर्ट, बेसबॉलची टोपी, हाफ पँट आणि कित्येक वेळा शेकोटीवर वाळविलेले हिरवे कॅन्व्हासचे बूट वापरतो. त्याचे वडीलही व्यावसायिक शिकारी होते. इयान मॅकडोनाल्ड हे फार प्रसिद्ध शिकारी होते. १९६७ मध्ये एका विमान अपघातात ते मरण पावले. रॉबिन तेव्हा तेरा वर्षांचा होता. त्या वेळी शिकारीसाठी जे काही ज्ञान आवश्यक आहे, ते रॉबिनने मिळविलेले होते. त्याने वडिलांबरोबर चित्ता आणि सिंहाची शिकार केलेली होती. त्याने पूर्वीच केप बफेलोची शिकार केली होती. अंगावर येणाऱ्या त्या म्हशीवर गोळी घालताना बाजूला वडील बंदूक सज्ज ठेवून उभे राहत असत. याटा पठारावरच्या रुक्ष, काटेरी झुडपांमधून फिरत कित्येक दिवस त्याने हत्तीचा माग काढायचे तंत्र वडिलांकडून शिकून घेतलेले

होते. त्यांच्याजवळ तेव्हा फक्त पाण्याची बाटली आणि एक सफरचंद असायचे. ''एकदा एकजण टेक्सासहून आला होता. तो म्हणाला, की, कितीही चालायला आपली काही हरकत नाही. आपल्याला शिकारीचा भरपूर अनुभव आहे.''

रॉबिन एक जुनी गोष्ट सांगत होता- ''एक दिवस तो चक्क खाली बसला. 'मी आता पुढे जाणार नाही.' फक इट! मला चालवत नाही आता. तो म्हणाला, की, मी इथेच राहतो. मग वडिलांनी त्याला तिथेच तंबू ठोकून दिला नि आम्ही दोघेजण पुढे निघालो. दोन दिवस मी व वडिलांनी हत्तीचा माग काढला. माग काढताना वडील फक्त पाणी पीत असत. अशा कामासाठी जाताना ते मला सांगत, जा, पिशवीत एकेक सफरचंद घाल- आणि मग आम्ही तात्काळ निघत असू. त्या दोन दिवसांत आम्ही याटा पठारावर भरपूर भटकंती केली. तिथे आम्हाला हत्ती सापडला. आम्ही मग आमच्या टेक्सासवाल्या गिऱ्हाईकाला तिथे नेले. त्याने हत्ती मारला.''

''तेव्हा तू किती वर्षांचा असशील?''

''सात.''

आता रॉबिन हत्तीची शिकार करीत नाही. हस्तिदंतासाठी म्हणून केल्या जाणाऱ्या शिकारीवरची बंदी त्याला योग्य वाटते; पण केप बफेलोची शिकार मात्र तो करतो. ही जात नष्ट होण्याचा धोका नाही. त्याच्या मते, तर हा आफ्रिकेतला सर्वांत धोकादायक मोठा प्राणी आहे.

एल्गॉन पर्वताजवळ काहीतरी गडबड चालू असल्याची माहिती मिळाली होती. तिथे आदिवासी टोळ्यांमध्ये भीषण चकमकी उडत होत्या. एल्गॉन मसाई लोक बुकुसू ह्या जमातीवर हल्ले करीत होते. ही जमात एल्गॉन पर्वताच्या दक्षिणेकडे राहते. एल्गॉन मसाई लोक त्यांच्या झोपड्या जाळत होते. त्यांच्याजवळ स्वयंचलित हत्यारे होती. हे लोक बुकुसू जमातीला त्यांच्या ठिकाणांहून हुसकून काढत होते. हे सगळं कळल्यावर मी काळजीत पडलो होतो. मी रॉबिनला अमेरिकेतून फोन करून त्याचे मत विचारले.

''तुला कुठे जायचं आहे... एल्गॉन?'' त्याने विचारले.

त्याचा आवाज फोनवर थरथरल्यासारखा वाटत होता.

''मी माझ्याबरोबर दोन-चार अंतराळ पोशाख आणणार आहे.''

''ते तू काय वाटेल ते का आणेनास!''

''एल्गॉन पर्वताजवळ प्रवास करण्यात काही धोका तर नाही ना?''

''नाही, मला तरी तसे वाटत नाही. जर बंडच झालं, तर गोष्ट निराळी.''

त्याने एक स्वस्तातली आफ्रिकन सिगारेट पेटविली व माझ्याकडे पाहिलं. ''बरं, मग गुहेबद्दलची तुझी योजना काय आहे? तू काही नमुने गोळा करणार आहेस का? वटवाघळांची विष्ठा किंवा तसलंच काही?''

"नाही. मला फक्त गुहा पाहायची आहे."

"मी लहान असताना गुहेपर्यंत गेलेलो होतो."

तो म्हणाला, "तिथे रोग आहे म्हणतोस... अं? त्याच्यापुढे एड्स म्हणजे पोरखेळ आहे, म्हणतोस... हं, हं... शरीराचा स्फोट होतो... फट्! शरीरातून रक्तस्राव होतो, म्हणतोस... हे सगळं व्हायला किती वेळ लागतो?"

"साधारण सात दिवस."

"उफ्... रोग होतो कसा हा?"

"प्रदूषित रक्ताला स्पर्श केला तर... हा रोग हवेतूनही पसरू शकतो नि संभोगक्रियेतूनही पसरतो."

"म्हणजे एड्ससारखा?"

"होय, तसंच समज. माणसाच्या अंडुकल्या फुगतात नि काळ्यानिळ्या पडतात."

"काय, गोट्या वाढतात म्हणतोस? वा! म्हणजे तुमच्या गोट्या ब्ल्यू मंकीसारख्या होतात म्हण की! ख्राईस्ट! शी... ब्लडी शीट!"

"तुला ह्या रोगाची नेमकी कल्पना आलेली दिसते." मी.

रॉबिनने एक झुरका मारला. त्याने टोपी काढून केसांवर हात फिरविला. टोपी परत डोक्यावर ठेवली. "ठीक आहे. तू गुहेत जाऊन तुला काय विष्ठा पाहायची आहे, ती पाहशील आणि मग माझ्या तंबूत तुझा स्फोट होईल. मग मी नेमकं काय करायचं?"

"मला अजिबात स्पर्श करायचा नाही... स्पर्श केल्याने रोगाचा संसर्ग होऊ शकेल. मला आत ठेवून सरळ तंबू गुंडाळून हॉस्पिटलमध्ये न्यायचा."

तो हसू लागला, "बरं, ठीक आहे. आपण फ्लाईंग डॉक्टरांना बोलावू. ते येऊन उचलतील तुला; पण तुला कुठल्या हॉस्पिटलमध्ये नेऊन टाकायचं, अं?"

"मला नैरोबी हॉस्पिटलच्या दारात नेऊन सोडून देणे."

"छान! आम्ही तसंच करू. ओके!"

दूरवर शेरंगणी टेकड्या दिसत होत्या. रिफ्ट व्हॅलीच्या बाहेरच्या टोकाशी ह्या हिरव्या, आडव्यातिडव्या टेकड्या आहेत. त्यांच्यावर पावसाचे गच्च भरलेले ढग उतरलेले दिसत होते. आम्ही एल्गॉन पर्वताकडे निघालो, तेव्हा आकाश काळेकुट्ट झाले होते. थोड्याच वेळात पावसाचे थेंब काचेवर थडकू लागले. हवा गार आणि रानवट झाली. रॉबिनने गाडीचे दिवे लावले.

"तुला ब्लीच मिळाले का?" मी विचारले.

"होय, अर्धा गॅलन मी आणलेले आहे."

"लॉन्ड्रीत वापरतात तेच का?"

"होय, त्याला इथे केनियात जिक म्हणतात. ब्लडी जिक!"

"हां... हे क्लोरोक्ससारखंच आहे का?"

"होय, जिक. थोडं पी की आडवाच होशील."

"ह्या तुझ्या जिकने मारबर्ग विषाणूंचा खातमा होवो, अशी अपेक्षा आहे."

"होय, करेल की. ब्लडी जिक!"

आम्ही आता काही गावं मागे टाकली. सगळीकडे पत्र्याच्या नि लाकडी खोपटांसमोर ट्रक उभे केलेले दिसत होते. ही छोटी छोटी हॉटेलं होती. काही ठिकाणी काय पाहिजे, ते खायला मिळू शके- ग्रिल्ड बकरा, टस्कर बीयर. पाहिजे असल्यास झोपायला कॉट आणि बाईदेखील! आफ्रिकेत काम करणाऱ्या डॉक्टरांचा असा अंदाज आहे, की, ह्या हायवेवर वेश्याव्यवसाय करणाऱ्या ९०% जणींना एड्सची लागण झालेली असावी; कारण कोणालाही सांगता येत नाही; परंतु स्थानिक डॉक्टर म्हणतात, की, एल्गॉन पर्वताजवळ राहणाऱ्या माणसे नि गरोदर बाया अशा किमान ३०% लोकांमध्ये एड्सचा प्रसार झालेला आहे. त्यातले बहुसंख्य जण एड्सने मरणार आहेत. त्या ठिकाणी जन्मणाऱ्या मुलांनाही मातेकडूनच एड्स मिळाल्याने ती देखील बालपणीच मृत्युमुखी पडणार आहेत. एड्सच्या एच.आय.व्ही. विषाणूची सुरुवात फार धूसर असते. माणसाच्या शरीरात अनेक वर्षे हा विषाणू हळूहळू 'तयार' होत असतो. यजमानाचा बळी घेणारा विषाणू कित्येक वर्षे शरीरात वास्तव्य करून राहिलेला असतो. जर हा विषाणू पूर्वी सापडला असता, तर त्याला 'किन्शासा हायवे विषाणू' असेच नाव दिले गेले असते; कारण आफ्रिकेतून जाणाऱ्या ह्या महामार्गावर प्रथम हा विषाणू आढळला होता व त्याच्या स्मरणार्थ हे नामकरण झाले असते!

ह्या विषाणूचा मानवी समाजात भरपूर प्रसार झाला आहे; पण त्याची ही नुकतीच कुठे सुरुवात आहे. हा विषाणू आफ्रिका, भारत, बांगलादेश आणि थायलंडमध्ये काय उत्पात घडविणार आहे, ह्याची कल्पना करता येत नाही. जगाच्या ह्या भागातली लोकसंख्या कदाचित ह्या विषाणूमुळे कमी होईल.

मी पूर्वी लहान असताना किन्शासा हायवेवरून जात असे, तेव्हा तो कच्चा आणि धुळीचा रस्ता होता. त्यावर फारशी रहदारीही नसे. त्यावर खडी पसरलेली होती आणि काही खाचखळगे तर एवढे भयानक होते, की, लँडरोव्हरची फ्रेम तुटून जाण्याची शक्यता असे. तुम्ही त्या रस्त्यावरून जाऊ लागलात, की तुम्हाला तुमच्या दिशेने धुळीचे ढग येताना दिसत. समोरून असे वाहन आले, की, तुम्हाला बाजूला होऊन वेग कमी करावा लागत असे. बाजूचे वाहन जाऊ लागले, की

काचेवर हात धरून बसावे लागे; कारण त्या वाहनाच्या टायरखाली उडालेला एखादा गोटा काचेचा चक्काचूर करू शकत असे. गाडी गेली, की, मागे पिवळसर धुळीचा प्रचंड लोट उठायचा.

आता हाच रस्ता नीट बनविलेला होता. मध्यभागी पांढरी पट्टीही रंगविलेली होती. ह्यावर आता वाहनांची अखंड रहदारी चालू असते. ट्रक, वस्तू नेणाऱ्या गाड्या, माणसांनी गच्च भरलेल्या गाड्या, त्यावर अखंड ये-जा करीत असतात. रस्त्यावर डिझेलचा धूर भरलेला असतो. किन्शासा हायवेचा रस्ता हा सर्व मानव जातीवर प्रभाव गाजविणारा ठरला. ह्या रस्त्याची सुधारणा ही विसाव्या शतकामधली सर्वांत महत्त्वाची घटना ठरली. त्याची किंमत म्हणून आत्ताच एक कोटी लोक बळी पडले आहेत. कदाचित दुसऱ्या महायुद्धात बळी पडलेल्या लोकांपेक्षा जास्त किंमत चुकवावी लागेल, अशी चिन्हे दिसत आहेत. म्हणजेच मी एखाद्या सुतासारखा वाटणारा धुळीचा रस्ता डांबरी होताना पाहत होतो, तेव्हा मी एड्सच्या आगमनाचा साक्षीदारच ठरत होतो, म्हणा ना.

◆

कॅंप

रॉबिनची बायको कॅरी मॅकडोनाल्ड ही त्याची धंद्यातली भागीदारदेखील आहे. अनेकदा ती त्याच्याबरोबर सफारीवरही जाते. जर गिऱ्हाईकांनी मान्य केलं, तर ते आपल्या दोन लहान मुलांनाही बरोबर नेतात. कॅरी साधारण वीस वर्षांची आहे. तिचे डोळे तपकिरी नि केस सोनेरी आहेत. तिचे बोलणे खणखणीत इंग्लिश वळणाचे आहे. ती लहान असताना आपल्या आईवडिलांबरोबर आफ्रिकेला आली होती.

आम्ही दोन लँड रोव्हरमधून प्रवास करीत होतो. एक गाडी रॉबिन तर एक कॅरी चालवत होती. "आम्ही ह्या भागात नेहमीच दोन गाड्या नेतो. म्हणजे एक बिघडली, तर दुसरी वापरता येते." कॅरी म्हणाली, "ह्या ठिकाणी असं नेहमीच होतं." कॅरीबरोबर तिचे दोन्ही मुलगे होते. आमच्या गाडीत मॅकडोनाल्ड सफारीसाठी काम करणारे तीनजण होते. त्यांची नावे कटाना छेगे, हरमन अन्डेम्बे आणि मॉरिस मुलात्या अशी आहेत. ते व्यावसायिक सफारीवाले लोक आहेत. सफारी कॅम्पची सर्व कामे हे लोकच करतात. हे लोक फारच कामचलाऊ इंग्रजी कसेबसे बोलू शकत. त्यांचे वैयक्तिक माहितीचे कागद हातभर लांब होते. शिवाय, माझ्याबरोबर माझे दोन मित्र होते. फ्रेडरिक ग्रँट नावाचा माझा एक बालमित्र होता. दुसरी माझी एक मैत्रीण होती. तिचे नाव जॅमी बुचानन. हे दोघेही अमेरिकन आहेत.

जर मी मारबर्गने आजारी पडलो, तर काय करायचे त्याच्या सविस्तर सूचना मी लिहून काढल्या होत्या. त्या मी एका पाकिटात सीलबंद केल्या होत्या व पाकीट माझ्या पाठपिशवीत लपवून ठेवले होते. त्या सूचनांनी तीन पाने भरली होती. अगदी जवळजवळ टाईप केलेली तीन पानं सूचना होत्या. त्यामध्ये फिलोव्हायरस संसर्गाची लक्षणे होती व शिवाय, त्यात प्रायोगिक अवस्थेतल्या काही उपाययोजनांची माहिती होती. त्यामुळे रोगाच्या शेवटच्या अवस्थेमधील काही गोष्टी टाळता येणे शक्य झाले असते. मी माझ्या मित्रांना ह्या पाकिटाबद्दल अजिबात कल्पना दिली नव्हती.

जर मला डोकेदुखी सुरू झाली, तर मी त्यांना त्याची माहिती देणार होतो. मी खरोखर नर्व्हस झाल्याचे हे लक्षण होते.

एका ट्रकला ओव्हरटेक करण्यासाठी रॉबिनने गाडी पलीकडच्या लेनमध्ये घेतली. अचानक समोरून येणाऱ्या गाडीवर आमची गाडी धडकणार, असे वाटू लागले. समोरून येणाऱ्या गाडीने दिवे लावले नि जोरदार हॉर्न वाजवायला सुरुवात केली.

"हा साला कशाला मरायला आपल्याकडे येतोय्." सीटला घट्ट धरत फ्रेड ओरडला.

"आ... हा हा... आपण आता मरणार आहोत, तेव्हा त्याची काळजी करू नकोस." रॉबिन म्हणाला. त्याने अगदी वेळेत गाडी ट्रकच्या मागे घेण्यात यश मिळविलं. तो गाऊ लागला :

लेव्हिन अँड ए लोव्हिन
अँड ए लोव्हिन अँड ए लेव्हिन... या या हा हा!

आम्ही एका ठिकाणी थांबून रस्त्याकडेला उभ्या असणाऱ्या एका बाईकडून भाजलेली मक्याची कणसं घेतली. ती कोळशाच्या शेगडीवर कणसं भाजत होती. कणीस छान भाजलेलं होतं नि फारच रुचकर लागत होतं. त्याची किंमत पाच सेंट होती. इथे त्याला 'मिली' असे नाव आहे.

रॉबिन गाडी चालविता चालविता कणीस खात होता. मधेच त्याने जबड्यावर कळवळून हात ठेवला. "ओय... माझा दात... त्यात भरलेलं रागळं बाहेर पडलं, की... शी... ब्लडी डेंटिस्ट!" त्याने खिडकीची काच खाली करून कणीस थुंकून टाकलं. "वा, वा! छान चाललंय्. तीन दातांतलं भरलेलं निघून आलंय्. कॅरीने मला त्या डॉक्टरकडे पाठविलं होतं... चांगला डॉक्टर आहे, म्हणाली होती... वा!"

त्याने लँडरोव्हरचा वेग कमी करून ती कॅरीच्या गाडीच्या मागे घेतली. किन्शासा हायवेवरून दोन्ही गाड्या रोरांवत जात होत्या. एकमेकींकडे आकर्षित झाल्यासारख्या दोन्ही गाड्या एकीपाठोपाठ एक जात होत्या. तो जरासा खिडकीबाहेर वाकला आणि अर्धवट खाल्लेले कणीस त्याने बायकोच्या गाडीत भिरकावून दिले. ते तिच्या मागच्या खिडकीला धडकून पडले. तिच्या ते लक्षातही आले नाही. आम्हाला एक बोर्ड दिसला. त्याच्यावर लिहिलं होतं, "रस्त्यावरचे अपघात कमी करा. गाड्या सुरक्षितपणे चालवा."

सूर्यास्ताच्या सुमारास आम्ही किटाले नावाच्या गावात थांबलो. हे गाव एल्गॉन पर्वताच्या पायथ्याशी आहे. इथे आम्ही टस्कर बीयर आणि कोळसे विकत घेतले. ह्या गावातला बाजार हायवेच्या जवळच गावात वळणाऱ्या रस्त्यावर होता. हा

बाजार जुन्या ब्रिटिशांनी बांधलेल्या रेल्वे स्टेशनजवळ आहे. हायवेच्या बाजूला ब्ल्यूगम ट्रीच्या रांगा आहेत. ह्या झाडांखाली धुळीतच व नुकत्याच पडलेल्या पावसामुळे झालेल्या डबक्यांजवळ स्थानिक लोकांनी छत्र्या व प्लॅस्टिकची घड्याळे विकणारे स्टॉल लावले होते. त्यातच कणीस विकणाऱ्या बायका उभ्या होत्या. रॉबिनने त्याची गाडी बाजारात घातली व त्या गर्दीतून हळूहळू चालवू लागला. एकजण स्वाहिलीमध्ये ओरडला,

"तुम्ही उलट्या दिशेने चालला आहात."

"तसे बोर्ड कुठे आहेत?" रॉबिन तेवढ्याच जोरात ओरडला.

"इथे आम्हाला बोर्ड लागत नाहीत."

आम्ही गाड्या एका ठिकाणी पार्क करून पायीच बाजारात फिरू लागलो. लगेचच वेश्यांचे दलाल आमच्याभोवती गोळा झाले. पांढरी स्की पार्का पँट घातलेल्या एका माणसाने विचारले, "तुम्हाला किगावेराला जायचंय् का?"

"होय..."

"मी घेऊन चलतो... माझ्याबरोबर चला... लगेच नेतो... सुंदर पोरी... मी तिथे नेतो चला."

हा माणूस नेणार म्हणत होता, तिथे कदाचित चार्ल्स मोनेच्या मैत्रिणीही असू शकतील. ही गर्दीची वेळ होती. लोक पायीच फिरत होते. झाडाखालच्या लांबच लांब पसरलेल्या दुकानांपुढे गर्दी करून हिंडत होते. गावाच्या आणि झाडांच्या मागे एल्गॉन पर्वत उभा होता. त्याची उंची कळत नव्हती. त्याची सावली पसरलेली होती व त्या सावलीला सोनेरी प्रकाशाची झालर होती. पर्वताची कड धारदारपणे ढगात लुप्त झाली होती. आवाज न येता फक्त एक वीज चमकली, मग आणखी एक वीज त्या ढगांमध्ये चमकली. ही एक विजेची साखळीच होती; पण विजांचा आवाज गावापर्यंत पोहोचत नव्हता. हवा कुंद, थंडगार आणि ओलसर होती व त्यामध्ये रातकिड्यांची किरकिरही आता ऐकू येत होती.

एड्स हा विसाव्या शतकात पर्यावरणाला उद्भवलेला सर्वांत मोठा धोका आहे. एड्सचा विषाणू उद्ध्वस्त पर्यावरणातूनच बाहेर पडलेला आहे. त्याने बहुधा आफ्रिकेतल्या प्रायमेटमधून मानव जातीत उडी मारली आहे. कदाचित मानवसदृश एप-माकडांमधूनही तो आला असावा. उदाहरणार्थ, एच.आय.व्ही-२ हा विषाणूचा प्रकार बहुधा आफ्रिकन माकडांमधून मानवात शिरलेला उत्परिवर्तित प्रकार आहे. ह्या माकडाला सूटी मॅनाग्बे म्हणतात.

कदाचित चिंपांझींमधून एच.आय.व्ही-१ (हा विषाणूचा आणखी एक प्रकार

आहे) मानवजातीत घुसला होता. कदाचित चिंपांझी कापताना शिकाऱ्यांचा त्याच्या दूषित रक्ताशी संबंध आला होता. अलीकडेच पश्चिम आफ्रिकेतील गॅबन येथे चिंपांझीमधूनच माकडांच्यातला एड्सचा विषाणू वेगळा करण्यात यश मिळाले आहे. हा विषाणू व एच.आय.व्ही-१ मध्ये खूपच साम्य आहे. प्राणीजगतामधील विषाणूंपैकी हा विषाणूच एच.आय.व्ही-१ विषाणूच्या जवळचा आहे. चिंपांझीमधला हा विषाणू सापडल्यामुळे त्याचा एच.आय.व्हीशी संबंध असावा, असे मत मांडण्यात आले आहे. एड्सचा विषाणू सर्वप्रथम १९८० मध्ये लॉस एंजिल्समध्ये आढळला. एका डॉक्टरच्या प्रथम लक्षात आले, की, त्याच्याकडे येणाऱ्या, समलिंगी संबंध ठेवणाऱ्यांपैकी काहीजण कोणत्यातरी संसर्गजन्य रोगामुळे मरत होते. जर तेव्हा कोणी हे सुचविलं असतं, की, दक्षिण कॅलिफोर्नियामधला हा अनोळखी रोगजंतू आफ्रिकेतल्या चिंपांझीकडून आला आहे, तर वैद्यकीय जगत खदाखदा हसले असते; पण आता कोणीही हसत नाही. चिंपांझी ही जात आता नष्ट होण्याच्या धोक्याच्या छायेत आहे; पण त्यामध्ये राहणारे विषाणू मात्र त्या धोक्याबाहेर आहेत. रेनफॉरेस्टमधले विषाणू स्वत:च्या भवितव्याविषयी काळजी घेण्यात अत्यंत वाकबगार आहेत, असे म्हणायला हरकत नाही. एड्सचा विषाणू हा सतत बदलणारा आहे. त्याच्यामध्ये उत्परिवर्तने फार वेगाने होतात. लोकांमध्ये पसरताना तो अचानक आपल्या आकारात व गुणधर्मांमध्ये बदल घडवून आणतो. इतकेच नाही, तर एकाच संसर्गादरम्यानही त्याच्यात परिवर्तन होऊ शकते. त्यामुळेच एखादा माणूस एड्सने जेव्हा मरतो, तेव्हा त्याच्या शरीरात निर्माण झालेल्या अनेक प्रभेदांनी त्याचा बळी घेतलेला असतो. हे सगळे प्रभेद त्याच्या शरीरात आपोआप तयार झालेले असतात. विषाणूंमध्ये वेगाने बदल होत जात असल्याने त्याच्याविरुद्ध लस तयार करणे अत्यंत कठीण होते. वेगळ्या शब्दांत सांगायचे, तर बदलणाऱ्या पर्यावरणाला अनुकूल ठरणारा विषाणू जगतो, ही नैसर्गिक क्रिया घडत असते. एड्स विषाणू व नव्याने बाहेर पडणारे विषाणू हे उष्ण कटिबंधात विनाश पावणाऱ्या जीवसृष्टीमध्ये वाचणारे सजीव आहेत; कारण ते तिथे होणाऱ्या बदलापेक्षा जास्त वेगाने स्वत:मध्ये बदल घडवून आणतात. विषाणूंमध्ये अत्यंत कठीण परिस्थितीतून निसटण्याची नैसर्गिक प्रवृत्ती आहे. त्यामध्ये नवल वाटायचं काहीच कारण नाही; कारण त्यामध्ये काही पृथ्वीवर ४०० कोटींपेक्षा जास्त काळ अस्तित्वात आहेत. विषाणू बाहेर पडतात, त्याची मला बुडणाऱ्या जहाजावरून पळणाऱ्या उंदरांशी तुलना करावी, असे वाटले.

एल्गॉन पर्वताभोवती पाहणी करताना आम्हाला अलीकडेच तिथे उद्भवलेल्या गंभीर घटनेची कल्पना आली. बुकुसू शेतकऱ्यांची मातीची घरे जळालेल्या, पडीक अवस्थेत होती. कोणीतरी मला धोक्याची सूचना दिली होती, की, रात्री कदाचित

तुम्हाला गोळीबाराचा आवाज ऐकू येईल; पण आम्हाला एकदाही तसा काही आवाज आला नाही. घरांभोवतीच्या केळी म्लान अवस्थेत मोडून पडलेल्या दिसत होत्या. घराभोवतीची शेते उजाड झालेली होती व त्यात तण माजलेले होते. कोवळी रोपे मरून त्यांचे खुंट उरलेले दिसत होते. चार्लस् मोने ह्या कुरणात राहिला होता, तिथेच आम्ही आमचा कॅंप केला.

मॉरिस मुलात्या आमचा आचारी होता. त्याने कोळशाचा एक ढीग केला व विस्तव पेटविला. त्याने एका धातूच्या भांड्यात चहासाठी आधण ठेवले. रॉबिन मॅकडोनाल्ड एका घडीच्या खुर्चीवर बसला. त्याने पायातले बूट काढून टाकले व पायावर हात फिरविला. मग त्याने सुरी काढून बोटांमध्ये टोकरायला सुरुवात केली. कुरणाभोवती अगदी जवळच असणाऱ्या जंगलात एक केप बफेलो आमच्याकडे पाहत उभी होती. रॉबिनने तिकडे नजर टाकली, "हा नर आहे." तो पुटपुटला, "हा महाखतरनाक प्राणी आहे. त्यांच्यावर चांगली नजर ठेवायला हवी. ते तुम्हाला चक्क शिंगावर उचलून घेतील. आफ्रिकेत ह्या प्राण्याने माणसांचा एवढ्या मोठ्या प्रमाणात बळी घेतला आहे, की, हिप्पोनंतर त्यांचाच नंबर लागेल."

मी गवतावर बसलो आणि माझ्याजवळची खोकी तिथे नीट मांडली. त्यांच्यामध्ये अंतराळ पोशाख, डीकॉन करण्याची साधनसामुग्री आणि दिवे होते. हवा थंड होती नि किंचित निळसर वाटत होती. नुकत्याच पडलेल्या पावसाचा वास गवताला आणि जंगलातून येत होता. शेकोटीतला धूर वळसे घेत घेत वर जात होता. सफारीसाठी लागणारे तंबू लावले जात असल्याचा क्लिंक-क्लिंक असा आवाज येत होता. आपले लोक तंबू लावत आहेत, ते पाहत कॅरी मॅकडोनाल्ड कॅंपभोवती हिंडत होती. ती कामावर देखरेख करीत होती व लोकांशी स्वाहिली भाषेत बोलत होती. बाजूला एक झरा खळखळत होता. मधेच रॉबिनने वर पाहिले. तो पक्ष्यांचा आवाज ऐकत होता. "हा आवाज ऐकलास? हा टूराकोचा आहे. नि तिथे बघ- हा आवाज वूड हूप्पोचा आहे. आणि त्या तिथे करड्या रंगाचा माऊसबर्ड आहे. त्याची लांब शेपूट दिसतेय् का?"

तो झऱ्याकडे भटकत निघाला. मी पण त्याच्याबरोबर निघालो.

"ह्या झऱ्यात ट्राउट आहेत, की नाही, कोण जाणे?" तो म्हणाला. तो पाण्याकडे एकटक पाहत होता. "इथे मासे मारायला मजा येईल."

मी पाण्यात हात घातला. पाणी बर्फासारखं थंड होतं. त्याचा रंग करडा होता; कारण त्याच्यात ज्वालामुखीतून बाहेर पडलेली राख मिसळलेली होती. ह्या पाण्यात ट्राउट जिवंत राहणे शक्य नाही.

"मासेमारी म्हणतोस... तू कधी सुसरींनी केलेली 'मासेमारी' पाहिली आहेस का?"

“नाही.”

“एका दोरीला हा एवढा मांसाचा तुकडा लावायचा, की, तिथे माशा घोंगावायला लागल्याच म्हणून समज; पण ह्यामध्ये तशी गंमत फार येत नाही, म्हणा. सुसरींना फार घाण वास येतो. पाण्यातही ती घाण येते. तुम्ही उथळ पाण्यात उभं राहायचं, की त्या तुमच्याकडे येतात. पाणी गढूळ असल्याने तुम्हाला त्या दिसत नाहीत. त्या तिथे आल्या आहेत, ह्याचाच पत्ता लागत नाही- मग फट्! त्या तुम्हाला पाण्यात खेचतात. खलास, तुमची इतिहासात जमा होऊन जाते... तू निसर्गाचं म्हणशील ना, तर विचार कर. निसर्गात सगळीकडे शिकारी टपून बसलेले आहेत... नदीपासून समुद्रापर्यंत सगळीकडे.”

लष्करी पोशाख घातलेला एक तरुण गवतावर गुडघे टेकून बसला होता. त्याच्याजवळ रशियन बंदूक आडवी ठेवलेली होती. तो आमच्याकडे माफक कुतूहलाने पाहत होता. त्याचे नाव पॉलीकार्प ओकूकू. तो ‘असकारी’ म्हणजे लष्कराचा पहारेकरी होता.

“एको सिंबा हापा?” रॉबिन त्याला म्हणाला, “इथे सिंह आहेत काय?”

“हकुमा सिंबा- आता इथे सिंह उरले नाहीत.” तो म्हणाला.

युगांडातून चोरटे शिकारी एल्गॉनवर मोठ्या प्रमाणात येऊन काय दिसेल त्याची- अगदी माणसांचीही- शिकार करीत. म्हणूनच आता केनिया सरकारने एल्गॉनवर जाणाऱ्या प्रवाशांबरोबर लष्करी गार्ड ठेवण्याची सक्ती केलेली आहे. ‘असकारी’ ह्या स्वाहिली शब्दाचा अर्थ ‘भाला घेतलेला’ असा आहे; पण आता तुमच्या सावलीप्रमाणे चालणारा हत्यारबंद माणूस ह्या अर्थी असकारी शब्दाचा वापर केला जातो.

पर्वताच्या पूर्व बाजूला उतरणीवर सुमारे ८,००० फूट उंचीवर किटुम गुहेचे तोंड आहे. ही दरी जंगलाने भरलेली आहे.

“वूफ!” आम्ही पायवाटेवरून जात असताना रॉबिन म्हणाला, “इथे सगळीकडे केप बफेलोचा वास येतोय्. ॲ... मिंगी बफेलो म्हणजे भरपूर म्हशी आहेत. म्हशींच्या व माणसांच्या पायवाटा एकमेकींत गुंतून गेलेल्या होत्या. त्यांच्या वाटा माणसांच्या वाटांपेक्षा सरळ, खोल चाकोरीच्या आणि अधिक नीटनेटक्या वाटत होत्या. त्यांच्यात असणाऱ्या मूत्राचा घाण वास येत होता.

माझ्या पाठीवर पिशवी होती. मी काळजीपूर्वक त्या चिखलातून वाट काढू लागलो.

पॉलिकार्प ओकूकूने मधेच बंदुकीवरचा एक दांडा मागे-पुढे केला- क्लॅक, टॅचॉक्. ह्यामुळे बंदुकीत आता फायरिंग चेंबरमध्ये गोळी आली होती व केव्हाही झाडता येणार होती. “विशेषत: पावसाळ्यात म्हशींच्या झुंडी अंगावर येऊ शकतात.” तो म्हणाला.

मशीनगन सज्ज झाल्याचा तो आवाज ऐकून रॉबिनचे लक्ष वेधले गेले. ''ब्लडी हेल!'' तो पुटपुटला.

''त्याच्या हातात आहे, ते त्याला खेळणं वाटतंय की काय... जरा सावध राहायला हवं.''

''हे पाहा...'' ओकूकू एका खडकाकडे बोट दाखवत म्हणाला.

''हायरॅक्स.'' सुतार पक्ष्याच्या आकाराचा एक तपकिरी प्राणी खडकावरून सुळसुळ पळत होता. कदाचित ह्या प्राण्यामध्ये मारबर्ग राहत असण्याची शक्यता होती.

दरीमध्ये सगळीकडे सेडार, आफ्रिकन ऑलिव्ह आणि रुंद पानांची कापसाची झाडे पसरलेली होती. तसेच, तिथे शेवाळ्याने भरलेली ट्यूगेनिया ॲबिसिनिका व चाबकासारखी वाटणारी करड्या रंगाची एल्गॉन टिकची झाडेही होती. मधेच कुठेतरी पोडोकार्पसचे झाड होते. त्यांचे दांडे सरळसोट आकाशात घुसून जणू तिथे अदृश्य झाले होते. हे कमी उंचीवरचे रेनफॉरेस्ट नव्हते. त्या जंगलात पानांचे एक अखंड छत्रच तयार झालेले असते. हे जंगल डोंगरउतरणीवरचे रेनफॉरेस्ट होते. इथे हिरवी छत्री सलग नव्हती. मधेमधे मोकळ्या असणाऱ्या जागांमधून सूर्यप्रकाश खाली येत होता. इथे नेटल्स आणि पपायरसची झुडपे छोट्या जांभळ्या फुलांनी भरून गेलेली होती.

आफ्रिकेतल्या डोंगरावरच्या अशा जंगलात झाडं एकेकटी उभी असतात. प्रत्येक झाडाची स्वत:ची खास जागा असते. त्यांच्या फांद्या आकाशाच्या दिशेने हात पसरल्याप्रमाणे आडव्यातिडव्या पसरतात. आम्ही उभे होतो, तिथून आम्हाला खाली असणारी शेतं दिसत होती. खालून वर नजर आणली, की, वरच्या बाजूला ठेंगणी झुडपे दृष्टीला पडत होती. मग बोटे उगवल्यासारखी झाडं आणि त्यानंतर आफ्रिकेतले आदिम रेनफॉरेस्ट सुरू होत होते. ह्या प्रकारच्या जंगलाला प्रचंड धोका निर्माण झालेला आहे.

मधूनमधून पोडोकार्पसचे दांडे झाडांच्या छत्रातून सरळ वर चढलेले दिसत होते. हा दांडा सरळसोट वर जातो आणि वरच्या बाजूला किंचित जाड होत जातो. त्याला एकही फांदी नसते. कधी कधी हा दांडा वेटोळ्यासारखा वर वर चढतो. मधूनच त्याला जरासा बाक आलेला असतो. त्यामुळे हे दांडे स्नायूंसारखे पिळदार वाटतात. वरच्या बाजूला माठासारखा शेंडा असतो. त्यावर खालच्या दिशेने वळलेली सुईसारखी पानं असतात. ह्या झाडाला चेंडूसारखी फळं येतात.

''इथे फक्त मोठे प्राणी नाहीत.'' रॉबिन म्हणाला. त्याने थांबून आपली टोपी नीट केली नि जंगलाचे निरीक्षण केले. ''इथले सगळे हत्ती लोकांनी केव्हाच मारून टाकले आहेत. जर ते मारून टाकले नसते, तर... सगळ्या पर्वतावर दिसले

असते... मिंगी हत्ती... म्हणजे भरपूर हत्ती... ही सगळी जागाच हत्तीमय झाली असती.''

दरीमध्ये सगळीकडे शांतता होती. फक्त लांबवरून कोलोबस माकडांचा आवाज येत होता. आमचा आवाज ऐकून ती लांब लांब पळत होती. पर्वत एखाद्या रिकाम्या चर्चसारखा वाटत होता. इथे जेव्हा भरपूर हत्ती असतील, तेव्हा कसं दृश्य दिसत असेल, ह्याची मी कल्पना करू लागलो. शेकडो फूट उंच वाढलेल्या पोडो झाडांमधून हिंडणारे हत्ती! अवघ्या दहा वर्षांपूर्वी एल्गॉन पर्वत म्हणजे ह्या पृथ्वीवरचा एक हिरा होता. तेव्हा किटुम गुहेजवळ पोडो झाडं अजिबात दिसत नसत; कारण त्यांची तेवढी वाढ तेव्हा होत नव्हती; पण आता मी एक कोवळे पोडो झाड पाहिले. त्याचा बुंधा सात फूट रुंद होता नि उंची किमान शंभर फूट तरी असेल. हे झाड पार बिथोवनच्या काळापासूनचे असेल, असे मला वाटले.

आम्ही ज्या पायवाटेवरून जात होतो, तेथून किटुम गुहेचे तोंड दिसत नव्हते; कारण त्याच्यासमोर शेवाळाने भरलेले मोठाले खडक होते. तोंडाजवळ सेडार झाडांचे जाळे झालेले होते. त्यांच्यामधून एक झरा वाहत येऊन तोंडावरून खाली वाहत होता. त्याचा आवाज दरीत घुमत होता. आम्ही गुहेजवळ जाऊ लागलो, तसा धबधब्याचा आवाज मोठामोठा होत गेला. तसेच, हवेमध्ये चमत्कारिक वास येऊ लागला. हा वटवाघळांचा वास होता.

खडकांमध्ये मोठमोठाल्या नेटल्सचे पुंजके उगवलेले होते. ते आमच्या उघड्या पायांना लागून भगभग होत होती. ते पाहिल्यावर मला वाटलं, की, नेटल्सचे काटे इंजेक्शनसारखेच आहेत. त्यांच्यातल्या दंश करणाऱ्या पेशी शरीरात विषारी द्रव टोचतात. त्यांच्यात कदाचित विषाणू राहत असण्याची शक्यता होती. गुहेच्या तोंडापाशी आतून किडे व पतंग प्रवाहासारखे बाहेर येत होते. आतून थंड हवेचा झोत बाहेर येत होता. त्यामुळे किडे बर्फाचे कण उडल्याप्रमाणे बाजूला उडत होते. हे कण जिवंत होते. हे कण कदाचित विषाणूवाहक असतील किंवा त्यांच्यात विषाणू नसेलही. वरून धबधब्याचे तुषार उडतच होते.

आम्ही एका हत्तींच्या पायवाटेवर थांबलो. ही वाट आत जात होती. आम्ही उभे होतो, त्या खडकांवर आडव्यातिडव्या रेषा होत्या. हत्ती सुळ्यांनी इथले टवके काढून ते क्षारांसाठी चघळत असल्याच्या त्या खुणा होत्या. एल्गॉन पर्वतावरच्या जंगलात पूर्वी २००० हत्ती होते. युगांडातून मशीनगन घेऊन माणसे अवतरण्यापूर्वी ही स्थिती होती. आता तिथे हत्तींचे एकच मोठे कुटुंब उरले आहे. त्यामध्ये साधारणपणे सत्तर हत्ती आहेत. मग माणसांनी गुहेच्या तोंडापाशी मशीनगन बसविल्या. ते पाहून हत्ती एक धडा शिकले. हत्ती आता जास्तीत जास्त वेळ, शिकाऱ्यांच्या नजरेआड गुहेच्या वरच्या बाजूच्या जंगलात काढतात. मग दर दोन-तीन आठवड्यांनी कळप

गुहेत शिरतो. तेव्हा कळपाची बॉस असणारी म्हातारी, चतुर हत्तीण त्यांचे नेतृत्व करते. क्षार खाण्याची इच्छा फार तीव्र झाली, की त्यांना मग मारले जाण्याची फिकीर वाटत नाही.

गुहेमध्ये हत्तींशिवाय इतरही प्राणी जातात. आम्हाला केप बफेलोची पायवाटही गुहेत शिरताना दिसली. काही ठिकाणी मला शेणाचे ताजे पो देखील आढळले. तिथे वॉटरबकच्या खुरांचे ठसे उमटलेले होते. तसेच, पायवाटेवर कितीतरी प्रकारच्या प्राण्यांची विष्ठा पडलेली व वाळून गेलेली दिसत होती. म्हणजे हत्तींशिवाय इतर कितीतरी प्रकारचे प्राणी गुहेत जात होते. कदाचित क्षार खाण्यासाठी वॉटरबक, बुशबक, रेड डुईकर, केप बफेलो, माकडं. कदाचित बबून आणि जेनेटकॅट (हा मांजरासारखा प्राणी घरातल्या पाळीव मांजरापेक्षा थोडासा मोठा असतो.) तसेच उंदीर, खारी व व्होल हे प्राणी अन्न शोधायला किंवा क्षारांसाठी गुहेत जातात. रात्री भक्ष्याच्या शोधात बिबळे सुद्धा गुहेत शिरतात. किटुम गुहा ही न्यूयॉर्कच्या टाईम्स स्क्वेअर भुयारी रेल्वे स्टेशनसारखी आहे. इथे जमिनीखाली जैविक ट्रॅफिक चाललेला आहे. इथे किडे व प्राण्यांच्या अनेक जाती एकमेकांचे रस्ते क्रॉस करतात. ही बंदिस्त जागा विषाणूंना उड्या मारण्यासाठी एकदम आदर्श आहे.

मी पाठीवरच्या पिशवीतून निरनिराळ्या वस्तू बाहेर काढून दगडावर मांडल्या. मी जैविक पातळी-४ वर काम करण्यासाठी लागणारा अंतराळ पोशाख जुळविला. हा रॅकॅलप्रमाणे हवेच्या जास्त दाबाचा सूट नव्हता. ह्या पोशाखात हवेचा दाब नेहमीचाच होता. त्यामध्ये सर्व अंग झाकणारा पोशाख व एका टोपीचा समावेश होता. टोपीला श्वास घेण्यासाठी रेस्पिरेटर लावलेला होता. हा पोशाख पांढऱ्या रंगाच्या टायरेकपासून बनविलेला असून त्यावर धूळ वा पाणी टिकून राहत नाही.

मी हिरवे रबरी हातमोजे व पिवळे रबरी बूट खडकावर मांडले. शिवाय, काळ्या रंगाचा एक मुखवटाही होता. त्याला दोन जांभळ्या रंगाचे फिल्टर्स होते. हा मुखवटा सिलीकोन रबराचा होता व त्याला डोळ्यांपुढे नीट, स्वच्छ दिसणारी लेक्सन पट्टी होती. जांभळे फिल्टर्स हवा गाळून विषाणूंना प्रतिबंध करीत असत. हा मुखवटा काहीसा किड्याच्या डोक्यासारखा दिसत होता. एकूण, तो दिसायला चमत्कारिक होता. मी चिकटपट्टीचे बंडल काढून ठेवले. शिवाय आंघोळीसाठी वापरायची- वूलवर्थ स्टोअरमध्ये दहा सेंटला एक मिळणारी प्लॅस्टिकची टोपी व डोक्यावर लावायचा फ्लॅशलाईट बाहेर काढून ठेवला. मग मी अंतराळ पोशाखात शिरलो. पाय आधी घातले, सूट वर ओढून बाह्यांमध्ये हात घातले. डोक्यावर प्लॅस्टिकची टोपी घालून त्यावर पोशाखाची कॅप बसविली. मग मी बेंबीपासून पुढची चेन ओढून हनुवटीपर्यंत आणून सूट बंद करून घेतला.

जैविक अंतराळ पोशाख चढविण्यासाठी खरं म्हणजे तुम्हाला निराळ्या पथकाची

गरज असते. ते काम माझा मित्र फ्रेड ग्रँट करीत होता. ''मला जरा चिकटपट्टी दे पाहू.'' मी म्हणालो. तो माझ्याकडे नीट पाहत चमत्कारिक प्राणी पाहत असावा, तसा म्हणाला, ''तू जर चार इंच उंचीचा असतास नि माझ्या घरात दिसला असतास, तर मी काहीतरी भयंकर केलं असतं.''

मी चेनवर चिकटपट्टी लावली. हातमोजे सूटच्या बाहीला चिकटवून टाकले. बुटावर चिकटपट्टीने पँट जोडून टाकली. ही चिकटपट्टी संरक्षणाची पहिली फळी आहे.

पॉलिकार्प ओकूकू एका दगडावर बसला होता. त्याची बंदूक गुडघ्यावर आडवी धरलेली होती. त्याने तोंडावर अलिप्तपणाचा मुखवटा धारण केला होता. किटुम गुहेजवळ कुणीतरी अंतराळ पोशाख घालताना पाहून आपण जराही चकित झालेलो नाही, हे दाखविण्याचा त्याचा प्रयत्न होता. मग तो रॉबिनशी स्वाहिलीत काहीतरी लांबलचक बडबडला.

रॉबिन माझ्याकडे वळला. ''ह्या गुहेत किती लोक मेलेत, ते त्याला जाणून घ्यायचं आहे.''

''दोन.'' मी उत्तर दिलं, ''पण गुहेत नाही- ते नंतर मेले. एक मोठा माणूस होता, तर एक लहान मुलगा होता.''

ओकूकूने मान डोलावली.

''तसा धोका नाही; पण मी काळजी घेतो आहे, एवढंच.''

रॉबिनने धुळीत बूट आपटला. तो असकारीकडे वळून म्हणाला, ''तुमचा स्फोट होतो... फट्! खेळ खलास... गुडबाय... गुडबाय!''

मी त्या विषाणूबद्दल ऐकलेलं आहे. ओकूकू म्हणाला, ''पूर्वी येथे अमेरिकन लोकांनी काहीतरी केलं होतं.''

''तू तेव्हा इथे काम करीत होतास काय?'' मी विचारलं.

''नाही, मी इथे नव्हतो.'' तो म्हणाला, ''मी त्याच्याबद्दल ऐकलं आहे.''

मी पोशाखाची टोपी नीट बसविली. तोंडावर मुखवटा लावला. माझा श्वास फिल्टरमधून येत असलेला मला ऐकू येऊ लागला. मी माझ्या डोक्याभोवतीचे पट्टे आवळले.

''कसं वाटतंय्?'' ग्रँटने विचारले.

''ओके.'' मी म्हणालो. माझा आवाज लांबवरून कुठूनतरी आल्यासारखा वाटत होता. मी खोल श्वास घेतला. हवा आत आल्याने तोंडावरची धुरकट झालेली पट्टी स्वच्छ झाली. मी मग खाणीत जाताना वापरतात, तसा दिवा डोक्यावर बसविला.

''तू आतमध्ये किती वेळ असशील?'' ग्रँटने विचारले.

“मी साधारण एका तासात परत येणे अपेक्षित आहे.”

“एक तास?”

“होय, मला एक तास तरी लागेलच.”

“ठीक. पण नंतर मग?” त्याने विचारले.

“मग... मग इमर्जन्सीला फोन करायचा!”

गुहेचे दार प्रचंड मोठे आहे. गुहा आतमध्ये आणखी रुंद होत जाते. मी प्राण्यांच्या वाळलेल्या विष्ठेने भरलेल्या, धुळीच्या सपाट जागेवरून चालत आत शिरलो. माझ्या तोंडावर मुखवटा असल्याने मला आता वटवाघळांचा वास येत नव्हता. धबधबा गुहेच्या दारावरच पडत असल्याने त्याचा आवाज गुहेत घुमत होता. मी मागे वळून पाहिले. ढग आता गडद झाले होते. दुपारच्या पावसाच्या आगमनाची चिन्हे दिसत होती. मी दिवा चालू करून पुढे जाऊ लागलो.

किटुम गुहेमध्ये आतमध्ये खडक पडलेले आहेत. १९८२ मध्ये म्हणजे चार्ल्स मोने तिथे येऊन गेल्यावर गुहेचे छप्पर कोसळले. एकेकाळी गुहेच्या छपराला आधार देणारा मोठा खांब कोसळला व त्याचे तुकडे झाले. त्यामुळे पसरलेले दगडगोटे शंभर यार्डापेक्षा मोठ्या भागात पडून त्यांचा मोठा ढिगारा झाला. त्या ढिगाऱ्यावरच आता छताचा डोलारा तयार झाला होता. मी एका वॉटरप्रूफ प्लॅस्टिकच्या पिशवीत गुहेचा नकाशा बरोबर घेतला होता. शिवाय, त्यामुळे नकाशावर विषाणू चिकटण्याचा धोकाही उरणार नव्हता. मी नंतर ही पिशवी ब्लीचमध्ये सरळ धुऊन टाकणार होतो.

हा नकाशा एका इंग्लिश माणसाने तयार केला होता. त्याचे नाव इयान रेडमॉंड. हा इंग्लिश माणूस हत्तींवर संशोधन करण्यासाठी किटुम गुहेत पाच महिने राहिला होता. त्याने गुहेच्या दाराजवळच एका खडकाआड तंबू ठोकला होता. इथे बसून तो हत्ती आत-बाहेर करताना त्यांचे निरीक्षण करीत असे. त्याने जैविक सुरक्षेची कोणतीही उपकरणे वापरलेली नव्हती. तरीही, तो निरोगी राहिला होता. नंतर मी जेव्हा त्याचा उल्लेख केला, तेव्हा रेडमॉंड गुहेमध्ये दाराजवळ राहिला होता. हे ऐकून पीटर यार्लिंग अतिशय गंभीरपणाने म्हणाला, “त्याच्या रक्ताचा थोडासा नमुना आपल्याला मिळू शकेल का? म्हणजे आपण त्याच्यावर काही चाचण्या घेऊ शकू.”

त्याच इयान रेडमॉंडने किटुम गुहा ही हत्तींनी खोदली असल्याची भन्नाट कल्पना मांडली होती. किटुम गुहा ही अतिप्राचीन आहे, ह्यात काहीही शंका नाही. तसेच, हत्तीणी आपल्याला पिल्लांना क्षार कसे खरवडायचे, ते शिकवितात, हे देखील खरे आहे. क्षार खरवडण्याची क्रिया नैसर्गिक नसून ती शिक्षणातून पिल्लांना कळते. म्हणजेच क्षार खरवडण्याचे शिक्षण पिढ्यान्‌पिढ्या हत्ती देत आले आहेत.

कदाचित हे हजारो वर्षे चालत आले असेल. कदाचित आधुनिक मानव पृथ्वीवर आहे, त्याच्यापेक्षा कितीतरी जास्त वेळ हे घडत गेले आहे. जर एका रात्रीत हत्ती भिंतींचे काही पौंड टवके काढत असतील, तर हजारो वर्षांत गुहा तयार होणे अशक्य नाही. इयान रेडमाँडने हे गणित मांडले आहे. तो ह्याला स्पिलिओजेनेसिस म्हणतो- म्हणजे हत्तींनी खोदकाम केलेली गुहा!

आता उजेड कमी कमी होऊ लागला होता. मागे वळून पाहिल्यावर गुहेचे दार मला लहानशा चंद्रकोरीसारखे दिसू लागले. मी आता वटवाघळांच्या भागात आलो होतो. तिथे फ्रूट बॅट प्रकारची वाघळं होती. माझ्याजवळच्या दिव्यामुळे ती अस्वस्थ झाली. ती माझ्या डोक्याभोवती भिरभिरू लागली. त्याचा आवाज हसण्यासारखा वाटत होता. वाघळाच्या खालची जमीन त्यांच्या विष्ठेमुळे घसरडी झाली होती. ही विष्ठा तेलकट आणि हिरव्या रंगाची व बुळबुळीत होती. त्याच्यात करडे ठिपके होते.

एकदम वाघळांच्या विष्ठेची चव कशी असेल, असा विचार माझ्या मनात चमकून गेला. मी तो विचार बाजूला सारला. माझं मन उगाचच भरकटलं होतं. जैविक पातळी-४ वर वावरताना असलं काही करणं म्हणजे शुद्ध मूर्खपणा ठरला असता.

वाघळांच्या घरट्यांपलीकडे गुहा जास्त कोरडी झाली व धुळीने भरलेली दिसू लागली. बहुसंख्य गुहा ओलसर असतात; कारण ह्या गुहा पाण्यामुळेच तयार झालेल्या असतात; पण ह्या गुहेत वाहत्या पाण्याची कोणतीही खूण दिसत नव्हती. झऱ्याने गुहा कोरणे नाही, की स्टॅलॅक्साइट नाहीत. ही गुहा म्हणजे एल्गॉन पर्वतातले अत्यंत कोरडे असे अतिप्रचंड भोक होते. विषाणूंना धूळ, कोरडी व अंधारी जागा आवडते. ओलसरपणा आणि उन्हामध्ये विषाणू जास्त काळ टिकून राहत नाहीत. म्हणूनच कोरडी गुहा त्यांच्या दृष्टीने आदर्श वसतिस्थान ठरते; कारण येथे ते गार हवेत तरंगत किंवा वाळलेल्या विष्ठेत जगू शकतात.

मारबर्गचे कण फारच कणखर असतात आणि दणकट असतात. त्यामुळे ते अंधाऱ्या गुहेत दीर्घकाळ टिकून राहतील, हे नक्की. मारबर्ग विषाणू तर पाण्यात पाच दिवसपर्यंत काहीही न होता टिकून राहू शकतो. ही गोष्ट टॉम गिजबर्टने शोधून काढली. एकदा काय होते, ते पाहण्यासाठी एका चंबूतल्या पाण्यात विषाणू टाकून तसेच ठेवून दिले. अर्थातच जैविक सुरक्षा पातळी-४ वर असणाऱ्या टेबलावरच तो चंबू ठेवला होता. पाच दिवसांनी त्याने हे पाणी माकडांच्या जिवंत पेशींच्या संवर्धनात टाकले. माकडाच्या पेशी विषाणूच्या स्फटिकांनी गच्च भरून गेल्या. पेशी फुटून मारबर्गमुळे मरून गेल्या. म्हणजेच पाच दिवसांनीही, मारबर्ग विषाणू पाण्यात ठेवून त्याच्या मारक शक्तींमध्ये काहीही फरक झालेला नव्हता; परंतु बहुसंख्य

प्रकारचे विषाणू यजमानाच्या शरीराबाहेर फार काळ टिकून राहू शकत नाहीत.

एड्‌सचा विषाणू हवेच्या संपर्कात फक्त वीस सेकंद टिकू शकतो. एबोला किंवा मारबर्ग कोरड्या पृष्ठभागावर किती वेळ टिकून राहतो, हे कोणीही प्रयोगाने पाहिलेले नाही. हा प्रयोग अजून झालेलाच नाही. थ्रेड व्हायरस कोरड्या व थंड पृष्ठभागावर खूप काळ टिकू न शकण्याची बरीच शक्यता आहे. विशेषत: सूर्यप्रकाश विषाणूच्या जीन्समध्ये परिणाम करून त्यांचा नाश करू शकत असल्याने हा पृष्ठभाग जर सूर्यकिरणांपासून दूर असेल, तर विषाणू टिकण्याची शक्यता वाढते.

मी दगडधोंड्यांच्या ढिगाऱ्यावर चढून वरच्या छताला हात लावला. त्यावर कुजलेल्या झाडांचे लांबलचक पापुद्रे होते. खरं तर हे म्हणजे अश्मीभूत झाडांचे व जीवाश्म झालेल्या हाडांचे तुकडे होते. गुहेचे छप्पर संपूर्णपणे जीवाश्म झालेल्या प्राचीन रेन फॉरेस्टचेच बनलेले आहे. इथले खडक ज्वालामुखीतून बाहेर पडलेल्या, गोठलेल्या लाव्हारसाचे व राखेचे बनलेले आहेत. त्यामध्येच एकेकाळी बहरलेल्या झाडांचे अवशेष उरले आहेत. ज्वालामुखीतून उद्रेक झालेल्या राखेत व धुळीमध्ये ते गाडले गेले होते. झाडांची खोडं गडद तपकिरी रंगाची होती व माझ्या डोक्यावरच्या दिव्याच्या प्रकाशात विविध रंगांत चमकत होती. काही ठिकाणी खोडं खाली पडल्याने छपरात मोठमोठाली भोकं तयार झालेली होती. त्या भोकांमध्ये पांढरे स्फटिक बनलेले दिसत होते. त्यांच्या कडा भयंकर धारदार होत्या.

पीटर कार्डिनलने असेच वर चढून स्फटिकांना स्पर्श केला असेल का? तिथे मला वाघळं फिरताना दिसली. ही वाघळं कीटकभक्षी होती. ह्यांचा आकार फ्रूटबॅट ह्या प्रकारच्या वाघळांपेक्षा छोटा असतो. मी तिथे प्रकाशाचा झोत टाकताच ही वाघळं एकदम उडाली. माझ्याभोवती घिरट्या घालून निघून गेली. अचानक मला एक विलक्षण दृश्य दिसले. एका अतिप्राचीन सुसरीचा अश्मीभूत झालेला दात खडकांमध्ये अडकला होता. तप्त राखेने एक वाहती नदीच बुजवून टाकली होती. नदीतल्या सुसरी तिथे अडकून जळून मेल्या होत्या. एल्गॉन ज्वालामुखीने त्यांचे जीवाश्मात रूपांतर केले होते.

मी खाली पडलेल्या खडकांच्या धारदार तुकड्यांवरून काळजीपूर्वक उड्या मारत चालत होतो. मला तिथे हत्तीची ताजी लीद आढळली. त्याचा आकार बीयरच्या छोट्या खोक्याएवढा होता. मी ती ओलांडली. मला पुढे एक मोठी भेग दिसली. मी त्यात प्रकाशझोत टाकला. मला तिथे हत्तींच्या ममी किंवा काही दिसलं नाही. मी आता एका भिंतीसमोर उभा होतो. त्यावर कितीतरी खाचा होत्या. हत्तींनी येथे सगळीकडे खडक खरवडून काढला होता. मी गुहेत पुढे खाली उतरत गेलो. तिथे एक मोठा खांब दिसला. त्याच्या बाजूला एक बोळ फुटलेला दिसत होता. हा भाग आणखी खाली उतरत जात होता. मी चारही हातपाय वापरून तिथे रांगू

लागलो. ही बोळकंडी वर्तुळाकार फिरून परत मुख्य गुहेतच आली होती.

मी माझ्या अंतराळ पोशाखात जणू शिजून निघत होतो. माझ्या तोंडावरच्या पट्टीवर घामाचे थेंब जमा झाले होते. ते आता माझ्या हनुवटीवर टपटप गळू लागले. माझ्या पायांनी खालची धूळ उडून त्याचे लहानसे फवारे वर उडत होते. घामाने निथळून निघतानाही धुळीतून चालणे फारच चमत्कारिक वाटत होते. मी बोळकंडीतून बाहेर पडत असताना माझं डोकं एका खडकावर आपटलं. जर माझ्या डोक्यावर आवरण नसते, तर नक्कीच मला खोक पडली असती. बहुधा, गुहेत डोक्याला सहज खोक पडत असावी. कदाचित ह्यातूनच संसर्ग होत असावा. विषाणू खडकांवर चिकटून बसत असावेत व खोक पडलेल्या जखमेतून नवीन शरीरात शिरत असावेत.

मी आणखी पुढे जात राहिलो. आता गुहेची शेवटची भिंत समोर आली. तिथे गुडघ्याएवढ्या उंचीवर मला जाळ्यात बसलेले कोळी आढळले. खडकांवर त्यांच्या अंड्यांची कवचे सर्वत्र पसरलेली होती. किटुम गुहेच्या अगदी मागच्या भागात हे कोळी जगत होते. ह्याचाच अर्थ, तिथल्या अंधारात देखील त्यांना खाण्यासाठी काहीतरी मिळत होते. त्यांच्या जाळ्यात उडणारे कीटक अडकत होते.

मी गुहेच्या दारापाशी पतंग आणि उडणारे किडे पाहिले होते. त्यांच्यापैकी काही गुहेत ह्या मागच्या भागात उडत येत असण्याची शक्यता माझ्या लक्षात आली. कदाचित ह्या कोळ्यांमध्ये विषाणू राहत असावेत. हे कोळी कीटक खाताना विषाणूला आश्रय देत असावेत. मारबर्ग विषाणूचे जीवनचक्र ह्या कोळ्यांमध्ये चालू असण्याची शक्यता होती. पीटर कार्डिनल व चार्लस् मोने ह्यांना हे कोळी चावले असणे शक्य आहे. तुमच्या पायाला कोळ्याचे जाळे अडकलेले लक्षात येते. मग हलकासा डंख. नंतर काही लक्षातही येत नाही. तुम्हाला काही दिसतही नाही. त्याचा वास येत नाही, की काही कळतही नाही. तुमच्या शरीरातून रक्तस्राव सुरू होईपर्यंत आपल्यात काही शिरले असल्याची अजिबात कल्पना येत नाही.

एवढ्या सगळ्या गोष्टी होत होत्या, की, त्या नीट लक्षातही येत नव्हत्या. एकूण पर्यावरणातील घडामोडींमध्ये किटुम गुहेला काहीतरी गूढ भूमिका होती. ही भूमिका नेमकी काय होती, ते कुणालाही नक्की सांगता येत नाही. एका खळग्यात मला भरपूर पाणी साचलेले दिसले. हा खळगा चांगलाच खोल असावा. मला उगाचच वाटलं, की तिथे पाणी आहे, असा मला भास होत असावा. म्हणून मी एक लहान गोटा उचलून तो त्यात फेकला. थोडा खाली गेल्यावर पाण्यावर आपटल्याचा आवाज आला. गोटा खाली आवाज न करता पडून गेला. पाण्यावरची वर्तुळे हळूहळू लुप्त झाली. माझ्या डोक्यावरच्या दिव्याच्या प्रकाशाचे परिवर्तन होऊन गुहेच्या भिंतीवर कवडसे पडून विरून गेले.

मी पुन्हा एकदा दगडाधोंड्यांच्या ढिगाऱ्यावर चढलो. छतावर प्रकाशाचा झोत फिरविला. ही खोली शंभर यार्डांपेक्षा जास्त लांबरुंद होती. तिचा आकार फुटबॉलच्या मैदानापेक्षाही मोठा होता. माझ्या दिव्याचा प्रकाश शेवटपर्यंत पोहोचू शकत नव्हता. सगळीकडे गुहेच्या कडा अंधारात हरवून गेलेल्या होत्या. ते पाहून माणसाच्या तोंडामध्ये बघितल्यासारखं वाटत होतं. वर टाळूसारखं गुहेचं छत होतं आणि मधला दगडांचा ढीग जिभेसारखा होता. त्यापाठीमागे घशाची अंधारी पोकळी : ही गुहा माणसाच्या तोंडासारखी होती... आहा! किटुम गुहा. गुहे... इथे विषाणू आहेत का? कोणतीही उपकरणे वा इतर काहीही गोष्टींमुळे विषाणू आहेत की नाही, हे सांगू शकत नाही. मी दिवा बंद करून संपूर्ण अंधारात उभा राहिलो. माझ्या छातीवर घाम टपटप गळत होता. मला माझ्या हृदयाची धडधड ऐकू येत होती. माझ्या डोक्यात रक्त वेगाने चढत असल्याचा आवाजही येत होता. तिथे निरुत्तर शांतता होती.

दुपारचा पाऊस सुरू झाला. पावसापासून बचाव होण्यासाठी फ्रेड ग्रँट गुहेच्या दारापाशी आत येऊन उभा राहिला होता. बाजूच्या खडकावर असकारी बसला होता. तो हातातल्या मशीनगनशी चाळा करीत बसला होता व चांगलाच कंटाळलेला दिसत होता.

''वेलकम बॅक.'' ग्रँट म्हणाला, ''काम चांगलं झालं का?''

''ते आपल्याला सात दिवसांतच कळेल.''

त्याने माझी नीट तपासणी केली, ''तुझ्या तोंडावर शिंतोडे उडालेले दिसताहेत.''

''शिंतोडे.... कशाचे?''

''पाण्याचे वाटताहेत.''

''मलाच घाम आलेला आहे. जरा थांब, बरं. मी जरा हा पोशाख उतरवून येतो. मी मग बरोबर आणलेला मोठा प्लॅस्टिकचा टब घेतला. तो मी जरा वेळ धबधब्याखाली ठेवला. टब अर्धाअधिक भरल्यावर मी तो दाराबाहेर घेऊन गेलो. तो जमिनीवर ठेवून त्यात गॅलनभर ब्लडी जिक हे ब्लीच रसायन टाकले.

मग मी त्या टबात उभा राहिलो. माझे बूट पाण्यात बुडले. जिक तपकिरी झाले. माझ्या बुटाला चिकटलेल्या प्राण्यांच्या वाळल्या विष्ठेमुळे पाणी गढूळ झालं होतं. मी माझे हातमोजे घातलेले हात जिकमध्ये बुडविले. त्यातलं काही ब्लीच ओंजळीत घेतलं. मी ते थोडंसं माझ्या डोक्यावर आणि तोंडावरच्या मुखवट्यावर उडविलं. मग हातात ब्रश घेऊन मी जिथे घाण दिसत होती, ती सगळी घाण बुटावरून साफ केली. मी माझ्याजवळचा नकाशा ब्लीचमध्ये टाकला. त्याच्यापाठोपाठ दिवा आणि फ्लॅशलाईट ब्लीचमध्ये टाकले. तोंडावरचा मुखवटा काढून त्यात टाकला. त्याच्याबरोबर जांभळे फिल्टर्सही काढून टाकले. शिवाय, गॉगलही ब्लीचमध्ये टाकून दिला.

मी माझे हिरवे रबरी हातमोजे सोलून काढले. ते देखील जिकमध्ये टाकून दिले.

मी हायव्हेक सूटमधून बाहेर आलो. चिकटपट्ट्या सोडवून काढल्या. सगळा सूट आणि पिवळे रबरी बूटदेखील जिकमध्ये टाकले. जैविक प्रतिबंधाची सगळी साधने ब्लीचमध्ये फेकून दिली होती.

मी सूटमध्ये आत माझे नेहमीचे कपडे आणि बूट घातले होते. मी सगळे कपडे काढून टाकले व एका प्लॅस्टिक पिशवीत भरले. ही एक प्रकारे हॉट बॅगच होती. मी त्याच्यात थोडे जिक ओतले. मग ही पिशवी आणखी एका पिशवीत भरली. दोन्ही पिशव्या ब्लीचने धुतल्या. पाठपिशवीतून स्वच्छ कपडे काढून घातले. दोन्ही पिशव्या जिक टाकून धुऊन टाकल्या.

रॉबिन मॅकडोनाल्ड गुहेच्या तोंडाजवळ एका खडकावर येऊन उभा राहिला. त्याच्या पावलांचा अजिबात आवाज आला नव्हता. तो म्हणाला, "सर, वाघळांचा गू आणला का थोडा?" तो ओरडला, "काही नमुने आणले का नाही?"

आम्ही पाठीवर हॉट बॅगा वागवत पायवाटेने परत निघालो. परत कँपवर आलो. आता पाऊस आणखी वाढला होता. आम्ही मेसच्या तंबूत खुर्च्या टाकून स्कॉचची बाटली उघडली. बाहेर पानांवर पडणाऱ्या पावसाचा आवाज येत होता. दुपारचे तीन वाजले होते. आकाशात ढग एवढे जमा झाले होते, की, आकाश काळंकुट्ट झालं होतं. आम्ही मेसच्या तंबूत तेलाचे दिवे लावले. पर्वताभोवती वादळी ढग जमा झाले होते नि आता जोरदार पावसाला प्रारंभ झाला.

रॉबिन खुर्चीत ऐसपैस बसला. "हा पाऊस... एल्गॉनवर पाऊस कधीच थांबत नाही. सगळं वर्ष पाऊस पडतच राहतो."

एकदम जोरदार लखलखाट झाला व वीज फडाडली. कुठेतरी ऑलिव्ह झाडावर वीज कोसळली होती. विजेने त्याचा चेहरा आणि चष्मा चमकून निघाला. आम्ही टस्कर बीयरबरोबरच स्कॉचचा आस्वाद घेत घेत पोकर खेळत होतो; पण रॉबिन मात्र खेळात सामील झाला नाही.

"रॉबिन, थोडी व्हिस्की घेणार का?" फ्रेडने विचारले.

"मला तसलं काही नको. मला बीयर मिळाली की बस्स. त्यातून प्रोटिन्स मिळतात आणि झोपही छान येते." तो म्हणाला.

पाऊस कमी झाला. ढग थोडा वेळ जरा पांगले. ऑलिव्ह झाडांचे शेंडे सळसळत होते. त्याच्या बुंध्यापाशी सावल्या जमू लागल्या होत्या. झाडांच्या पानांमधून पाण्याचे थेंब खाली पडत होते. माऊसबर्ड पक्षी बासरीसारखे कूजन करीत होते. मग त्यांचा आवाजही बंद झाला. एल्गॉन पर्वत एकदम सामसूम झाला. पुन्हा पावसाला सुरुवात झाली.

"तुम्हाला कसा वाटतोय्, सर वाघळाचा गू?" रॉबिन म्हणाला.

"काही मानसिक लक्षणं दिसू लागली का? म्हणजे उदाहरणार्थ, तू स्वत:शीच

टॉयलेटमध्ये बोलत राहशील. त्याला आता लवकरच सुरुवात होईल, की काय?''

मला माझं डोकं गुहेत आदळण्याचा प्रसंग आठवला. तिथे चांगलं टेंगूळ आलं होतं. मला मानसिक तणाव खरंच सुरू झाला होता, की काय? टेंगळाच्या ठिकाणी कदाचित अगदी सूक्ष्म चिरा पडल्या असण्याची शक्यता होती. फिलोव्हायरसशी संपर्क आला असल्याचा संशय आला, की काय, वाटतं, ते मला आता कळलं. मी ठीक राहीन. काहीही होणार नाही मला. माझा कशाशीही संपर्क आला नसल्याचीच जास्त शक्यता होती. दरम्यान मेसच्या तंबूत बसून व्हिस्की पिणे, हे जास्त चांगलं होतं.

एड्स, एबोला आणि विषुववृत्तीय रेनफॉरेस्टमधून बाहेर पडणाऱ्या विषाणूंच्या बाबतीत खरं कारण असं आहे, की, उष्ण कटिबंधातल्या जैविक पर्यावरणाचा विनाश होत चाललेला आहे. पर्यावरण जिथे उद्ध्वस्त होत आहे, तिथूनच हे विषाणू बाहेर डोकं काढू लागले आहेत. त्यातले काही उजाड होणाऱ्या रेनफॉरेस्टमधून, तर काही विषाणू उष्ण कटिबंधातल्या सॅव्हाना प्रदेशातून येत आहेत. ह्या सव्हानात अत्यंत वेगाने मानवी वसाहती वाढत चालल्या आहेत. उष्ण कटिबंधातली ही रेनफॉरेस्ट म्हणजे पृथ्वीवरच्या सजीवांचा सर्वांत मोठा साठा आहेत; कारण जगातल्या सर्वांत जास्त वनस्पती व प्राण्यांच्या जाती ह्या जंगलात आढळतात. साहजिकच, विषाणूंचे सर्वांत जास्त प्रकारही ह्याच भागात असतात.

सर्व सजीवांमध्ये विषाणू राहतात. हे विषाणू जेव्हा जंगलातून बाहेर पडतात, तेव्हा ते लाटांप्रमाणे मानवांमध्ये पसरतात. जणू, हे मरणाऱ्या जैविक पर्यावरणाचे प्रतिध्वनीच आहेत. तेथून बाहेर पडणाऱ्या काही विषाणूंची ही यादी पाहा : लासा, रिफ्टव्हॅली, ओरपुके, रोकिओ, क्यू फिव्हर, ग्वानारिटो, व्हीइइ, मंकीपॉक्स, डेंग्यू, चिकुनगुन्या, माकुपो, जुनिन, हान्ताव्हारस प्रकारचे विषाणू, रेबीजसारखे असणारे मोकोला व दुवेनहेग, लेझन्टेक, कॅसनूर फॉरेस्ट ब्रेन व्हायरस, एच.आय.व्ही- हा देखील नव्याने उद्भवणारा विषाणू असून त्याच्या प्रभावाचा शेवट दृष्टिक्षेपात नाही. सेमिलिकी फॉरेस्ट एजंट, क्रिमियन काँगो, सिंदवीस, ओनोंग लोंग, नाव नसलेला साओ पावलो, मारबर्ग, एबोला सुदान, एबोला झायरे आणि एबोला रेस्टन.

एका अर्थाने, पृथ्वी प्रतिहल्ला करण्यासाठी सज्ज झालेली आहे. हा हल्ला मानवजातीवर आहे. माणूस ह्या परावलंबी बांडगूळाला पृथ्वी हा तडाखा मारत आहे. पृथ्वीवरचा माणसांचा संसर्ग, कॅन्सरच्या गाठींसारखी जपान, युरोप व अमेरिकेतली काँक्रीटची भीषण जंगले. ह्यामध्ये मानव प्राण्याची प्रचंड वेगाने वाढ होत आहे. माणसाच्या अमर्याद वाढणाऱ्या वसाहतींमुळे पृथ्वीवरचे जैविक पर्यावरण उास्त होण्याचा धोका निर्माण झाला आहे. कदाचित निसर्गाला पृथ्वीवर पाच अब्ज मानवप्राण्यांची कल्पना आवडत असावी.

गेल्या काही शतकांत माणसांची संख्या अमर्याद वाढली आहे. त्यामुळे पृथ्वीवर सगळीकडे माणसांचे मांस अतिप्रचंड प्रमाणात सर्वत्र उपलब्ध झाले आहे. हे मांस खाण्याचा प्रयत्न करणाऱ्या सजीवाचा माणूस मुकाबला करू शकत नाही. निसर्गात समतोल साधण्याच्या कितीतरी क्लृप्त्या आहेत. रेनफॉरेस्टची देखील स्वत:ची खास संरक्षणाची यंत्रणा आहे. पृथ्वीच्या प्रतिरक्षण यंत्रणेने (immuen system) माणसाची योग्य दखल घेतलेली असून त्याला त्याची जागा दाखविण्याचा निसर्ग विचार करू लागला आहे. पृथ्वीला स्वत:ला संसर्गापासूनच मुक्त करायचे आहे. कदाचित ह्या स्वच्छता मोहिमेचा प्रारंभ एड्समुळे झालेला आहे. एड्स ही नुकतीच झालेली सुरुवात आहे व त्याचा शेवट जवळपास दृष्टिक्षेपात नाही, ह्याची ही पूर्वसूचना असावी, असे मला वाटू लागले. एड्स हा अपघात किंवा चुकून घडलेली गोष्ट नाही, तर आपल्या प्रजातीकडे वाईट हेतूने पाहणाऱ्यांच्या अतिभयानक विनाशकारी योजनेची ही फक्त एक पायरी आहे. एड्स ही निसर्गाने मानवाला आपल्या शक्तीची नुसती चुणूक दाखविलेली आहे, असे मला वाटत नाही. एखाद्या हॉट विषाणूला बळी न पडता मानवजात पाच अब्जांचा आकडा गाठून पृथ्वीवर टिकून राहील, की नाही, हे सांगणे अवघड आहे. हा एक अनुत्तरित प्रश्न आहे. ह्याचे उत्तर उष्ण कटिबंधातल्या पर्यावरणात दडलेले आहे. एड्स हा रेन फॉरेस्टने मानवजातीवर उगविलेला सूड आहे. ही तर सूडाची पहिली ठिणगी आहे.

मला काहीही होणार नाही. मी व्यवस्थित राहीन, असे मी मनाशी वारंवार बजावत होतो. सर्वजणही ठीक राहणार आहेत. कुठेही काहीही गंभीर घडणार नाही. कितीतरी लोक किटुम गुहेत जाऊन आलेले आहेत. त्यांना काहीही झालेले नाही. तीन ते अठरा दिवसांत शरीरात विषाणूचे वर्धन होत राहते. तुम्हाला काहीही समजत नाही. मला अचानक लष्करी तज्ज्ञांशी एबोलाच्या व्यवस्थापनाच्या प्रश्नावरून संघर्ष करणाऱ्या ज्यो मॅकॉर्मिक ह्या CDC मधल्या अधिकाऱ्याची आठवण आली. त्याने सुदानमध्ये एबोलाच्या मागावर असतानाच्या सांगितलेल्या गोष्टी आठवू लागल्या.

विमानातून उतरल्यावर आफ्रिकेतल्या ह्या गावात त्याने एबोलाशी आमनेसामने टक्कर घेतली होती. रक्तस्रावाने मरणाऱ्या लोकांच्या झोपडीत राहूनही, इतकेच नव्हे, तर दूषित सुई टोचूनही तो जिवंत राहिला होता. अखेर रेस्टनमधल्या प्रसंगात ज्यो मॅकॉर्मिकचेच म्हणणे खरे ठरले होते. त्या वेळी कुणालाही इजा झाली नव्हती. तसेच, मला ज्यो मॅकॉर्मिकच्या आणखी एका शोधाची आठवण झाली. सुदानमध्ये तसल्या भयानक परिस्थितीत आपण मरणार, हे गृहित धरून काम करताना त्याला लागलेला शोध त्याने सांगितला होता- फिलोव्हायरसवर फक्त स्कॉच हाच उपाय आहे.

एका हिवाळ्यात मी मंकी हाऊसकडे निघालो. हा रेड इंडियन लोकांच्या

उन्हाळ्यातला एक जरा गरम दिवस होता. वॉशिंग्टन शहरावर तपकिरी, करडा, धुरकट प्रकाश पसरला होता. मी वॉशिंग्टन बेल्ट वेवरून वळून हलक्या पावलाने चालल्याप्रमाणे रेस्टन मंकी हाऊसच्या इमारतीपाशी आलो. ही जागा उजाड आणि एखाद्या दफनभूमीसारखी वाटत होती. मधेच स्वीटगम झाडाचं एखादं पान गळून पडत होतं. अनेक ऑफिससमोर 'भाड्याने देणे आहे' अशा पाट्या लटकविलेल्या होत्या. मला हे चिन्ह कळले. हा विषाणूंचा प्रताप नसून आर्थिक डबघाईचा होता.

दीर्घ आजारातून उठल्यावर जशी त्वचा निघून जाते, त्याप्रमाणे हा १९८० मधल्या आर्थिक पेचप्रसंगाचा परिणाम होता. मी गवतावरून चालत मागच्या बाजूला एका दारापाशी आलो. इथूनच लष्करी पथक आत शिरले होते. काचेचं ते दार बंद होतं. दाराच्या कडेने चिकटपट्टीचे तुकडे लोंबकळत होते. मी आत नजर टाकली. जमिनीवर तपकिरी डाग दिसत होते. भिंतीवर 'आपली स्वच्छता आपणच राखा' अशी पाटी दिसत होती. त्याच्याजवळच मला आत जाणारा कॉरिडॉर दिसला. हा ग्रे झोन होता. इथूनच लष्करी मोहिमेची सुरुवात झालेली होती. इथूनच आतल्या हॉट झोनमध्ये प्रवेश होता. कॉरिडॉरच्या बाजूच्या भिंतीला करडी तपकिरी पॅनेल्स होती. हा खराखराच ग्रे झोन वाटत होता.

गवतावर प्लॅस्टिकचे काही तुकडे पायाखाली मोडत होते. गंजून पडलेल्या हवा खेळवायच्या यंत्रणेत एल्डरबेरीची झाडं घुसली होती. त्यावर फळं पिकू लागली होती. पलीकडच्या मैदानावर मला बास्केटबॉल खेळणारा मुलगा दिसला. एकेकाळी मंकी हाऊस असणाऱ्या इमारतीवर रबरी बॉलच्या आवाजाचा प्रतिध्वनी येत होता. झाडांच्या मागे असणाऱ्या पाळणाघरातील पोरांचे ओरडण्याचे आवाज ऐकू आले. मी इमारतीच्या आजूबाजूला फिरून एका खिडकीजवळ आलो. मी आत डोकावलो. आतमध्येही रानटी वेली वाढल्या होत्या आणि खिडकीच्या काचेजवळ आलेल्या दिसत होत्या. वेली उजेड व ऊब मिळविण्यासाठी काचेजवळ आल्या होत्या, हे उघडच होते. ह्या रानवेली इमारतीच्या आत कशा काय वाढल्या? त्यांना जगण्यासाठी पाणी कुठून मिळालं? ह्या वेली हार्तारियन हर्नासकल जातीच्या होत्या. ही जात सोडून दिलेल्या, उजाड प्रदेशात वेगाने वाढणारी रानटी वेल आहे. त्यांच्या फुलांना अजिबात वास नसतो. म्हणजेच त्यांना विषाणूंएवढाच वास येतो, म्हणा ना. ह्या वेली उद्ध्वस्त प्रदेशात वेगाने वाढतात. ह्या वेली पाहून मला व्हर्जिलच्या 'अनेइड'मधल्या तार्तारस ह्या प्रदेशाची आठवण आली. इथे मेलेले लोक सावल्यासावल्यांमध्ये मिसळून कुजबुजत असतात.

आत वाढलेल्या वेलींच्या गुंत्यामुळे मला एकेकाळी हॉट झोन असणाऱ्या खोल्यांची नीट कल्पना आली नाही. जणू, मी घनदाट रेनफॉरेस्टमध्येच पाहत होतो. मी इमारतीच्या दुसऱ्या बाजूला गेलो. तिथे पूर्वी चिकटपट्ट्या लावलेले आणखी एक

काचेचे दार दिसले. मी नाक काचेला लावलं नि बाहेरचे प्रतिबिंब टाळण्यासाठी हात डोळ्यांभोवती धरले. मला कसलातरी पिंगट रंगाचा बुरा चढलेली एक बादली दिसली. कदाचित ती माकडांची वाळलेली विष्ठा असेल. काहीही असलं, तरी त्यावर क्लोरोक्स ब्लीचचा हात फिरलेला होता. ह्या कचऱ्याच्या बादलीपासून भिंतीपर्यंत एक कोळ्याचे जाळे दिसत होते. जाळ्याखाली कोळ्याने खाऊन टाकलेल्या किड्यांची पिवळी टरफले पडलेली होती. हिवाळ्याची सुरुवात असल्याने कोळ्यांनी जाळ्यात अंडीही घातलेली होती. त्यांचे जीवनचक्र फिरत राहणार होते. रेस्टनच्या मंकी हाऊसमध्ये जीवनाचा पुन्हा प्रारंभ झाला होता. इथल्याच खोल्यांमध्ये एबोलाने प्रभाव गाजविला होता. चमक दाखविली होती व तो तिथून लुप्त होऊन जंगलात दडी मारून बसला होता, तो पुन्हा परतण्यासाठीच!

◆

सूची

Antibody - प्रतिद्रव्य. बाहेरून शरिरात घुसलेल्या जंतूंचा अथवा पदार्थांचा (antigen) नाश करण्यासाठी शरीराने तयार केलेले रेणू. हे प्रतिरक्षण यंत्रणेचे काम असते.

Amplification - वर्धन - एखाद्या यजमान शरीरात (host) विषाणू वाढणे किंवा लोकसमूहात विषाणू वाढत राहणे.

Extreme amplification - आत्यंतिक वर्धन - यजमान शरीरात सर्वत्र विषाणू वाढणे. ह्यामुळे यजमानाचे जवळजवळ संपूर्ण शरीरच विषाणूमय होऊन जाते.

Brick - ब्रिक - हा खास फौजी शब्द आहे. पेशीमध्ये वाढणारे स्फटिकरूपातील विषाणूंचे गठ्ठे. ह्यालाच inclusion body असेही म्हणतात. ह्या पुस्तकात त्याला crystalloid असा शब्द वापरलेला आहे. crystalloid हा शब्द लेखकाने तयार केलेला आहे.

Bubble strecher - बबल स्ट्रेचर - हॉट विषाणूचा संसर्ग झाला असल्याची शक्यता असणाऱ्या लोकांना हलविण्यासाठी जैविक सुरक्षेचा विचार केलेले स्ट्रेचर.

Burning - बर्निंग (Explosive chain of lethal transmission)

Chemturion space suit - केमट्यूरिऑन- अंतराळ पोशाख. हवेचा जास्त दाब ठेवलेला व भरपूर वापरण्याजोगा जैविक अंतराळ पोशाख. हा पोशाख जैविक सुरक्षा पातळी-४ वरचे काम करण्यासाठी प्रयोगशाळेत वापरला जातो. त्याच्या भडक निळ्या रंगामुळे ह्याला blue suit म्हणजे 'निळा पोशाख' असेही म्हणतात.

Crash and bleed out - कोलमडणे व रक्तस्त्रावाने मरणे. हा खास फौजी शब्द असून तो विषाणूच्या संसर्गाने रोगी जेव्हा मरतो, त्या अवस्थेसाठी वापरतात. हा एक प्रकारचा धक्का (Shock) असावा, असे वाटले. त्या अवस्थेत रोग्याच्या शरीरातून अतिप्रचंड प्रमाणात रक्तस्त्राव होतो.

Crystalloid - क्रिस्टलॉइड - हा शब्द लेखकाने बनविलेला आहे. शिवाय ब्रिक (brick) हा शब्ददेखील पाहा.

DNA - डी.एन.ए. सजीवांमधला अत्यंत महत्त्वाचा रेणू. ह्यावर सजीवांचे सर्व गुणधर्म अवलंबून असतात.

Decon - डीकॉन (हा फौजी शब्द आहे.) ह्याचा अर्थ जंतुरहित करणे.

Ebola - एबोला - उष्ण कटिबंधातला अत्यंत घातक विषाणू. ह्याचा नेमका उगम कुठे झाला, माहिती नाही. ह्याच्या तीन उपजाती आहेत- एबोला झायरे (Ebola Zaire), एबोला सुदान (Ebola Sudan) आणि एबोला रेस्टन (Ebola Reston). हा विषाणू व मारबर्ग ह्यांच्यात जवळचे नाते आहे. दोन्ही विषाणूंच्या फिलोव्हायरस (Filovirus) ह्या कुलात मोडतात.

Eelectron microscope - इलेक्ट्रॉन मायक्रोस्कोप. हा मोठ्या आकाराचा व अत्यंत प्रभावी सूक्ष्मदर्शक अत्यंत छोट्या वस्तू पाहण्यासाठी उपयोगात आणला जातो. ह्यामध्ये इलेक्ट्रॉन ह्या कणांच्या झोताचा वापर केलेला असतो. विषाणूसारख्या अत्यंत सूक्ष्म वस्तूची पडद्यावर प्रतिमा तयार केली जाते.

Emerging Viruses - उद्भवणारे विषाणू - जे विषाणू अलीकडेच उद्भवले आहेत व त्यांचा प्रभाव ह्यापुढेही वाढत राहण्याची शक्यता आहे, अशा विषाणूंना उद्देशून हा शब्द वापरला जातो. रॉकफेलर युनिव्हर्सिटीमधील स्टीफन एस. मूर ह्या विषाणू शास्त्रज्ञाने ही व्याख्या बनविली आहे.

Envirochem - एन्व्हरोकेम - हा हिरव्या रंगाचा द्रव निर्जंतुकीकरणासाठी वापरतात. एअरलॉकमधील शॉवरसाठी हे रसायन उपयोगी पडते. हे रसायन विषाणूंचा प्रभावीपणे नाश करते.

Explosive chain of lethal transmission - रोगप्रसाराची घातक व स्फोटक साखळी (शिवाय burning हा शब्द पाहा.) ही एक प्रकारची जैविक क्रिया आहे. एखादा घातक संसर्गजन्य घटक लोकसमूहात झपाट्याने वणव्याप्रमाणे पसरतो, त्याला उद्देशून हा शब्द वापरतात. ह्या क्रियेत लोकसमूहातील बहुसंख्य लोक बळी पडतात.

Filovirus - फिलोव्हायरस - ह्या विषाणू कुलात (family) फक्त मारबर्ग आणि एबोला हे विषाणू आहेत. ह्या पुस्तकात त्यांना thread virus (थ्रेड व्हायरस) हा शब्ददेखील वापरला आहे.

Grey area / Grey Zone - ग्रे एरिया किंवा ग्रे झोन - हॉट झोन व बाहेरचे जग ह्यांच्यामधील भाग. ह्या ठिकाणी हॉट व बाहेरचे जग हे एकमेकांशी जुळलेले असतात.

Hatbox - हॅटबॉक्स (हा फौजी शब्द आहे.) मेणकागद लावलेले पुठ्ठ्याचे खोके. ह्यामध्ये जैविक प्रतिबंधाची व्यवस्था केलेली असते. फौजी लोक त्याला

आईस्क्रीम बॉक्स असेही म्हणतात.

HIV - एच.आय.व्ही. म्हणजे ह्यूमन इम्युनोडिफियन्सी (सिंड्रोम) विषाणू - ह्या विषाणूमुळे एड्स हा रोग होतो. हा विषाणू जैविक सुरक्षा पातळी-२ वरील असून तो उष्ण कटिबंधातून उद्भवतो आहे. आफ्रिकेतून तो बाहेर पडला आहे; पण त्याचा नेमका उगम कोठे झाला, ते मात्र माहिती नाही. ह्या विषाणूचे आता जागतिक पातळीवर वर्धन होत आहे. मानवी प्रजातीत नेमका तो काय प्रताप घडवेल, त्याची अद्याप कल्पना आलेली नाही. (शिवाय, वर्धन amplification हा शब्द पाहा.)

Host - यजमान - जो सजीव विषाणूला किंवा परोपजीवी सजीवाला जगण्यासाठी थारा देतो, त्याला यजमान असे म्हणतात.

Hot - हॉट (हा फौजी शब्द आहे.) जैविक दृष्टीने प्राणघातक ठरणाऱ्या जंतूला हा शब्द वापरतात.

Hot suite - हॉट सूट. जैविक सुरक्षा पातळी-४ वर असणाऱ्या प्रयोगशाळा.

Hot zone / hot area / hot side - हॉट झोन, हॉट एरिया. ज्या भागात प्राणघातक हॉट घटक (जंतू) आहे, त्या भागाला हा शब्द वापरतात.

Ice cream container - (हॅटबॉक्स पाहा.)

Index case - नमुना रुग्ण. एखाद्या रोगाचा पहिला ज्ञात झालेला रुग्ण.

Kinshasa highway - किन्शासा हायवे - ह्यालाच एड्स हायवे म्हणतात. ह्या मार्गाने एच.आय.व्ही.चा मध्य आफ्रिकेतील जंगलातून उगम झाल्यावर प्रसार झाला. हा महामार्ग झायरेमधील किन्शासा व पूर्व आफिका ह्या भागांना जोडतो.

Marburg virus - मारबर्ग विषाणू. हा विषाणू एबोलाशी संबंधित आहे. ह्याला पूर्वी विस्तारित रेबीज (extended Rabies) म्हणत असत.

Mayinga strain - मेयिंगा प्रभेद. एबोलाची सर्वांत प्राणघातक उपजात. ह्या जातीचा नमुना झायरेमधील एन. मेयिंगा ह्या नर्समधून उपलब्ध झाला. ही नर्स १९७६ मध्ये मरण पावली होती.

Microbreak- मायक्रोब्रेक. ही कल्पना लेखकाची आहे. त्याचा अर्थ एखाद्या नव्यानं उद्भवणाऱ्या विषाणूने माणसात घुसण्याचा केलेला छोटासा प्रयत्न.

Nuke - न्यूक. (हा फौजी शब्द आहे) एखादी गोष्ट संपूर्ण निर्जंतुक करणे.

Rackal suit - रॅकॅल सूट. हा एक प्रकारचा अंतराळ पोशाख आहे. ह्यामध्ये हवेचा दाब बॅटरी वापरून जास्त ठेवलेला असतो. अत्यंत घातक अशा जैविक प्रतिबंधासाठी प्रत्यक्ष फील्डवर्कमध्ये हा पोशाख वापरतात; कारण हा सहजासहजी

उचलून नेता येतो. ह्याचा रंग भडक नारिंगी असल्याने त्याला नारिंगी सूट (orange suit) असेही म्हणतात.

RNA - आर.एन.ए. पेशीमधील अत्यंत महत्त्वाचा रेणू. काही विषाणूंचे DNA ऐवजी RNA रेणू असतात. ह्या विषाणूंना RNA Virus - आर. एन. ए. विषाणू म्हणतात.

Replication - पुनरावृत्ती होणे. सजीवाची स्वत:ची प्रतिकृती तयार होणे.

Sentinel animal - सेन्टीनल ॲनिमल - एखाद्या संशयास्पद घातक विषाणूचा शोध घेण्यासाठी ह्या प्राण्यांचा वापर करतात. विषाणूंचा शोध उपकरण वा मीटर ह्यांनी लागत नसल्याने विषाणूला बळी पडू शकणारे प्राणी फील्डवर्कमध्ये वापरले जातात. अशाच प्रकारे, हवा पुरेशी आहे, की नाही, हे पाहण्यासाठी कोळशाच्या खाणीत प्राणी ठेवले जातात.

SHF - Simian Haemorrhagic Fever. सिमियन हिमोरेजीक फिव्हर. हा माकडांमध्ये रोग उत्पन्न करणारा विषाणू माणसांमध्ये मात्र निरुपद्रवी आहे.

Slammer - स्लॅमर (हा फौजी शब्द आहे.) USAMRIID मध्ये जैविक सुरक्षा पातळी- ४ वर असणाऱ्या विषाणूंना प्रतिबंध करण्यासाठी उभारलेले हॉस्पिटल.

Sterilization - स्टरलायझेशन - निर्जंतुकीकरण. सर्व सजीवांचा नाश करून टाकणे. प्रत्यक्षात असे करणे फार अवघड असते आणि ते नंतर निर्विवाद सिद्ध देखील करता येत नाही.

Streched rabies निस्तारित रेबीज. शिवाय, मारबर्ग हा शब्दही पाहा.

Submarine - सबमरीन (हा फौजी शब्द आहे.) USAMRIID मध्ये असणारे जैविक सुरक्षा पातळी-४ मधील शवागार.

Third spacing - तिसरी अवस्था. त्वचेखाली प्रचंड रक्तस्राव होण्याची अवस्था.

USAMRIID - United States Army Medical Research Institute of Infections Dieseases. म्हणजेच, संसर्गजन्य रोगांवरील संशोधनासाठी अमेरिकन लष्कराने उभारलेली वैद्यकीय संशोधन संस्था. ही संस्था मेरीलँड राज्यात फोर्ट ड्रिट्रिक येथे आहे. ह्यालाच 'इन्स्टिट्यूट' असे म्हणतात.

Virus - विषाणू. हा रोगजंतू जीवाणूपेक्षाही लहान असतो. त्याच्यामध्ये बाह्य आवरण असते. हे आवरण प्रथिनांचे बनलेले असते. आतमध्ये DNA किंवा RNA चा मुख्य भाग असतो. आपल्या पुनरुत्पादनासाठी विषाणूला इतर सजीव पेशींवर अवलंबून राहावे लागते.

◆